AA000777

आजोबा भाड्याने देणे आहे

ममता अग्रवाल 'निधि'

'आजोबा भाड्याने देणे आहे' ही एक काल्पनिक साहित्यकृती आहे. नाव, वर्ष, व्यवसाय, स्थळ, घटना, यांचा उल्लेख पूर्णपणे काल्पनिक असून त्यांचा प्रत्यक्ष घटना अथवा जिवंत वा मृत व्यक्तींशी काहीही संबंध नाही. असल्यास वा आढळल्यास तो निव्वळ योगायोग समजावा.

लेखक : ममता सुनील अग्रवाल 'निधि'

Email - mamtaa.plus@gmail.com

संपादक : राधिका कुलकर्णी

Email - k_radhika@hotmail.com

मुखपृष्ठ रचना : जया लोखंडे

मुद्रित शोधन : राधिका कुलकर्णी

मांडणी संकल्पना : योगेश देसाई

आवृत्ती : प्रथम

प्रकाशन तारीख : जून, २०२२

ISBN : ९७८-९३-९१११६-४९-१

STORYMIRROR
Stories that reflect you

प्रकाशक : स्टोरीमिरर इन्फोटेक प्रायव्हेट लिमिटेड
१४५, पहिला मजला, पवई प्लाझा
हिरानंदांनी गार्डन्स, पवई
मुंबई ४०००७६

Social Media :

Web : https://storymirror.com

Facebook : https://facebook.com/storymirror

Instagram : https://instagram.com/storymirror

Twitter : https://twitter.com/story_mirror

Email : marketing@storymirror.com

मनोगत

आदरणीय वाचक मंडळ, नमस्कार,

'आजोबा भाड्याने देणे आहे' ही माझी पहिली कादंबरी आणि तीही मराठी! ज्यांनी ऐकले त्यांना थोडे आश्चर्यच वाटले असेल म्हणा ना! म्हणजे काय, की मी एक अमराठी कुटुंबाचे प्रतिनिधित्व करणारी, कॉर्पोरेटच्या इंग्रजी वातावरणात वावरणारी व्यक्ती मराठी कादंबरी कशी लिहू शकते, हा प्रश्न तर आहेच, पण मी ती का लिहावी हाही प्रश्न बऱ्याच लोकांना पडला. आधी काही लिहिले नाही असे नव्हते. पण ते लेखन हिन्दी-उर्दू भाषेत होते आणि त्यातल्या त्यात माझे माध्यम म्हणजे कविता-गझल. कथालेखन कधी केले नव्हते. मग 'आजोबा' कसे लिहिले गेले, हे तुम्हा लोकांना कळावे म्हणून हे मनोगत लिहिण्याचा प्रपंच!!

मित्र हो, माझा एक व्हाट्सअॅप ग्रुप आहे 'मतानुमते चर्चा आणि गप्पा' – पंचवीसेक मैत्रिणींचा, साधारण २०१५ साली तयार झालेला. आम्ही सगळ्या एकमेकींना ओळखत नव्हतो. कधी भेटलो नव्हतो. आम्हा सगळ्यांना बहुतेक त्यातली एक व्यक्ती माहीत होती जिने आम्हाला तिथे जोडले. पण सगळ्या मैत्रिणी एकदम हुशार, एकेक कलेत पारंगत असलेल्या, आचार-विचारांनी प्रगल्भ, आणि प्रत्येकीची स्वतंत्र विचारधारा. आपल्या भावनांना, आपल्या विचारांना वाचा मिळावी, त्याला व्यक्त करायला एक व्यासपीठ असावे ह्या मताने एकत्र आलेल्या.

हां, तर मी काय म्हणत होते, सगळ्या मैत्रिणी मराठी असल्यामुळे त्यांचे विचार आणि त्यांचे लिखाण बहुतेक मराठी भाषेत होते. त्यांचा संसर्ग म्हणा, आग्रह म्हणा की प्रेम म्हणा – मीही एक कथा लिहावी म्हणून 'आजोबा' एक दिवस अचानक सुरू झाली. त्या दिवशी ऑफिसमधे गप्पा मारत असताना माझे सहकारी म्हणाले, 'तुझे छान आहे गं. तुझे सासू सासरे घरी असतात त्यामुळे तू दोघी मुलींना किती बिनधास्तपणे घरी सोडून वेळेवर ऑफिसला येऊ शकतेस. आमच्या घरी आम्हाला सगळे सांभाळून मुलांना पाळणाघरात किंवा बाईच्या भरवशावर सोडून यावे लागते आणि दिवसभर टेन्शन असते.' विचार केला आणि विषय मिळाला. कितीतरी एकल कुटुंबांना आजोबा किंवा आजीची गरज असते आणि कितीतरी वडील व्यक्ती एकट्या आहेत. सुरुवात

केली. ३-४ पाने दररोज लिहून २-३ भागात कथा संपवू असे मनात आले आणि लिहायला सुरुवात झाली. आश्चर्याची बाब अशी की पाच भाग पूर्ण होता होता फक्त भूमिका बांधली गेली. म्हटले प्रवाहात लिहीत राहावे. हे लिहिलेले भाग मी दररोज माझ्या ग्रुपमधे पोस्ट करत होते. माझी लेखनशैली आणि कथा सगळ्यांना आवडायला लागली. प्रेरणा मिळाली. दररोज लिहायला सुरुवात करताना काहीही मनात नसायचे. एकेक पात्र आपोआप घडत गेले. एकेक प्रसंग आपोआप मनात आले, लेखन होत गेले आणि त्याचेच फलस्वरुप म्हणजे – 'आजोबा भाड्याने देणे आहे'!

ह्या कादंबरीचे प्रत्येक पात्र लिहिताना मी स्वतः त्यांना अनुभवले. मी स्वतः त्या पात्राच्या भूमिकेत उतरून त्याला घडवत होते. प्रत्येक पात्र घडवताना मी किंवा माझ्या जवळचे कुणीतरी त्या अनुभवातून गेलेले असल्याने त्यात मला त्या भावना नेमक्या उतरवता आल्या. मग मुलीच्या वागणुकीने त्रासलेली पण आपल्या कार्यक्षेत्रात साफल्य मिळालेली चित्रा असो, की आपल्या डॉक्टर नवऱ्याला साथ देणारी रोहिणी असो. कॉर्पोरेटमधे काम करून घर सांभाळणारी वैष्णवी असो, की बाहेर स्त्रीमुक्तीचा झेंडा फडकावून घरी मार खाणारी उर्वशी. सगळ्या कितीतरी जवळच्या – आसपासच्या वाटतात. अण्णासाहेबांसारखेच माझे वडीलपण सरकारी खात्यात इंजिनीअर होते. असो.

लिहिताना खूप अडथळे आले. कधी कधी एखादी टेक्निकल बाजू अभ्यास करून समजून घ्यावी लागली. एपिलेप्सीच्या बाबतीत म्हणा, क्राइम ब्रांचच्या कामाबाबतीत म्हणा की सॅनफ्रान्सिस्कोवरून येणाऱ्या फ्लाइटचे शेड्यूल म्हणा. या सगळ्या गोष्टींसाठी गूगलबाबाची मदत घ्यावी लागली. मराठी व्याकरणाच्या खूप चुका व्हायच्या. पण शेवटी सर्वकाही जुळून आले.

डॉ सुनील – माझे पती, सखा आणि गाईड! त्यांची प्रेरणा आणि साथ असल्याने ही कादंबरी घडली.

आज तुमच्या हातात हे पुस्तक आहे ह्या जाणिवेनेच मला खूप आनंद होत आहे. तुम्ही कादंबरी पूर्ण वाचून तुमच्या प्रतिक्रिया मला नक्की द्याव्यात हीच अपेक्षा.

- ममता अग्रवाल 'निधि'

संपादकीय

जगातील कुठल्याही अभिजात वाङ्मयाचा विचार केला तर, मानवी मूल्ये, भावभावना या कालातीत असल्याचे दिसते. त्यांचा विचार करून प्रसवलेले साहित्य अनेक शतकांनंतरही वाचकांना खिळवून ठेवते. म्हणूनच आपले संतसाहित्य म्हणा, इंग्रजीतील शेक्सपिअर म्हणा किंवा इतर देशी - परदेशी अभिजात साहित्य आजही तितक्याच उत्सुकतेने वाचले जाते.

'आजोबा भाड्याने देणे आहे' या ममता अग्रवाल 'निधि' लिखित कादंबरीतील कुटुंबे, त्यांचे रोजच्या जीवनातील प्रश्न आणि त्यावर एका वेगळ्या पैलूने मिळू शकणारे उत्तर ही आजच्या विस्कळित कुटुंबव्यवस्थेची एक गरज आहेच; परंतु ते संवेदनशीलतेने ओळखून आपल्या साहित्यातून मांडणे आणि समाजाला एक नवा दृष्टिकोन देणे हे साहित्यिक मनच करू शकते. तसे मन ममता 'निधि' कडे निश्चितच आहे!

'आजोबा भाड्याने देणे आहे' या शीर्षकापासूनच वाचण्याची उत्कंठा निर्माण करणारी कादंबरी आज तुमच्या हातात आहे. एक अमराठी कवयित्री - लेखिका मराठी मातृभाषा असलेल्या मैत्रिणींच्या संपर्कात सतत येते काय आणि तिला मराठीत लिहावेसे वाटते काय, सगळेच कौतुकास्पद! ममता अग्रवालचा जन्म - शिक्षण महाराष्ट्रातच झाले आहे. त्यामुळे मराठी बोलणे सहज होत असले तरी मातृभाषेत लेखन करणे आणि आपल्याला आवडणाऱ्या इतर भाषांपैकी एखाद्या भाषेत लेखन करणे वेगळे. त्या भाषेवर मातृभाषेइतकेच प्रेम असल्याशिवाय असे शिवधनुष्य कुणी पेलू शकले नसते. ममताने ते शिवधनुष्य हाती घेतले आहे. तिला ते पेलणे सोपे जावे म्हणून संपादकीय संस्कार करून वाचकांहाती ही कादंबरी देण्यास मी थोडी मदत केली आहे इतकेच.

एका अमराठी साहित्यिकाची मराठीतील ही पहिलीच कादंबरी आहे. शाश्वत मूल्यांचा आविष्कार या कादंबरीत झाला आहे. अशी ही कादंबरी वाचकांना खिळवून ठेवेल याची खात्री वाटते.

– राधिका कुलकर्णी
पुणे, ११ ऑगस्ट २०२१

आजोबा भाड्याने देणे आहे

"सुहास...." वैष्णवीचा आवाज आला.

"हो आलो...." बाथरूममधून हात पुसत पुसत येत सुहास म्हणाला.

"अरे तुझा चहा ठेवलाय डायनिंग टेबलवर, तुम्हा दोघांसाठी ब्रेकफास्ट आणि लंच पण तयार करून ठेवले आहे. वेळेवर खा तुम्ही दोघं. आणि थंड नका खाऊ. मायक्रोवेव्हमधे गरम करून घे रे खातांना" वैष्णवीचे इन्सट्रक्शन्स देणे चालूच होते.

"अगं हो, तू काळजी करू नकोस. मी सगळे करतो बरोबर." म्हणत सुहासने चहाचा घोट घेतला.

वैष्णवी वरुणजवळ आली. त्याच्या कपाळावरून हात फिरवला. त्याला अजूनही ताप होता. पहाटे पाच वाजता त्याला झोप लागली होती. रात्रभर त्याला बरे वाटत नव्हते. सर्दीने जाम त्रासून गेला होता. त्यातून त्याला सतत उलटी होईल की काय असे वाटत होते.

"मी डॉक्टरची अपॉइंटमेंट घेतली आहे १० वाजताची. वरुणला वेळेवर घेऊन जा. मी लवकर यायचा प्रयत्न करीन." असे म्हणतानाच वैष्णवीच्या डोळयात पाणी आले होते.

"अगं तू शांतपणे वर्कशॉप अटेंड कर. इतकी मेहनत घेतली आहेस त्यासाठी. मी आहे नं. तू जा आता, नाहीतर उशीर होईल." - सुहास.

"हो आली आहे टॅक्सी, चल निघते मी." तिने वरुणच्या कपाळाची एक पापी घेतली आणि रुमालाने डोळे पुसत घराबाहेर पडली.

सुहासने चहा संपवला आणि किचनमधे जाऊन कपात पाणी घालून सिंकमध्ये धुण्यासाठी ठेवला. नाश्त्यासाठी वैष्णवीने कांदेपोहे केले होते. सोबत वरुणसाठी त्याच्या आवडीचा दहीभात केला होता. एका चिठ्ठीमधे वरुणला केव्हा काय द्यायचे आहे, कुठले औषध द्यायचे आहे, तेही लिहून ठेवले होते. जेवण वगैरे झाकून ठेवले होते. वैष्णवीचे नियोजन पाहून त्याला खरेच तिचे कौतुक वाटले.

मागच्या बुधवारपासून वरुणला जास्तच बरे नव्हते. राहून राहून त्याला फिट्स

येत होत्या म्हणून वैष्णवी ऑफिसला गेली नाही. डॉक्टर, औषधं आणि सर्व काळजी घेऊनसुद्धा फार फरक पडला नव्हता.

आजपासून तिच्या ऑफिसमधे तीन दिवसांचे वर्कशॉप होते. तिने खूप मेहनत घेतली होती त्यासाठी, म्हणून सुहासने या आठवड्यात सुट्टी टाकली होती. त्याने किचनचा ओटा थोडा आवरून डायनिंग टेबलवर प्लेट-पाणी वगैरे आणून ठेवले.

वरुण झोपला आहे हे बघून सुहास अंघोळ करून आला आणि वरुणच्या उठण्याची वाट बघत त्याने वर्तमानपत्र वाचायला सुरुवात केली. दुसरे पान वाचतावाचता त्याची नजर एका आगळ्यावेगळ्या जाहिरातीवर पडली आणि तो सावध होऊन वाचू लागला.

घड्याळाचा गजर वाजला अन् चित्राची झोपमोड झाली. हात पुढे करून तिने गजर स्नूझ केला. उठायचे जीवावर आले होते. अजून १० मिनिटे झोपावे म्हणून तिने परत पांघरूण घेतले आणि डोळे घट्ट मिटून घेतले. दोनदा अजून असे स्नूझ केल्यानंतर उठणे भाग होते. ६:३० वाजले होते. आता उठले नाही तर स्टुडियोत जायला उशीर होईल, असा विचार करून ती उठलीच.

आकाश अजूनही गाढ झोपेत होता. चित्राच्या दिनचर्येशी जणू त्याचा काहीही संबंध नव्हता. ऑफिसमधूनच तो कस्टमरसोबत डिनरला जाणार होता. रात्री चित्रा झोपल्यानंतर उशीराच आला होता. ड्रिंक वगैरे झालेच असणार. हे नेहमीचेच!

स्वत:चे पटकन आवरून तिने दार उघडले आणि दूध, वर्तमानपत्र वगैरे घेतले. दूध तापवायला ठेवून चहाचे आधण गॅसवर चढवले अन् किचन जरा आवरून घेतले. अर्धवट खाल्लेली व्हेज बिर्याणी फ्रिजमधे ठेवलेली होती. तिच्या लक्षात आले, 'अरेच्चा, आपण रात्री जेवलोच नाही.' स्वयंपाकीण आली नाही म्हणून तिने स्टुडियोमधून येता येता 'पंजाबी तडका' मधून खायला आणले होते. श्रुतीला भूक लागली होती म्हणून तिला वाढून उरलेले फ्रिजमधे ठेवून दिले होते. उफ्फ, तिने तीच बिर्याणी स्वत:च्या डब्यात भरली. रात्री आणलेली पेस्ट्री श्रुतीसाठी डब्यात ठेवली. मेडला फोन करून विचारले. हुश्श, आज ती येणार म्हटल्यावर तिला थोडे हायसे वाटले.

एव्हाना ७:३० वाजले होते. चित्राने श्रुतीच्या रूममधे डोकावले. तिथेच तिचे डोके फिरले. स्टडीटेबलवर होमवर्क अर्धवट सोडलेला होता. वही उघडी, पेन उघडे, अर्धवट खाल्लेले वेफरचे पाकीट, ग्राफपेपर इकडे तिकडे पसरलेले, टीव्ही चालू, रिमोट बेडवर, डोक्याखाली आयपॅड पूर्ण पॉवर डिस्चार्ज झालेला, नाईटड्रेस बदलताना काढलेले कपडे फरशीवर इकडे तिकडे विखुरलेले होते. बाप रे! आता हे सगळे आवरायचे म्हटल्यावर.....

तिने श्रुतीकडे बघितले. झोपलेली फार निरागस दिसत होती. तिला काल कुठल्यातरी प्रोजेक्टसाठी माझी मदत हवीये म्हणून म्हणाली होती खरी. चित्राने तिला नेटवर सर्फ करून माहिती काढून ठेवायला सांगून नंतर प्रोजेक्ट करू म्हटली होती. पण तिच्याच लक्षात राहिले नव्हते. आजकाल इलेक्शनची धामधूम होती. म्हणून त्याचे कव्हरेज तयार करण्यात सगळयांनाच जास्त वेळ स्टुडियोमध्ये थांबावे लागत होते. उशीरच झाला होता घरी यायला. मेड आली नाही म्हणून श्रुतीनेच तिला व्हॉट्सअ‍ॅपवर कळवले होते. आल्यावर सगळे आवरून होईपर्यंत ती फार थकली होती. थोडावेळ रिलॅक्स होऊन येते म्हणून जरा पडली अन् केव्हा झोप लागली ते तिलाच आठवत नव्हते. खूप अपराधी वाटले तिला.

श्रुतीची रूम आवरून तिने चहा घेतला आणि श्रुतीला उठवले. ती आं उं करत परत झोपायला लागली. "अगं ऊठ नं, शाळेला उशीर होईल." म्हणत तिने तिचे दप्तर भरले, युनिफॉर्म काढून तयार ठेवला आणि तिला परत उठवले. पण ती उठायला तयारच नव्हती. मग हिसकून पांघरूण काढले आणि थोडे जबरदस्तीनेच तिला बेडवरून खाली उतरवले. श्रुतीपण जिद्दीला पेटली. "शाळेत जाणार नाही." म्हणाली. मग चित्रानेच थोडी माघार घेतली अन् श्रुतीला मिठीत घेऊन तिच्या गालाची एक पापी घेतली. कालच्या बाबतीत सॉरी वगैरे म्हणून संध्याकाळी नक्की प्रोजेक्ट करण्याचे आश्वासन दिले, अन् तिला तयार होण्यासाठी कसेबसे बाथरूममधे ढकलले.

मग स्वत:सुद्धा बाथरूममधे घुसली. ब्लॅक जीन्स आणि स्लीवलेस कुर्ती घातली, बॉब कट केसांना स्टाईल दिली आणि थोडा मेकअप केला. गडद लिपस्टिक लावून आरशात बघितले आणि स्वत:वरच मोहित झाली. एव्हाना श्रुतीही तयार झाली होती. तिला दूध दिले. आकाश अजूनही झोपला होता. तिने आकाशला उठवले.

"आकाश, मेड थोड्या वेळाने येईल. तुला काही हवे असल्यास तिला सांग. मी निघते आहे. श्रुतीला शाळेत सोडून जाते. आज फील्डवर्क आहे. थोडे लवकर घरी यायचा प्रयत्न करीन. तूही आज ऑफिसमधून डायरेक्ट घरी ये. मला तुझ्याशी थोडे बोलायचे आहे." - चित्रा.

"अगं पण मला आज दुपारच्या फ्लाईटने दिल्लीला जायचे आहे दोन दिवसांसाठी. एका मोठ्या प्रपोजलचे काम चालले आहे. सांगितले होते नं तुला?" आकाश म्हणाला.

"तुझे हे नेहमीचेच आहे. मीच बघते काय करायचे ते." थोड्या नाराजीत चित्रा बोलली अन् पर्स घेऊन निघायला लागली. तिच्या डोळ्यात पाणी आले. इतक्या बिझी शेड्यूलमधे सगळे काही अ‍ॅडजस्ट करणे तिला अवघड होऊन बसले होते.

श्रुतीला शाळेत सोडून तिने गाडी स्टुडियोकडे वळवली. काम समजून घेऊन तिने

चहा पीत पीत वर्तमानपत्र उघडले. दुसऱ्या पानावर एक वेगळीच जाहिरात होती.

साधारण साठेक वर्षाच्या भारदस्त व्यक्तीचा फोटो होता. वर लिहिले होते 'आजोबा भाड्याने देणे आहे' आणि फोटोखाली लिहिले होते 'पुढची माहिती उद्या'.

'हे अजबच आहे!' ती स्वत:शी पुटपुटली, अन् डोक्यात विचारांचे वादळ सुरु झाले.

सीटबेल्ट काढण्याचा इशारा झाला होता. लोक उठून लगबगीने आपापले सामान काढून उतरण्याच्या घाईत होते. फ्लाईट एअरब्रिजला लागली तशी रोहिणी लगबगीने एअरक्राफ्टचे दार उघडून ब्रिजला कनेक्ट करण्याच्या तयारीला लागली. ते झाल्यावर लगेच पॅसेंजर्सना उतरण्याचा इशारा केला आणि चेहऱ्यावर हलके स्मित आणून उतरणाऱ्या लोकांना 'धन्यवाद' म्हणू लागली.

शेवटचे पॅसेंजर उतरले तशी तिने स्वत:ची बॅग आवरली आणि ग्राऊंड स्टाफला रिपोर्टिंग करून घरी जायला निघाली. ड्रायव्हरला फोन लावला तर तो फोन उचलत नव्हता. १५ दिवसांपूर्वीच रिप्लेसमेंटवर नवीन ड्रायव्हर ठेवला होता. का कोण जाणे, ती थोडी अस्वस्थ झाली. ड्रायव्हरची वाट न बघता स्वत:च घरी निघून जायचा निर्णय घेतला आणि टॅक्सी बुक करून निघाली. पाळणाघरात फोन लावून पीहूची चौकशी केली. ती खेळत होती हे ऐकून जरा बरे वाटले. एका तासात पोहोचते आहे, असे सांगून फोन बंद केला. घरी फोन लावला तर कुणी उचलला नाही. मधुर आतापर्यंत शाळेतून घरी पोहोचलेला असायला पाहिजे होता. बहुतेक झोपला असेल किंवा खेळायला गेला असेल असा विचार करून तिने व्हॉटसअ‍ॅप चाळायला सुरुवात केली. असेच रेग्युलर मेसेज होते. काहींना उत्तर दिले. मन लागत नव्हते. जाणाऱ्या रस्त्याकडे बघत ती पाळणाघर येण्याची वाट बघू लागली.

पाळणाघरापाशी पोहोचताच पीहू पळत आली आणि तिला 'मम्मा' करत बिलगली. दुबईहून आणलेले चॉकलेट आणि बाहुली तिला दिली. ती एकदम नाचायला लागली. पाळणाघराचे पुढच्या महिन्याचे पैसे भरून, पीहूचे सामान आवरून ती परत टॅक्सीने घरी निघाली. पीहूची, दिवसभर काय काय केले याची बडबड चालू होती.

लॉबीमधे येताच वॉचमनने आजचे टपाल तिला दिले. आज दुपारची मेड सकाळी लवकर काम करून गेली होती आणि स्वयंपाक करणारी मावशी उशीरा येणार आहे असे त्याने सांगितले. तिने विचारल्यावर, "मधुर शाळेतून आल्यापासून घरीच आहे. ड्रायव्हर मधुरसोबत घरी गेला होता. त्यानंतर एका तासाने ड्रायव्हर खाली आला. घरी कुणीतरी आजारी आहे, मी गावी जातोय असा निरोप द्यायला सांगून तो गेला.", असे

वॉचमनने रोहिणीला सांगितले. तिला ड्रायव्हरची थोडी चीड आली. कमीत कमी त्याने तिला फोन तरी करायचा होता. ती केव्हा येणार आहे हे त्याला माहीत असूनसुद्धा परस्पर वॉचमनला सांगून निघून गेल्याचा तिला खरंच राग आला होता. निखिलला सांगून ड्रायव्हर बदलायचे तिने मनोमन ठरवले. वॉचमनला धन्यवाद देऊन तिने लिफ्टमधे पाऊल टाकले. टॉवरमधे घर घेतल्याने कित्ती फरक पडतो, असा विचार उगाचच तिच्या मनात आला.

सँडल्स काढत तिने डोअरबेल वाजवली. पण मधुरने दार उघडले नाही. परत बेल वाजवली. या वेळी दार उघडण्याचा आवाज आला. दार मधुरनेच उघडले होते. पण तो खूपच शांत होता. खरे तर थोडासा अस्वस्थच वाटला. तिने पीहूला कडेवरून उतरवले आणि मधुरला विचारले "काय झाले बेटा... इतका उदास का दिसतोयस, तब्येत बरी आहे ना? माझा फोन पण उचलला नाहीस."

"मी ठीक आहे मॉम." मधुर नजर चुकवत म्हणाला. पण त्याच्या चेहऱ्यावरचे घाबरल्याचे भाव तिच्यापासून लपले नाहीत. कुठेतरी काहीतरी गडबड आहे नक्की. तिने गुपचूप मधुरचा हात पकडला आणि त्याला बेडरूममधे घेऊन आली. त्याला जवळ घेतले आणि पाठीवरून हात फिरवत म्हणाली "मधुर, मी तुझी आई आहे. माझ्यापासून काहीही लपवायचे नाही म्हणून सांगितले आहे नं मी. खरे खरे सांग काय झाले ते. शाळेत कुणी काही बोलले का?" तिने त्याची हनुवटी धरून चेहरा वर केला.

"बोल बेटा..." अन् तो अधिकच घाबरला आहे, असे तिला वाटले. तिने त्याचा हात हातात घेतला आणि मधुर एकदम रडायला लागला. विचारले तरी काही सांगायला तयार झाला नाही. फक्त हमसून हमसून रडत राहिला. काहीतरी जास्तच झाले आहे हे समजून रोहिणीने निखिलला फोन लावला. तो आत्ताच ऑपरेशन थिएटरमधून बाहेर आला होता. तिने त्याला लवकरात लवकर घरी यायला सांगितले. एक राउंड घेऊन एका तासात पोहोचतो, म्हणाला.

सगळे विसरून ती मधुरला कुशीत घेऊन बसली. पीहूला तिच्या आवडीचे कार्टून लावून दिले, म्हणून ती त्यात गुंग झाली होती. निखिल केव्हा एकदा घरी येतो, असे तिला झाले होते.

डोअरबेल वाजली आणि तिने एकदम घाईनेच दार उघडले. निखिलला पाहून जीव भांड्यात पडला. दोघे बेडरूममधे आले. निखिल मधुरला जवळ घेऊन म्हणाला "आम्ही तुला काहीही बोलणार नाही. तुझ्याकडून कुठलीही चूक झाली असेल तरी आम्हाला स्पष्टपणे सांग. कुणालाही घाबरू नको." मधुर आता थोडा शांत झाला होता. म्हणाला, "बाबा शाळेतून येताना ड्रायव्हरकाका मला म्हणाले की, त्यांना एअरपोर्टवर जायला

अजून वेळ आहे, तर थोडावेळ माझ्यासोबत पत्ते खेळू शकतो म्हणून माझ्याबरोबरच घरात आले. तू आवरून ये, मी तोपर्यंत पत्ते लावतो म्हणाले. मी कपडे बदलायला माझ्या रूममधे गेलो. ५ मिनिटात ड्रायव्हरकाका पण माझ्या मागोमाग रूममधे आले. मी त्यांना बाहेर जायला सांगितले, पण...” त्यानंतर मधुरने जे सांगितले ते ऐकून रोहिणीचे डोके सुन्न झाले, १० वर्षाचे लहान मूल ते. निखिललाही काही क्षण काहीही सुचेनासे झाले. जे आपण वर्तमानपत्रात वाचतो ते आपल्या घरात घडले आहे, याचा दोघांना एकदम धक्का बसला.

रोहिणीला मधुरची रूम लॉक करायला सांगून निखिलने मधुरची प्राथमिक तपासणी केली. बाहेर येऊन रोहिणीला म्हणाला, “पोलिसांना बोलावून रिपोर्ट करावा लागेल. मात्र आत्ता आपण मधुरला घेऊन हॉस्पिटलमधे जायचे आहे. लवकर तयारी कर.”

मधुर एकदम किंचाळला “बाबा, तुम्ही कुणाला सांगू नका. पोलिसांना कळवू नका. तो मला मारून टाकेल. तुम्हा सगळ्यांना मारून टाकेल.” आणि त्याची शुद्ध गेली.

रोहिणी आणि निखिल मधुरला कडेवर घेऊन कारकडे गेले. मधुरला बरे नाही असे वॉचमनला सांगून आणि कुणालाही फ्लॅटमधे जाऊ न देण्याची ताकीद देऊन ते बाहेर पडले. पीहूला रोहिणीने तिच्या मैत्रिणीकडे सोडले आणि दोघे हॉस्पिटलला निघाले.

कारमधूनच निखिलने हॉस्पिटलमधे फोन करून कळवले. स्ट्रेचर वगैरे तयार ठेवायला सांगितले आणि कन्सल्टंटशी बोलला. काय प्रकार झाला आहे त्याची कल्पना दिली. रूम बुक करायला सांगितली आणि पोलिसांनासुद्धा तिथेच बोलवायला सांगितले. निखिल त्या हॉस्पिटलमधे बरीच वर्षं काम करीत होता, त्यामुळे तिथे सगळे तयारीतच होते. मधुरला लगेच तपासणीसाठी इन्स्पेक्शन रूममधे घेऊन जायला निखिलचा मित्र डॉक्टर अनंत गावडे आणि निखिल सज्ज झाले. सगळे पुरावे आत्ताच जमा करून ठेवले पाहिजेत असा विचार करून तशी तयारी ठेवलीच होती.

निखिलने रोहिणीच्या खांद्यावर हलकासा हात ठेवून तिला शांत राहण्याचा इशारा केला. ‘पोलीस आले की कळव.’ असे सिक्युरिटीला सांगून तोही आतमधे गेला.

डॉक्टर अनंत गावडेने मधुरला पूर्ण तपासले आणि तो निखिलकडे वळला. त्याने डोळे बंद करून आपले डोके नकारात्मक हलविले. निखिलच्या खांद्यावर हात ठेवून दिलासा देत म्हणाला, “जे झाले आहे ते फार दुर्दैवी आहे. पण सकारात्मक बाजू अशी आहे की, ड्रायव्हरने जे करायचा प्रयत्न केला त्यात त्याला पूर्णपणे यश मिळालेले नाही. तरीही मधुरचे गुदद्वार सुजले आहे. थोडीशी जखम आहे आणि थप्पड मारल्याने नितंब लाल झाले आहेत. मी गुदद्वाराजवळून ड्रायव्हरचे वीर्य, नखांतून स्किन आणि रक्ताचे सॅम्पल घेतले आहे. आपल्याकडे सर्व पुरावे आहेत. हॉस्पिटलमधून या केसला जी मदत हवी असेल ती आपण करूच.”

“पण एक सांगू?” निखिलच्या दोन्ही खांद्यावर हात ठेवत डॉक्टर अनंत म्हणाला “बघ मधुरला शारीरिक इजा जास्त नाहीये. एक दोन दिवसात बरा होईल. तू पोलिसांना भेटून काय झाले आहे त्याची कल्पना दे. तक्रार वगैरे नोंदव. पण त्यांना त्यांचे काम करू दे. तू त्यात गुंतू नकोस. सध्या मधुरकडे लक्ष देणे जास्त गरजेचे आहे. तो खूप घाबरला आहे. त्याला मानसिक धक्का बसलाय त्यामुळे त्याला हळुवारपणे सांभाळले पाहिजे. पोलिसांना सध्यातरी त्याच्याशी संवाद करू देणे टाळावे लागणार. आत्ता मी मधुरला एक दिवस तरी आयसीयूमध्ये ठेवणार आहे. तू आणि रोहिणी पोलिसांसोबत घरी जाऊन रिपोर्ट वगैरेची फॉरमॅलिटी पूर्ण करा. मधुरकडे माझे पूर्ण लक्ष आहे.”

निखिल बाहेर आला. रोहिणीने कातर नजरेने त्याच्याकडे पाहिले. त्याने डोके हलवून डोळ्यांनीच तिला आश्वासन दिले. पोलीस आले होते. इन्स्पेक्टर त्याच्या ओळखीचा होता. त्याने इन्स्पेक्टरला पूर्ण प्रकरणाची माहिती दिली. ड्रायव्हरचा फोन नंबर, मोबाईलमधून त्याचा फोटो वगैरे दिला. रिपोर्ट फाईल करण्यासाठी घटनास्थळी जावे लागेल असे म्हटल्यावर रोहिणी आणि निखिल पोलिसांसोबत घरी आले.

पोलिसांनी मधुरच्या रूमचे निरीक्षण केले, बेड सोडून बाकी रूम व्यवस्थित होती. बेडवरची चादर मात्र अस्ताव्यस्त होती, त्यावर छोटे छोटे रक्ताचे डाग होते. मधुरचा शाळेचा युनिफॉर्म खाली जमिनीवर पडला होता. ड्रायव्हरचा रुमाल बेडवर होता. तो पर्यंत फोटोग्राफर आणि फिंगर प्रिंट एक्स्पर्ट आले होते. रूम त्यांच्या सुपूर्त करून त्याने मोर्चा वॉचमनकडे वळवला. वॉचमनने पूर्ण माहिती सांगितली. व्हिजीटर रजिस्टर दाखवले. ड्रायव्हरचे आधार कार्ड, लायसन्स आणि इतर कागदपत्र पोलिसांना दिले. दोन रेफरन्स नावेसुद्धा पत्त्यासकट होती. कामवाली बाई वगैरे उद्या भेटतील म्हणून सांगितले. इन्स्पेक्टरने वॉचमनला शाबासकी दिली. निखिलला म्हणाला “तुम्ही सुजाण नागरिक आहात. सगळं इतकं व्यवस्थित मी पहिल्यांदाच पाहतोय. तुम्ही काळजी करू नका. आम्ही लवकरच ड्रायव्हरला शोधून काढू. तुम्ही तुमच्या मुलाकडे लक्ष द्या.” पंचनामा, रिपोर्ट वगैरे लिहून झाल्यावर पोलिसांची टीम गेली.

रोहिणी आणि निखिल परत घरी आले. “डोकं ठणकत आहे. चहा कर. त्यानंतर पीहूला घेऊन येऊ, मग मी हॉस्पिटलला जातो.” असे निखिलने सांगताच रोहिणीने चहा केला. चहा पिता पिता निखिलने रोहिणीला सगळी माहिती दिली. “मधुरला खूप सांभाळावे लागेल. एक दोन दिवसात मधुरला घरी आणू. त्यानंतर काही दिवस तरी आपल्या दोघांपैकी एकाला मधुरसोबत घरी राहावे लागेल.”

“मी ऑफिसमधे कळवले आहे की मला १० दिवस तरी रजा लागेल. त्यानंतर बघू. काहीतरी लॉंगटर्म उपाय करावे लागतील.” असे म्हणत तिने सकाळचा पेपर उघडला. प्रमुख बातम्या वाचून पान पालटले आणि दुसऱ्या पानावर एक जाहिरात दिसली.

'आजोबा भाड्याने देणे आहे'. त्यानंतर खाली एका भारदस्त ज्येष्ठ माणसाचा फोटो होता. खाली लिहिले होते. "घरात एका आपुलकी देणाऱ्या आजोबाची गरज असल्यास संपर्क साधा. अटी लागू. ज्याअर्थी तुम्ही ही जाहिरात तिसऱ्या दिवशीही वाचत आहात, त्या अर्थी तुम्हाला नक्की माझी गरज आहे. त्वरा करा." त्याखाली छोट्या अक्षरात नाव – 'अण्णासाहेब पटवर्धन', पत्ता आणि फोन नंबर दिला होता.

रोहिणी आणि निखिलने ते वाचले आणि जणू कोणी देवच त्यांच्या मदतीला धावून आला, असे त्यांना वाटले.

❦ ❦ ❦ ❦

वैष्णवीचा आज वर्कशॉपचा तिसरा दिवस होता. तिला आज थोडे उशीरा जायचे होते. वरुण पण आता जरा बरा होता. कालपासून त्याला ताप आला नव्हता. रात्री दोघांसोबत कॅरम खेळल्यामुळे खूप खूष होता आणि छान पैकी झोपला होता. त्यामुळे सुहास आणि वैष्णवी थोडे निवांत होते. दोघे सकाळी सोबत चहा घेत होते. चहा पिता पिता सुहासने वैष्णवीला त्या आगळ्यावेगळ्या जाहिरातीबद्दल सांगितले. दोन दिवस तो ती जाहिरात बघत होता. आज बहुतेक पुढची माहिती मिळेल.

सुहास आणि वैष्णवीने सोबतच पेपर उघडला. अधीरतेने दुसरे पान उघडले. पूर्ण जाहिरात वाचली. आणि नजरानजर होताच जणू 'युरेका' झाले.

❦ ❦ ❦ ❦

आज श्रुतीला सुट्टी होती. म्हणून चित्रा आणि श्रुती रात्री मॉलमधे गेल्या होत्या. दोघींनी एक इंग्रजी चित्रपट पाहिला आणि तिथेच पिझ्झा खाऊन आल्या होत्या.

आकाश दिल्लीहून आज सकाळच्या फ्लाईटने येणार होता. काल प्रपोजल सबमिट झाल्याने आकाश आज सुट्टी घेणार होता. त्यामुळे चित्रा जरा निवांत होती. तिने ब्रेकफास्टसाठी श्रुतीच्या आवडीचे पास्ता केले आणि दुपारच्या जेवणाला काय करायचे वगैरे एका चिठ्ठीत लिहून ठेवले. तयार होऊन चहा डायनिंग टेबलवर आणला आणि लगबगीने पेपर उघडला. दोन दिवसापासून ती जाहिरात देणारी व्यक्ती उत्सुकता वाढवत होती. आजतरी पूर्ण माहिती असावी अशी ती मनोमन प्रार्थना करत होती. दुसऱ्या पानावरची माहिती वाचून तिला बरे वाटले.

आज संध्याकाळी लवकर घरी येऊन आकाशसोबत या बाबतीत चर्चा करावी असे तिने ठरवले आणि श्रुतीला अर्धझोपेतच सांगून ती स्टुडियोत जाण्यासाठी बाहेर पडली.

❦ ❦ ❦ ❦

निखिल आणि रोहिणीने ती जाहिरात गंभीररीत्या घेण्याचा निश्चय केला आणि उद्या सकाळी त्यांना फोन लावण्याचा निर्णय घेतला. पीहूला मैत्रिणीकडे सोडून ४-५ तास उलटून गेले होते. रात्रीचे नऊ वाजले आता पीहूला आणायला हवे. दोघे उठले.

'चल लवकर' म्हणत निखिलने बूट घातले आणि लिफ्टचे बटन दाबले. रोहिणीने दार लॉक करून किल्ली पर्समधे ठेवली. लिफ्टमधून उतरून दोघेजण कारमधे जाता जाता तीन-चार लोक भेटले. बिल्डिंगमधे पोलीस आले होते हे लपून राहिले नव्हते, म्हणून खाली याच प्रकरणाची कुजबूज चालू होती. काही लोकांना वॉचमनकडून माहिती मिळाली होती. कुणाची काहीही चूक नसताना लोकांना चर्चेसाठी एक कारण मिळाले होते. काही स्वतःला सूज्ञ समजणारे लोक चौकशी करायला पुढे सरसावले. पोलीस कशासाठी आले होते वगैरे. काही लोक सहानुभूती दर्शवायला पुढे आले. निखिल आणि रोहिणी घाईत होते. तरीही निखिलने थोडक्यात कसेबसे निभावले. बिल्डिंगच्या बाहेर आल्यावर जोशीकाका भेटले. ते आणि काकू जेवणानंतरच्या शतपावलीसाठी आले होते. जोशीकाका सोसायटीचे सेक्रेटरी होते. खूप प्रेमळ, सगळ्यांच्या सुखदुःखात सामील होणारे. सोसायटीत तीच एक वडीलधारी व्यक्ती होती. सगळे त्यांना खूप मान देत होते. सगळ्यांची चौकशी, हवे नको ते स्वतःहून बघत.

ते लगबगीने निखिलजवळ आले. त्याच्या खांद्यावर हात ठेवत म्हणाले "बाळा, काहीही काळजी करू नकोस. 'तो' वर बसलाय ना सगळे बघत. त्यावर विश्वास ठेव. सगळे व्यवस्थित होईल." निखिलने आतापर्यंत ठेवलेले मनावरचे नियंत्रण सुटले आणि मनात आवरलेला हुंदका बाहेर पडला. रोहिणी काकूंच्या खांद्यावर डोके ठेवून रडू लागली.

काकू तिच्या केसांवरून हात फिरवत दिलासा देत होत्या. ४-५ मिनिटात दोघे शांत झाले. "पीहूला घ्यायला जातोय काका. रोहिणी आणि पीहूला घरी सोडून त्यानंतर हॉस्पिटलला जाईन मधुरला बघायला. रात्री तिथेच थांबणार आहे." असे सांगून निखिल निघू लागला.

जोशीकाकू प्रेमळपणे हक्काने म्हणाल्या "किती वेळात येताय? आधी दोघेजण आमच्या घरी या बघू. जेवणाचे काहीतरी करून ठेवते. खाऊन जा तुम्ही."

"हो येतो काकू." म्हणून दोघे निघाले.

निखिल गाडीतच थांबला. रोहिणी माधवीकडे गेली, पीहू खाऊन पिऊन झोपली होती. माधवीने मधुरची चौकशी केली. सगळे ऐकून हळहळ व्यक्त केली आणि रोहिणीला दिलासा दिला. रोहिणी घाईतच पीहूला घेऊन निघाली. दोघे जोशीकाकांकडे आले. पीहूला सोफ्यावर झोपवले. जोशीकाकूंनी तुपाच्या फोडणीची साधी खिचडी केली होती. दही आणि लोणचेही होतेच. रोहिणीने दोघांची पाने वाढली. तोपर्यंत

जोशीकाकूंनी पापड भाजले.

काका-काकूंसोबत बोलताबोलता दोघं पटकन जेवले. लगेच निखिल हॉस्पिटलला जायला निघाला. त्यानंतर काका झोपायला गेले. जोशीकाकू रोहिणीला म्हणाल्या. "अगं झोप इथेच आज. उगाच एकटी काहीबाही विचार करत बसशील आणि पीहूला काही दिवस संध्याकाळी आमच्याकडे राहू दे. आम्ही दोघे बघू."

"ठीक आहे काकू" म्हणत रोहिणीने हॉलमधे अंथरूण टाकले. पीहूला अंथरूणावर टाकून थोडावेळ काकूंशी बोलत बसली. झोप दोघींनाही येत नव्हती. काही बरेवाईट होईल म्हणून आपण मुलींना इतके जपतो. मुलांकडे आपण या काळजीने लक्ष देत नाही फारसे. पण हल्ली दोघांना जपणे महत्त्वाचे झाले आहे. मुलांना शाळेतच लैंगिक शिक्षण दिले पाहिजे, असे जोशीकाकूंचे ठाम मत होते. जोशीकाकू रोहिणीला अगदी आईसाहेबांसारख्या वाटल्या. तिच्या डोळ्यात त्यांची आठवण येऊन टचकन पाणी आले. तिने त्यांच्या नकळत ते लगेच पुसले. "काकू झोपू या का आता? तुम्हालाही खूप उशीर झालाय." म्हणत रोहिणीने पायावर पांघरूण ओढले.

"चल. शांतपणे झोप हं. रात्री काहीही लागले तर सांग. संकोच करू नको" म्हणत जोशीकाकू बेडरूममधे गेल्या.

रोहिणीने अंथरुणावर अंग टाकले. झोपायचा प्रयत्न करू लागली. पण डोळा काही लागेना. मधुर कसा असेल. त्याने हे सगळे कसे झेलले असेल, याची कल्पनाच तिला करवत नव्हती. नेहमी दुपारी काम करणारी बाई ती येईपर्यंत घरी असते आजच ती नेमकी लवकर काम करून गेली. संकटे अशी येतात.... विचार करता करता तिला झोप लागली.

꧁ ꧂ ꧁ ꧂

निखिल हॉस्पिटलला पोहोचला. जवळजवळ पळतच त्याने आयसीयू गाठले. मधुर झोपला होता आणि त्याला सलाईन लावलेले होते. निखिलने मधुरचे मेडिकल पेपर्स पाहिले. नर्स म्हणाली "डॉक्टर गावडे केबिनमधे तुमची वाट बघताहेत." निखिल लगेच त्यांना भेटायला गेला. "मधुरची तब्येत आता बरी आहे. मध्ये एकदा त्याला शुद्ध आली होती आणि तो किंचाळतच उठला होता. त्याला मी झोपेचे इंजेक्शन दिले आहे. नर्सिंग स्टाफला मी व्यवस्थित इन्स्ट्रक्शन्स दिल्या आहेत. तुझी उद्याची ऑपरेशन्स दुसरे कन्सल्टंट सांभाळून घेतील. तू काळजी करू नको. थकला असशील. जरा आराम कर. काही लागले तर नर्स तुला सांगतील. मी निघतो आता." असे सांगून डॉ. गावडे गेले.

आयसीयूच्या डॉक्टर्स रूममधल्या पलंगावर निखिलने अंग टाकले. तो त्या जाहिरातीच्या बाबतीत विचार करू लागला.

꧁ ꧂ ꧁ ꧂

वैष्णवी आणि सुहास चहा पीत पीत जाहिरातीबाबत चर्चा करू लागले. एक कुणीतरी सिनियर माणूस आपल्याकडे येऊन राहणार. स्वत:ला आजोबा म्हणून घरात मिरवणार. म्हणजे त्याचा काय रोल असणार? मोबदल्यात त्याला काय द्यावे लागणार? तो हे का करीत असणार? थोडे कोडेच होते सगळे. असो.

सध्या तरी वैष्णवीला उशीर होत होता. आपण संध्याकाळी यावर अजून चर्चा करू आणि शुक्रवारी फोन करून अपॉइंटमेंट घेऊ, असे ठरले.

चित्रासुद्धा स्टुडिओकडे जाताना जाहिरातीचा विचार करीत होती. हे नेमके काय असणार याची कल्पना येत नव्हती. श्रुती थोडीशी हट्टी होत चालली होती. तिची वर्तणूक हल्ली चित्राला चिंतेत टाकणारी होती. म्हणून ही जाहिरात तिला थोडी महत्त्वाची वाटली होती. आकाश याला काय प्रतिसाद देणार हेही महत्त्वाचे होते. बघू.

चित्राला आज फील्डवर्क नव्हते. ऑफिसमधले रिपोर्टिंगचे काम संपवून ती लगबगीने घरी जायला निघाली. केव्हा एकदा आकाशला ह्या जाहिरातीबाबत सांगते, असे तिला झाले होते. लवकर निघाल्याने रस्त्यावर ट्रॅफिक फार लागले नाही. त्यामुळे लवकर घरी पोहोचली. साधारण साडेपाच झाले असतील.

बेल वाजवली तर काही प्रत्युत्तर मिळाले नाही. नाईलाजाने स्वत:जवळच्या किल्लीने दार उघडले. हॉल व्यवस्थित होता. सगळ्या वस्तू जागेवर बघून तिला बरे वाटले. मेड काम करून गेली होती म्हणजे. किचनमधे पाहिले. तिने लिहिल्याप्रमाणे स्वयंपाक केलेला होता. श्रुती आणि आकाशने दुपारचे जेवण करून उरलेले जेवण फ्रीजमधे ठेवले होते. सगळी भांडी घासून पुसून व्यवस्थित ठेवून मेड गेली होती.

श्रुती घरात नव्हती. बहुतेक खेळायला गेली असणार. श्रुतीच्या रूममधे भरपूर पसारा होता. ते उचलायचा मात्र चित्राचा आज मूड नव्हता. तिला आज आकाशशी बोलायचे होते. नंतर बघू, म्हणत ती बेडरूममध्ये आली. आकाश पूर्ण डबलबेड कव्हर करीत तिरपा झोपला होता. अर्धवट प्यायलेला ड्रिंकचा ग्लास साईड टेबलवर ठेवला होता. चित्रा जरा चिडलीच. पण आज बाकी काही नाही. म्हणून स्वत:ला सावरले. मस्तपैकी वॉश घेऊन तिने नाईट ड्रेस घातला. मोकळ्या केसांचा बो बांधला आणि आकाशला उठवले.

"आकाश चहा घेशील का? मी माझ्यासाठी करते आहे." चित्रा म्हणाली. "उं झोपू दे ना गं." आकाश भुणभुणला. "उठ रे. झोपलास ना इतका आता. मला तुझ्याशी बरेच काही बोलायचे आहे. मी चहा आणते तोपर्यंत तू फ्रेश हो." म्हणत ती किचनमधे आली. चहाचे कप, सोबत थोडे मसाल्याचे शेंगदाणे आणि टोस्ट ट्रेमध्ये घेतले. बेडरूममधे

येईपर्यंत आकाश उठला होता.

दोघांनी चहा प्यायला सुरूवात केली. "छान झालाय चहा. बोल काय बोलत होतीस?" म्हणत आकाशने शेंगदाणे उचलले आणि तोंडात टाकले. त्याने स्वतःहूनच विचारल्यामुळे चित्राला बरे वाटले.

"श्रुतीच्या बाबतीत बोलायचे आहे रे. अभ्यासात तिचे लक्ष नाही आणि स्वत:च्या जबाबदारीची काहीही जाणीव नाही. कुठलीही वस्तू जागेवर ठेवत नाही. रूममध्ये नुसते पसाऱ्याचे विश्व असते. फक्त टीव्ही बघणे, लॅपटॉप, नाहीतर आयपॅडवर गेम खेळणे आणि मैत्रिणीशी फोनवर किंवा व्हॉट्सअॅपवर गप्पा मारणे इतकेच तिचे विश्व झाले आहे, असे वाटते. शाळेतूनसुद्धा तिच्या नोटबुक कम्प्लीट नसल्याची तक्रार आली आहे. फर्स्ट सेमेस्टर परीक्षेत फार चांगले मार्क नाहीत तिचे. मी बोलले तर मला उलट उत्तर देते. सामान वगैरे फेकते. मम्मी गेल्यानंतर फारच जिद्दी झाली आहे ती. मला काहीही सुचत नाहीये. आपल्याला काहीतरी करायला लागेल. पुढच्या वर्षी आठवीत जाईल ती. आत्तापासून अभ्यासात लक्ष घातले नाही तर अवघड होऊन बसेल रे बोर्ड परीक्षेत." - चित्रा म्हणाली.

"अगं थांब तरी मधे. कित्ती नॉनस्टॉप बोलते आहेस. तिचे वयच तसे आहे. वाढत्या वयात हे प्रॉब्लेम्स असतात सगळ्याच मुलांचे. त्यात नवीन काहीही नाही. आणि तू तरी कुठे कमी आहेस गं? बोलायला लागलीस की तोंडाचा पट्टा थांबत नाही. पास्ता, पिझ्झा, पेस्ट्री, बाहेरचे जेवण आणि इंग्रजी चित्रपट वगैरेची सवय कुणी लावली तिला? माझे ऐक. तिला थोडा वेळ द्यावा लागेल. सध्यातरी फक्त मित्रासारखे वागावे लागेल. तुझ्या रागावर कण्ट्रोल कर. मीही बघतो काय करू शकतो ते." आकाश म्हणाला.

"इतके पाडून बोलू नकोस हं. तू किती वेळ देतोस रे? तू घरी नसतोच, असे म्हणायला हरकत नाही. तुझे लेट नाईट प्रोजेक्ट्स, प्रपोजल्स आणि टूर्समुळे तुला घरात काय चालले आहे याचे भान नाही. मला बोलतो आहेस. मी एकटी किती सांभाळू? मम्मीची खूप आठवण येतेय मला." चित्रा रडकुंडीला आली एकदम.

"हे बघ, मी सगळे प्रयत्न करून झाले आता. मला सुद्धा फार वेळ मिळत नाही. ऑफिसच्या जबाबदाऱ्या वाढल्या आहेत. काहीतरी तोडगा काढावा लागणार." चित्राने ठाम भूमिका घेत सांगितले.

"काय करू शकतो? तुला काही सुचते आहे का?" आकाशने विचारले.

"घरात कुणी आपुलकीचे असले तर तिच्यावर लक्ष ठेवू शकेल. तिला वेळ देऊ शकेल." चित्रा म्हणाली.

"हो, पण असे कोणी राहिले आहे का आपले? सगळे त्यांच्या संसारात मग्न आहेत. आणि आज बरे तुला मम्मीची आठवण येते आहे गं. ती होती तेव्हा तुला तिचे असणे

म्हणजे सासुरवास वाटायचा. तिला किती कळकळ होती सगळ्या गोष्टींची. पण तुलाच ते सहन होत नव्हते.'' - आकाश म्हणाला

"इतके काय तिरसट बोलतो आहेस आकाश? चुकले माझे. ती असताना समजली नाही तिची किंमत. पण आज खरेच मम्मीची खूप आठवण येत आहे.'' चित्राला बोलता बोलता एकदम रडू फुटले.

"ओके ओके. शांत हो आता. काय करू शकतो आपण. ती कधीही न परतणाऱ्या मार्गी गेली. तुला काही सुचते आहे का?'' आकाश बोलला.

चित्राने तिन्ही दिवसांचे वर्तमानपत्र त्याच्या हातात दिले. जाहिरात दाखवली. "हे बघ. कन्सेप्ट नवीन आहे, पण मला इथे काहीतरी आशा आहे.''

"दिसतंय बरं, पण मला तरी पटत नाहीये. कोण ही व्यक्ती? मुलांनी घरातून हाकलले असणार. भाड्याने कुणाच्या घरी राहायचे म्हणजे घरगडीच झाला नं एक प्रकारचा? म्हणे आजोबा. तो माणूस आपल्या घरात आजोबा म्हणून भाड्याने राहणार. त्याला खाऊ पिऊ घालायचे. अन् वरून भाड्याचे पैसे पण द्यायचे. काहीतरीच!!'' आकाश चिडूनच म्हणाला.

"इतके वेड घेऊन पेडगावला जाऊ नकोस. थोडा विचार कर. फोटोमध्ये तरी ही व्यक्ती इतकी काही वाया गेलेली दिसत नाहीये. अशी स्पेशल जाहिरात करतो आहे. इथे काहीतरी वेगळे आहे. ट्राय करायला काय हरकत आहे?'' चित्राने उत्तर दिले.

"ठीक आहे. मी विचार करून सांगतो.'' आकाश बोलणे आवरते घेत म्हणाला. "चल साडेसात वाजायला आलेत. काहीतरी खायला दे. श्रुती येतच असेल. अन् तिला ओरडू नकोस आल्या आल्या. ती सोसायटी क्लबमधे टेनिस खेळायला गेली होती. मी बोलतो तिच्याशी. टेन्शन घेऊ नकोस. तिची रूम तिच्याकडूनच कशी आवरून घेतो बघ.'' म्हणत आकाश क्लबमधे सिक्युरिटीला फोन करायला लागला आणि चित्रा किचनमधे गेली.

"वरुण... अरे कुठे चाललास? तुला बरे नाही ना रे?'' वैष्णवी किचनमधून बोलली.

"आई मी खाली जाऊन थोडे खेळून येतो ना. खूप बोअर झालोय झोपून, टीव्ही बघून आणि मोबाइल वर खेळून.'' वरुण त्याच्या खोलीमधून बॅट आणत म्हणाला.

"अगं जाऊ दे त्याला. थोडं मोकळं वाटेल. जा बेटा. पण लवकर ये हं.'' सुहास बेडरूममधून बाहेर येत म्हणाला.

"मला काळजी वाटते रे त्याची.'' वैष्णवी किचनमधून सफरचंद कापता कापता बोलली.

"अगं हो. ते ठीक आहे. पण आता त्याला दोन दिवस ताप नाहीये. किती दिवस तो घरीच असा थांबणार? उद्याचा दिवस त्याला राहू दे घरी. पण सोमवारपासून त्याला शाळेत पाठवू. अभ्यासाचे पण नुकसान होतेय नं." -सुहास.

"आहे रे पण.... चल जाऊ दे. सकाळी आपण बोललो होतो नं. उद्या आपण त्या जाहिरातीतल्या अण्णासाहेबांना फोन करून अपॉइंटमेंट घेऊ या का?" - वैष्णवी.

"हं. मी पण त्याच विचारात होतो. पण जाहिरात खरंच समजत नाहीये. म्हणजे नवीनच आहे. चक्क 'आजोबा' भाड्याने देणे आहे म्हटल्यावर नेमके काय? जरा कोडेच आहे. आपल्याकडून त्यांच्या काय अपेक्षा असतील?" - सुहास.

"काहीही असू दे रे. कुणीतरी वडील माणसासारखी व्यक्ती घरी असली नं की, मन खूप शांत राहतं, असं मलातरी वाटतं. तुला आठवतं ना, वरुण नव्हता तेव्हा बाबा पूर्णपणे दुसऱ्यांवर अवलंबून होते तरी त्यांचा कित्ती आधार असायचा. त्यांनी फक्त मायेने पाहिले नं तरी खूप छान वाटायचं." वैष्णवी म्हणाली.

"तुझे हे म्हणणे बरोबर आहे. तुझ्यापेक्षा माझ्यावर जास्त जीव लावायचे ते." - सुहास.

"हो का? हे बरे तुला आठवते!" - वैष्णवी.

"नाही तर काय. खरेतर तू त्यांच्या इच्छेविरुद्ध जाऊन माझ्याशी लग्न करायचा निर्णय घेतलास. तू जिद्द धरलीस अन् त्यांना माघार घ्यावी लागली. म्हणून ते तुझ्यावर नाराजच होते ना. माझ्यासाठी मात्र बरे झाले, नाहीतर माझ्यासारख्या अनाथ मुलाशी कोणी लग्न केलं असतं? अन् सोने पे सुहागा – वडिलांचे प्रेम मिळाले." सुहास मिश्कीलपणे म्हणाला.

"काहीतरीच हं तुझं हे नेहमीच बोलणं." वैष्णवी लटक्या नाराजीने बोलली.

"चल ठीक आहे. उद्या सकाळी बोलू त्यांच्याशी." म्हणत सुहासने संवाद थांबवले.

रोहिणी लवकरच उठली. आज ती आपल्या घरात झोपली होती. कुशीत एक मोठीशी बाहुली घेऊन पीहू तिच्या विश्वात छानपैकी झोपली होती. आजूबाजूलाही एक दोन आवडीच्या बाहुल्यांना झोपवले होते. रोहिणीच्या ओठावर हलकेसे स्मित पसरले. एक दोनदा "भैया कुठे आहे?" म्हणून तिने विचारले होते, पण "भैया कॅम्पला गेला आहे." असे सांगून सगळ्यांनी वेळ निभावली होती.

अंघोळ वगैरे आवरून तिने नाश्ता तयार केला. डबे भरून ठेवले आणि पीहूला उठवले. बाहुल्या उचलून ठेवल्या. पीहूला अंघोळ घालून तिला खाऊ घातले, तिची बॅग भरली आणि तिला घेऊन निघाली. जोशीकाकूंकडे घराची एक किल्ली दिली.

रिक्षा घेऊन आधी पीहूला पाळणाघरात सोडले आणि ती हॉस्पिटलला निघाली. आज बहुतेक मधुरला घरी सोडतील. जाताजाता परवाचे प्रसंग चित्रफितीसारखे तिच्या डोळ्यासमोरून गेले.

काल जोशीकाकूंनी लवकर उठून नाश्ता तयार केला होता आणि तिच्यासोबत निखिलसाठीही नाश्ता डब्यात भरून, थर्मसमधे चहासुद्धा करून दिला होता. आपण इतका वेळ झोपलो म्हणून तिला खूप लाजिरवाणे वाटले होते.

रात्री मधुर शांत झोपला होता, हे निखिलने सांगितल्यावर तिला बरे वाटले. परत एकदा पोलीस येऊन कामवाल्या बायांशी बोलले होते आणि मधुरच्या रूममधले पुरावे त्यांच्या ताब्यात घेऊन रूम रोहिणीच्या हवाली केली होती.

संध्याकाळी मधुरला साध्या रूममधे शिफ्ट केले आहे हे समजल्यावर रोहिणीने मधुरची रूम कामवाल्या बाईकडून पूर्णपणे स्वच्छ करून घेऊन बेडवर नवीन चादर घातली. मधुरसाठी त्याच्या आवडीची कार आणि हॅरी पॉटरची पुस्तके तिने त्याच्या टेबलवर काढून ठेवली. मधुरची रूम त्याच्या आवडीप्रमाणे व्यवस्थित झाल्यानंतरच तिने बाकीची कामे उरकून अंथरुणावर पाठ टेकली होती.

हॉस्पिटलसमोर रिक्शा थांबली. तिने पटकन पैसे दिले आणि मधुरच्या रूममधे गेली. निखिल वॉशरूममधे होता. मधुर उठून बसला होता. त्याचे सलाईन काढले होते. नर्सने त्याचं स्पंजिंग वगैरे करून त्याला नवीन ड्रेस घातला होता. निखिलने त्याचा भांग पाडून दिल्याने मधुर चांगला दिसत होता.

आईला बघताच त्याच्या डोळ्यात हलकी चमक आली. रोहिणीने त्याला बघून एक छानसे स्माइल दिले आणि जोरात "गुड मॉर्निंग!!!!" म्हणत त्याच्या जवळ गेली. त्याला कुशीत घेऊन त्याच्या कपाळाची पापी घेतली. तो पर्यंत निखिल बाहेर आला.

"आईच्या हातचा शिरा खाशील?" रोहिणीच्या या प्रश्नावर त्याने होकारार्थी मान हलवली.

तिने प्लेटमधे निखिल आणि मधुरसाठी शिरा काढला. निखिलच्या प्लेटमधे लोणचे आणि पराठा वाढून त्याला दिला आणि मधुरला भरवायला त्याच्या जवळ आली.

हळू आवाजात गप्पा मारत दोघे नाश्ता करायला लागले.

आज शुक्रवार. रोहिणी आणि निखिल हॉलमधे चहा घेऊन बसले. रात्रीच मधुरला घरी आणले होते. त्या प्रसंगाची वाच्यता आता कुणीही करत नव्हतं. कुणीही त्याची आठवण काढायची नाही आणि तो एक अपघात होता हे समजून त्याला विसरण्याची

तयारी सगळ्यांनी केली होती.

मधुर अजून नॉर्मल झाला नव्हता. त्याचे औषध सध्या चालूच राहणार होते आणि त्याची खूप काळजी घेण्याची गरज आहे, हे दोघे समजून होते. मधुर त्याच्या रूममधेच झोपला होता. पीहू जोशीकाकूंकडे गेली होती.

निखिलने अण्णासाहेबांना फोन लावला. रोहिणीला संभाषण कळावे म्हणून फोन स्पीकरवर ठेवला होता. दुसरीकडून फोन उचलला गेला. "हॅलो मला अण्णासाहेबांशी बोलायचे आहे." - निखिल म्हणाला.

"तुम्ही जाहिरात पाहून फोन केलाय का?" पलीकडून विचारणा झाली.

"हो" - निखिल म्हणाला.

"थांबा. मी त्यांचा घरगडी बोलतोय. काका बाथरूमला गेलेत. सांगतो." म्हणून त्याने फोन होल्डवर ठेवला.

रोहिणी आणि निखिल थोडे चरकले. दोन मिनिटांनी एक रुबाबदार आवाज ऐकू आला. "हॅलो, नमस्कार. मी अण्णासाहेब बोलतोय. आत्तापुरते तुम्ही मला काका म्हणू शकता."

"नमस्कार काका, माझे नाव निखिल देशमुख. तुमची जाहिरात पाहिली. त्या बाबतीत तुम्हाला भेटायचे होते." - निखिल म्हणाला.

"समजले. सुनबाई तुम्ही स्पीकरवर आहात ना?" परत एकदा दोघांना आश्चर्य वाटेल असे उत्तर. खूप वर्षांनी 'सुनबाई' संबोधन ऐकून रोहिणीला एकदम सुखात्मक धक्का बसला.

"हो काकासाहेब, नमस्कार. माझे नाव रोहिणी. आम्हाला तुमची फार गरज आहे." घाई घाईने रोहिणी म्हणाली.

"ठीक आहे. बोला." तिकडून आवाज आला.

"हो काका, आपण केव्हा भेटू शकतो?" - निखिल.

"त्याआधी मला तुम्ही तुमची थोडक्यात माहिती द्या." अण्णासाहेबांच्या प्रश्नावर निखिलने माहिती दिली. वाटले तिथे रोहिणीने पण त्यात भर घातली. काकांनी मधेमधे प्रश्न विचारले.

"ठीक आहे. मी तुम्हाला एक चाचणी देतो. ती पूर्ण करा. मग पुढच्या शनिवारी मला भेटा." काका म्हणाले.

"काका असे करू नका. आम्हाला खूप गरज आहे. उद्याच भेटूयात ना. आम्ही तुमच्या सर्व प्रश्नांची उत्तरे आणि चाचणी तुमच्या समोरच पास करू." निखिलने स्वर थोडा विनवता घेतला.

"खरंच काका. आम्ही उद्या जेव्हा म्हणाल तेव्हा येऊ. पण नाही म्हणू नका."

रोहिणीने सुद्धा विनवले.

खरेतर दोघांना स्वत:लाच कळत नव्हते की, एका अनोळखी माणसाला ते इतक्या आपुलकीने का आग्रह करताहेत. बहुतेक समोरच्या व्यक्तीचा आपुलकीयुक्त रुबाबदार आवाज ऐकून हे सगळे त्यांच्या नकळत होत असावे.

"अरे थांबा रे पोरांनो. ऐकून तरी घ्या. मी रविवारी सकाळच्या फ्लाईटने दिल्लीला चाललोय दोनतीन दिवसांसाठी. मग तुम्ही दोघे मला मंगळवारी संध्याकाळी भेटता का?" - अण्णासाहेबांनी विचारले.

"ठीक आहे काका. आम्ही कुठे भेटायचे?" - निखिलने विचारले.

"मधुर आणि पीहूला घेऊन तुम्ही मंगळवारी संध्याकाळी दिलेल्या पत्त्यावर माझ्याकडे जेवायला या. चालेल?" – काका म्हणाले.

"आम्ही येऊ काका पण जेवणाचा वगैरे त्रास कशाला?" रोहिणी थोडी संकोचाने म्हणाली.

"अरे मुलांनो वेळ लागेल. आपल्याला सविस्तर बोलायचे आहे. चाचणी विसरलात का? आणि हो गं? काका म्हणतेस आणि वर त्रास म्हणतेस? एका क्षणात आपलेसे केलेस मग दुसऱ्या क्षणाला परके करू नकोस." काका जरा नाराजीत बोलले.

"क्षमा करा काका. माझे असे म्हणणे नव्हते. पण आता नक्की आम्ही सगळे तुमच्याकडे जेवायला येऊ. पण या चाचणीची थोडीशी कल्पना द्याल का?" रोहिणी म्हणाली.

"हो सांगतो. सांगणारच होतो. आजोबा किंवा आजी नावाची व्यक्ती तुमच्या घरात का नाहीये याचा सविस्तर विचार करा. मला पटले तरच मी पुढचे बोलणार. आणि तुमच्या घरात आजोबा म्हणून येण्याआधी माझ्या काही अटी आहेत. त्या मी तुम्हाला भेटल्यावर सांगेन." - अण्णासाहेब.

"ओके काका." - निखिल.

"ठीकाय, मग भेटू मंगळवारी. ठेवतो फोन आता." आणि पलीकडून फोन डिस्कनेक्ट झाला.

रोहिणी आणि निखिल एकदम दुसऱ्या जगात आल्यासारखे एकमेकांकडे बघू लागले. एकदम काय प्रतिक्रिया द्यावी हे सुद्धा त्यांना सुचत नव्हते. दोघेजण मनातून खूप भारावून गेले होते. निखिलने रोहिणीचा हात हातात धरला आणि कितीतरी वेळ दोघेजण गुपचूप बसून राहिले. दोघांच्या मनात विचारांचा लोट आला होता. काकांचा प्रश्नच तसा होता.

❦ ❦ ❦ ❦

आज शनिवार होता. चित्रा आणि आकाश दोघेही उशीरा उठले. काल संध्याकाळी चित्रा आणि आकाशच्या कॉमन मित्रांनी लेट नाईट टीजीआयएफ (थँक गॉड इट्स फ्रायडे) पजामा पार्टी केली होती. किड्स ग्रुप आणि अॅडल्ट ग्रुप - दोन्हीची वेगवेगळी सोय होती. म्हणून श्रुतीचेही टेन्शन नव्हते. चित्रा आणि आकाशने खूप मज्जा केली होती. सगळे रात्री खूप उशीरा येऊन आल्या आल्या झोपले होते.

उठल्यावरही थकवा जाणवत होता. पण त्यासोबत काल केलेल्या मस्तीने दोघांचा मूड फ्रेश होता. चित्राने जगमधे पाणी भरले, दोघांसाठी चहा ठेवला. एका प्लेटमधे टोस्ट आणि खारी काढली आणि चहा घेऊन हॉलमधे आली.

आकाश बाहेरून वर्तमानपत्र घेऊन आला. चहा पिता पिता दोघांनी पेपर वाचायला सुरुवात केली आणि परवाचे राहिलेले संवाद पुढे नेण्यासाठी चित्रा आतुर झाली.

"आकाश, तू बोलला नाहीस त्या जाहिरातीच्या विषयावर. काही विचार केला आहेस का?" चित्राने विचारले.

"हो केला ना. पण तूही खरंच विचार केलाय का? तुझी स्पेस, तुझी प्रायव्हसी आणि बरेच काही. तू एकदा परत विचार कर. संध्याकाळी बोलू परत. तुला वाटलंच तर त्यांच्याशी सम्पर्क साधू." - आकाश.

रोहिणी आणि निखिल आपापल्या मनात काकांच्या प्रश्नाचा विचार करीत होते. विचार करता करता ते आपल्या आठवणींच्या गोष्टीत रमले.

खरेतर फारसे काही नव्हतेच. अशी कुणी व्यक्ती आपल्या घरात नाही यात त्यांची काहीही चूक नव्हती. या उलट त्याविषयी दोघांच्या मनात मोठी खंत होती.

रोहिणीचे वडील भारतीय सैन्यदलात होते. आई घरीच असायची. मोठा भाऊ रोहित तिच्यापेक्षा दहा वर्षांनी मोठा होता. वेगवेगळ्या ठिकाणी बाबांच्या बदल्या व्हायच्या असे तिच्या आईनेच तिला समज आल्यानंतर सांगितले होते. ऐंशीच्या दशकात सुरुवातीला बाबांची पोस्टिंग अमृतसरमधे होती. तेव्हा 'ऑपरेशन ब्ल्यू स्टार' मधे खलिस्तान ग्रुपच्या अतिरेक्यांशी लढताना त्यांना वीरगती प्राप्त झाली होती. त्यावेळी ती जेमतेम २-३ वर्षांची असावी.

आजी आजोबा खूप प्रेमळ होते. त्यांचा आईला खूप भावनिक आधार होता. त्यांनी घराला जमेल तसा आर्थिक हातभारही लावला. आईला शहीद पत्नी म्हणून छावणीतच केंद्रीय विद्यालयामधे शिक्षिका म्हणून नोकरी लागली. आजी आजोबा सुद्धा तिला मदत म्हणून अमृतसरलाच शिफ्ट झाले.

भावाने इंजिनीयरिंग केले आणि लगेच नोकरीला लागला. त्यावेळी ती शाळेतच

होती, बहुतेक नववीला. घरात सगळे तिचे खूप लाड करायचे. मात्र घरात नेहमीच एक शिस्तीचे वातावरण होते. एक एक वर्षाच्या अंतराने आजी आणि आजोबा देवाघरी गेले. त्यानंतर आईनेही नोकरी सोडली आणि रोहिणी आई व भावासोबत दिल्लीला शिफ्ट झाली.

दिल्लीत राहून रोहिणीने पदवी परीक्षा पास झाल्यावर एअर होस्टेसचा कोर्स केला. भावानेच तिच्या पूर्ण शिक्षणाची जबाबदारी घेतली. शिक्षण पूर्ण झाल्यानंतर दिसायला एकदम सुंदर आणि बोलण्यात नम्र रोहिणी एका नामवंत एअरलाईनमधे नोकरीला लागली. वहिनीही आयटी प्रोफेशनल होती. भाऊ–वहिनी दोघेही खूप मेहनत करायचे. आईची आणि रोहिणीची पूर्ण काळजी घ्यायचे. एकदम प्रेमळ असे घर होते त्यांचे.

वेळ आल्यावर तिचे राजबिंड्या निखिलशी लग्न लागले. निखिलचे आई-वडील दोघेही डॉक्टर होते. त्यांचे स्वत:चे नर्सिंग होम होते. निखिल सुद्धा डॉक्टर होता. एकदम देखणा, हुशार, आई वडिलांच्या अपेक्षांना पूर्ण न्याय देणारा!

तिचे लग्न झाल्यानंतर रोहित आणि वहिनीला आयटी बूममधे अमेरिकेत नोकरी लागली आणि ते दोघेही आईला घेऊन अमेरिकेला शिफ्ट झाले.

आईसाहेब आणि पिताजी खूप प्रेमळ होते. रोहिणी आणि आई दोघीजणी मिळून सकाळी लवकर स्वयंपाक करून डबे भरत आणि सगळे घराबाहेर पडत. आईंना स्वयंपाक करायची आणि पिताजींना खायची फार आवड! त्यामुळे नवनवीन पदार्थ घरात व्हायचे. सुटीच्या दिवसात लोणचे, पापड आणि स्पेशल मेनूमधे त्यांचा वेळ जायचा. ते करताना त्या नेहमी रोहिणीला प्रेमळपणे सामील करायच्या आणि प्रत्येक बाबीत लहानसहान गोष्टी तिला प्रेमाने समजावून सांगायच्या. लहानपणापासून भरलेल्या घरात राहिलेल्या रोहिणीला ते वातावरण खूप छान वाटले होते. लहानपणीच वडिलांच्या प्रेमाला मुकलेल्या रोहिणीला पिताजींनी लवकरच आपलेसे करून घेतले होते. एकदम सोन्यासारखे दिवस चालले होते त्यांचे.

त्यात रोहिणीला दिवस गेले आणि घरात आनंदाची लाट पसरली. आईसाहेब, पिताजी आणि निखिल तिची जीव तोडून काळजी घेत. तिघे डॉक्टर असल्यामुळे तिला कुठलेच टेन्शन नव्हते. मात्र काळजी घेण्याचे खूप सल्ले तिला मिळत. तिघेही तिचे डोहाळे हौसेने पुरवण्यात गुंग झाले होते.

आईसाहेबांच्या हाताखाली त्यांच्याच नर्सिंग होममधे तिने गुटगुटीत मधुरला जन्म दिला. घरात एकदम आनंदीआनंद झाला. खूप मोठ्या पार्टीचे आयोजन झाले.

पण चार दिवस सुखाचे असतात म्हणतात नं?! एक दिवस हॉस्पिटलमधेच पिताजींना जोराचा हार्ट अटॅक आला. निखिल आणि टीमने सगळे प्रयत्न करूनही ते

पिताजींना वाचवू शकले नाहीत.

आईसाहेबांना एकदम धक्काच बसला. त्यानंतर हॉस्पिटलमधे गेल्यानंतर पिताजींची खूप आठवण येते म्हणून आईसाहेबांनी हॉस्पिटलमधे जायचे बंद केले आणि जवळपास असलेल्या वस्तीमधे निःशुल्क मेडिकल कॅम्प वगैरे भरवून त्यांनी तिथे वैद्यकीय जागरूकता वाढवण्याचा उपक्रम सुरु केला आणि खूप लवकर लोकप्रिय झाल्या. गरजेच्या वेळी त्या लोकांच्या मदतीला धावून जायच्या. लोक त्यांना अगदी देवमाणूस मानू लागले होते. त्यांचे मन परत रमायला लागले.

पीहूची चाहूल लागली. यावेळी रोहिणीला मेडिकल प्रॉब्लेम असल्यामुळे डॉक्टरांनी तिला पूर्ण बेडरेस्ट घ्यायला सांगितली होती. मग आईसाहेबांनी पूर्ण लक्ष रोहिणीकडे वळवले. रोहिणीची खूप काळजी घेतली. वेळोवेळी खायला, औषधपाणी वगैरे सगळे आईसाहेब स्वत: बघायच्या.

पीहू सहा महिन्याची असताना एकदा अचानक आईसाहेबांच्या पोटात खूप जोरात वेदना झाल्या. हॉस्पिटलमधे तपासणी केल्यानंतर त्यांना कॅन्सर असल्याचे निदान झाले. शेवटची स्टेज होती. वैद्यकीय दृष्टीने फारसे काही करण्यासारखे नव्हते. तरीही पूर्ण घराला एक हॉस्पिटलसारखे रूप आले होते. त्यांना ते सगळे उपचार आणि सक्तीचे पथ्याचे जेवण वगैरे नकोसे व्हायचे. त्यात वेदना सुरु झाल्या की त्या अगदी रडकुंडीला येत.

जोशीकाकांची आणि काकूंची त्यावेळी फार मदत झाली होती. जोशीकाकू त्यांच्याजवळ बसून त्यांना सकारात्मक गोष्टी सांगत. गप्पा मारत. औषध नाही घेतले तर मास्तरीणबाई असल्यासारख्या रागवत. मात्र रोहिणी आणि निखिलने पूर्ण काळजी घेऊनही त्या जगू शकल्या नाहीत आणि तीन महिन्यांनी त्या गेल्या.

त्या आजारी असताना आणि गेल्यानंतर जवळच्या वस्तीत त्या किती महत्त्वाच्या व्यक्ती होत्या ते रोहिणी आणि निखिलला कळले. एकदम पोरके झाले दोघे.

हळूहळू गाडी रूळावर आली होती. रोहिणीच्या फ्लाईटच्या वेळा सांभाळून निखिल आणि रोहिणी घरची जबाबदारी व्यवस्थित सांभाळत होते. जोशीकाका, काकू आणि सोसायटीची इतर मंडळी गुण्यागोविंदाने सोसायटीत नांदत होती. पण झालेल्या प्रकरणाने सगळ्यांना हादरवून टाकले होते.

मधुरची मानसिक परिस्थिती बघता आजी किंवा आजोबांसारख्या व्यक्तीची या घराला खूप गरज आहे, हे दोघांनी ओळखले होते. म्हणूनच आज ते काकांशी बोलले होते आणि बोलता बोलता दोघांचीही गेलेल्या काळाची एक उजळणी झाली होती. मंगळवारी त्यांना भेटायला जायचे आहे, हे ठरल्याने त्यांच्या चेहऱ्यावर एक समाधान आले होते.

चित्रा आणि आकाश दोघेही आज दिवसभर बिझी होते. वीकएंडची सगळी कामे, स्वच्छता आणि शॉपिंग करण्यात बराच वेळ गेला. दुपारी उशीराच जेवले सगळे.

आकाश श्रुतीबरोबर शनिवारी तिच्या शाळेत गेला होता. तिच्या क्लासटीचरशी बोलून तिच्या वागणुकीचा आणि अभ्यासाचा अंदाज घेतला. चित्राने जे सुचवले होते ते प्रॅक्टिकल नव्हते, तरी ते गरजेचे आहे, हे आता त्यालाही पटत होते.

जेवण झाल्यावर चित्रा झोपायला गेली. आकाशने आजचा दिवस श्रुतीला द्यायचे ठरवले. तो तिच्याशी बराच वेळ गप्पा मारत बसला. काही काही गोष्टी हळुवारपणे त्याने समजून घेण्याचा प्रयत्न केला. बोलता बोलता अभ्यासाचा विषय काढला. कुठल्या विषयाचा किती अभ्यास शाळेत झालाय. तिने किती वाचले आहे. कुठल्या विषयात काही वह्या अपूर्ण आहेत त्या मी लिहून देतो वगैरे सांगितले. वह्या का अपूर्ण आहेत असं विचारता ती म्हणाली की, 'मला लेसन समजला नाही म्हणून लिहिला नाही. आज्जी समजल्याशिवाय लिहायला नको म्हणायची नं, मग तशीच सवय झाली आहे. आता मम्मी आणि तुम्ही दोघे खूप बिझी असता, मग मी कुणाला विचारू? एक दोनदा विचारले पण मम्मी विसरून गेली. राहून गेले'. मग विषय प्रोजेक्ट आणि असाईनमेंट वगैरेकडे गेला. कोणता प्रोजेक्ट करायचा आहे. त्यात वेगवेगळ्या आयडिया डिस्कस केल्या. असे करत करत त्याने श्रुतीला अभ्यासात गुंतवले आणि गप्पा मारत मारत हसत खेळत दोघांनी मिळून सगळ्या अपूर्ण वह्या पूर्ण केल्या. फारसे लिहायचे नव्हतेच पण कुणी मागे लागून करून घेतलेले नव्हते. मग प्रोजेक्टसाठी काय काय साहित्य आणायचे त्याची लिस्ट केली अन् संध्याकाळी आणू म्हणून त्याने श्रुतीला खेळायला पाठवले. थोडावेळ अंग टेकले आणि तो श्रुती आणि आईविषयी विचार करू लागला.

मागच्या उन्हाळ्यामधे आई देवाघरी गेली तेव्हापासून श्रुती एकटी पडली होती. आई आणि श्रुतीची खूप गट्टी होती. आई शिक्षिका होती. आपल्या जीवनाची तीस वर्षे तिने शिक्षण क्षेत्राला दिली होती. त्यांचा अनुभव घरी श्रुतीसाठी खूप कामी पडला होता. श्रुतीचा अभ्यास तीच घ्यायची. तिच्या छोट्या छोट्या शंका निस्तरून तिच्या वह्या पूर्ण करून घेणे, तिला वाचायला बसवणे आणि पाठांतर करून घेणे हे तिला मस्त जमले होते. ती श्रुतीशी गप्पा मारत मारत तिचा मूड सांभाळून तिचा अभ्यास पूर्ण करून घेत असे. तिला प्रोजेक्ट्सच्या आयडिया सुचवणे, ते पूर्ण करण्यासाठी मदत करणे, वगैरे ती खूप मन लावून करत असे. त्यामुळे श्रुतीचा शाळेचा परफॉर्मन्स खूप चांगला होता.

आई गेल्यानंतर श्रुती खूप डिस्टर्ब झाली होती. खूप रडली होती. कितीतरी दिवस ती एकदम एकटी एकटी रूममधे राहायची. जेवणाचे भान ठेवत नव्हती. मला आणि चित्राला तिला परत रूळावर आणण्यासाठी चांगलीच मेहनत करावी लागली होती.

त्यावेळी समर व्हेकेशन असल्याने वेळ निभावून नेता आली होती.

मात्र शाळा सुरु झाल्यानंतर श्रुतीचे प्रॉब्लेम सुरु झाले होते. घरी तिच्यावर लक्ष ठेवणारे कुणी राहिले नव्हते. तिला पाहिजे तेव्हा टीव्ही, कम्प्युटर आणि आयपॅड वगैरे तिच्याजवळ होते, ते ती वापरायची. आईसारखे वेळापत्रक करूनही ते तिने अंमलात आणावे म्हणून कुणी पुढाकार घेतला नव्हता. चित्रा आणि आकाश त्यांच्या कामात बिझी होते.

आई सुगरण होती. जेवणाला बाई होती. पण आई श्रुतीला तिच्या आवडीचे वेगवेगळे पदार्थ करून द्यायची. श्रुती नीट जेवावी म्हणून रोजच्या जेवणात सुद्धा ती तिची क्रिएटिव्हिटी वापरून नवीन पदार्थ करून द्यायची. आईला सणवार वगैरे साजरे करण्यात खूप रस होता. चित्राला त्यात फारसा इंटरेस्ट नसला तरी श्रुतीला ते खूप आवडायचे. आजीसोबत रांगोळी, पूजेची तयारी, नैवेद्य, ट्रॅडिशनल ड्रेस घालून पूजा करायला तिला फार मज्जा वाटायची. नात आणि आजी मिळून ह्या गोष्टी खूप मजेत पार पाडायच्या. पिंपळाची पूजा कर, वडाची पूजा कर, नागाची पूजा कर अन् बरेच काही काही. ते का करायचे, त्याच्या मागचे लॉजिक काय, वगैरे ती श्रुतीला खूप छानपणे सांगायची.

दोघींच्या आवडीनिवडी इतक्या सारख्या असल्यामुळे त्यांची छान गट्टी जमली होती. पण आता हे सगळे करणारे कुणी नसल्याने श्रुती जिद्दी झाली होती.

विचारसरणी वेगळी असल्यामुळे चित्रा आणि आईचे कधीच पटले नव्हते. आईने जरी चित्राची कधी तक्रार केली नसली तरी श्रुतीला आता बरेच समजायला लागले होते. काही बाबतीत शिस्त लावण्यासाठी चित्राने सक्ती करायचा प्रयत्न केला, पण ते का करायचे हे चित्राला तितकेसे समजावून सांगता आले नसावे. म्हणून श्रुतीचे चित्रासोबत नेहमी खटके उडायचे. मात्र तीच गोष्ट आईने तिला लॉजिकसह सांगितली की ती आवडीने तसे वागायची. गप्पा मारत हसत खेळत पोरीकडून कसे काम करून घ्यायचे हे तिला खूप चांगले माहीत होते. ह्यावरून चित्रा खूप चिडायची. मग तिचे आईसोबतही खटके उडायला लागले होते.

चित्राला पटणार नाही, पण आई होती तेव्हा तिला घरचे फारसे टेन्शन नव्हते. आई सगळं सांभाळून घ्यायची. आई घरकामासाठी ठेवलेल्या बायकांकडून व्यवस्थित काम करून घ्यायची. आई गेल्यानंतर ही सगळी जबाबदारी चित्रावर आली होती. मात्र लहानपणापासून घरकामात कधीही रस नसलेल्या चित्राला ते फार अवघड जात होते. ऑफिस आणि घरच्या जबाबदाऱ्या निभावून तिला तिच्यासाठीच वेळ कमी पडत होता. मग श्रुतीला वेळ कुठून देणार? मग जे मागे पडते आहे त्याचे खापर माझ्यावर फोडून मोकळी व्हायची ती. श्रुतीच्या अभ्यासाकडे ती फारसे लक्ष देऊ शकत नव्हती. कधी

तिने मन लावून वेळ काढून श्रुतीला मदत करायचा प्रयत्न केला तरी कुठे न कुठे चित्रा श्रुतीच्या अपेक्षा पूर्ण करू शकत नव्हती आणि मग दोघींमधे बाचाबाची होऊन अबोला व्हायचा. एकमेकींसाठी प्रेम असून सुद्धा त्यांची केमिस्ट्री तितकी चांगली जमली नव्हती.

पण काल जे ती बोलली त्यावरून स्वत:च्या चुकीची काहीशी जाणीव तिला झाली आहे हे आकाशला वाटले. काही का असे ना, पण आई म्हणून तिची काळजी खरी होती आणि चित्राने त्याच्या बाबतीत केलेल्या तक्रारीत सुद्धा थोडेतरी तथ्य होतेच कारण काहीही असो.

आकाशलाही त्या जाहिरातीत इंटरेस्ट आला. पण त्याची काळजी वेगळी होती.

चित्रा दुपारचे जेवण करून झोपायला म्हणून बेडरूममधे गेली खरी पण तिला झोप येत नव्हती. बाहेरून आकाश आणि श्रुतीचा आवाज मधूनमधून येत होता. दोघे खूप खुश होते. गप्पा मारत होते. खूप दिवसांनी श्रुती इतकी खुश आणि मोकळी गप्पा मारताना दिसत होती. हीच का ती जिद्दी श्रुती? श्रुतीच काय, आकाशचेसुद्धा हे रूप ती खूप दिवसांनी पाहत होती. मम्मी गेल्यानंतर श्रुती आणि आकाश दोघेही बदलले होते हे तिला वेळोवेळी जाणवत होते. आकाशने बोललेले अर्धवट वाक्य तिच्या डोक्यात घुमत होते. ती विचार करायला लागली.

'तिची स्पेस, तिची प्रायव्हसी....' हो या गोष्टी तिला फार महत्त्वाच्या वाटायच्या नेहमी. पण आताही खरेच तसे आहे का? जर घरात आनंद नसेल तर एकटी खुश होऊन काय मिळणार आहे? आपले कुठेतरी काहीतरी चुकते आहे हेच तिला वाटत होते आणि अपराधीसुद्धा वाटत होते. पण नेमके काय चुकत आहे हे तरी जाणीवपूर्वक कुणीतरी तिला सांगायला हवे नं. तीच तिची समजूत घालत होती.

मम्मी होत्या तेव्हा आकाश उशीर झाला तरी कमीतकमी डिनरपर्यंत घरी यायचा. क्लायंटसोबत मीटिंग असेल तर मम्मीला फोन करून सॉरी वगैरे म्हणायचा. घरी आल्यावर सगळे छानपैकी गप्पा मारत जेवण करीत. मेडने जरी स्वयंपाक केला असेल तरी मम्मी काही न काही स्पेशल करायचीच. श्रुती आणि मम्मी मिळून आवडीने डायनिंग टेबल सेट करीत. वरण-भात, भाजी-पोळी, लोणचे कोशिंबीर वगैरेचा बेत असायचा. मम्मी वेगवेगळया चटण्या, कोशिंबिरी करण्यात पटाईत होत्या. कुठला सण असला तर गोड वगैरे करायच्या. महिन्यातून तीनचारदा तरी उपवासाचे पदार्थ असायचे. आकाश आणि श्रुतीला या सगळ्यांची फार आवड होती. मात्र चित्राच्या आवडीनिवडी वेगळ्या होत्या. चविष्ट जेवण तिला आवडायचे पण त्यात वेगळेपण – म्हणजे साउथ इंडियन, चायनीज, इटालियन वगैरे प्रकार तिला खावेसे वाटत. पण मम्मीला कधीच बाहेरून

आणलेले जेवण पसंत नव्हते. मम्मी गेल्यानंतर मात्र रोजच्या मेनूमधे थोडासा फरक झाला होता. पण आज का कोण जाणे, तिला आकाश आणि श्रुतीच्या मजेत सामील व्हावेसे वाटायला लागले.

विचार करता करता चित्रा एकदम भूतकाळात गेली.

'चित्राची मम्मी (मॉम) त्याकाळची एक उच्चशिक्षित महिला होती. दूरदर्शनमधे काम करायची. पप्पा पण जर्नालिझम मधेच होते. मात्र ते प्रिंट मिडियामधे होते. मॉम आणि पप्पांचा प्रेमविवाह झाला होता. दोघांच्या घरचा विरोध होता. पण तरीही जिद्दीने दोघांनी कोर्टात लग्न केले होते. वर्ष दोन वर्ष दोघे आईवडिलांपासून वेगळे राहिले. त्यानंतर दोन्ही फॅमिलींनी त्यांचे लग्न स्वीकारले. मात्र लवकरच दोघांना एकमेकांची केमिस्ट्री जमत नसल्याचे समजले.

माझ्या जन्माची चाहूल लागली तेव्हा आजीने (पप्पांच्या आईने) त्या दोघांना तिच्या सोबत राहायला सांगितले. पप्पांच्या आईनेच तिचे बाळंतपण केले. चित्राच्या जन्मानंतर मॉमने काही दिवसांनी नोकरी परत जॉईन केली. मात्र आजीला ते पटले नव्हते. सुनेने घरी राहून बाळ सांभाळावे अशी त्यांची अपेक्षा. मॉमची नोकरी करण्याची जिद्द आणि स्वातंत्र्याची गरज म्हणून तिचे पप्पाशी खटके उडू लागले. मॉमचे आजी आणि पप्पांसोबत नेहमी भांडण होत गेले. घरच्या अशा वातावरणाला घाबरून पप्पा व्यसनाधीन झाले आणि ते त्यांच्या विश्वात रमले. ते जास्त घराबाहेर राहायला लागले. नंतर त्यांच्याच ऑफिसमधल्या एका समवयीन महिलेशी त्यांचे सूत जमले आणि ते तिच्यासोबत राहू लागले. शेवटी खूप भांडाभांडी होऊन मॉम आणि पप्पांचा घटस्फोट झाला.

घटस्फोट झाल्यानंतर मॉम नॅनीकडे राहायला आली. सुरुवातीला नॅनी माझी काळजी घ्यायची. हवे नको बघायची. पण मॉम सारखी बिझी असल्याने तिची पण चीडचीड सुरु झाली. मला खूप वाटायचं की मॉमने घरी राहावं, मी तिच्या सोबत खेळावं. पण मॉमने नोकरी सोडली नाही. याउलट नॅनीची चिडचिड बघून तिने मला पाचगणीच्या रहिवासी शाळेत घातले. बहुतेक तिला माझे भवितव्य आणि शिक्षणाचा लागणारा खर्च वगैरेचा अंदाज असावा. त्यानंतर मी शिक्षण पूर्ण होईपर्यंत हॉस्टेलमधेच राहिले. फक्त सुटीच्या दिवसात मी नॅनीकडे जायची. एकदोन दिवस मी घरी आल्यावर मॉम सुट्टी घ्यायची तेव्हा मला खूप छान वाटायचे. सुटीच्या दिवसात नॅनी माझे लाड पुरवायची पण खरेतर मला मॉमच हवी असायची आणि तिला वेळ नसायचा. खूपच जिद्द केली तर परत जायच्या आधी १-२ दिवस सुट्टी काढून मॉम मला हवे नको ते सामान घेऊन

द्यायची. पप्पांना मी होस्टेलमधे असल्याचे कळल्यानंतर १-२ वेळा भेटायला आले. नंतर का कोण जाणे त्यांचे सुद्धा येणे बंद झाले.

होस्टेलमधे राहून मी आर्ट्समधे ग्रॅज्युएशन केले. लाईमलाईटमधे राहण्याची हौस म्हणून मिडियामधे पोस्ट ग्रॅज्युएशन केले आणि एका नामवंत मिडिया ग्रुपमधे जॉइन झाले. नेहमी हॉस्टेलमधे शिस्तीत राहून कंटाळलेली होते मी. नोकरी मिळाल्यानंतर जणू एकदम मोकळे रान मिळाले. मला जणू अजून पंख फुटले. मित्र मैत्रिणींसोबत पार्ट्या वगैरे करण्यात माझे दिवस छान जात होते.

मॉमची नोकरी तरीही चालूच होती. अधूनमधून मी सुट्टी असली की मॉमला भेटायला जात असे. आता नोकरी करायची गरज नाही वगैरे सांगितले. पण मॉम काही ऐकत नव्हती. त्याकाळी मॉम थोड्या टेन्शनमधे दिसायची. मी नॅनीला विचारले पण तिलाही काही माहीत नव्हते. मी मॉमलाही विचारले पण मॉम काही बोलली नव्हती. मॉम एकदा बोलताना म्हणाली होती 'चित्रा आता लग्न कर, वगैरे.' पण मी त्या बोलण्याकडे कानाडोळा केला होता. मॉमचे लग्नानंतर झालेले हाल पाहून आणि तिच्या जीवनात असलेले संघर्ष पाहून मला लग्न करावेसेच वाटत नव्हते.

एक दिवस फोन आला. मॉम खूप आजारी आहे लवकर ये म्हणून. हॉस्पिटलला गेले तर मॉम जवळ नॅनी आणि मॉमची जुनी मैत्रीण होती. मॉमच्या दोन्ही किडनी खराब झाल्याचे डॉक्टरांनी सांगितले होते. एकतरी किडनी बदलावी लागेल नाहीतर जगणे अशक्य आहे, असे डॉक्टर म्हणाले. आम्हाला काहीही सुचेनासे झाले.

मॉमने तेव्हा मला जवळ बोलावले होते. ती म्हणाली 'चित्रा हा आजार मी तुझ्यापासून लपवून ठेवला होता. मला आता खरेच जगायची इच्छा नाही. मला फक्त तुझी काळजी आहे. तुला पटणार नाही हे माहीत आहे. पण तू लवकर लग्न करावेस अशी माझी एकच इच्छा आहे. तू नाही म्हणू नको. प्लीज.' मॉमच्या डोळयात खूप केविलवाणे भाव होते. मला नकार देणे अशक्य झाले.

मग मॉमने तिच्या मैत्रिणीला आत बोलावले. मॉमची लहानपणीची जिवाभावाची मैत्रीण ती. शाळेत खूप वर्षे शिक्षिका होती. तिने मॉमचे जीवन आणि तिचा संघर्ष खूप जवळून बघितला होता. मॉमने तिच्याकडे लग्नासाठी शब्द टाकला. आकाश तिचाच मुलगा होता. आकाशच्या वडिलांशी बोलून तिने लगेच होकार दिला आणि आम्हा दोघांचे लग्न जुळले. आकाश एक आयटी इंजिनियर होता. एका मोठ्या मल्टिनॅशनल कंपनीत नोकरी करत होता. आईवडील पुण्याला राहत होते आणि आकाश बेंगळुरूला असायचा. आकाश आईच्या शब्दाबाहेर नव्हता. फक्त आईने शब्द दिला म्हणून काहीही विरोध न करता त्याने माझ्याशी लग्न केले. लग्न झाल्यानंतर १५ दिवसांनीच मॉमने तिचे प्राण सोडले आणि तिच्या दुःखात नॅनीही दोन महिन्यानी गेली.

आम्ही दोघेजण बेंगळुरूला शिफ्ट झालो. मी मिडिया हाउसचे बेंगळुरूचे काम सांभाळले. तिथे माझ्या प्रोफेशनल करियरला एक मस्तपैकी बूम मिळाले. मला घरच्या कामाचा काहीही अनुभव नव्हता. पण आम्ही दोघेही कमावते असल्यामुळे आणि स्वत:च्या प्रोफेशनमधे बिझी असल्यामुळे आम्हाला फारसे अवघड गेले नाही. छान चालले होते आमचे. तिथे असतानाच काही वर्षांनी आकाशचे वडील हार्ट अ‍ॅटॅकने गेले. त्याची आई, म्हणजेच मम्मीजी एकट्या पडल्या.

आईच्या प्रेमापोटी आकाशने पुण्याला शिफ्ट होण्याचा निर्णय घेतला. मला ते बिलकुल आवडले नाही. पण आकाशने काही ऐकले नाही. मग मीही त्याच्यासोबत शिफ्ट झाले. मात्र यावेळी त्या मिडिया हाउसने माझे फारसे ऐकले नाही. म्हणून मी मुंबईला ये-जा करून काम चालवू लागले. मम्मीजीला हे पटत नव्हते. त्यात मम्मीजीचे पारंपरिक विचार माझ्या आधुनिक विचारांशी कधीच जुळले नाहीत. मधेमधे आम्हा दोघींमधे काहीकाही गोष्टींवरून वाद होत होते. पण लवकरच निस्तरूनही जात होते. मम्मीजी तशा खूप प्रेमळ आणि समजूतदार होत्या. लवकर माघार घ्यायच्या. मैत्रिणीची पोर आपण सून म्हणून आणली आहे याची जाणीव त्यांना होती. तसे त्या बोलून सुद्धा दाखवायच्या. स्वत:ला मुलगी नव्हती म्हणून त्या माझ्यावर खूप माया करायच्या.

अशातच मला दिवस गेले. आम्ही सगळे खुश होतो. आता मात्र मम्मीजीने मुंबईला अपडाऊन करण्यासाठी मज्जाव केला. आकाशनेही मम्मीजीच्या बोलण्याला साथ दिली. मग मला नाइलाजाने नोकरी सोडावी लागली.

मम्मीजीनेच माझे बाळंतपण केले. माझे सर्व बालिश लाड आणि डोहाळे पुरवले. खरेतर माझ्या स्वत:च्या मॉमने कधी केले नव्हते, केले नसते इतके माझे त्यांनी डोहाळे पुरवले. मात्र त्यांची सर्व पद्धत पारंपरिक होती. श्रुती झाल्यानंतर तर त्या खूप खुश होत्या. जणूकाही त्यांना एक खेळणे मिळाले होते.

श्रुती सहा महिन्यांची होता होता मला घरात राहून खूप बोअर व्हायला लागले. आपण काहीतरी मिस करतोय असे मला वाटायला लागले होते. त्यातून मम्मीजी आणि माझी विचारसरणी वेगळी. शेवटी शेवटी खटके उडू लागले. मग मी प्रयत्न करून एका मराठी चॅनलमधे परत नोकरी जॉईन केली. मम्मीला हे आवडले नव्हते. पण त्या काही बोलल्या नाही. मात्र काही केल्या श्रुतीला पाळणाघरात ठेवायचे नाही ही अट त्यांनी घातली. ही अट आकाश आणि मी सहर्ष स्वीकारली. परत एकदा दिवस सुरळीत जाऊ लागले.'

या विचारातच चित्राचा डोळा कधी लागला तिला काही कळले नाही.

रविवार सकाळ - सुहास आणि वैष्णवी आज जरा उशीरा उठले. काल परत वरुणला जास्त बरे नव्हते. काल सकाळी त्याला फीट आली होती म्हणून अण्णासाहेबांना फोन करायचे राहूनच गेले. रात्री वरुण उशीरा झोपला. अजूनही झोपेत होता. दोघे जरा टेन्शनमधेच आले होते. काय करावे काही कळत नव्हते. दोघांनी त्यांना आज फोन करायचे ठरवले.

चहा झाल्यावर वैष्णवीने उपमा केला. तोपर्यंत सुहासची अंघोळ झाली होती. वरुणही उठला. तिने वरुणला फ्रेश होण्यास मदत केली. वरुणसाठी दूध तयार केले आणि तिघांसाठी उपम्याच्या डिश भरल्या.

तिघांनी गप्पा मारत मारत नाश्ता केला. मग वरुणला त्याच्या रूममधे मेकॅनिक्सचे ब्लॉक जुळवणीचा खेळ सुहासने काढून दिला. तो ते खेळण्यात गुंग झाला.

सुहास आणि वैष्णवी फोन करण्यास सज्ज झाले. सुहासने त्याच्या मोबाईलवरून दिलेल्या नंबरवर फोन लावला.

दुसरीकडून "हॅलो" ऐकताच सुहास म्हणाला. "अण्णासाहेब, मी सुहास शिंदे बोलतोय. पेपरमधे जाहिरात पाहिली, त्याबाबतीत बोलायचे होते. आम्ही तुम्हाला भेटायला केव्हा येऊ?"

"अहो जरा थांबा की. मी अण्णासाहेबांचा घरगडी बोलतोय. ते घरी नाहीत. कालच ते एका कामानिमित्ताने दिल्लीला गेलेत. ते उद्या म्हणजे सोमवारी संध्याकाळी येणार आहेत." हे ऐकून वैष्णवी आणि सुहासचा चेहरा पडला.

"अच्छा, सॉरी, चुकले माझे. मी विचारायला पाहिजे होते. मग मी मंगळवारी सकाळी लवकर फोन केला तर चालेल का? आम्ही आठ वाजता ऑफिसला निघतो." थोडा सावरून सुहास म्हणाला.

"हो चालेल, सकाळी ७ नंतर तुम्ही फोन केला तर चालेल. तुम्ही तुमचं नाव, पत्ता आणि फोन नंबर सांगा." तिकडून आवाज आला.

सुहासने सांगितले.

"एक मिनिट, अण्णासाहेबांनी या जाहिरातीबाबत फोन आल्यावर एक अजून बोलायला सांगितले आहे. म्हणजे तुम्हाला बरे पडेल." तिकडून आवाज आला.

"बोला." - सुहास म्हणाला.

"तुम्हाला आजोबा भाड्याने पाहिजे. म्हणजे तुमच्या घरात या नात्याची व्यक्ती आत्ता नाहीये हे नक्की. मग ती व्यक्ती तुमच्या घरी का नाहीये आणि ती तुम्हाला आता आणि आत्ताच का हवी आहे, यावर तुम्ही आणि वहिनी असे दोघांनी वेगवेगळे कमीत कमी एक पानभर तरी लिहून ठेवा, असे अण्णासाहेबांनी सांगितले आहे."

"ठीक आहे. चालेल." - सुहास म्हणाला.

"बरे, तुम्ही मंगळवारी सकाळी सात ते आठच्या दरम्यान फोन करणार, असे अण्णासाहेबांना त्यांचा फोन आल्यावर सांगतो आणि डायरीत लिहून ठेवतो. फोन नक्की करा, नाहीतर अण्णासाहेब रागावतील. ठेवतो फोन." आणि फोन डिस्कनेक्ट झाला.

꧁꧂ ꧁꧂ ꧁꧂ ꧁꧂

संध्याकाळ होत आली तशी चित्रा मनाशी काहीतरी ठरवून उठली. आकाश हॉलमधे सोफ्यावरच झोपला होता. तिचा आवाज ऐकून त्यालाही जाग आली.

"चहा घेतोस नं?" चित्राने विचारले.

"नको गं. चहाचा मूड नाहीये. जरा स्ट्राँग कॉफी करतेस का?" तो म्हणाला.

"ठीक आहे. मी पण कॉफीच घेते आज." म्हणत चित्रा किचनमधे गेली. आकाशला आश्चर्यच वाटले. कारण चित्राला कॉफी आवडत नव्हती.

तिने कॉफी आणली. कॉफी संपता संपता श्रुती आली. "पापा आपल्याला प्रोजेक्टचे सामान आणायचे आहे नं?" तिने विचारले.

"हो चल. मी तयार होऊन लगेच येतो." म्हणत तो बेडरूममधे गेला.

"अगं थांब काहीतरी खाऊन जा." चित्रा म्हणाली आणि पटकन तिला एक सफरचंद कापून त्यात क्रीम टाकून दिले. श्रुतीने ते लगेच संपवले आणि तयार होऊन आली.

आकाश आणि श्रुती दोघे गेले. चित्राने मेडला फोन करून काहीतरी सांगितले आणि किचनमधे गेली. सगळे आवरून तिने संध्याकाळच्या जेवणाची डायनिंग टेबलवर तयारी केली आणि स्वतःसुद्धा आवरून आली.

बेल वाजली तर श्रुती आणि आकाश प्रोजेक्टचे सामान घेऊन आत आले. त्या दोघांच्या हातातून सामान घेऊन श्रुतीच्या स्टडी टेबलवर ठेवत चित्रा म्हणाली, "चला दोघेजण लवकर हातपाय धुऊन या. जेवण तयार आहे. त्यानंतर आपण तिघे मिळून प्रोजेक्ट करू चालेल?"

चित्राही आपल्यासोबत प्रोजेक्ट करणार म्हटल्यावर श्रुती आणि आकाशला आनंदाचा झटका बसला. दोघे एकदम "हो" म्हणाले.

नंतर दोघेजण जेवायला आले आणि आश्चर्याचा दुसरा झटका बसला. आज जेवणाचा मेनू एकदम मम्मीसारखा होता. साधे वरणभात, बटाट्याची भाजी, पोळी आणि कोशिंबीर. टेस्ट साधी पण छान होती.

"मॉम, आज मेडने एकदम वेगळंच जेवण बनवलंय. तू सांगितलंस तिला?" श्रुती

बोटे चोखत चोखत म्हणाली.

"नाही गं. आज तिला सुट्टी दिली आणि स्वयंपाक मी केला." चित्रा म्हणाली.

"तरीच!! मला जाणवत होतं. आज जेवणाला एक आपुलकीची चव आहे." आकाश म्हणाला.

"आणि हो, शिरा पण केला आहे. तो कसा झाला मला माहीत नाही, पण मी मम्मी जशी करायची ते आठवून आठवून केला आहे. जेवण झाल्यावर खाऊ." चित्रा म्हणाली. "आणि एक अजून श्रुती, तू मला आतापासून मॉम नाही आई म्हणायचं." आणि नजरेच्या कोनातून आकाशकडे बघितले. त्याच्या डोळ्यात आनंद पाहून तिला छान वाटले.

जेवण संपत आले तसे तिने श्रुतीला मायक्रोवेव्हमधे शिरा गरम करून आणायला सांगितला. श्रुती किचनमधे गेली तशी चित्रा आकाशजवळ आली आणि त्याच्या नजरेत नजर देऊन म्हणाली.

"आकाश आपण त्या जाहिराती मधल्या अण्णासाहेबांना फोन करू. तू काहीही काळजी करू नकोस. माझी प्रायव्हसी आणि स्पेस आता मला महत्त्वाची वाटत नाही. श्रुती खुश असणे जास्त महत्त्वाचे आहे. आज मलापण तुम्हा दोघांसोबत प्रोजेक्ट करून माझे लहानपण जगायचे आहे. खूप हसायचे आहे." म्हणता म्हणता तिच्या डोळ्यात पाणी आले. आकाशने नजरेनेच तिला होकार दिला आणि तिचा हात दाबला. श्रुतीने तिघांसाठी प्लेटमधे शिरा घालून ट्रे आणला. तिघांनी घेऊन खायला सुरुवात केली. श्रुती आणि आकाशने कसलीही प्रतिक्रिया दिली नाही. साखर जरा जास्तच पडली होती. चित्राचा हिरमोड झाला. श्रुतीने शिरा अर्धवट खाऊन प्लेट बाजूला ठेवली.

"मॉम कित्ती गोड शिरा केला आहेस. पुढच्या वेळेस शिरा करताना इतकी साखर टाकू नको." म्हणत हात धुवायला गेली.

आईच्या जागी परत मॉम संबोधन ऐकून चित्राला जरा वाईट वाटले. पण ती काही बोलली नाही. असे सांगून पहिलाच दिवस झाला होता. होईल सवय हळू हळू.

आकाशने सुद्धा प्लेट ठेवली. "ती खरेच म्हणते आहे. खूप दिवसांनी करते आहेस नं. होते असे. बट यू डोंट वरी बेबी. होईल सगळे व्यवस्थित. बेटर लक नेक्स्ट टाइम." म्हणत आकाशही वॉशरूमकडे गेला.

आकाश आणि श्रुती प्रोजेक्ट करायच्या मागे लागले. चित्राचा एकदम मूड ऑफ झाला. एकदम रडकुंडीला आली. जड मनाने तिने डायनिंग टेबल, किचन वगैरे आवरले. श्रुती आणि आकाशला त्या कामात चित्राला मदतीला यायचे चुकूनही सुचले नव्हते. सगळे आवरेपर्यंत ती मनाने आणि शरीराने थकली होती.

त्यांच्याजवळ गेली तर दोघे प्रोजेक्ट करण्यात गर्क होते. दोघांचेही तिच्याकडे लक्ष गेले नाही. प्रोजेक्ट चांगला होत होता, पण आता तिची जॉइन होण्याची इच्छा संपली होती.

ती बेडरूममधे गेली. वॉश घेऊन कपडे बदलले आणि पडून राहिली. श्रुती आणि आकाशचा आवाज येत होता. तिला खूप वाईट वाटले. आज तिने मनापासून एक बदल घडवण्याचा प्रयत्न केला होता. पण प्रतिफळ पाहिजे तसे मिळाले नव्हते.

श्रुती तिच्याशी मनाने इतकी जोडली गेली नव्हती. पण प्रयत्नाने होईल हळू हळू. चित्राच्या मनात आशा होती. तिला प्रेमाने घेतले पाहिजे. कुठेतरी आपणही चुकत असणार.

आकाश मनाने चांगला होता. पण आईचा लाडुला पोरगा होता. खूप शिकला, मोठा झाला तरी घरच्या कामात स्त्रीला मदत करणे त्याला माहीत नव्हते. मम्मी असताना साधारणपणे ती सगळे आवरायची. चित्रा पाहिजे तशी मदत करायची. त्यामुळे आकाशला कधी घरकामाकडे बघण्याची सवय नव्हतीच. मम्मीला गरज पडली तर तिने सांगितलेले काम आकाश निमूटपणे करायचा.

मम्मी गेल्यानंतर घरचे सगळे काम चित्रावर आले होते. मेड्स होत्या, पण त्या त्यांच्यापुरते काम करायच्या. उरलेली सगळी कामे चित्राकडे. त्यातून चित्राच्या आणि मेड्सच्या वेळा काही जुळून येत नव्हत्या. त्यामुळे खूप अ‍ॅडजस्टमेंट करावी लागायची. त्यात कधीतरी आकाशने तिला मदत करावी अशी तिची अपेक्षा असायची. एकदोन वेळा चित्रा त्याला बोलली सुद्धा. पण त्याच्या कानात काहीही शिरले नव्हते. तूच मला मदत हवी असेल तर सांगत जा, असे म्हणून त्याने वेळ मारून नेली होती.

या सगळ्या गोचीमधे चित्राला स्वत:साठी वेळ काढणे अवघड होऊन बसले होते. आपण स्वत:च्या गरजा पूर्णपणे विसरलो आहोत का, अशी तिला शंका यायची. मम्मी होती तेव्हा तिचे चित्राच्या प्रत्येक गोष्टीवर लक्ष असायचे. कधी कधी चित्राच्या पेहरावावरून किंवा उशीरा येण्यावरून तिने टीका केली की, चित्राला तिची स्पेस मिळत नाहीये, तिच्या प्रायव्हसीवर हल्ला होतोय असे वाटायचे. मात्र आता ती नसून सुद्धा तिला स्वत:कडे बघायला तरी कुठे वेळ आहे? आणि हे सगळे असून सुद्धा जर घरात धर्मशाळेसारखे वातावरण झाले असेल तर त्याला काय अर्थ आहे? – चित्रा विचारच करत होती.

या सर्वांतून मात्र काहीतरी उपाय नक्की काढायला हवा. घरात आपुलकीचे वातावरण निर्माण करणे श्रुतीसाठी फार गरजेचे आहे म्हणून तिने त्या जाहिरातीला इतके महत्त्व दिले होते.

विचार करता करता चित्राचा डोळा लागला.

सुहास आणि वैष्णवी फोनवरचे उत्तर ऐकून जरा विचारात पडले. आजोबा का हवेत? आत्ता का हवेत? तुमच्याकडे आजोबा नावाची व्यक्ती का नाही? या प्रश्नांची उत्तरे दोघांनी वेगवेगळी लिहायची होती. पण का? याचा काय उपयोग आहे? काहीतरी असेल.

"चल लिहू या नं. काय बिघडतंय लिहिण्यात? गाजराची पुंगी... वाजली तर वाजली, नाही तर मोडून खाल्ली." वैष्णवी म्हणाली. "लपवण्यासारखे काही आहे का आपल्याकडे?"

"ते ही खरेच आहे म्हणा. आपण कितीतरी गोष्टींचा खरंच विचार करीत नाही." - सुहास म्हणाला.

"मी लिहितो आणि तूही लिही. मात्र लिहिल्यानंतर आपण दोघांनी काय लिहिले ते एकमेकांना दाखवायचे हं." - सुहास

"ओके" - वैष्णवी म्हणाली.

"मम्मी मला थंडी वाजते आहे." म्हणत वरुण रूममधून बाहेर आला.

वैष्णवीने उठून त्याचा हात धरला आणि त्याला बेडरूममधे घेऊन गेली.

आज सोमवार. रोहिणीने या आठवड्यातही रजा घेतली होती. तसे तिने एअरलाइन ऑफिसमधे फोन करून कळवले होते. निखिल आजपासून हॉस्पिटलची ड्यूटी जॉइन करणार होता. मात्र तोही थोड्या चिंतेतच होता. मम्मी आणि मधुर घरात असल्यामुळे पीहूला पाळणाघरात जावे लागत नव्हते म्हणून ती जाम खूष होती.

निखिल, रोहिणी, जोशीकाका-काकू सगळयांनी मिळून त्या घटनेची वाच्यता घरात एकदाही केली नव्हती. या उलट मधुरला या घटनेचा विसर पडावा म्हणून वेगवेगळे खेळ ते त्याच्या सोबत खेळत होते.

सगळया गोष्टींच्या नकळत पीहू त्याला बाहुलीच्या विश्वात घेऊन जात होती. कधी कधी ती आपली भातुकली मांडून बसायची आणि सगळयांना त्यांच्या आवडीचे काल्पनिक पदार्थ छोटुकल्या ताटलीत आणून द्यायची. कोरा कागदाचा तुकडा बिल म्हणून सोबत द्यायची. तिचा आनंद पाहून सगळयांना मजा वाटत होती. नकळत का होईना कुठेतरी ती हे दु:ख विसरण्यास मदत करत होती.

मधुरचे औषध अजून चालूच होते. त्याला डॉक्टरने स्ट्रेस रिलॅक्सन्ट दिले होते. त्यामुळे त्याची विचारशृंखला लवकर तुटायला मदत होत होती. त्याला झोप थोडी जास्त येत होती. इतके असूनसुद्धा मधुर अजूनही मधेमधे दचकून उठत होता. कधीकधी रडत होता. निखिल त्यामुळे थोडा चिंतित झाला होता.

'मधुरला एखाद्या मानसोपचार तज्ज्ञाकडे घेऊन जावे का? कधी न्यावे, म्हणजे त्याला फार त्रास होणार नाही. त्याच्या शाळेला पण एक आठवडा सुट्टी लागली होती. अजून एक आठवडा तरी त्याला शाळेत पाठवण्याचा प्रश्नच नव्हता. मात्र आता त्याच्याशी वेगळ्या पद्धतीने बोलून त्याची भीती नाहीशी करणे गरजेचे होते. रोहिणीसुद्धा किती दिवस सुट्टी टाकणार? काका हो म्हणाले तर, त्यांना लवकर या म्हणतो,' असा विचार निखिल करत होता.

घरातून बाहेर पडणार इतक्यात फोन वाजला. फोन पोलीस ठाण्यातून आला होता. "डॉक्टर निखिल, मी इन्स्पेक्टर सोनवणे बोलतोय."

"एक मिनिट थांबा." त्याने रोहिणीला पाच मिनिटात येतो असे खुणावले आणि घराबाहेर गेला. जिन्यात जाऊन बोलला "यस इन्स्पेक्टर?"

"तुम्ही दिलेल्या माहितीनुसार आम्ही तुमच्या ड्रायव्हरला नाशिकहून पकडले आहे. त्याने गुन्हा कबूल केला आहे. तो सध्या आमच्या कस्टडीत आहे. तुम्ही येऊन ओळख कन्फर्म करा. आपण पुढे काय करायचे आहे ते ठरवू." दुसरीकडून आवाज आला.

"ही चांगली बातमी दिली साहेब. पण आत्ता मी हॉस्पिटलमधे चाललोय. २-३ ऑपरेशन्स आहेत. ती उरकून दुपारी आलो तर चालेल ना?" - निखिल म्हणाला.

"हो चालेल." - इन्स्पेक्टर म्हणाले.

"ठीक आहे. येतो आम्ही चार वाजेपर्यंत." असे सांगून निखिलने फोन बंद केला.

घरात येऊन रोहिणीला बेडरूममधे येण्याची खूण केली. त्याने रोहिणीला सगळे थोडक्यात सांगितले आणि साडेतीन वाजेपर्यंत तयार राहायला सांगितले.

निखिल हॉस्पिटलला गेल्यानंतर रोहिणीने अंघोळ केली. पीहू बाहुल्यांचा क्लास घेत होती. त्यात मधुरला पण वही घेऊन क्लासमधे बसवले होते आणि स्वत: एक पट्टी घेऊन टीचरसारखी त्यांना चित्र काढण्याच्या सूचना देत होती. कुणी तरी रेघ सरळ काढत नाहीये म्हणून मुद्दामच रागवत होती. हे दृष्य बघून रोहिणीला मज्जा वाटली. त्यांना डिस्टर्ब न करता तिने किचनकडे पाऊल वळवले.

पूजा करून स्वयंपाक केला. कॉम्प्युटर सुरु करून इ-मेल्स वगैरे पाहिले. काही इ-मेल्सची उत्तरे दिली. एव्हाना जेवणाची वेळ होत आली होती. आतून आवाज आला. मधुर आणि पीहूचे जोरजोरात आवाज आले. त्यांचे काहीतरी बिनसले होते. जाऊन पाहिले तर पीहू चिडली होती. भैया माझे ऐकत नाही म्हणून. रोहिणी खोटेच मधुरला रागे भरली. खोटी खोटी कट्टी केली. पीहू खुश झाली आणि भैयाला ठेंगा दाखवत तिला बिलगली. पीहू पाठमोरी होताच रोहिणी मधुरकडे बघून हसली आणि गम्मत गम्मत

म्हणून डोळे मिचकावले. तिने दोघांना खेळ आवरून जेवायला बोलावले.

जेवण झाल्यावर तिने किचन आवरले. पीहूने जेवता जेवता फ्रॉकलाही छानपैकी दही खाऊ घातले होते. तिचा अवतार बघून एकदा तिला हसूच आले. पण हसू मनातच आवरून तिला कपडे बदलून परत तयार केले.

रूममधे जाऊन जोशी काकूंना फोन केला तर त्यांनी मधुर आणि पीहूला त्यांच्या घरी सोडून जायला सांगितले. तिने पीहूसाठी बॅग भरली. काकांनी चेस खेळायला बोलावले आहे असे सांगून ती पीहू आणि मधुरला घेऊन जोशीकाकूंकडे गेली. जोशीकाका चेसचा डाव मांडत होते.

"अरे मधुर, बरे झाले आलास. हे बघ ना काकू माझ्या सोबत खेळत नाही. तू खेळतोस ना?" मधुर हो म्हणाला आणि काकासमोर बसून त्याने प्यादी लावायला सुरुवात केली.

"काकू, मी जाऊन येते हं. निखिल येतच असेल. बघतो पोलीस काय म्हणतात ते." - रोहिणी म्हणाली.

"काही काळजी करू नको. सगळं बरं होईल. विठ्ठला तूच आमचा पाठीराखा." - त्या म्हणाल्या.

रोहिणी खाली आली. पाच मिनिटांनी निखिल आला. दोघे पोलीस स्टेशनमधे गेले. इन्स्पेक्टर सोनवणे एका केससाठी बाहेर गेले आहेत असे समजले. मात्र डॉक्टर निखिल आले तर त्यांना पोलीस स्टेशनमधे थांबायची सूचना त्याने सब इन्स्पेक्टरला दिली होती.

दोघे बेंचवर बसायला गेले. तिथून त्यांना लॉकअपमधे ड्रायव्हर बसलेला दिसला. तो कण्हत होता आणि त्याच्यासमोर त्याने खाऊन रिकामे केलेले जेवणाचे ताट होते. त्याला चांगलाच मार पडला होता बहुतेक. त्याचे कृत्यही तसेच होते. बघितल्याक्षणी रागाची एक तिडीक निखिलच्या डोक्यात गेली. खाऊ की गिळू अशा नजरेने तो ड्रायव्हरकडे बघत होता. रोहिणीच्या डोळ्यातही आग होती. तिला त्याचा तिरस्कार वाटत होता.

बेंचवर कुणीतरी आले आहे अशी चाहूल लागताच त्याने डोळे वर करून पाहिले. निखिल आणि रोहिणीला पाहताक्षणी तो उठून उभा राहिला. लॉकअपच्या दारावर येऊन जोरजोरात रडायला लागला. गयावया करू लागला. "साहेब मेरा गलती हो गया. प्लीज मेरेको माफ कर दो. मेरे को छोड दो. ये लोग मेरेको मार डालेंगे" आणि असेच खूप काही.

त्याला काय बोलावे? दोघांना काही कळत नव्हते.

रोहिणी आणि निखिल पोलीस स्टेशनमधे बसले होते. ड्रायव्हर गयावया करीत होता. दोघेही त्याच्याकडे बघायचे टाळत होते. काय बोलणार त्याला? मग त्याच्या ओरडण्याला चिडून सब इन्स्पेक्टर तिथे आला आणि हातातला दंडा जमिनीवर दणकावत त्याला शिवी देऊन "ए गप बस रे, नाहीतर दोन दणके देईन XXवर" म्हणून दम दिला. तो घाबरलेला होताच, अजून घाबरला. त्याचा आवाज यायचा थांबला. तो गुपचूप रडत बसला.

थोड्या वेळाने इन्स्पेक्टर सोनवणे आले. दोघांना मान हलवून अभिवादन केले आणि त्यांच्या केबिनमधे जाऊन बसले. पाच मिनिटांनी सब इन्स्पेक्टरने दोघांना सोनवणेंच्या केबिनमधे बोलावले. रोहिणी आणि निखिल केबिनमधे जाऊन सोनवणेंसमोर बसले. त्यांनी टेबलवरची घंटी जोरात वाजवली आणि ओरडले, "ए जरा पाणी दे रे इकडे. अन् तीन चहा सांग." मग निखिलकडे मान वळवली.

"डॉक्टर, काल रात्री हा आमच्या हाती लागला. मोठा गुन्हा आपल्या हातून घडलाय ह्याची त्याला जाणीव झाली असावी, म्हणून तो खूप लपतछपत इकडेतिकडे फिरत होता. मोबाईल सुद्धा त्याने बंद ठेवला होता. तुम्ही दिलेल्या रेफरन्सवरुन आणि आमच्या टेक्निकल टीमच्या मदतीने आम्ही त्याला हुडकून काढले. एका मित्राकडे लपून बसला होता. सुरुवातीला 'मी काहीही केले नाही.' वगैरेचा पट्टा चालू होता. मात्र काय पुरावे मिळाले आहेत याची कल्पना दिली आणि फर्स्ट डिग्रीची थोडी झाप पडली. दोनचार फटक्यात टेपसारखा बोलू लागला आणि सगळा गुन्हा कबूल केला." इन्स्पेक्टर सोनवणेंनी सांगितले.

"त्याने हे असे का केले? आमच्यावर काही राग होता का? असे असले तरी त्या निरागस पोराशी असे वागून त्याला काय मिळाले?" निखिलने विचारले.

"डॉक्टर. हा काही अट्टल गुन्हेगार नाही. याची पोलिसात कुठलीही हिस्ट्री नाही. रेफरन्स दिलेल्या लोकांना विचारले तर त्यांचा पण विश्वास बसला नव्हता. त्याने जे केले त्याचा तुमच्या वागण्याशी काहीही संबंध नाही." इन्स्पेक्टर म्हणाले.

"मग हे का केले?" दोघांना प्रश्न पडला.

"हं. सांगतो. त्याचे लग्न झाले आहे. एक मुलगा पण आहे. त्याची पत्नी आणि मुलगा उत्तर प्रदेशमधे एका छोट्या शहरात राहतात. हा मुंबईला कामाच्या शोधात आपल्या गावातल्या भय्यांबरोबर इकडे आला. काही दिवस भाड्याने टॅक्सी चालवली. मग तुमचा ड्रायव्हर गावाला जाणार होता म्हणून त्याला कुणीतरी याचे नाव सुचवले. अन् हा तुमच्याकडे कामाला लागला. बरोबर?" – इन्स्पेक्टरने विचारले.

"हो" दोघे एकदम म्हणाले.

"तुम्ही डॉक्टर आहात. समजू शकाल. बायको गावाला आहे. शरीराची गरज पूर्ण होत नाही. मग ही लोक पोर्न व्हिडियो वगैरे बघतात. आता तर ह्या गोष्टी मोबाईलवर सहज उपलब्ध आहेत. मग तेच पाहून हे आपले उत्तेजन शांत करतात. त्यादिवशी सुद्धा असेच झाले. मधुरच्या शाळेबाहेर कारमधे वाट बघताना ह्याच्या कुठल्या तरी मित्राने पोर्न लिंक पाठवली. ती बघून हा खूप उत्तेजित झाला होता. तुमच्या घरात खेळायला म्हणून येईपर्यंत त्याच्या मनात असे काहीही नव्हते, असे तो सांगतो. मात्र मधुर जेव्हा कपडे बदलायला त्याच्या रूममधे गेला तेव्हा त्याला त्या व्हिडिओची आठवण आली आणि उत्तेजनेच्या भरात ह्याच्या हातून हा प्रकार घडला. उत्तेजन शांत झाल्यावर ह्याच्या हातून काय गुन्हा घडला आहे याचा त्याला अंदाज आला. घाबरून त्याने तुम्हां कुणाला फोन न करता वॉचमनकडे निरोप देऊन गावाला जातोय असे सांगून निघून गेला." इन्स्पेक्टरने सांगितले.

"बापरे...." रोहिणी आणि निखिल एकदम निःशब्द झाले.

चहा आला. तिघे गुपचुप चहा पिऊ लागले. शांत दिसत असले तरी दोघांच्या मनात विचारांचे वादळ चालूच होते. इन्स्पेक्टर त्यांच्या चेहऱ्यावर येणारे भाव बघत होते. चहा संपल्यावर इन्स्पेक्टर म्हणाले.

"हं आता बोला. पुढे काय करायचे आहे?" - इंस्पेक्टर.

"तुम्हीच सांगा." - निखिल म्हणाला.

"हे बघा, दोन मार्ग आहेत. आम्ही गुन्हा नोंदवलेला आहे. केस पोलीस खात्यातून न्यायालयात जाईल आता. जेव्हा जेव्हा न्यायालय म्हणेल तेव्हा तेव्हा तुम्हाला न्यायालयात यावे लागेल. मधुरला पण बोलावणे येऊ शकते. केस केव्हापर्यंत चालेल काहीही सांगता येऊ शकत नाही. ड्रायव्हरला काही दिवस पोलीस कोठडीत राहावे लागेल. नंतर न्यायालयाने सांगितले तर त्याला निकाल लागेपर्यंत जेलमधे सुद्धा राहावे लागू शकते. दुसरा मार्ग असा की, तुम्ही केस मागे घ्यावी. असे केले तर ड्रायव्हर सुटेल. त्याला त्याने केलेल्या कारस्थानाची शिक्षा होणार नाही. पण तुम्ही आणि मधुरसुद्धा पोलीस प्रकरणातून सुटाल." - इन्स्पेक्टर म्हणाले.

"म्हणजे तुम्हाला नक्की काय सांगायचे आहे?" निखिल आणि रोहिणी जरा गडबडून एकदम बोलले.

"ठीक आहे. मी थोडे स्पष्ट सांगतो. तुम्हाला वाईट वाटेल. पण व्यावहारिक दृष्टीने पाहिले तर सद्यस्थिती पाहता तुम्ही ही केस मागे घ्यावी असे मला सुचवायचे आहे." - इन्स्पेक्टर म्हणाले.

"ते कसे?" - निखिल.

"हे बघा. सध्या तुमच्यासाठी मधुर आणि त्याची मानसिक स्थिती जास्त महत्त्वाची आहे. तुम्ही त्याला सांभाळणे गरजेचे आहे. त्याला पोलीस आणि ड्रायव्हरसमोर आणले तर तुम्हाला आणि त्याला जास्त त्रास होईल. मी इतके वर्ष गुन्हे विभागात आहे. स्वत:च्या अनुभवावरून सांगतो की, तुमचा ड्रायव्हर सराईत गुन्हेगार नाहीये. त्याच्याकडून जे घडले ते भावनेच्या भरात घडले आणि त्याच्या मोबदल्यात त्याला आधीच भरपूर आर्थिक, शारीरिक आणि मानसिक त्रास झालेला आहे. केस केली तर, हा तर तुरुंगात जाईलच पण याचे कुटुंब त्यापेक्षा मोठ्या समाज नावाच्या तुरुंगात जाईल. तुम्ही केस परत घेतली तर या गोष्टीवरून तुमचे लक्ष लवकर दूर होईल आणि त्याचेही कुटुंब वाळीत जाणार नाही.

"पण...." - रोहिणी.

"हे बघा तो तुम्हाला परत त्रास देणार नाही ह्याचा बंदोबस्त मी करतो. त्याला १-२ दिवस अजून पोलीस कोठडीत ठेवून मी थोडा अजून प्रसाद देतो. मग त्याला थोडे समजावून शहर बदलायचे सुचवतो. त्याला दम देऊन त्याने मुंबईला राहू नये आणि या पुढे असे काही करू नये असे त्याच्याकडून लिहून घेतो. तो इतका घाबरला आहे आणि त्याच्या गोटात त्याची इतकी बदनामी झाली आहे की आता तो परत असे करण्याची हिम्मत करणार नाही, असे मला तरी वाटते. आणि समजा त्याने असे करण्याचा प्रयत्न केला, तरी आता त्याचे रेकॉर्ड पोलीस खात्याकडे आले आहे. म्हणून असा कुठलाही गुन्हा त्याने पुढे केला तर तो वाचू शकणार नाही. मी तुम्हाला ओळखतो म्हणून इतके बोलून तुम्हाला सुचवतो आहे. बाकी तुमची मर्जी. तुम्ही म्हटले तर मी केस न्यायालयात पाठवतो." – इन्स्पेक्टर.

निखिल आणि रोहिणीने एकमेकांकडे बघितले. आणि नजरे-नजरेतच निर्णय झाला. दोघांनी केस मागे घ्यायची सूचना इन्स्पेक्टरला केली. इन्स्पेक्टरने तशी प्रोसिजर पूर्ण करण्यासाठी सब इन्स्पेक्टरला बोलावले.

पोलीस स्टेशनमधून निघता निघता इन्स्पेक्टर बाहेर आले. त्यांनी निखिलच्या खांद्यावर हात ठेवले. म्हणाला, "तुम्ही बरे केलेत. मी ही एक माणूस आहे. जे झाले ते कुणीही बदलू शकत नाही. पण माणुसकी म्हणून एकदा माफ करून बघा. तुमचेही मन हलके होईल."

निखिल आणि रोहिणीला गलबलून आले. निखिलने इन्स्पेक्टरचा हात आपल्या दोन्ही हातात धरून त्यांना धन्यवाद दिले आणि दोघे कारमधे बसून घरी निघाले.

एक वादळ येऊन गेल्याचे भाव दोघांच्या मनात होते.

आकाशची अचानक झोपमोड झाली. त्याला झोपेतच कुणीतरी रडत असल्याचा भास झाला. त्याने उठून आजुबाजूला पाहिले. चित्रा बेडवर नव्हती. पण ती तर माझ्या आधीच झोपली होती. त्याने उठून बाथरूममधे पाहिले. चित्रा तिथे पण नव्हती. घड्याळ पाहिले तर तीन वाजले होते. तो हॉलमधे आला. चित्रा सोफ्यावर बसलेली होती. तिच्या एका हातात कागदाचे तुकडे आणि दुसऱ्या हातात कात्री होती. आणि दोन्ही हात कपाळावर ठेवून, गुडघ्यात डोके खुपसले होते आणि हुंदक्याचा आवाज येत होता.

आकाश तिच्या जवळ गेला. तिच्या खांद्यावर हात ठेवले आणि तिच्या हातातले कागद आणि कात्री काढली. काल रात्री प्रोजेक्ट करून झाल्यानंतर स्टडीटेबलवर सोडलेले ते कागद होते. त्याच्या लक्षात आले की, रात्री प्रोजेक्ट संपवायला उशीर झाल्यामुळे सगळे तसेच टाकून तो आणि श्रुती झोपायला गेले होते.

चित्राने त्याच्याकडे पहिले आणि त्याचे दोन्ही हात हातात धरून एकदम ओक्साबोक्शी रडायला लागली, त्याने प्रेमाने तिला कुशीत घेतले आणि तिच्या पाठीवरून हात फिरवू लागला. दहा एक मिनिटे रडल्यानंतर ती थोडी शांत झाली. तरीही तिचे हुंदके चालूच होते.

"काय झाले माझ्या शोनूला. इतके का रडतेस बेटा. एवढ्या रात्री अचानक काय झाले तुला?" आकाश लाडात आला की असेच बोलायचा तिच्याशी.

"तू खूप वाईट आहेस. मी नाही बोलणार तुझ्याशी" त्याला मागे ढकलत त्याला पाठमोरी होऊन परत तिने गुडघ्यात डोके घातले.

"ओके, आपली कट्टी. बोलू नकोस माझ्याशी. पण तुझा अक्की नावाचा एक मित्र आहे. त्याला तरी सांगशील. त्याला बोलवू का?

तिने नजरेच्या कोपऱ्यातून त्याला पाहिले. आकाश एकदम चंचल नजरेने तिच्याकडे बघत होता.

"अक्की!!!" तिने परत भोकाड पसरले. "अरे, अरे, इतक्या रात्री इतक्या मोठ्या आवाजात रडू नको. श्रुती उठेल आणि शेजारपाजारचे लोक तुझ्या त्या हबीला पोलिसात घेऊन जातील नं." चित्रा एकदम त्याच्याकडे बघू लागली.

"बरं, आता पुरे झाले नाकातून सूर काढणे. चल बोल, काय प्रॉब्लेम आहे?" आकाश.

"हा आकाश नं खूप वाईट्ट आहे. मी त्याच्याशी आता मोठ्ठी कट्टी करणार आहे." ती रागात स्फुंदत बोलली.

"आता काय झाले?" – आकाश.

"आकाश मला समजून घेत नाही. मी कित्ती मन लावून स्वयंपाक केला होता.

चव घेऊन खाल्ले सगळ्यांनी. पण तोंडातून एक कौतुकाचा शब्द नाही. उलट शिरा जरा गोड झाला तर लगेच टोमणा मारला त्याने. मी पहिल्यांदा स्वत:च्या जोरावर शिरा केला. चुकला असला तरी टोमणा मारायची काय गरज होती? मला त्या दोघांसोबत प्रोजेक्ट करायचे आहे, मी सांगितले होते त्याला. तरीही दोघेजण एकेकटे निघून गेले प्रोजेक्ट करायला. आकाशने थोडे थांबून माझ्यासोबत डायनिंग टेबल आणि किचन आवरायला मदत केली असती तर काही बिघडले असते का त्याचे? लवकर आवरून सगळ्यांनी सोबत प्रोजेक्ट केले असते तर मज्जा आली नसती का? की मीच नको होते त्याला प्रोजेक्ट करायला सोबत?" ती एकदम तार सप्तकात बोलली.

"अरे बापरे इतक्या तक्रारी? अरे त्याला सवय नाही नं. मम्मी होती तेव्हा त्याला घरच्या कामाची कुठे सवय होती? त्याच्या लक्षात आले नसेल" –आकाश.

"असे कसे लक्षात येत नाही? मम्मी होत्या तेव्हा सगळे वेगळे होते. त्यांना कामाची सवय होती आणि आम्ही दोघी मिळून आवरून घ्यायचो पटकन. पण आता बदलले आहे सगळे. मी एकटी काय काय करू? श्रुती आणि आकाश दोघेपण घर आवरण्यात मदत करत नाहीत. घरच्या कुठल्याही कामात त्याला काहीही घेणे देणे नसते. असे कसे चालणार? मीही नोकरी करते. सगळे करून फार फार थकून जाते रे. मला सुध्दा स्वत:साठी वेळ नको का?" - चित्रा.

"बरोबर आहे तुझे." - आकाश.

"आणि हो. मीच म्हणायची माझी स्पेस, माझी प्रायव्हसी. बरोबर आहे त्याचेही. मला जाणीव आहे माझ्या चुकीच्या समजुतीची. घरात जर आनंदच नसेल तर त्या स्पेसचा काहीही उपयोग नाही. पण सगळे माझेच चुकते आहे का? घरात सगळे व्यवस्थित आधीसारखे व्हावे यासाठी मी माझ्या परीने सर्व प्रयत्न करते आहे. पण फक्त मीच सगळे करायचे का? मला एकदम स्पेस आणि प्रायव्हसी वगैरे नाही, पण स्वत:साठी बिलकूल वेळ मिळू नये? आकाश काहीही जबाबदारी घेत नाही. श्रुती अजून लहान आहे. तिलाही जबाबदारीची जाणीव करून देणे महत्त्वाचे आहे. जे माझ्यासोबत झाले ते आपल्या मुलीच्या बाबतीत घडू नये असे मला तरी वाटते रे अक्की." - चित्रा.

"तुझे म्हणणे एकदम रास्त आहे." आता आकाश गंभीरपणे म्हणाला. "आपण यावर विचार करू. आता खूप रात्र झाली आहे. उद्या ऑफिसला जायचे आहे नं. चल झोप आता. मी बोलतो हं आकाशशी. तू काळजी करू नको. हे तुझ्या अक्कीचं प्रॉमिस." बेडरूममधे जाऊन दोघे एका वेगळ्याच विश्वात रममाण झाले.

वैष्णवी आणि सुहास आपापल्या विचारात होते. दोघांना झोप येत नव्हती. काकांनी दोघांना स्वत:बाबतीत दोन दिवसात लिहायला सांगितले होते. सुहासला बरेच काही लिहायचे होते. पण कुठून सुरुवात करू, हेच त्याला सुचत नव्हते. काहीतरी ठरवून तो उठला आणि स्टडीटेबलवर लिहायला बसला.

सुहासने एक फुलस्केप कागद घेतला आणि लिहू लागला.

'खूप आठवत नाही काही. पण काही गोष्टी खूप ठळकपणे कोरून ठेवलेल्या आहेत आठवणीत. लहान होतो मी. बहुतेक ७-८ वर्षांचा असेन. अम्मा, आप्पा, काका आणि काकू होते घरात. घराच्या आजूबाजूला खूप नारळांची आणि फळांची झाडे होती. अम्मा घरी असायची आणि आप्पा गाडीत नारळ, फळे वगैरे घेऊन शहराच्या मंडईत जायचे. घराजवळच शाळा होती. युनिफॉर्म वगैरेची काही झंझट नव्हतीच. खेळता खेळता अम्मा आवाज द्यायची. वाढलेले पटकन जेवून पिशवीरूपी दप्तर घेऊन पळत पळत शाळेत जायचे असे ते दिवस होते. आप्पा शहरातून घरी येता येता वेगवेगळया वस्तू घेऊन यायचे. कधी खेळणी, कधी कपडे, कधी घरचे सामान वगैरे. सोनियाचे दिवस होते ते!

त्या दिवशी अम्मा अप्पांना म्हणाली, 'आम्हालाही शहरात घेऊन चला नं. आम्हाला पण सिनेमा बघायचा आहे एकदा.'

त्या दिवशी रविवार होता बहुतेक. आप्पा अम्माला आणि मला घेऊन शहरात आले. नारळ आणि फळांच्या ढिगात बसून शहराकडे जाणे मस्त वाटत होते. मी रस्ता आणि दूर दूर असलेले रान वगैरे सगळे पाहून नाचत होतो. अम्माला सगळे दाखवत होतो. शहरात जाऊन आप्पांनी मंडईमधे सामान विकले. मग शहरातल्या बऱ्याच गोष्टी दाखवल्या. मला तर मोठे मोठे रस्ते आणि दुकाने बघून खूप नवल वाटत होते. दुपारी सिनेमा पाहिला. मी पहिल्यांदाच असे सगळे पाहून खूपच खूष झालो होतो.

परत येताना अंधुक रात्र झाली होती. आम्हीसुद्धा आप्पांजवळ समोरच बसलो होतो. बोलत बोलत घरी जाण्याचा प्रवास सुरु होता. अचानक समोरून एक मोठी गाडी आली. खूप मोठा आवाज झाला. अन् नंतर काय झाले मला माहीत नाही.

मला जाग आली तेव्हा मी घरच्या खोलीत बाजेवर झोपलेलो होतो. मी इथे कसा आलो मला समजत नव्हते. तेव्हा मी 'अम्मा' म्हणून ओरडलो. काकू आत आली. "अम्मा कुठे आहे?" मी विचारल्यावर ती काही बोलली नाही. ती रडायला लागली. मी उठून पळत घराबाहेर आलो तर घराबाहेर खूप गर्दी होती. अम्मा आणि आप्पा जमिनीवर पांढरी चादर पांघरून झोपले होते. अम्माला उठवायचा प्रयत्न केला पण ती उठत नव्हती. आवाजाला ओ देत नव्हती. मी रडायला लागलो. आप्पा पण उठत नव्हते. मग काका आणि बाकीच्या लोकांनी मला तिथून बाजूला नेले. काका मला म्हणाले "आप्पा आणि अम्मा देवाच्या घरी गेले. ते आता कधी परत येणार नाहीत." या

शब्दांचा अर्थ मला तेव्हा समजला नव्हता.

काही दिवस खूप पाहुणे मंडळी येत जात होती. घरात खूप गर्दी, सामानाची ने-आण होत होती. पण अम्मा-आप्पा कुठेही दिसत नव्हते. मी सगळीकडे शोधत होतो. कुणालाही विचारले तर कुणी उत्तर देत नव्हते. घरात काकू मला खूप प्रेमाने वागवत होती. एक दोन दिवस घरात खूप गोड पदार्थ वगैरे केले होते. मग एक दिवस सगळे पाहुणे गेले. जाताना आत्या म्हणाली 'सुहास तू आमच्या सोबत आमच्या घरी राहायला येतोस का? तिथे पण चांगली शाळा आहे.' मी 'नाही' म्हटले. नंतर काकू, काका, त्यांचा मुलगा आणि मी.

पाहुणे गेल्यानंतर काकू नेहमी रागातच असायची. मला भूक लागली तरी सगळे जेवल्यानंतर मला जेवायला द्यायची. घरात काही चांगले पदार्थ केले तरी ते मला द्यायची नाही. मागितले तर रागवायची. कधी कधी मारायची सुद्धा. मात्र कुणी बाहेरची व्यक्ती आली तर ती खूप चांगली वागायची. काही दिवसांनी काकूकडे एक लहान छोटूशी बाहुलीसारखी मुलगी आली. ती आमची बहीण आहे असे मला सांगितले. मला खूप आनंद झाला. मी तिच्याशी खूप खेळायचो. पण काकूला ते आवडत नाहीये असे वाटायचे. ती अशी का वागते काही समजायचे नाही. काकाला विचारले तर तेही काही सांगायचे नाहीत.

पण जसे जसे वय वाढले तसे तसे समजायला लागले. काका काकूने माझी शाळा बंद केली नव्हती. मात्र ते दोघं माझ्याकडून खूप काम करवून घ्यायचे. अंगणाचे, झाडाचे, सफाईचे काम. फळांच्या टोपल्या गाडीत ठेवणे-काढणे, अजून बरेच काही. आठवत नाही आता. पण अभ्यासाला वेळ मिळायचा नाही. घरात कुणी आले की मी खूप उद्धट आहे वगैरे सांगायचे. फक्त काकांची मुलगी बाली (माझी चुलत बहीण) माझ्याशी खूप खेळायची. काकांचा मुलगा धनंजय (माझा चुलतभाऊ) नेहमी माझ्या खोड्या काढायचा. एक दोनदा मी काकूला सांगितले तर मी खोटे बोलतो आहे म्हणून तिने मलाच मारले. मग मी सांगायचे सोडून दिले.

कशीबशी मी दहावीची परीक्षा दिली. मला इतक्या कठीण परिस्थितीमधेही ५५ टक्के मार्क पडले म्हणून मला खूप आनंद झाला होता. काकांचा मुलगा मागच्या वर्षीच पास होऊन शहरात शिकायला गेला होता. त्यानंतर काका काकूंचे वागणे अजूनच असह्य झाले होते. मी पण शहरात जाऊन शिकतो म्हटल्यावर काकांना खूप राग आला. "तुझ्या आप्पाने कमवून ठेवले होय रे?" म्हणून मला नकार दिला. मी शाळेत गुरुजींना सांगितले तर ते काकांशी बोलायला घरी आले. पण गुरुजी गेल्यानंतर काकांनी मला काठीने खूप मारले. त्या दिवशी मला खूप राग आला. काही न सांगता माझे एकदोन

सदरे आणि विजार एका पिशवीत घेऊन मी शहराकडे जाणाऱ्या बसमधे बसलो.

त्यानंतर मी कधीच गावी गेलो नाही की तिथली काही चौकशी केली नाही.'

सुहासला ते सगळे परत एकदम चित्रासारखे डोळ्यासमोर घडताना दिसत होते. खूप वर्षांनी अम्मा आणि आप्पांना आठवून एकदम त्याच्या डोळ्यात पाणी आले. तो पाणी प्यायला उठला. खूप उशीर झाला होता. पण तरीही आज लिहूनच संपवायचे असा विचार करून तो वॉशरूमला जाऊन आला आणि परत लिहायला लागला.

'शहरात आलो. आता परत कधी घरी जाऊ नये हा निर्धार केलेलाच होता. मग राहण्या खाण्यासाठी काही बंदोबस्त करणे भाग होते. दुपार झाली होती. खिशात जेमतेम १ रुपया होता. बस स्थानकाजवळ बरेच छोटे छोटे ढाबे होते. मी प्रत्येक ढाब्यात जाऊन मालकाला काम मागू लागलो. पण सगळे हटकू लागले. मग परत बसस्थानकावर आलो. एक वयस्कर हमाल आपल्या कुवतीपेक्षा जास्त ओझे उचलून नेत होता. मी त्याच्या समोर गेलो आणि 'काका तुम्हाला मदत करतो' म्हणून त्याला त्याच्या हातचे ओझे मला द्या म्हणून सांगितले. तो नाही म्हणाला. बहुतेक मला पैसे द्यावे लागणार म्हणून. पण थोड्या दूरवर जाऊन त्याला त्याच्या हातचे ओझे खाली ठेवावे लागले. मग मी १-२ बॅग हातात घेतल्या आणि त्याच्या सोबत चालू लागलो. सामान रिक्षात ठेवून मी जाऊ लागलो तर काकाने मला बोलावले. त्यांना मिळालेल्या १० रुपयांपैकी मला १ रुपया दिला. मी म्हटले, "मला तुमच्या सोबत कामाला ठेवून घ्या." त्यांना थोडी शंका आली. त्यांनी माझी विचारपूस केली आणि कामाला होकार दिला. "तू जितके काम माझ्यासोबत करशील त्यातल्या १० रुपयातले ३ रुपये मी तुला देईन" असे म्हणाला आणि माझा हमालीचा प्रवास सुरु झाला. रोज रात्री तिथेच बेंचवर झोपून मी माझे दिवस काढत होतो.

एक दोन आठवडे काम करून माझ्याकडे पन्नास रुपये जमा झाले. मी स्थानकाजवळच्या एका कॉलेजमधे गेलो, ॲडमिशनची चौकशी केली आणि फॉर्म भरला. अकरावी कॉमर्समधे ॲडमिशन मिळाली आणि माझी गाडी एकदाची रूळावर आली. हमाली करून बी.कॉम. पूर्ण केले. एव्हाना माझ्याकडे एक छोटीशी खोली झाली होती आणि लोकांच्या घरी जाऊन मुलांना ट्यूशन देण्याचे काम देखील मी सुरु केले होते. बँकेची परीक्षा दिली, शॉर्टहँड आणि टायपिंगचा कोर्स केला.

बँकेत नोकरी मिळाली आणि आनंद आकाशाला दोन बोटे उरला. हमाल काकांना पेढे द्यायला गेलो तर कळले की ते हॉस्पिटलमधे असून खूप आजारी आहेत. सरकारी दवाखान्यात गेलो तर त्यांचे हाल मला बघवेनासे झाले. त्यांच्या मुलाने आणि सुनेने त्यांना बेवारशासारखे तिथे टाकून ते निघून गेले होते. त्यांना चांगल्या दवाखान्यात घेऊन

जातो असे म्हटल्यावर त्यांनी मानेने 'नको' असा इशारा केला. त्यांच्या डोळयात आनंद आणि दु:खमिश्रित अश्रू होते. त्यांनी माझ्या डोक्यावरून हात फिरवला आणि आपले प्राण सोडले. मी पुन्हा एकदा पोरका झालो होतो.

मी बँकेत जॉईन झालो. त्यासोबत संध्याकाळी लोकांच्या घरी जाऊन कॉमर्सच्या विषयांचे क्लास घेऊ लागलो आणि त्याबरोबर बँकेतील पुढच्या परीक्षेची तयारी करू लागलो.

बँकेतच माझी आणि वैष्णवीची पहिली भेट झाली. ती आपल्या वडिलांसोबत आली होती. वैष्णवीचे वडील व्यावसायिक होते. त्यांचा लग्नमंडप आणि डेकोरेशनचा बिझनेस होता. त्यांना आता बँकेत येणे जमणार नव्हते. म्हणून त्यांच्या अकाऊंटमधे वैष्णवीला जॉईन्ट होल्डर म्हणून नाव टाकायला ते आले होते. त्यानंतर वैष्णवी एकटीच बँकेत यायला लागली. ती कॉलेजला शिकत होती. पंजाबी ड्रेस आणि दोन लांब वेण्या असा तिचा नेहमीचा अवतार. दिसायला साधारण पण खूप स्मार्ट. मी बँकेचा कर्मचारी आणि ती आमची कस्टमर हेच आमचे नाते. कधी कधी ती मला तिच्या शंका विचारायची. फार नेमके बोलायची तिची सवय होती.

एक दिवस तिने इकॉनॉमिक्स आणि अकाऊन्ट हे विषय शिकवायला कुणी माहीत आहे का असे मला विचारले. 'या वर्षी फायनल आहे. चांगले मार्क पडले पाहिजेत'. असे म्हणाली. 'मीही ड्यूटी नंतर क्लासेस घेतो.' असे तिला सांगितले. ती खुश झाली. दुसऱ्या दिवशी येऊन तिने तिच्या घरी तिला शिकवायला येण्यासाठी मला होकार दिला.

मी तिला शिकवायला तिच्या घरी जाऊ लागलो. हॉलमधेच बसून आमची शिकवणी व्हायची. ती फार हुशार होती. सांगितलेले पटकन समजायचे तिला. कधी कधी वैयक्तिक गप्पासुद्धा होऊ लागल्या. एखाद्या वेळेला तिचे वडीलसुद्धा आमच्यासोबत चहा वगैरे घेत. आमची मैत्री झाली. हळूहळू तिने माझी चौकशी केली. माझा भूतकाळ आणि संघर्ष केल्याच्या गोष्टी ऐकून तिला फार वाईट वाटले होते.

कधी आणि केव्हा ती मला आवडायला लागली ते कळलेच नाही. पण माझ्या परिस्थितीची मला जाणीव होती. म्हणून मी तिला माझ्या मनातले काहीही कळू दिले नाही. निर्विकार भावाने शिकवत राहिलो.

वैष्णवी चांगल्या मार्कांनी बी. कॉम पास झाली. सगळे आनंदी झाले. तिला पुढे MBA करायचे होते. तिने मला अॅडमिशन प्रोसेसमधे मदत करायची विनंती केली. मग फॉर्म आणणे, भरणे आणि वेगवेगळया टप्प्यात मी तिला मदत करू लागलो. स्पर्धा परीक्षेत वेगळया प्रकारची तयारी करावी लागते. मला फक्त बँकेच्या परीक्षेचा अनुभव होता. यासाठी तिला दुसरा क्लास लावावा लागला. माझे तिच्या घरी जाणे बंद झाले.

पण का कोण जाणे माझे मन लागेना. अधूनमधून मी तिच्या क्लास संपायच्या वेळेवर काहीतरी कारण काढून तिच्या क्लासबाहेर थांबू लागलो. ती भेटली की तिच्यासोबत चालत चालत घरापर्यंत तिला सोडायचे. हळूहळू ते रोजचे झाले. तिने कॅटची परीक्षा दिली आणि तिचे सिलेक्शन झाले. आता ती शिक्षणासाठी मोठ्या शहरात जाणार म्हणून मला खूप वाईट वाटत होते. पण मी काहीही बोलण्याच्या परिस्थितीत नव्हतो.

ती गेल्यानंतर मी बँकेच्या परीक्षेची तयारी करू लागलो. ती अधूनमधून सुट्टीत आली तर मला आवर्जून भेटायची. तिचे MBA पूर्ण होईपर्यंत मीही दोन परीक्षा दिल्या होत्या आणि असिस्टन्ट मॅनेजर झालो होतो. ज्या दिवशी ती MBA करून परतली त्या दिवशीच माझे प्रमोशन होऊन मुंबईला पोस्टिंग मिळाली होती.

मी त्यांच्या घरी पेढे घेऊन गेलो आणि मुंबईला जाणार असल्याचे सांगितले. एका आठवड्यात मला मुंबईला बँकेत जॉईन व्हायचे होते. मला वाईट वाटत होते. ती आजच शिक्षण पूर्ण करून आली आणि मी एका आठवड्यात जाणार. पण इलाज नव्हता, कारण मी माझ्या मनातले तिला कधी सांगितलेच नव्हते. तिच्यासाठी मी फक्त एक चांगला मित्र होतो. मी तयारीला लागलो.

दोन दिवसांनी ती बँकेत आली. बँकेची वेळ संपत आली होती. आम्ही दोघे निघालो. त्या दिवशी ती मला बागेत घेऊन गेली. मला आश्चर्य वाटले. मात्र तीच भेट माझे जीवन बदलणारी भेट ठरली.

❀ ❀ ❀ ❀

वैष्णवीने सुहासचा डबा भरून, त्याची बॅग, किल्ली, मोबाईल वगैरे हॉलमधे टेबलवर आणून ठेवले. अजून सुहास उठला नव्हता. सुहास रात्री बराच वेळ लिहित बसला होता हे तिला माहीत होते म्हणून त्याला थोडे अजून झोपू देत म्हणून तिने उठवले नव्हते. मात्र आता नाही उठला तर त्याला बँकेत जायला उशीर होईल म्हणून वैष्णवी त्याला उठवायला गेली.

"सुहास! ऊठ आता, साडेसात वाजलेत. ऑफिसला पोहोचायला उशीर होईल नाहीतर." - वैष्णवी.

"अगं आधीच उठवायचे नं." लगबगीने तो उठून बाथरूममधे गेला.

"अरे तू खूप उशीरा झोपलास नं रात्री, म्हणून नाही उठवले. काही फार उशीर झालेला नाहीये. ऑफिसची बॅग आणि तुझा डबा मी तयार ठेवला आहे. पटकन फ्रेश होऊन ये. मी चहा ठेवते." - वैष्णवी.

"हो गं. पूर्ण लिहून होईपर्यंत दोन वाजले होते. पण एकदाचे लिहून टाकले." तो म्हणाला आणि टॉवेल घेऊन अंघोळीला पळाला.

तो तयार होऊन येईस्तोवर वैष्णवीने चहा तयार ठेवला होता. सोबत लोणी लावलेले टोस्ट होते. दोघे चहा प्यायला लागले.

"ए, ते तू लिहिलेले मला दाखव नं. बघू तरी काय लिहिलेस ते?" - वैष्णवी.

"उं हुं आधी तू पण लिही. तुझे लिहून झाले की आपण दोघे एकमेकांना दाखवू. ठीक आहे?" –सुहास.

"ठीक आहे. दुपारी लिहून ठेवते. संध्याकाळी आपण दोघे वाचू." - वैष्णवी.

"चल निघतो मी. आठ पाच झालेत. मग ट्रॅफिक वाढले की स्कूटर काढायला फार अवघड होते." सुहासने त्याची बॅग खांद्यावर लटकावली आणि मोबाईल, रुमाल वगैरे खिशात ठेवले.

"अन् हो. थँक यू. तू सगळे तयार ठेवलेस." असे म्हणून त्याने वैष्णवीला जवळ घेत तिच्या गालावर हलकेच चुंबन दिले आणि सुहास निघाला.

वैष्णवीने दार लावले आणि ती वरुणजवळ आली. काल वरुणचा ताप शमला होता. फिट्स पण आल्या नव्हत्या. खरेतर आजपासून त्याला शाळेत पाठवायचे असे ठरवले होते. पण त्याला अजूनही थोडे अशक्त वाटत होते. म्हणून उद्यापासून त्याला शाळेत पाठवू असा मेसेज टीचरला करून वैष्णवीने घरूनच काम करायचे ठरवले. नंतर फोन करून मॅनेजरला सांगते असा मनोमन विचार केला.

वरुण उठला होता. त्याने मम्मीकडे बघून एक गोड स्माईल दिले "गुड मॉर्निंग मॉम" तो म्हणाला.

"गुड मॉर्निंग बेटा." तिने त्याला कुशीत घेतले आणि त्याच्या कपाळावर चुंबन दिले. "मॉम नाही नं बेटा, आई म्हणायचे असे आपले ठरले आहे नं?"

"पण डोरेमॉन आणि नोबिता तर मम्मीला मॉम म्हणतात नं?" - वरुण.

"बेटा ती सिरीयल जपानची आहे. आपण भारतीय आहोत नं? आपण आई म्हणायचं. चल ऊठ आता."

रोहिणी आणि निखिल जोशीकाकांच्या घरी आले. मधुर झोपला होता आणि पीहू काकूंसोबत खेळत होती. रोहिणीला बघून लगेच बिलगली.

रोहिणी आणि निखिल दोघांच्या चेहऱ्यावर समाधानाचे भाव पाहून जोशी कुटुंबाला आनंद झाला. 'चल चहा करते' म्हणून जोशीकाकू किचनमधे गेल्या. जोशीकाकूंनी गॅसवर चहाचे आधण ठेवले. रोहिणी सुद्धा त्यांच्या मागे किचनमधे आली. तिने ट्रे, कपबशा वगैरे मांडायला सुरूवात केली. सोबत एका प्लेटमधे खारे पदार्थ आणि बिस्किट वगैरे काढले. ट्रेमधे चहा घेऊन दोघीजणी हॉलमधे आल्या. सगळे चहा प्यायला लागले.

निखिलने पोलिसठाण्यामधे काय झाले ते दोघांना सांगितले. एकापरीने जे झाले ते बरोबर असाच भाव दोघांच्या चेहऱ्यावर आला. "तोच रस्ता दाखवतो बाळा. काही काळजी करू नको. सगळे व्यवस्थित होईल" असे जोशीकाका म्हणत असतानाच मधुर आला. "आणि बघ मधुर कित्ती खूष आहे. अन् तुम्हाला माहीत आहे का मधुर किती छान चेस खेळतो ते? आज त्याने मला हरवले माहित्ये का?" म्हणत निखिलकडे बघून डोळा मारला.

"अच्छा!!! काँग्रॅच्युलेशन्स बेटा. काका तर खूप छान चेस खेळतात. तरीही तू त्यांना हरवले?" निखिल मधुरकडे बघत म्हणाला. मधुर खूष झाला. तो निखिलजवळ आला. निखिलने त्याला मिठी मारली.

"चला" रोहिणी म्हणाली. सगळे घरी आले.

रोहिणीने पीहूचे कपडे बदलले. मग स्वत: फ्रेश झाली. मेड दोन दिवस गावाला जाऊन येते म्हणून गेली होती. म्हणून ती स्वयंपाक करण्यासाठी किचनमधे गेली. खूप दिवसांनी आज थोडे बरे वाटत होते. बऱ्याच दिवसांनी मधुर खूष दिसला होता. ती किचनमधे मग्न झाली. निखिल आणि मुलं टीव्हीवर कुठला तरी सलमानचा चित्रपट बघत बसली.

थोड्या वेळात निखिल किचनमधे आला आणि डायनिंग टेबलवर जेवणासाठी ताट वाट्या चमचे वगैरे काढू लागला.

"अगं लक्षात आहे नं, उद्या आपल्याला जायचे आहे." - निखिल.

"हो चांगलेच लक्षात आहे. पण मुलांना काय सांगायचे?" - रोहिणी म्हणाली.

"माझ्या काका कडे जात आहोत असंच काहीतरी सांगू या." - निखिल.

"ठीक आहे." रोहिणीने स्वयंपाक आवरून जेवणाचे सामान ट्रेमधे ठेवले आणि हॉलमधे आली. दोघांनी मिळून सगळयांची ताटं वाढली आणि चित्रपट बघत बघत जेवायला सुरूवात केली.

चित्रा स्टुडियोला जाण्यासाठी तयार झाली. तिचे डोळे थोडे सुजलेले होते. ते तिने थोडे मेकअप करून लपवायचा प्रयत्न केला होता. शुक्रवारी सुट्टी घेतल्यामुळे आकाशला पण आज लवकर ऑफिसला जायचे होते. तिने पटकन श्रुतीचे प्रोजेक्ट आवरून बॅगमधे ठेवले आणि श्रुतीला लवकर तयार होण्यासाठी आवाज दिला.

"माझं डोकं खूप दुखतंय. तू श्रुतीला शाळेत सोडतोस का?" - चित्रा.

"ठीक आहे श्रुतीला मी शाळेत सोडतो. तुला पाहिजे असेल तर थोडा आराम करून स्टुडिओत जा." तो चित्राला म्हणाला.

“नको, मी पण निघते. जरा ऑफिसला जाऊन फक्कड कॉफी घेईन.” ती म्हणाली.

“मी करून देऊ का? मी ही घेतो सोबत.” - आकाश.

“चालेल. पण तुला उशीर नाही का होणार?” – चित्रा.

“अगं आहेत १०-१५ मिनिटे. तोपर्यंत श्रुतीपण तयार होईल.” बोलता बोलता आकाश किचनमधे गेला आणि पाच-सात मिनिटातच दोन कप कॉफी घेऊन आला.

दोघांनी कॉफी प्यायला सुरूवात केली.

“छान झालीये. आणि रात्रीच्या बाबतीत सॉरी. पण मी खूप डिस्टर्ब झाले होते म्हणून...” - चित्रा.

“अगं ठीक आहे. मनातले बोललीस नं. बरे केलेस. चल, आपण आज संध्याकाळी किंवा उद्या सकाळी त्या जाहिरातीतल्या अण्णासाहेबांना फोन करू. चालेल?” - आकाश.

“ठीक आहे.” म्हणता म्हणता चित्राच्या चेहऱ्यावर खुशीचे भाव आले.

“चल निघतो आम्ही. श्रुती चल गं.” आकाशने हाक मारली.

“आले पप्पा.” - श्रुती.

तिघे जण सोबतच घराबाहेर पडले.

घरची कामे आवरून वैष्णवीने ऑफिस टेबलवर आपला लॅपटॉप उघडला. ईमेल्स बघून उत्तरे लिहिली. एक प्रपोजलचे काम होते. ते बघून एक टीम कॉल ऑर्गनाइज केला. एका तासाचा कॉल घेऊन टीममधे काम वाटून दिले. पुन्हा सहा वाजता कॉल करून स्टेटस डिस्कस करू असे ठरवले. स्वत:कडे सुद्धा काही काम ठेवले, पण ते लवकर संपवता येणार होते.

मग एक नविन वर्ड डॉक्यूमेंट उघडले आणि “आजोबा भाड्याने देणे आहे” जाहिरातीतील अण्णासाहेबांची अट लक्षात घेऊन लिहायला सुरूवात केली. सुहास आणि आपले सकाळीच बोलणे झाले आहे. उद्या सकाळी त्यांना फोन करायचा आहे. म्हणून तिला ते लिहून संपवायचे होते.

फारसे काही नव्हतेच. लहानपण म्हणजे घरात बाबा आणि आऊ. आऊ म्हणजे बाबांची सगळ्यात मोठी बाल विधवा बहीण.

आई नावाची व्यक्ती जीवनात कधीच बघितली नव्हती. त्यामुळे समज आल्यापासून आईची आठवण म्हणजे देव्हाऱ्याच्या बाजूला असलेले एक हार टांगलेले चित्र. आई माझा जन्म झाल्यावर दोन-तीन दिवसातच डिलिव्हरीमधे आलेल्या कुठल्यातरी कॉम्प्लिकेशनमुळे गेली इतकेच मला माहीत होते. बाबांचे आईवर खूप प्रेम होते. तिच्या

चित्रावर दररोज नियमाने नवीन फुलांची माळ लावली जायची. वर्षातून एक-दोन वेळा तिचे चित्र काढून तिच्या नावाने पूजा वगैरे सुद्धा व्हायची. असो.

बाबांनी माझा जन्म झाल्यानंतर दुसरे लग्न केले नाही. त्यांचा लग्नमंडप आणि त्यासंबंधी डेकोरेशन याचा पिढीजात बिझनेस होता. भरवशाची माणसे आणि अनुभवाचे काम होते त्यामुळे बाबांना कधी कामाचे फार टेन्शन आहे असे वाटले नाही. आऊ आणि बाबांचे माझ्यावर खूप प्रेम होते. दक्षिण भारतात राहून सुद्धा त्यांचे संस्कार मराठमोळे होते. एकटी लाडकी मुलगी म्हणून कधीही हट्टी होऊ दिले नाही, की, घरची शिस्त मोडू दिली नाही. कधी फालतू लाड पुरवले नाहीत. दहावीपर्यंत फक्त मुलींची शाळा. शाळा आणि घर एवढेच माहीत होते. आऊ घरचे काम शिकवायची आणि बाबा शाळेचा अभ्यास घ्यायचे. घरगडी होतेच पण काही कामं घरच्या स्त्रीनेच करायची हे दोघांचे मत. स्वयंपाक करणे, जेवायला वाढणे, पूजा करणे हे सगळे रुटीन काम सांभाळून अभ्यास करायचा. त्यातून वेळ मिळाला तर शिवणकाम, भरतकाम, विणकाम असेच काही काही आऊसोबत शिकत गेले.

दहावी झाल्यानंतर बाबा मला कधीकधी त्यांच्या ऑफिसमधे घेऊन जाऊ लागले. मी एकुलती एक मुलगी म्हणून पिढीजात काम मलासुद्धा समजावे हा त्यांचा हेतू. हळूहळू तिथे राहून छोटे छोटे काम मला करायला लावायचे. एखादे बिल लिहून दे. सामान मोजून घे, वगैरे.

दहावीनंतर कॉलेजमधे को-एज्युकेशन होते. मात्र तिथे सुद्धा दक्षिण भारतीयच जास्त होते. लहानपणापासून तिथे राहून मला तिथली भाषा वगैरे जरी समजत असली तरी ती संस्कृती तेवढी अंगवळणी पडली नव्हती. त्यातून मी मुलींच्या शाळेतून आलेली. त्यामुळे संकोच अजूनच जास्त होता. कॉलेजमधे सुद्धा फारशा मैत्रिणी झाल्या नव्हत्या. अभ्यास एके अभ्यास एवढाच माझा आणि कॉलेजचा संबंध. असो.

सेकंड ईयर होता होता बाबांना थोडा थकवा जाणवू लागला. धावपळ सहन होईना झाली. मग मीच आतापासून बँकेची कामे सांभाळायची असा त्यांनी निर्णय घेतला. माझे नाव बिझनेसच्या जॉइंट अकाउंटमधे टाकले आणि मी ॲडिशनल सिग्नेटरी म्हणून बँकेत लिहून दिले. बँकेचे साधारण व्यवहार मला तीनचारदा नेऊन शिकवले आणि सुहासची ओळख करून दिली. सुहासच आमचे अकाउंट सांभाळत होता. तो पण मराठी असल्यामुळे मला थोडे हायसे वाटले. काहीही शंका असली की मी त्याला निःसंकोच विचारू शकत होते. तो प्रामाणिकपणे मला व्यवहाराच्या आणि गुंतवणुकीच्या बाबतीत मार्गदर्शन करायचा. तो इतरांपासून वेगळा होता. आपण भले आणि आपले काम भले. त्याच्या नजरेत कधीही काहीही वेगळे पाहिले नाही. मला मनातून त्याच्या बाबतीत

आदर वाटायचा.

फायनल इयरमधे आल्यावर मला अर्थशास्त्र आणि अकाउंट दोन्ही विषय खूप अवघड वाटू लागले. कुणीतरी शिकवले तर बरे होईल असे वाटत होते. पण बाबा मला एकटीला क्लासला जाण्यासाठी नको म्हणाले. कुणी घरी येऊन शिकवत असेल तर ते बरे पडेल असे त्यांचे मत. मग मी सुहासला विचारले. तर तो स्वत:च ऑफिसनंतरच्या वेळेत हे विषय शिकवत असल्याचे त्याने सांगितले. बाबांना विचारल्यावर त्यांनी होकार दिला.

घरी येऊन सुहास मला शिकवू लागला. त्याची शिकवण्याची लकब फार छान होती. खूप नेमके उदाहरण देऊन तो कुठलीही कन्सेप्ट एकदम छान शिकवायचा. कधीही माझ्या बाबतीत वैयक्तिक चौकशी नाही किंवा स्वत:च्या बाबतीत काही सांगणे वगैरे काही नाही.

एक दिवस बाबा कुठल्या तरी गोष्टीवर नाराज झाले. त्यादिवशी माझा अभ्यासाचा मूड नव्हता. सुहासला ते समजले आणि अभ्यास न घेता त्याने माझी समजूत घातली. पहिल्यांदा त्याने स्वत:ची पार्श्वभूमी आणि संघर्षाची कहाणी मला सांगितली. इतके सगळे मनात असून हा इतका शांत, इतका समजूतदार कसा हा प्रश्न मला पडला होता. स्वत:च्या बळावर इतके काही मिळवणारा माणूस फार उच्च मनोवृत्तीचा आहे इतके नेमके कळले. त्याची कहाणी ऐकून मी स्वत: किती भाग्यवान आहे असे वाटले. मग कधीकधी मी माझ्या मनातले त्याच्याशी बोलू लागले. बी कॉम. मधे मला खूप छान मार्क मिळाले म्हणून त्याला खूप आनंद झाला. कारण त्याचे प्रयत्न यशस्वी झाले होते. मी एमबीए करावे अशी माझी इच्छा असल्याचे सांगताच त्याने बाबांना समजावून त्यांची परवानगी मिळवून दिली आणि सगळ्या प्रोसिजरमधे मला मदत केली. कधी कधी क्लाससमोर काहीतरी कामानिमित्त आलेला दिसला की आम्ही सोबतच चालत घरी येत असू. मधे मधे तो मला स्पर्धा परीक्षेत काय गोष्टी लक्षात ठेवाव्या वगैरेचे मार्गदर्शन करीत होता.

एमबीएला ॲडमिशन झाली आणि मी चेन्नईला आले. मी चेन्नईला येताना सुहास ट्रेनवर सोडायला आला होता. त्याच्या डोळ्यात तो खूप उदास झाला आहे हे नेमके समजत होते. पण तो खुश आहे असेच दाखवत होता.

चेन्नईचे सगळे वेगळेच जग. पण अभ्यास खूप जास्त होता. बाबांचा भरवसा आणि आऊची शिकवण याला कधीही धोका होऊ नये याची मी पूर्ण काळजी घेतली. मात्र इथे आल्यावर मला सुहासची खूप आठवण यायची. घरी गेल्यावर मी सुहासला भेटायची. त्यालाही खूप आनंद व्हायचा. तोही बँकेच्या परीक्षा देतच होता आणि आता तर तो

असिस्टंट मॅनेजर झाला होता.

लास्ट सेमेस्टर अर्धवट असताना बाबांनी मला आऊ आजारी आहे म्हणून बोलावणे पाठवले. आऊ वयोमानाप्रमाणे आता खचली होती. बोलून दाखवले नाही तरी भावाचे आणि स्वत:चे एकटे जीवन तिला मनात खात होते. ती सोडून गेल्यानंतर मी खूप एकटी पडले. माझी तर तीच खरी आई होती. ती गेल्यानंतर सुहास माझी खूप समजूत घालायचा. त्याला माझे मन समजत होते. त्याच्या आपुलकीने माझ्या मनात प्रेमाचा अंकुर फुटून त्याचा वृक्ष केव्हा झाला हे मलाच कळले नव्हते.

एमबीए पूर्ण झाल्यावर घरी आले. नोकरी नेमकी कुठे करणार अजून ठरले नव्हते. मी घरचा बिझनेस सांभाळावा असेच बाबांना वाटत होते. मी एखादी चांगली कंपनी बघून नोकरी करावी असे मला वाटत होते. अशातच १-२ दिवस गेले. तिसऱ्या दिवशी सुहास पेढे घेऊन आला. त्याला मॅनेजर म्हणून मुंबईला पोस्टिंग मिळाल्याचे सांगितले. मला खूप आनंद झाला. का कोण जाणे, इतक्या आनंदात सुद्धा तो दूर जाणार ह्याचे दु:ख जास्त होते. सुहास पण आनंदी दिसत असला तरी त्याचे डोळे उदास वाटले. तो पुढच्या रविवारी मुंबईला जाणार होता. आता जर मनातले सांगितले नाही तर कधीच सांगू शकणार नाही असेच वाटत होते. मी दुसऱ्या दिवशी त्याला ऑफिसमधे गाठले. कधी नव्हे ते गार्डनमधे गेलो. तिथेच आम्ही दोघे एकमेकांसाठी बनलो आहोत हे आम्हाला उलगडले. हे जीवन सोबत जगायचे अशी आम्ही दोघांनी शपथ घेतली.

दुसऱ्या दिवशी सुहासने बाबांकडे मागणी घातली. बाबांनी नकार दिला. सुहासमधे काहीही नकारात्मक नसले तरी तो एकटा होता. त्याच्या गणगोत वगैरे बाबतीत काहीही पूर्ण माहिती नव्हती. त्याला जे आठवत होते त्या भरवशावर त्यांना लग्न करणे पसंत नव्हते. आपले प्रेम आहे वगैरे सांगितल्यावर त्यांनी दोन अटी टाकल्या. सुहासने आपल्या गावी जाऊन त्याच्या काका काकूंना लग्नाची बोलणी करण्यासाठी बोलावणे आणि लग्न झाल्यानंतर त्यांचा व्यवसाय सांभाळणे. सुहासने दोन्ही गोष्टींसाठी नकार दिला होता. दोघेही अडून बसले. कुणीही माझे ऐकायला तयार होईना. मला काय करावे समजत नव्हते.

शेवटी रविवारी सुहास मुंबईला गेला.

निखिलने आज संध्याकाळी कुठल्याही अपॉइंटमेंट ठेवल्या नव्हत्या. तो आज लवकर घरी येणार म्हणून सांगितले होते. आज ठरल्याप्रमाणे काकांकडे जायचे होते. दोघेही आजोबांकडे जाण्यासाठी फार उत्सुक होते. रोहिणीने पीहूला तयार ठेवले होते. तिचीपण तयारी होत आली होती. स्वयंपाक करणारी मेड आजही येणार नव्हती म्हणजे

तेही टेन्शन नव्हते.

डोअरबेल वाजताच रोहिणीने दार उघडले. निखिल होता.

"बरे झाले लवकर आलास. मला थोडे टेन्शन आले होते. शेवटच्या क्षणी नाहीतर एखादी इमर्जन्सी येईल अशी. तू थोडा चहा घेशील नं? मी केलाय माझ्यासाठी." - रोहिणी.

"हो चालेल." - निखिल.

रोहिणीने लगेच किचनमधे जाऊन चहा आणला. दोघांनी तो चहा पटकन संपवला.

"चल लवकर फ्रेश हो. मीही तोपर्यंत साडी नेसून घेते. मधुर तूही रेडी हो लवकर. आपल्याला बाहेर जायचे आहे." - रोहिणी.

"ठीक आहे. पण आज साडी?" निखिल जरा मिश्कीलपणे बोलला.

"अरे हो रे. आता ते एकदम मला सुनबाई म्हणाले म्हणून कमीत कमी पहिल्यांदा तरी त्यांच्यासमोर साडी नेसून जावे असे मला वाटले. बरोबर आहे नं?" - रोहिणी.

"अगं एकदम बरोबर. मी नुसती गंमत केली. चल सहापर्यंत निघायला हवे. उशीरा जाणे ठीक नाही दिसत." - निखिल.

थोड्या वेळात दोघे तयार झाले. पीहू बाहेर जायचे म्हटल्यावर खुश होती. नवीन फ्रॉक आणि बूटमोजे घालून नाचत होती. पण मधुर अजून तयार नव्हता. तो रूममधे उदास बसला होता.

"मधुर, अरे बेटा लवकर तयार हो नं. आपल्याला उशीर होईल." निखिल म्हणाला.

"पप्पा आपण कुठे जात आहोत? सिनेमा बघायला? की कुठे पार्टी आहे? मला कुठेही जायचे नाहीये." - मधुर.

"का बरे? काय झाले? का नाही येणार?" निखिल थोडा चिंतित होऊन म्हणाला.

"मला बरं वाटत नाहीये. मी घरी थांबतो एकटा किंवा जोशीकाकांकडे. तुम्ही जाऊन या." - मधुर.

"नको रे बाळा. आपण कुठल्याही पार्टीला किंवा सिनेमाला नाही जात आहोत. माझे एक काका आहेत दूरचे. त्यांच्याकडे जायचे आहे संध्याकाळी जेवायला. ते खूप चांगले आहेत. त्यांना भेटल्यावर तुला खूप चांगले वाटेल." - निखिल.

"नाही पप्पा. मला भीती वाटते. ते नवीन काका ड्रायव्हरसारखे असले तर?" - मधुर.

"नाही बेटा. सगळे लोक वाईट नसतात. मी आहे नं तुझ्यासोबत. मग कसली भीती? चल लवकर तयार हो." – रोहिणी

मधुर थोडा नाराजीनेच तयार झाला. सगळे कारमधे बसले.

निखिलने गुगल मॅपवर पत्ता टाकला. "सात वाजेपर्यंत पोहोचू. रोहिणी, तू काकांना फोन करून सांग आम्ही येतोय ते." रोहिणीने फोन लावला. फोन घरगड्यानेच उचलला होता. रोहिणीने सांगितले.

"हो ताई. काकांनी सांगितले होते. ते जरा बाहेर गेलेत. येतील तोपर्यंत." घरगडी म्हणाला.

फारसे ट्रॅफिक नव्हतेच. ते सगळे बरोबर सात वाजता दिलेल्या पत्त्यावर पोहोचले. ती एक तीन मजल्यांची जुनी बिल्डिंग होती. काकांचे घर पहिल्या मजल्यावर होते. लिफ्ट वगैरे प्रकार नव्हताच. ते पायऱ्या चढून वर गेले. दार उघडेच होते. घराबाहेर चपला ठेवायला छोटेसे कपाट होते आणि खाली पाय धुण्यासाठी नळ आणि छोटीशी मोरी होती.

दार वाजवले तर घरगडी बाहेर आला. साधारण चाळीसेक वर्षांचा माणूस असावा. त्याच्या चेहऱ्यावर समाधानाचे तेज होते. "या या निखिलदादा, रोहिणी ताई. काका दोन मिनिटात येतायत." सगळे घरात गेले.

दोन मिनिटात त्यांनी सगळ्या हॉलवर नजर फिरवली. हॉल साधारण घरांपेक्षा थोडा मोठा होता. दारासमोरच एक छोटा देव्हारा होता. त्यात गणपती, सरस्वती आणि साईबाबा यांच्या मूर्ती होत्या, एक शिवलिंग होते. त्यावर बेलपत्र आणि ताजी फुले वाहिलेली होती. तेलाचा दिवा लावलेला होता आणि वातावरणात उदबत्तीचा वास दरवळलेला होता. एका कुईरीत हळदी कुंकू होते. देव्हाऱ्याच्या बाजूला एका छोट्या स्टुलावर कुंडीत तुळस लावलेली होती. दारातून आत गेल्यावर डावीकडे एका जाडजूड डबलबेड इतक्या मोठ्या गादीवर पांढरी चादर टाकून भारतीय बैठक केलेली होती. त्याच्या समोर एक छोटा सोफासेट होता. मध्यभागी एक टीपॉय होता. त्याच्या खालच्या भागात मराठी व इंग्रजी वर्तमानपत्रं ठेवली होती.

सोफ्याच्या बाजूलाच आतमधे जाण्यासाठी एक पॅसेज होता. त्यानंतर एक खिडकी होती. खिडकीच्या अर्ध्या बाजूला काच आणि खालच्या भागात एक छोटासा कट्टा होता. जेणेकरून किचनमधून जेवण खिडकीतून देता यावे. खिडकीपासून एक दोन फूट अंतरावर एक सहा खुर्च्यांचे डायनिंग टेबल होते. डायनिंग टेबलपासून दोन फुटावर एक लाकडी कपाट होते. त्यात जेवणासाठी लागणारी स्टीलची भांडी व्यवस्थित रचून ठेवलेली होती. पॅसेजच्या एकदम समोर एक लाकडी बुकशेल्फ होते त्यात वेगवेगळी पुस्तके व्यवस्थित लावून ठेवलेली होती. टीव्ही नावाचा प्रकार हॉलमधे तरी दिसला नव्हता. हॉलच्या छताला तीन छोटी छोटी काचेची झुंबरे टांगली होती. त्यात पिवळया रंगाचे एलईडी बल्ब लावलेले होते. बैठकीच्या एकदम वर एक सिलिंग फॅन आणि

डायनिंग टेबलजवळ एक वॉल माउंटेड पंखा होता. सगळे एकदम सुटसुटीत. कुठलेच अवडंबर नाही. कुठूनतरी कुमार गंधर्व यांचे "ऋणानुबंधाच्या....." हे गाणे हळूच ऐकू येत होते. हॉलमधे एक प्रसन्न असे वातावरण होते.

रोहिणी आणि निखिल उभ्यानेच सगळे बघत होते. पीहू सोफ्यावर जाऊन बसली. आणि मधुर बुकशेल्फ मधली पुस्तके बघू लागला. कुठे बसावे ह्या विचारात असतानाच आतून आवाज आला. "शंकर जरा भाजीकडे बघ रे." आणि टॉवेलने हात पुसत पुसत अण्णासाहेब किचनमधून बाहेर आले. निखिल-रोहिणीची आणि त्यांची नजरानजर झाली.

अण्णासाहेब साधारण साठ-पासष्ठ वर्षांचे असावेत. गोरा रंग, कसरती अंगकाठी, अर्धवट पांढरे झालेले देव आनंद स्टाईलचे केस, डोळ्यांवर सोनेरी फ्रेमचा चष्मा, पांढराशुभ्र पायजमा कुरता. डोळ्यात चमक, प्रेमळ भाव आणि ओठांवर हलके स्मित. बघताक्षणी एकदम मनात सन्मानाचीच भावना यावी असे एकदम रुबाबदार व्यक्तिमत्त्व!

"या या सुनबाई...." म्हणत ते हॉलमधे आले. रोहिणीने पुढे येऊन डोक्यावर पदर घेतला आणि वाकून त्यांना नमस्कार केला. "अखंड सौभाग्यवती भव...." त्यांनी आशीर्वाद दिला. निखिलनेही त्यांना हात जोडून नमस्कार केला.

"या बसा." म्हणत काका बैठकीवर आरामात बसले. रोहिणी आणि निखिल पण त्यांच्यासमोर गादीवर बसले. "बरे केले तुम्ही जेवायला आलात. मला खूप आनंद झाला. आज माझ्या हातची वांग्याची भाजी खाऊनच बघा."

"आम्हालाही तुम्हाला भेटून खूप आनंद झाला काका." निखिल म्हणाला. "मधुर, पीहू. इकडे या बघू. यांना नमस्कार करा. हे माझे काका आणि तुमचे आजोबा."

मधुर आणि पीहू आले. नमस्कार केला. "खूप शिका... मोठे व्हा... कोणत्या वर्गात शिकतोस रे मधुर?"

"मी चौथीत आहे." मधुर थोडे अंग चोरून संकोचत म्हणाला.

"अरे घाबरतोस काय? हे बघ, मला तू आतापासून आप्पा म्हणायचे. काहीही संकोच नको. आपलेच घर आहे हे. कुठला विषय आवडतो तुला?"

"गणित आणि विज्ञान" - मधुर म्हणाला.

"हो का. बघ किचनसमोर जी खोली आहे ती माझी स्टडी रूम. तिथल्या कपाटात तुझ्या आवडीच्या विषयांची पुस्तके सापडतील. एक कंप्यूटर आहे. त्यात गणित आणि विज्ञानाचे क्विज गेम पण आहेत. तुला जे आवडेल ते वाच किंवा खेळ. घरात जिथे जायचे असेल जा. जे बघायचे ते बघ. काही फाटेल, खराब होईल वगैरेची फिकिर करायची नाही. तुझे आई बाबा काहीही बोलणार नाहीत. मात्र बेडरूममधला टिव्ही

लावायचा नाही. समजले?" मधुरने होकारात्मक मान हलवली आणि रूममधे गेला.

"आणि पीहूताई तुम्ही का रुसलात?" मिश्किलपणे हसत काकांनी विचारले.

"आमाला नाई विचालले." ती जरा अजूनच फुगत म्हणाली.

"अरे बापरे. चुकलो ताईसाहेब..." काकांनी स्वतःचे दोन्ही कान धरले.

"आपण कुठल्या वर्गात शिकता?"

"नल्सली.. चेंट जेवियल च्कूल" पीहू काकांकडे बघत थोड्या रागाने म्हणाली.

"आता माफ करा ना ताईसाहेब, आमचे कान दुखतात नं." त्यांनी मुद्दाम थोडासा रडवेला चेहेरा केला. पीहू हसली आणि त्यांच्याजवळ गेली. काकांनी तिला उचलून मांडीवर बसवले "आणि तुमचा आवडता विषय कोणता?"

"कललिंग!!" ती त्यांना बिलगत म्हणाली.

"हो का!! फारच कठीण विषय आहे ब्वा. मला जमत नाही. तू माझ्या बुकमधे कलर करून देशील? माझ्याकडे मस्त क्रेयॉन आहेत. चल तुला देतो." म्हणत काका तिला कडेवर घेऊन बेडरूममधे घेऊन जाऊ लागले.

"अरे शंकर. कुठे आहेस तू? अरे, सगळ्यांना पन्हं दे आणून." त्यांनी आवाज दिला.

बेडरूममधे जाऊन त्यांनी आधीच आणून ठेवलेले क्रेयॉन आणि कलरिंगचे पुस्तक पीहूला दिले. तिला खाली सतरंजीवर बसवले आणि एक बैठे स्टडी टेबल तिच्या समोर मांडले.

मग ते परत हॉलमधे आले. एव्हाना शंकरने सगळ्यांना स्टीलच्या ग्लासमधे पन्हे दिले होते.

"हं आता आपण बोलू या." - ते म्हणाले.

"काका आम्ही जाहिरात वाचून आलो हे तुम्हाला माहीत आहेच. त्या बाबतीतच बोलायचे होते." निखिल त्यांच्या घरचे वातावरण बघून हा विषय काढताना जरा गडबडला होता.

"जाहिरात कुठे आणि केव्हा पाहिली? पाहून काय वाटले?" त्यांनी विचारले.

"थोडेसे नवीन होते. कधी असे काही ऐकले नव्हते. पण त्यावेळी आमची मानसिक स्थिती अशी होती की ती जाहिरात अगदी देवदूत आल्यासारखी वाटली." - निखिल म्हणाला.

"अच्छा. मी तुम्हाला म्हणालो होतो की, मी एक चाचणी देणार आहे आणि माझ्या काही अटी आहेत." - ते म्हणाले.

"काका चांगलेच लक्षात आहे. तुम्ही सांगा." - निखिल म्हणाला.

“माझी पहिली अट. माझ्यावर पूर्ण विश्वास ठेवायला हवा. अगदी आपल्या आई वडिलांवर असतो तसा. त्याला काडीमात्रही तडा जाणार नाही ही हमी मी तुम्हाला देतो. विश्वास नसेल तर हा विषय इथेच संपवू.” ते म्हणाले.

“काका असे बोलू नका. आमचा तुमच्यावर पूर्ण विश्वास आहे. तुम्हाला जे विचारायचे ते विचारा.” रोहिणी म्हणाली.

“मला माफ करा, पण तुमच्या दोघांचे आई वडील कुठे असतात?” त्यांनी निखिलला विचारले.

“माफी मागू नका काका. माझे आई वडील देवाघरी गेलेत.” तो म्हणाला “आणि रोहिणीचे वडील ऑपरेशन ब्लू स्टारमधे शहीद झाले. हिची आई हिच्या भावाकडे अमेरिकेत स्थायिक झालीये.”

“ठीक आहे. मला तुमच्या बाबतीत सविस्तर सांगा. लहानपणापासून सगळे काही न लपवता. मला वाटले तर मी दोघांशी वेगवेगळे पण बोलेन.” ते म्हणाले.

रोहिणी आणि निखिलने आपली पूर्ण पार्श्वभूमी त्यांना सांगितली. लहानपण, शिक्षण, नोकरी वगैरे. काका मधेमधे काही प्रश्न पण विचारत होते. दोघांचे त्यांच्या आई वडिलांशी कसे नाते होते, आई वडिलांचे आपसात कसे नाते होते, रोहिणीचे तिच्या भावाशी, आजी आजोबांशी असलेले नाते, तिचे आणि तिच्या सासू सासऱ्यांशी असलेले संबंध वगैरे.

मग त्यांचा कल वर्तमान परिस्थितीवर आला. तोपर्यंत साडेआठ वाजले होते. “शंकर पोरं बघ काय करताहेत. त्यांना भूक लागली असेल. टेबलावर ताट वाट्या चमचे मांड आणि वरण वगैरे गरम कर.”

पीहू आली. तिने पुस्तकात एक दोन चित्रे रंगवली होती. काकांनी अगदी डोळे विस्फारून “कित्ती सुंदर.......वा वा वा वा” म्हणत आपल्या कुर्त्याच्या खिशातून पेन काढले आणि दोन्ही चित्रांवर पाच पाच स्टार दिले.

“आत्ता हे चित्र रंगवून दाखव, मग मी तुला एक गंमत देईन.” असे म्हणत तिला ते पुस्तक परत दिले. पाच स्टार मिळाले म्हणून पीहू एकदम खूष होऊन नाचत नाचत परत बेडरूममधे गेली.

“मधुर बाबा कॉम्प्युटरवर कुठलातरी गेम खेळण्यात एकदम गुंग आहे.” शंकरने येऊन सांगितले.

“ठीक आहे. आम्ही नऊ वाजता जेवायला बसू. तो पर्यंत तू पोळया करून घे” त्यांनी शंकरला सूचना केली.

“बरं. मधुरच्या आणि पीहूच्या बाबतीत सांगा. काय समस्या आहे. मधुर इतका घाबरलेला का वाटतोय?” - त्यांनी विचारले.

निखिल आणि रोहिणीने मधुरसोबत मागच्या आठ दिवसात काय झाले ते सांगितले. सांगताना रोहिणीच्या डोळ्यात पाणी आले. निखिलला सुद्धा भरून आले होते. पोलीस ठाण्यात काय झाले तेही दोघांनी त्यांना सांगितले.

"हं समस्या गंभीर आहे." ते म्हणाले, "पण तुम्ही जे केले ते बरोबर आहे."

"काका, जेवण तयार आहे." शंकर म्हणाला, "दादा ताई, हातपाय धुऊन घ्या. मी पानं वाढतो."

सगळे हातपाय धुऊन डायनिंग टेबलवर आले. भरली वांगी, मटकीची उसळ, वरणभात, कोशिंबीर, लोणचे, ताक, पापड आणि पोळ्या असा मराठमोळी मेनू होता. पीहूसाठी थोडीशी बिनतिखटाची बटाट्याची भाजी होती.

शंकर आणि रोहिणीने सगळ्यांचे ताट वाढले आणि गप्पा मारत सगळे जेवायला लागले.

सोमवार संध्याकाळ-

सुहास आणि वैष्णवी रात्रीचे जेवण झाल्यानंतर बसले होते. उद्या अण्णासाहेबांशी बोलायचे होते. त्या आधी दोघांनी आपापले मनोगत आणि पार्श्वभूमी लिहून ठेवली होती. आता दोघेजण ते एकमेकांशी शेयर करणार होते. नवीन नसले तरी दोघे उत्सुक होते एकमेकांचे लिहिलेले वाचायला. वैष्णवीने प्रिंट काढून ठेवली होती. दोघांनी स्वत: लिहिलेले डिटेल एकमेकांना दिले आणि वाचायला सुरुवात केली.

वाचन संपेपर्यंत दोघेही काही बोलले नाहीत. ते वाचण्यात गुंग झाले होते. वाचून झाल्यावर दोघांनी एकमेकांकडे पाहिले. वैष्णवीच्या डोळ्यात पाणी होते.

दोघांच्या जीवनात किती घडामोडी घडल्या होत्या, कुठल्या भावनांमधून ते दोघे गेले हे इतक्या कमी शब्दात मांडणे शक्य नव्हते खरे. पण दोघे समाधानी दिसले. महत्त्वाचे सारे आले होते दोघांच्या लिखाणात.

सुहास मुंबईला आला होता खरा, पण वैष्णवीला स्टेशनवर रडवेली सोडून आल्याचे त्याला खूप दु:ख होते. त्याला वैष्णवी हवी होती पण तिच्या वडिलांची अट त्याला अगदी नको होती. घरजावई होणे त्याला शक्यच नव्हते आणि त्याचे आजचे जीवन घडवण्यात ज्यांचा कुठलाही हातभार नव्हता अशा काकाकाकूंना स्वत:च्या लग्नाची बोलणी करण्यासाठी बोलावणे त्याला बरोबर वाटत नव्हते. वैष्णवीने बाबांच्या परवानगीशिवाय मंदिरात लग्न करायचे पण सुचवले होते. पण ते त्याच्या अंतर्मनाला पटले नव्हते. बाबांचे आशीर्वाद मिळाल्याशिवाय लग्न करायचे नाही, असे त्याचे ठाम मत होते.

निघायच्या एक दिवस आधीपर्यंत काहीही निर्णय झाला नाही. म्हणून त्याचा नाईलाज झाला होता. त्याने त्याच्याकरवी वैष्णवीला मुक्त केले होते.

"आपली मैत्री पुढेही अशीच कायम राहील. तू वडिलांसोबत राहून त्यांचा बिझनेस सांभाळ आणि तुझे वडील म्हणतील त्याच्याशी लग्न कर. त्यांचा आशीर्वाद मिळाल्याशिवाय मी तुझ्याशी लग्न करणार नाही." असे म्हणून सुहास निघून आला होता.

मुंबईला आल्यानंतर वैष्णवीशी कधी कधी फोनवर बोलणे होई. पण प्रेम आणि लग्नाचे विषय निघाले नाहीत. मात्र दोन महिन्यांनी बँकेत वैष्णवीच्या वडिलांचा फोन आला. त्यांनी त्याला भेटायला बोलावले होते. गेल्यावर त्यांनी दोघांच्या लग्नाला होकार दिला. लाडक्या पोरीचे हाल आणि तिची जिद्द पाहता त्यांचा नाईलाज झाला होता. मात्र ते मनातून दुखावलेले आहेत हे त्याच्यापासून लपले नाही. रात्री वैष्णवी झोपल्यावर तो त्यांची माफी मागायला गेला. त्यावेळी इतक्या कणखर व्यक्तित्व असलेल्या बाबांना रडताना बघून त्याला खूप अपराधी वाटले होते. सुहासने त्यांना दिलासा दिला. भरवसा देण्याचा प्रयत्न केला. पण ते आतून तुटले होते. लग्नासोबतच त्यांनी स्वत:चा व्यवसायसुद्धा बंद करण्याचा निर्णय घेतला होता.

पंधरा दिवसातच त्यांचे लग्न पारंपरिक रीतीने झाले. आधीच ठरल्याप्रमाणे वैष्णवी बाबांसोबत तिथेच थांबली. लवकरच बाबांनी त्यांचा व्यवसाय आवरला. पैतृक घर सोडून बाकी सगळे विकून टाकले आणि वैष्णवी सोबतच मुंबईला येऊन दोघांबरोबर राहायला लागले. मुंबईला आल्यानंतर वैष्णवीला एका ग्लोबल कंपनीमधे नोकरी मिळाली.

हळू हळू सर्व सुरळीत झाले. बाबा वरवर खूष असले तरी खचलेले मन मात्र त्यांना खात होते. एरव्ही ते शांत असले तरी कधी कधी ते सुहासजवळ आपले मन मोकळे करत. वैष्णवीचे लग्न झाल्यावर एका वर्षात त्यांना अर्धांगवायूचा झटका आला आणि ते अंथरूणाला खिळले. त्यावेळी वैष्णवी गरोदर होती. बाबांना नातवाचे तोंड बघायची फार इच्छा होती. मात्र त्यांची तब्येत दिवसेंदिवस ढासळत होती. सुहास आणि वैष्णवीने त्यांची खूप सेवा केली तरी त्यांची ती इच्छा पूर्ण झाली नाही. वैष्णवीच्या डोहाळजेवणाच्या दुसऱ्या दिवशीच त्यांनी देहत्याग केला.

बाबांचा आजार आणि त्यांचा मृत्यू दोन्ही गोष्टी वैष्णवी साठी मानसिकरित्या खूप त्रासदायक होत्या. सुहासने खूप काळजी घेतली असली तरी प्रेग्नन्सीच्या आठव्या महिन्यातच वरुण झाला. त्याचे वजन जरुरीपेक्षा कमी होते. म्हणून डॉक्टरने त्याला इन्क्युबेटरमधेच एक महिना ठेवायला सांगितले. इतके होऊन सुद्धा वैष्णवी आणि सुहासने कुणाची मदत न मागता स्वत: सगळे सांभाळले होते. मात्र वरुण जसा मोठा

होत होता तसे त्याला फिट्स यायला सुरुवात झाली होती. औषध पाणी सगळे करून सुद्धा कधी कमी, कधी जास्त होत होते. म्हणून दोघेही काळजीत होते. वरुण आता सात वर्षाचा झाला होता. आता त्याला प्रत्यक्ष मदत लागत नव्हती. फक्त त्याला त्रास झाला की, कुणीतरी घरी राहून त्याला वेळोवेळी खायला आणि औषध वगैरे देणे महत्त्वाचे होते. आराम केला की त्याला बरे वाटायचे.

"आजोबा भाड्याने देणे आहे" ही जाहिरात बघून त्यांना आशेचा किरण दिसला होता. उद्या सकाळी वरुण एका आठवड्यानंतर शाळेत जाणार होता आणि अण्णासाहेबांना परत फोन करायचा होता. म्हणून जरा लवकर उठून तयारी करावी असे दोघांचे ठरले.

ꕥꕥ ꕥꕥ ꕥꕥ ꕥꕥ

डिनर झाले. चित्राने किचन आवरले. श्रुती होमवर्क करीत होती. थोडे फिरून येऊ असे आकाशने सुचवले आणि दोघे फिरायला खाली आले. छान वारा होता. हातात हात घालून दोघे चालू लागली. चित्राला आज फार हलके वाटत होते.

"चित्रा...." शेवटी शांतता भंग करत आकाश बोलला.

"हं बोल" - चित्रा

"मला तुझे म्हणणे पटले. घरात श्रुतीसोबत एका मम्मीसारख्या आपुलकी असणाऱ्या व्यक्तीची गरज आहे हे नक्की. दोघांनी नोकरी करून हे सहज होणार नाहीये. मेड शेवटी मेड सारखीच असणार. म्हणून मला वाटते ह्या जाहिरातीत असलेल्या अण्णासाहेबांना आपण एकदा तरी भेटावे. हा माणूस 'घरगडी' म्हणून नव्हे तर 'आजोबा' म्हणून स्वतःला ऑफर करतो आहे म्हणजे नक्की काहीतरी वेगळे आहे. नुसती जाहिरात बघून पूर्ण माहिती काढल्याशिवाय आपण ही आयडिया सोडून देणे बरोबर नाही."

"बरोबर आहे तुझे म्हणणे. मलाही हेच म्हणायचे होते. तुलाच पटत नव्हते." –चित्रा.

"उद्या सकाळी फोन करूया का?" - आकाश.

"चालेल. ऑफिसला निघायच्या आधी फोन करू या." - चित्रा.

त्यानंतर दोघे बराच वेळ फिरत राहिले. घरी आले तेव्हा श्रुती होमवर्क करून झोपली होती.

ꕥꕥ ꕥꕥ ꕥꕥ ꕥꕥ

मंगळवार सकाळ. वैष्णवीने लवकर उठून स्वयंपाक केला. तिघांसाठी पाण्याच्या बाटल्या आणि टिफिन भरले. मग वरुणला उठवून त्याला शाळेत जाण्यासाठी तयार केले. तोपर्यंत सुहास अंघोळ करून आला होता. तिची लगबग बघून परत बेडरूममधे गेला.

तिने वरुणची बॅग भरून, त्याच्या शाळेच्या डायरीत टीचरसाठी नोट लिहिली. एक आठवडा वरुण शाळेत जाऊ शकला नव्हता. त्यासाठी माफी मागितली आणि त्याच्या बुडलेल्या लेसन्सची माहिती आणि त्याच्या मित्राची वही मिळवून द्यावी अशी विनंती केली.

वरुणकडे शाळेचे दप्तर देऊन वैष्णवी बाहेर पडणार इतक्यात सुहास आला.

"वरुणला मी बसपर्यंत सोडतो. तू तयार होऊन चहा कर. तोपर्यंत मी येतो." सुहास म्हणाला आणि वरुणला घेऊन गेला.

वैष्णवी लगेच बाथरूममधे शिरली. सुहासने तिच्यासाठी दोन बादल्यांमध्ये गरम पाणी भरून ठेवले होते. उन्हाळा असो की हिवाळा, तिला गरम गरम पाण्यानेच अंघोळ करणे पसंत होते. मस्तपैकी अंघोळ करून तिने साडी नेसली. लांब केसांना हलकेच विंचरून हाफ पोनीटेल केली आणि बाकीचे केस मोकळे सोडले. कंबरेपर्यंत येणारा तिचा सुंदर केशसंभार नेहमीच तिच्या ऑफिसच्या बायकांना कुतूहलाचा विषय होता.

तिने पटकन चहा ठेवला. चहा होईपर्यंत तिने तिघांचे कपडे गोळा करून वॉशिंग मशीनला लावले. स्वत:ची पर्स आणि लॅपटॉप बॅग व्यवस्थित आवरली. कपाटातून थोडे पैसे काढून दोघांच्या वॉलेटमधे ठेवले. सुहासची ऑफिस बॅग, चश्मा, मोबाइल, किल्ल्या, रुमाल हॉलमधे आणून ठेवली.

ट्रे काढून कपबशा मांडल्या. चहा कपांमधे ओतणार इतक्यात सुहास आला. तिने चहा आणि बटर टोस्ट हॉलमधे आणले. साडेसात वाजले होते. दहा मिनिटात दोघांनी चहा संपवला आणि फोन लावायला सज्ज झाले. सुहासने फोन लावला.

"हॅलो मी अण्णासाहेब बोलतोय." एक रुबाबदार आवाज.

"नमस्कार सर, मी सुहास शिंदे बोलतोय. मला तुमच्या जाहिराती बाबतीत बोलायचे होते. मी रविवारीसुद्धा फोन केला होता. तुम्ही दिल्लीला गेलात असे तुमच्या घरी असलेल्या माणसाने सांगितले. म्हणून मी आत्ता फोन करतोय. आपण आत्ता बोलू शकता का?" - सुहासने विचारले.

"हो, मला शंकरने सांगितले होते तुमच्या बाबतीत. तुम्ही मला काका म्हटले तरी चालेल. आणि सुनबाई सोबत असतील तर फोन स्पीकरवर टाका म्हणजे सगळे एकदम बोलू शकू." – तिकडून आवाज आला.

"ठीक आहे काका." वैष्णवीला खुणावत सुहासने फोन स्पीकरवर टाकला.

"नमस्कार करते काका. माझे नाव वैष्णवी." ती बोलली.

"सौभाग्यवती भव. सदा सुखी राहा." ते म्हणाले आणि एक छोटा पॉझ घेऊन "हं मी शंकरकडे निरोप ठेवला होता तो त्याने तुम्हाला सांगितला असेलच. तुम्ही काही

लिहून ठेवले आहे का?"

"हो काका. थोडे फार लिहिले आहे. बाकी तुम्हाला काहीही विचारायचे झाले तर आम्ही सांगू."

१०-१५ मिनिटे त्यांचे संभाषण चालले. गुरुवारी संध्याकाळी वैष्णवी, सुहास आणि वरुणने काकांकडे जेवायला जायचे ठरले.

꧁ ꧂ ꧁ ꧂

आकाशला थोडे बरे वाटत नव्हते. सकाळी सकाळी बॉसचा फोन आला म्हणून तो लगेच ऑफिसला गेला होता. मात्र दुपारपर्यंत खूपच थकवा जाणवू लागला म्हणून बॉसला तसे सांगून तो लवकर घरी आला. घरात कुणी नव्हते. मेड कामे करून गेली होती. श्रुती शाळेतून येऊन कराटेच्या वर्गाला गेली होती. तिची स्कूल बॅग, बदललेला युनिफॉर्म, आयकार्ड, बूटमोजे वगैरे इकडेतिकडे अस्ताव्यस्त टाकलेले होते. किचनमधे श्रुतीने मॅगी केलेले भांडे आणि डायनिंग टेबलवर तिने खाल्लेली प्लेट ती तशीच ठेवून गेली होती.

त्याला श्रुतीचा थोडा रागच आला. श्रुतीने काहीतरी जबाबदारी घेतली पाहिजे. फार नाही पण स्वतःची कामे तरी व्यवस्थित करावी. खाऊन झाल्यावर स्वतःची प्लेट तरी सिंकमधे टाकावी. चित्रा म्हणते ते बरोबर आहे. हिच्याशी बोलावे लागेल असे मनोमन ठरवले. मात्र आत्तातरी तो काही करण्याच्या मनःस्थितीत नव्हता.

डोके ठणकत होते आणि अंगात कसकस जाणवत होती. एखादा कप गरम गरम चहा मिळाला असता तर बरे झाले असते. पण अशक्तपणामुळे त्याला तो स्वतः करणे जिवावर आले. बेडरूममधे येऊन कपडे बदलले, डोक्याला बाम लावला आणि पांघरूण घेऊन पलंगावर अंग टाकले. थोड्या वेळातच झोप लागली ती एकदम कुठल्यातरी आवाजाने मोडली. किचनमधे भांडे पडल्याचा आवाज होता बहुतेक. त्याने बाहेर येऊन पाहिले तर स्वयंपाक करणारी मावशी आली होती. त्यांच्या हातून काहीतरी सांडले होते. त्याला घरात बघून त्या थोड्या चरकल्या.

"दादा काय झाले. तब्येत बरी नाही का?" त्यांनी बाहेर येऊन काळजीने विचारले.

"हो मावशी, जरा ताप वाटतो आहे अंगात. थोडी थंडी पण वाजते आहे. माझा स्वयंपाक करू नका." - आकाश.

"थांबा, आल्याचा चहा करून देते. जरा बरे वाटेल." ती म्हणाली. "संध्याकाळी तुम्हाला जेवणाला खिचडीसारखे काही साधे करू का?"

"हुं. नको. शेवटी जाताना थोडासा मऊ भात करा. वाटलंच तर दहीभात खाईन." - आकाश.

तो बेडरूममधे येऊन परत पडला. मावशीने चहा आणून दिला. छान झाला होता. चहा पिऊन थोडी तरतरी आली. मुंबईला येऊन इतक्या लवकर चांगल्या मेड्स मिळाल्या म्हणून नशीब. असे एकदम त्याच्या डोक्यात आले.

हो नं. आई गेल्यानंतर चित्राची परत मुंबईला शिफ्ट होण्याची चलबिचल चालू झाली होती. त्यासाठी तिने नामांकित मिडिया हाऊसमधे संपर्क साधून नोकरी पक्की केली आणि आकाशला ट्रान्स्फर मागून घ्यायला लावली होती. दोघांनी दोन-चार वेळा मुंबईला येऊन भाड्याचे घर आणि श्रुतीची शाळेची ॲडमिशन नक्की केली. श्रुतीचे नवीन सत्र सुरु व्हायच्या आधीच शिफ्ट होणे महत्त्वाचे होते. म्हणून आई गेल्याच्या दोन महिन्यातच आपण इकडे आलो.

तो विचारात असतानाच परत लॅच उघडल्याचा आवाज आला. मावशीचे काम संपत आले होते. तिला बघून चित्राने तिला पटकन एक कॉफी करायला सांगितले. मावशीने बहुतेक तिला खुणावले असणार कारण चित्रा लगेच रूममधे आली.

“आकाश, काय झाले तुला. बरे नव्हते तर फोन नाही का करायचा?” ती थोड्या नाराजीने बोलली आणि आकाशच्या कपाळावर हात ठेवून अंदाज घेऊ लागली. “अरे तुला ताप आहे. कपडे बदल आपण डॉक्टरकडे जाऊन येऊ.”

“नाही गं थोडी कसकस आहे. एखादी क्रोसिन आणि बी कॉम्प्लेक्स घेतो. होईल ठीक सकाळपर्यंत.” तो म्हणाला

“ए काहीतरीच बोलू नकोस. तब्येतीला असे कॅज्युअली घेणे बरोबर नाही. सेकंड फ्लोरच्या डॉक्टर शर्मांचे क्लिनिक जवळच कुठेतरी आहे असे सिक्योरिटी सांगत होता त्यादिवशी. त्याला विचारून जाऊ या. चल लवकर कपडे बदल, मग आपण डॉक्टरांकडे जाऊन येऊ. तोपर्यंत श्रुती येईल.” चित्रा एकदम ठामपणे म्हणाली. तिचा पवित्रा बघून आकाशला पुढे बोलता आले नाही आणि एकदोन तास झोपूनसुद्धा तब्येतीमधे काही फरक जाणवला नव्हता. म्हणून नाईलाजाने तो डॉक्टरकडे जायला तयार झाला.

मावशीने कॉफी करून चित्राला दिली. मऊ भात मुद्दाम कुकरमधेच ठेवला आहे, असे सांगून लगेच गेली. ती घरचे दार उघडतानाच श्रुती क्लासवरून परत आली.

श्रुतीला थोडक्यात काय ते सांगून चित्रा आणि आकाश डॉक्टरकडे गेले. एका तासाने त्यांचा नंबर आला. डॉक्टरने तपासले. हल्ली वेगळ्या प्रकारचा व्हायरस आला आहे. दुर्लक्ष करू नका, असे सांगून त्याने रक्ताची तपासणी करून घ्यायला सांगितली आणि औषध वगैरे लिहून दिले. घरी येईपर्यंत नऊ वाजले होते.

जेवण संपले. स्वयंपाक तर छान झालाच होता. काका आजोबांच्या प्रेमळ आग्रहाने जेवण थोडे जास्तच झाले होते.

"शंकर, तू ही खाऊन घे आता. नंतर आवर सगळे. आणि फ्रीजमधे बघ कुल्फी तयार आहे की नाही ते. आम्ही जरा फिरून येतो." - काका.

"चला रे बच्चे मंडळी. थोडे १०-१५ मिनिटे बागेत फिरून येऊ. मग आईस्क्रीम खाऊ आपण सगळे. मलई कुल्फी आवडते नं तुम्हाला?"

"हो आप्पा." मधुर म्हणाला. पीहू तर टाळ्या पिटून नाचायला लागली.

"काका उशीर होईल हो. तुम्हाला पण झोपायचे असेल. साडेनऊ झालेत." - निखिल.

"अरे थांबा रे... मी आत्तापर्यंत तुमचेच ऐकत होतो नं. माझे तर सांगायचेच राहिले. उशीरा जा. काही हरकत नाही. मधुर घरीच आहे. सुनबाईने तर सुट्टी घेतलीये. पीहू झोपली तर झोपू दे." काका मिश्कीलपणे पुढे म्हणाले "अन् तुला कुठे रे घरी जाऊन भांडी घासायची आहेत?"

निखिल हसला.

काकांनी घराच्या किल्ल्या खिशात घातल्या आणि चष्मा लावला. सगळे चपला घालून बाहेर पडले. हळूहळू चालत समोर असलेल्या गोल बागेत गेले. तिथे लहान मुलांसाठी खेळण्याचे साहित्य म्हणजे घसरगुंडी, झोका वगैरे होते. पीहू लगेच पळत पळत खेळायला गेली.

"मधुर बेटा तू पण खेळ जा. आम्हाला अजून थोडे बोलायचे आहे" - काका म्हणाले.

जवळच दोन लाकडी बेंच समोरा-समोर होते. तिघे तिकडे बसले.

"मी तुम्हां दोघांचे बोलणे ऐकले. आता माझे स्वत:चे काही निष्कर्ष आहेत ते सांगतो. तुमच्या घरी आजोबा नावाची व्यक्ती नाही त्यात तुमची काहीही चूक नाही आणि तुमच्या मनात मोठ्या माणसाची कदर आहे. ही माझ्यासाठी फार महत्त्वाची गोष्ट आहे. या व्यतिरिक्त मधुर आणि पीहूला बघता तुम्हाला आजोबाची गरज आहे हे ही नक्की." काका दोघांकडे बघत म्हणाले.

"म्हणून आता मी तुम्हाला माझी बाजू सांगतो. मी अण्णा पटवर्धन. जन्मापासून मुंबईलाच आहे. हे घर वारसा म्हणून माझ्या वडिलांनी मला दिले. आमचे मोठे कुटुंब. काका काकू आजोबा वगैरे आम्ही सगळे सोबतच राहत होतो. घरात पूर्णपणे मराठमोळे वातावरण होते. बिल्डिंगमधे अर्ध्याधिक लोक आमच्याच कुटुंबातील आहेत. पण तरीही आता काहीजण कुलूप लावून वेगवेगळ्या ठिकाणी राहायला गेलेत. असो."

बोलता बोलता त्यांनी दीर्घ श्वास घेतला.

"मी एक सिव्हिल इंजिनियर असून सरकारी नोकरीत होतो. पाच वर्षापूर्वी सेवानिवृत्तिपर्यंत मोठ्या पोस्टवर पोचलो होतो. प्रामाणिकपणे इतक्या वर्षात चांगलेच कमावले. व्यवस्थितपणे बचत केली. पनवेल आणि लोणावळ्याला एक एक बंगला असून ते भाड्याने दिले आहेत. म्हणून स्वत:च्या जीवनात तरी पैशांची कमतरता येणार नाही." काका पुढे बोलले.

"मला एक मुलगा आणि एक मुलगी आहे. मुलगा कॉम्प्युटर इंजिनियर असून तो आता अमेरिकेत स्थायिक झाला आहे. त्याने एका अमेरिकन मुलीशी लग्न केले आहे आणि त्यांना पण आता जुळया मुली आहेत. मुलीने एमबीए केले आहे. तिचे पण दिल्लीत एका उत्तरभारतीय व्यावसायिक मुलाशी लग्न झाले. त्यांचे मोठे एकत्र कुटुंब आहे. तिला पण एक मुलगा आणि एक मुलगी आहे. सगळे वेल सेटल्ड आहेत." ते अभिमानाने म्हणाले.

"दोन वर्षापूर्वी आमचे कुटुंब देवाघरी गेले. हे घर त्यांच्याच मर्जीने सजवलेले आहे आणि मी ते जसेच्या तसेच ठेवले आहे. शंकर आमच्याकडे लहानपणापासून आहे. आधी त्याची आई आमच्याकडे काम करायची. मग हा करू लागला. आता इथे मी एकटा राहतो. मुलगा आणि मुलगी मधेमधे येतात भेटायला. अमेरिकन सुनबाई आणि दिल्लीवाला जावईसुद्धा मनाने खूप चांगले आहेत." ते म्हणाले.

"मग काका तुम्ही एकटे का राहता आहात? आणि ही जाहिरात.... म्हणजे मला समजले नाही." - निखिलने विचारले.

"सांगतो. हे बघा. मला माझ्या पोरांनी किंवा कुटुंबाने वाळीत टाकलेले नाही. देवकृपेने पैशांचीही काही कमतरता नाहीये. सन्मानाने जगत आलोय आणि जगणार. सेवानिवृत्त झाल्यानंतर नोकरीमुळे राहून गेलेली आवड म्हणून बायकोसोबत जगभर भटकंती केली. तिच्यासोबत अमेरिकेत मुलाकडेसुद्धा काही महिने राहिलो. ती गेल्यावर एकटा झालो." ते डोळे पुसत म्हणाले. त्यांचा आवाज घोगरा झाला होता. खाकरून गळा साफ केला आणि परत बोलू लागले.

"मुलीचे संयुक्त कुटुंब आहे आणि ती तिथे चांगलीच रमली आहे. तिच्या घरी मला कितीही मान असला तरी तिथे माझी गरज नाही. उगाच स्वत:ला तिच्या घरात जबरदस्तीचा पाहुणा म्हणून मला राहायचे नाही."

"कुटुंब गेल्यानंतर मुलगा अमेरिकेत येऊन त्यांच्यासोबत राहा म्हणाला. तिथे कितीही चांगले असले तरी मला भारत आणि आपली मुंबई सोडून कुठेही राहणे आवडत नाही. म्हणून मी इथेच राहायचा निर्णय घेतला. मी नाही म्हटले तरी मुलगा

स्वत:हून वेळोवेळी माझ्या अकाऊंटमधे पैसे टाकत राहतो. त्यामुळे पैशांची गरज म्हणून ही जाहिरात मी केलेली नाही."

"मग?" रोहिणी आणि निखिल दोघांनी एकदम विचारले.

"मी लहानपणापासून एकत्र कुटुंबात राहिलेलो आहे. आई वडील तर चक्क सोवळंओवळं मानणारे. मी थोडा रावडी होतो खरा. पण माझी बायकोही गडचिरोलीची. एकदम मराठमोळी. तिलाही एकत्र कुटुंबाची आवड. त्यामुळे माझे फारसे काही चालले नाही. काही वर्षांपूर्वीपर्यंत माझे दोघे भाऊसुद्धा इथेच राहत होते. त्यामुळे घरात नेहमीच तिन्ही पिढ्यांची गर्दी असायची. मी जास्त दौऱ्यावर असायचो. तरीही घरी असलेल्या वातावरणामुळे तशीच सवय झाली. मी माझ्या जीवनाबद्दल पूर्णपणे संतुष्ट आहे. पण आता एकटे राहवत नाही. म्हणून असा विचार मनात आला."

"खरेतर सहज हौस म्हणूनच मी ही जाहिरात दिली होती. सध्या एकल कुटुंबात राहणे पसंत करणारी मंडळी बघता प्रतिसाद मिळेल असे वाटले नव्हते. मात्र बऱ्याच लोकांनी संपर्क केला आहे. बघू." काका म्हणाले.

"चला रे पोरांनो. कुल्फी खायची आहे नं." काकांनी पोरांना आवाज दिला

निखिल आणि रोहिणीने एकमेकांकडे पाहिले. ते दोघेही भारावलेले दिसत होते. सगळे घरी आले.

शंकर नव्हता. बहुतेक घरी गेला असावा किंवा झोपला असावा.

काकाने फ्रीजरमधून कुल्फीच्या वाट्या काढल्या. ट्रेमधे चमचे वाट्या ठेवून सर्वांना दिल्या. "अजून आहे रे. पाहिजे तेवढी खा बरं का. मधुर तुला अजून कॉम्प्युटरवर खेळावेसे वाटत असेल तर खेळ. झोपायचे असेल तर झोप. बाबांना अजून अर्धातास तरी लागेल. निखिल मला जे सांगायचे आहे त्यासाठी अर्धा तास लागेल. साडेदहाला आपण थांबू. ठीक आहे?"

"चालेल." खरेतर आता काका काय म्हणतात ह्याची त्यांना उत्सुकता लागली होती.

✤ ✤ ✤ ✤

चित्रा आणि आकाश लवकर उठून तयार झाले. रात्री घरी आल्यानंतर आकाशने दहीभात खाल्ला आणि डॉक्टरने सांगितलेली औषधे घेतली. रात्री त्याला चांगली झोप लागली होती. सकाळी ताप उतरला होता. तरीही डॉक्टरने सांगितलेली रक्त तपासणी करून घ्यायचे ठरले.

चित्राने श्रुतीला तिच्या मैत्रिणीसोबत शाळेत जायला सांगितले आणि रक्त तपासणी करण्यासाठी ते दोघं बाहेर पडले. पॅथॉलॉजी लॅब थोडी दूर होती. चित्राने गाडी काढली. पोहोचले तेव्हा एक दोन माणसं रक्ततपासणीसाठी आलेली होती. त्यांच्या चेहऱ्यावरचे

केविलवाणे भाव बघून आकाशला कसेसेच झाले. मात्र तसे भाव त्याने चेहऱ्यावर येऊ दिले नाहीत. स्वत:च्या पाळीची वाट बघू लागला.

चाचणीसाठी रक्त देऊन दोघे घरी आले. आल्यानंतर सकाळचा चहा झाला. रिपोर्ट दोन वाजता मिळणार होते. नंतर संध्याकाळी परत डॉक्टरला रिपोर्ट दाखवायचे होते. त्यानंतरच नेमके इलाज समजणार. हे सर्व साधायचे म्हणून आज चित्राने सुट्टी घेतली. चित्रा घरी सोबत आहे हे बघून त्याला जरा हायसे वाटले.

गप्पा मारतानाच त्यांना जाहिरातीची आठवण आली आणि त्यांनी अण्णासाहेबांना फोन लावला. पंधरा वीस मिनिटे काकांशी बोलल्यावर दोघांच्या चेहऱ्यावर समाधानाचे भाव आले. शनिवारी सकाळी काकांनी त्या तिघांना जेवायला बोलावले होते. मात्र वेळ लागेल म्हणून श्रुतीची अभ्यासाची वह्यापुस्तके घेऊन सकाळी लवकर येण्यासाठी सांगितले होते. आता आकाशला परत थोडा अशक्तपणा जाणवायला लागला म्हणून तो बेडरूममधे झोपायला गेला आणि चित्रा घर आवरू लागली.

रोहिणी आणि निखिल, मधुर आणि पीहूला घेऊन रात्री १०:४५ ला घरी गेले. कुल्फीचे भांडे नाही म्हणता म्हणता रोहिणीने घासून, पुसून ओट्यावर ठेवले होते. घरी जायच्या आधी शंकर बाकी सगळे व्यवस्थित आवरून गेला होता.

काकांनी बिल्डिंगच्या गेटला कुलूप लावले. कॉरिडॉरची लाईट बंद केली आणि घरात येऊन मेनडोर आतून बंद केले. बेडरूममधे पीहूने रंगवलेले कलरिंगचे पुस्तक होते. त्यांनी मुद्दाम तिने रंगवलेले पुस्तक स्वत:जवळ ठेवून, जाताना रोहिणीकडे पीहूसाठी नवीन पुस्तक दिले होते.

पुस्तकातील रंगवलेले चित्र बघताना त्यांच्या डोळ्यात पाणी आले. अंग टाकले पण झोप येत नव्हती. आज किती दिवसांनी या घराला घरपण आले होते. नाहीतर सात नंतर घरात एकदम सामसूम. फार तर फार कुणी पायऱ्या चढून जाताना बोलला तरच. शंकर नेहमी सात वाजता त्यांचे जेवण तयार करून, कामे आवरून निघून जातो. जतीन, जयश्री किंवा दुसरे कुणी येणार असेल तर मात्र तो स्वत:हून रात्रीपर्यंत थांबतो. तशी लक्ष्मीने त्याला ट्रेनिंगच दिली होती म्हणा ना. पंधरा वर्षे तो आणि त्याची बायको आपल्याकडे काम करीत होती. लक्ष्मी गेल्यानंतर एकट्याला फारशी गरज नव्हती म्हणून आता फक्त शंकरच कामाला येत होता.

मन लागत नव्हते. लक्ष्मीचा फोटो हातात धरून भारावलेल्या नजरेने ते तिच्याकडे बघत होते. जयश्रीच्या लग्नाला नऊवारी पैठणी नेसली होती तेव्हाचा हा फोटो. नथ, मोठं कुंकू, गजरा आणि तिचा चेहेऱ्यावरचं खट्याळ हसू. घरात पाहुणे मंडळी आली की

खूप फुलून जायची ती. त्या दिवशीही खूप सुंदर दिसत होती. अण्णांनी फोटोग्राफरला खास रूममधे आणून तिचा फोटो जबरदस्तीनेच काढून घेतला होता.

अगदी बोलका चेहेरा. जणू आत्ता बोलेल "अहो झोपला नाहीत अजून? काही त्रास होतोय का? तरीच म्हणत असते खाताना जिभेवर थोडा ताबा ठेवावा माणसाने. थांबा थोडी जिरेपूड आणि साखर आणून देते. पाण्यासोबत घ्या, बरे वाटेल." तिचे सगळे औषध असेच असायचे. कधी जिरे, कधी हिंग, कधी आले, कधी हळद. त्यांच्या चेहऱ्यावर हसू आले. आजपण ते रोहिणी आणि निखिल सोबत थोडे जास्तच जेवले होते.

पाच-सहा महिन्यांपूर्वी जतीन-डोरोथी एक दिवस भेटून गेले होते. दोघे बिझनेस ट्रीपवर इंडियात आले होते म्हणून जास्त वेळ नव्हता. तान्या सान्याला शाळा सोडून एवढ्या कमी वेळेसाठी आणता आले नव्हते. एकटेपणाचा विषय परत निघाला होता त्यावेळीही. नेहमीप्रमाणे "तुम्ही अमेरिकेला आमच्यासोबत या." आणि "मी इथेच राहणार." चा वाद परत दोघांत झाला होता. तेव्हा डोरोथीनेच सुचवले "बाबा डू समथिंग टू एंगेज योरसेल्फ. मे बी सम सोशल कॉज." त्यावेळी त्यांनी तिला काही उत्तर दिले नाही.

"हं उगाच काहीतरी." म्हणून त्यांनी त्यावेळी जरी उडवून लावले असले तरी तो विचार टाकून देण्यासारखा नक्की नव्हता. NGO एखादी जॉईन करून काम करणे वगैरे त्यांना पटत नव्हते. मात्र एकटेपणा दूर करण्यासाठी काहीतरी नक्की करायचे हे त्यांनी ठरवून त्या दिशेने विचार करायला सुरूवात केली होती.

या रविवारी जयश्री आणि रवीने त्यांच्या नवीन शोरूमचे उद्घाटन केले होते. एरव्ही कधी ते जयश्रीच्या घरच्या कार्यांमधे सहभागी होत नव्हते. पण यावेळी जयश्री आणि रवीने फारच आग्रह केला म्हणून त्यांना जाणे भाग पडले होते. त्यांचे गजबजलेले घर आणि कुटुंब पाहून त्यांना खूप हेवा वाटला होता. रवी, त्याचा भाऊ, दोघांची मुले, आई वडील, लग्नाला आलेली बहीण सगळी सोबत एकाच घरात राहत होती. घरात भांडी वाजत नसतील असे नाही, पण तिच्या सासूने कुणालाही वेगळे राहण्याची परवानगी दिली नव्हती. घरात काहीही प्रोग्राम असले की त्यांना सगळे नातेवाईक गोळा करायची सवय. सगळ्यांशी चांगले संबंध ठेवले होते त्यांनी, म्हणून सगळे येतात सुद्धा. गप्पा काय, जेवण काय, टिंगल टवाळी काय सगळे कसे वयाचे बंधन नसल्या सारखेच. दोन दिवस नुसता गोंधळ होता त्यांच्या घरात. इतक्या गोंधळात त्यांना जयश्री एकटी भेटूच शकली नव्हती. शेवटी निघायच्या आधी तिला बोलावून या जाहिराती बद्दल अंदाज दिला होता. ती थोडीशी विचारात पडली होती खरी. पण नाराजी नव्हती. "बाबा, तुम्हाला जे चांगले वाटेल ते करा. आम्ही नेहमी तुमच्या सोबत आहोत. मात्र सगळे

नक्की झाल्यावर आम्हाला जरूर कळवा. तुमच्या नवीन नातेवाईकांना आम्ही नक्की भेटायला येऊ." असे जयश्री म्हणाली होती.

आपल्याच घरचा भूतकाळ आठवला. मुलं लहान असताना आम्ही तिघे भाऊ याच फ्लोरवर दोन फ्लॅटमधे मिळून राहत होतो. बिल्डिंगमधे एकेकाळी किती किलबिलाट असायचा बापरे. आजोबांनी खूप आशेने हे घर बांधले होते. सगळी भावंडं एकत्र राहतील म्हणून तीन मजल्याच्या बिल्डिंगमधे पहिल्या मजल्यावर मोठे काका, इथे बाबा आणि वरच्या मजल्यावर छोटे काका अशी त्यांनी विभागणी केली होती. प्रत्येक मजल्यावर दोन फ्लॅट केले होते. मात्र आता इथे घरचे फारसे कुणी राहिले नव्हते. नोकरी आणि कामानिमित्त कुणी विकून, कुणी भाडेकरू ठेवून गेले होते.

सोमवारी रात्री घरी आल्यावर अजूनच एकटेपणा जाणवत होता. हा नवीन प्रयोग केव्हा सुरू होईल याची हुरहूर त्यांना लागली होती. पाच ठिकाणाहून फोन आले होते. पण निर्णय खूप काळजीने घेणे महत्त्वाचे होते. त्यांच्या घरच्या सर्व मंडळीशी रीतसर बोलून, त्यांच्या परिस्थिती, गरज वगैरे समजून, आपल्या सगळया गोष्टीचा अंदाज देऊन ठरवले पाहिजे. खूप विचारांती त्यांनी या प्रोजेक्टला एक आकार दिला होता. त्याप्रमाणेच त्यांच्या सगळया हालचाली होत होत्या. नाहीतर उगाच नंतर 'करायला गेलो एक' होईल.

निखिल आणि रोहिणी भेटायला येणारे पहिले जोडपे होते. आज तरी सगळे ठरल्यासारखे व्यवस्थित झाले होते. दोघांना भेटून मस्त वाटले होते. संस्कारी होती पोरं. पुढच्या काही दिवसात अजून चार जोडपी एकेक करून बोलावली होती. बघू.

ते लक्ष्मीच्या फोटोकडे बघायला लागले. तिच्याशी गप्पा मारायची इच्छा होऊ लागली. बघता बघता लक्ष्मी जिवंत झाली की काय?

"काय हो आवडली की नाही आयडिया माझी?" लक्ष्मी फोटोमधून बोलत होती "शेवटी बोलावले न लोकांना? चांगली वाटतात लोक. काय बरोबर ना?"

"अगं इतक्या लवकर काय निर्णय घ्यायचा असतो? बघू. तू घाई करू नकोस." ते पुटपुटले आणि मनोमन तिच्याशी गप्पा मारू लागले.

कधीतरी एकदा लक्ष्मीने सुचवलेली ही भन्नाट आयडिया त्यांच्या लक्षात आली. नुसती आली नाही तर जाहिरातीच्या स्वरूपात ती अंमलात आणली गेली होती.

रोहिणी आणि निखिल घरी पोहोचेपर्यंत रात्री ११:३० वाजले होते. पीहू आणि मधुर कारमधेच झोपले होते. पीहूला कडेवर घेऊन आणि मधुरला कसे बसे उठवून घरात पोहोचले दोघं. दोघांना रूममधे झोपवले आणि कपडे बदलून दोघे बेडवर पडले.

काकांना भेटून आणि त्यांचे घर बघून त्यांना खूप छान वाटले होते. पुढच्या अर्ध्या तासात काकांनी त्यांच्या अटी आणि ह्या नात्याचे स्वरूप कसे राहणार हे समजावून सांगितले होते. खरेतर निखिल आणि रोहिणीला सगळं एकदम पटलं होतं. पण काका म्हणाले, कमीत कमी एका आठवड्याचा वेळ घेऊन विचार करा. मग निर्णय घ्या.

आज एका आठवड्यानंतर वरुण शाळेत गेला होता. चार वाजता तो शाळेतून येऊन सात वाजेपर्यंत पाळणाघरात राहत असे. पण आज वैष्णवीने लवकर येऊन त्याला पाळणाघरात न पाठवता घरीच आणले होते.

घरी येऊन तिने त्याला युनिफॉर्म बदलून हातपाय धुवायला सांगितले. एक सफरचंद कापून दिले आणि त्याच्यासोबत अभ्यासाला बसली. त्याची डायरी बघून तिने वरुणसोबत बसून वह्या पूर्ण केल्या. राहिलेले लेसन्स समजावून सांगितले.

सात वाजता सुहास आल्यानंतर तिघे बाजारात जाऊन आले. येता येता वरुणसाठी काही खेळणी घेतली. त्यामुळे स्वारी खूष होती. वेळ आणि मूड बघून वैष्णवीने वरुणला परवा एका आजोबाकडे जायचे आहे याचा अंदाज दिला.

सकाळी अण्णासाहेब उठले. दाराजवळ टांगलेली किल्ली घेऊन त्यांनी गेटचे दार उघडले.

परत घरात आले. रामरक्षा म्हणत म्हणत अंघोळ केली आणि पूजेला बसले. तुळशीची पूजा करून, सर्व मूर्तींना स्नान घालून नवीन कपडे घातले. चंदन, फूल वगैरे वाहून देवांचा शृंगार केला. धूप आणि उदबत्ती लावली. मग दिवा लावून आरती करू लागले. आरती संपवता संपवता दार उघडल्याचा खटखट आवाज आला. शंकर आला असेल बहुतेक.

शंकरने दूध तापवले. काकांसाठी चहा केला. काका बैठकीवर बसून वर्तमानपत्र वाचत होते. शंकरने काकांना चहा दिला आणि स्वत: सुद्धा चहा घेऊन काकांसमोर बसला.

“काय रे तुला कसे वाटले कालचे कुटुंब? जाऊ का यांच्या घरी राहायला?” काका म्हणाले.

“काका लोक चांगले आहेत. आणि पोरं पण संस्कारी वाटली. पण तुम्ही हे सगळे का करताय? आम्ही कुठे कमी पडतो का? तुम्ही कुठेही जाऊ नका. पाहिजे तर पार्वती पण येत जाईल तुमच्यासाठी.” - शंकर.

"अरे बाळा, मी कुठे तुला काही म्हणालो? तुम्ही खूप चांगले आहात रे. पण मला खूप एकएकटे वाटते. लक्ष्मीविना हल्ली घर खायला येतं. मी नसलो तरी रोज घरी येऊन सगळे घर व्यवस्थित करायचे, ठेवायचे. मी येत राहीन मधेमधे. चल आवर आता. भाजी वगैरे घेऊन ये. आज पण एक कुटुंब येणार आहे संध्याकाळी. पार्वतीला सांगून आलास नं?" - काका म्हणाले.

"हो काका. काय करायचे ते सांगा त्याप्रमाणे सामान घेऊन येतो." काकांनी सांगितले तसे तो लिहून घेऊन बाहेर पडला.

कालचा अनुभव खूप चांगला होता. आज बघू कशी आहेत लोक.

आज उर्वशी आणि उमेश, सोबत त्यांचा मुलगा उन्मेष येणार होते. उमेश एका कंपनीत डायरेक्टर कम सीईओ आणि उर्वशी त्याच्याच कंपनीत मार्केटिंग हेड आहे. दोघांचा प्रेमविवाह. उमेशच्या आईने घटस्फोट घेऊन दुसरे लग्न केले. उमेशचे वडील आणि त्याच्या आजीने त्याचा सांभाळ केला. उमेशचे वडील एक बिझनेसमन होते. विदेशात राहून उमेशने एम. एस. केले आणि त्यानंतर वडिलांचा बिझनेस सांभाळला. ऑफिसमधेच असलेली मार्केटिंग डिपार्टमेंटमधे काम करणारी उर्वशी त्याला आवडली आणि त्यांचे लग्न झाले. उर्वशीचे आईवडील लहानपणीच वारले होते. उर्वशी आपल्या मामा मामीकडे नगरला राहून शिकली. मामा मामीची परिस्थिती तशी बेताचीच होती. त्यांनाही एक मुलगा होता. त्यांनी जमेल तसे उर्वशीचे पालनपोषण केले होते. शिक्षण पूर्ण झाल्यानंतर ती मुंबईत येऊन नोकरी करू लागली. उमेशसोबत लग्न करायचे म्हटल्यावर मामी खूप चिडली. पण मामाने होकार दिला. मात्र लग्न झाल्यानंतर मामा मामीने फार असे सम्बन्ध ठेवले नाहीत. लग्नानंतर ती क्वचितच माहेरी गेली होती. उन्मेषच्या वेळेला सासरी कुणी नाही म्हणून ती बाळंतपणासाठी एकदा नगरला गेली होती. आता मामेभावाचे लग्न झाले होते आणि सगळे बेंगळुरूला शिफ्ट झाले होते. त्यानंतर तिचा त्या लोकांशी फारसा संबंध राहिला नव्हता. उर्वशीसुद्धा घर, नोकरी, उमेश आणि उन्मेष यांच्या विश्वात रमली होती.

ही सगळी माहिती उर्वशीनेच त्यांना फोनवर सांगितली होती. उमेशशी बोलणे झाले नव्हते. खरेतर अण्णासाहेबांना हे पटत नव्हते. उमेश फक्त व्यग्रतेमुळे वेळ देऊ शकत नाहीये पण त्याला सगळे माहीत आहे असे उर्वशीने सांगून विनंती केली म्हणून त्यांनी आज त्या तिघांना जेवायला बोलावले होते.

संध्याकाळी साडेसात वाजले तरी ही मंडळी आली नाही म्हणून काकांनी उर्वशीला फोन लावला. "हो काका जरा उशीर झाला. आम्ही पाच मिनिटात पोहोचतो आहोत" असे बोलून उर्वशीने लगेच फोन बंद केला.

दहा मिनिटात उर्वशी, उमेश आणि उन्मेष पोहोचले. उमेश आणि उन्मेष दोघेही बूट घालूनच आतमधे यायला लागले तेव्हा काकांनी त्यांना बूट बाहेर काढायला सांगितले. दोघांनी थोड्या नाराजीनेच बूट काढले.

उमेशने जीन्स, टीशर्ट आणि ब्लेझर घातले होते. चेहऱ्यावर थोडे गर्वाचे भाव. त्याने पुढे येऊन शेकहँडसाठी हात पुढे केला "हॅलो सर. हाऊ आर यू?"

काकांनी शेकहँड केले "आय ॲम फाईन. होप यू डीड नॉट हॅव एनी प्रॉब्लम इन फाईन्डींग माय होम."

"नो नॉट ॲट ऑल." म्हणत उमेश सोफ्यावर बसला.

उर्वशीने पंजाबी ड्रेस घातला होता. तिने त्यांना वाकून नमस्कार केला. आणि सोफ्यावर उमेशच्या बाजूला बसली. उन्मेषने त्यांच्याकडे बघून "हॅलो अंकल" म्हटले आणि तो एका सोफा खुर्चीवर बसून त्याच्या आयपॅडवर व्यग्र झाला. असो. काकाही बाजूला असलेल्या सोफा खुर्चीवर बसले.

"सर, मला आज रात्री दोन वाजताच्या फ्लाईटने यूएसला जायचे आहे. त्यामुळे मला जेवणासाठी थांबता येणार नाही. उर्वशी आणि उन्मेष जेवण करून जातील. मला एका तासात निघायला लागेल. आपण पटकन बोलून घेऊ या का?" - उमेश.

काकांना जरा ते आवडले नाही. कारण वेळ लागेल हे त्यांनी आधीच उर्वशीला सांगितले होते. ते प्रश्नार्थक नजरेने उर्वशीला बघत म्हणाले "चालेल."

"ह्यांचे बिझनेस ट्रिपसाठी अमेरिकेला जायचे आज सकाळीच ठरले अचानक. म्हणून आम्हाला यायलाही उशीर झाला." उर्वशी एकदम चमकून बोलली.

"हं. आजोबा नावाची व्यक्ती ऑफर करताना माझ्या काही अटी आहेत. याची कल्पना मी उर्वशीला दिली होती. त्या मी सांगणार आहेच. पण त्या आधी थोडे तुमचे बॅकग्राउंड जरा सविस्तर सांगाल? तुमच्याबद्दल थोडीफार माहिती मला उर्वशीने दिली आहे."

"सर. जितकी माहिती उर्वशीने तुम्हाला दिली आहे. त्यापेक्षा जास्त माहितीची तुम्हाला गरज नसावी असे मला वाटते. जी सर्व्हिस तुम्ही आम्हाला देणार आहात त्यात तुमचा सगळ्यात जास्त सम्पर्क उन्मेषशी असणार आहे. माझा भूतकाळ जाणून नेमके काय होणार आहे? उन्मेष आणि उर्वशीच्या बाबतीत जे काही विचारायचे असेल ते तुम्ही त्यांना नंतर विचारू शकता. तुमच्या ज्या काही अटी आहेत त्या तुम्ही सविस्तर उर्वशीला सांगा. मला काय चालते, काय चालत नाही हे आता इतक्या वर्षात तिला माहीत झाले आहे. त्यामुळे त्या अटी जर तिला मान्य असतील तर त्या मला मान्य आहेत असे समजा. बाकी माझ्याशी निगडित काही स्पेसिफिक अट असेल तर सांगा."

उमेश एका दमात म्हणाला.

अण्णासाहेब हा संवाद ऐकून जरा चमकले. पण तशी प्रतिक्रिया न देता त्यांनी काही बोलण्यासाठी तोंड उघडले. पण काही बोलणार त्याच्या आधीच उमेशने परत बोलायला सुरूवात केली.

"हे बघा सर, बिझनेसमुळे आम्ही दोघे फार बिझी असतो. एक पाय घरात एक बाहेर. कधी घरात असू काही सांगता येत नाही. घरात कामाला नोकर, स्वयंपाकाला मेड, उन्मेषसाठी वेगळी गाडी आणि ड्रायव्हर वगैरे सगळे आहे. आमच्या घरात एका गेस्टरूममधे तुमच्या राहण्याची सोय होईल. तुम्हाला काही कमी पडणार नाही. उन्मेषला आजोबा नावाच्या नात्याचा अनुभव यावा, वडीलधाऱ्या माणसाची ओळख व्हावी असे मला वाटते. आम्हा दोघांना त्याच्यासाठी वेळ नसतो. तुमची जाहिरात पेपरमधे वाचली आणि उर्वशीला ती पटली म्हणून आम्ही तुम्हाला भेटायला आलो. तुम्ही फक्त घरात राहून उन्मेषला वेळ द्यावा, आणि त्याच्यावर लक्ष द्यावे इतकीच आमची अपेक्षा. आम्हा दोघांच्या व्यवसाय किंवा व्यक्तिगत जीवनाशी त्याचा काहीही संबंध नाही. या कामासाठी तुम्ही जो पगार उर्वशीसोबत ठरवाल तो मला मान्य आहे." उमेश पुन्हा अधिकारपूर्ण आवाजात बोलला.

"उर्वशी, बाकीचे काय ते तू ठरव. मला उशीर होतोय मी निघतो आता. तू फोन करून तुझ्या ड्रायव्हरला बोलावून घे." असे सांगून उमेश निघू लागला.

आतापर्यंत गप्प असलेले अण्णा एकदम उठले आणि कडक शब्दांत बोलले "पाच मिनिटे थांबा. इतके तुम्ही बोललात. आता माझे ऐकून जा."

ऐकून उमेश थोडा थबकला. तो काकाकडे पाहू लागला. त्याला ते अनपेक्षित होते. काकांनी शंकरला बोलावून उन्मेषला आत न्यायला सांगितले आणि उमेशला जरा कडक स्वरात बोलायला सुरूवात केली.

"हे बघ, तू खूप शिकला असशील. पैसा खूप कमावला असेल. पण तुला एवढी अक्कल नाही की हे सगळे तू उन्मेषसमोर बोलतो आहेस? म्हणजे पैशाने सगळं काही विकत घेता येतं हेच तू त्यालाही शिकवतो आहेस. मी पण पैशासाठी ही जाहिरात केली हे तू तुझ्या मनानेच ठरवून घेतलेस. मला काहीही न बोलू देता, माझ्या बाबतीत काहीही ऐकून न घेता सगळे निर्णय तू स्वतःच करून टाकलेस. इतका अभिमान कशापायी?" अण्णासाहेब बोलले.

"अरे हा पैसा आज आहे, उद्या नाही. पैशाने तुला हवे तसे सगळे भौतिक सुख मिळेल. पण नाती मिळणार नाहीत. एखाद्याला पोराचा आजोबा करायचा असेल तर त्याला स्वतःच्या वडिलांसारखा मान आणि प्रेम द्यावे लागते, इतकेही जर तुला माहीत नसेल तर मी काय म्हणणार? पैशामागे धावणारे तुम्ही.... जर नातीच सांभाळता येत

नसतील तर नाती निर्माण तरी कशाला करता रे? पोरासाठी वेळ नव्हता तर जन्म का दिलात त्याला? प्रेम देता येत नाही! आपुलकी दाखवता येत नाही!! वेळ नाही!!! फक्त वारसदार हवा, वंशाचा दिवा हवा म्हणून या जगात आणलंस? अन् आता पोराला प्रेम काय आहे हे त्याला समजावे म्हणून पैशाने त्याच्यासाठी आजोबा विकत घ्यायला निघालास? कीव येते रे तुझी मला. हे बघ मी स्वत:ला आजोबा म्हणून ऑफर करतोय ते पैशासाठी नक्की नाहीये हे समजून घे आधी. हेच तुला सांगायचे होते. बाकीचे तुला समजणार नाही. मी ते उर्वशीशी बोलून घेईन. निघ तू आता. उशीर होतोय ना?" त्यांनी बोलता बोलता उर्वशीकडे पाहिले. तीही अवाक् उभी होती. तिच्या डोळ्यात अश्रू होते.

उमेशला सुद्धा आभाळातून जमिनीवर पडल्यासारखे झाले. तो काहीही न म्हणता निघून गेला. जाता जाता त्याने रागाने उर्वशीकडे पाहिले. त्याच्या चेहऱ्यावर पश्चात्ताप नसून अपमान झाल्याचा राग होता. आजपर्यंत बहुतेक कुणीही त्याच्याशी इतके खडसावून बोलले नसावे.

तो निघून गेल्यानंतर वादळ निघून गेल्यानंतरची अपरिचित-अनपेक्षित शांतता झाली. सगळे काही एकदम फ्रीज झाल्यासारखे. काकांच्या चेहऱ्यावर रागाचे भाव असले तरी स्वत:चा स्वाभिमान बाळगल्याचे तेज होते. उर्वशी अजूनही एकदम अवाक् उभी होती. तिच्या चेहऱ्यावर तिने न केलेल्या गुन्ह्याचे अपराधी भाव होते. डोळ्यात एक लाचार स्त्री, एक हताश पत्नी, एक हरलेली आई दिसत होती. काही सेकंद असेच गेले.

काकांनी उर्वशीकडे पाहिले. दोघांची नजरानजर झाली. तिच्या डोळ्यातली घालमेल त्यांना जाणवली. तिला काय बोलावे काहीही सुचत नव्हते. जे झाले त्यात तिचा काहीही दोष नव्हता. उर्वशीने आपले जीवन अभावात काढले होते. मामामामीकडे राहिल्यामुळे मोठ्यांशी सन्मानाने वागायचे संस्कार झाले होते. ते उमेशसोबत एक स्वच्छंद जीवन जगताना पुसट झाले असले तरी मिटले नव्हते. एकदम हताश वाटून ती तिथेच सोफ्यावर बसून रडायला लागली. काकांना तिच्याबद्दल खूप सहानुभूती वाटली.

बाहेरच्या जगात एक प्रतिष्ठित, एक सफल, स्त्रीशक्तीचा झेंडा फडकवणारी स्त्री घरात कशी हतबल होते याचे सजीव उदाहरण त्यांना इथे बघायला मिळाले होते. उमेशकडून अशा वागण्याची अपेक्षा तिलाही नसावी हे त्यांना कळून चुकले.

काका उर्वशीजवळ गेले. तिच्या खांद्यावर प्रेमाने थोपटले. "काका मला माफ़ करा" म्हणत एकदम हमसून हमसून रडायला लागली. काकांनी तिला रडू दिले.

थोड्या वेळाने ते म्हणाले "रडू नको बाळा. जे झाले त्यात तुझी काहीच चूक नाहीये हे मला नक्की समजले आहे. तू काळजी करू नको. चल शांत हो बघू. शंकर पाणी आण रे..." काकांनी आवाज दिला.

पाण्याचा ग्लास उर्वशीला देऊन तिला बसायचा इशारा केला. "हे बघ, उमेशच्या

एवढ्या वागण्याने मी माझा निर्णय केलेला नाहीये. त्यामुळे तू घाबरू नकोस. पण आता मात्र मला काही प्रश्नांची उत्तरे दे.”

आणि काकांनी तिला प्रश्न विचारायला सुरूवात केली. त्यांचे लग्न कसे झाले, उमेशचे तिच्याशी व्यवहार कसे आहेत, उमेश आणि उर्वशीचे उन्मेषसोबतचे संबंध, घरातले वातावरण, सगळ्यांची दिनचर्या, उन्मेषचे लहानपण आणि सध्याची वागणूक, आजोबांची गरज वगैरे.

त्यानंतर तिने जे सांगितले त्यावर कुणाचाही विश्वास बसणार नाही. मात्र त्यांनी जे बघितले होते त्यावरून उर्वशी नक्की खरे बोलत होती.

उर्वशी उमेशच्या कंपनीमधे मार्केटिंग डिपार्टमेंटमधे होती. वेगवेगळ्या प्रॉडक्टच्या जाहिराती वगैरे फायनल करण्यासाठी, इवेंट मॅनेजमेंटसाठी उमेशशी संपर्क यायचा. उमेश तिचे सौंदर्य, तिचे कौशल्य, तिची बोलण्याची लकब बघून प्रभावित झाला आणि लग्नासाठी प्रपोज केले. नकार ऐकण्याची उमेशला कधीच सवय नव्हती हे तिला त्याच्यासोबत केलेल्या कामामुळे समजले होतेच. तसाही उमेश प्रोफेशनल होता. काम करताना कर्मचाऱ्यांना तो पूर्ण स्वातंत्र्य द्यायचा. कामाव्यतिरिक्त तो कुणाशी कधीच काही बोलत नव्हता. दिसायला सुंदर, स्मार्ट व्यवहार असलेल्या उमेशला नकार देण्यासारखे काही नव्हतेच. तिने होकार दिल्यावर त्याने लग्नासाठी तिच्या मामाकडे मागणी घातली. मामी हुशार होती. तिला उमेश आवडला नव्हता. तिने कुरकुर केली. मात्र मामाला बिन हुंड्याचा पैसेवाला जावई मिळतोय याचा आनंद होता. त्यांनी होकार दिला आणि उमेश-उर्वशीचे लग्न झाले.

लग्न झाल्यावर त्याने तिला मार्केटिंग मॅनेजर म्हणून प्रमोट केले. उच्च सोसायटीमधे स्वत: स्त्री स्वातंत्र्यावर विश्वास दाखवणाऱ्या उमेशचे घरातले रूप वेगळेच होते. तो उर्वशीच्या प्रत्येक गोष्टीवर नजर ठेवून होता. तिने कसा पेहराव करावा, काय काम करावे, कुणाशी बोलावे, कुणाशी कसे आणि किती संबंध ठेवावे हे सगळे तोच ठरवायचा. अगदी तिचा आहार कसा असावा आणि तिने कुठले व्यायाम करावे इथपर्यन्त उमेश स्वत: ठरवायचा. त्याच्यापुढे उर्वशीचे काहीही चालत नव्हते.

घराबाहेर एकदम मॉड आणि उच्चपदस्थ असणारी कर्तबगार उर्वशी घरात फक्त एक ठेववस्तू होती, दासी होती. प्रेम नावाचे हळुवार नाते उमेशला माहीतच नव्हते. त्याला वाटेल तेव्हा तिने शृंगार करावा, पाहिजे तेव्हा त्याची साकी व्हावे, पाहिजे तेव्हा अन्नपूर्णा व्हावे. न ऐकल्यावर तो तिला शिवीगाळ व मारहाण करायचा. या उलट कंपनीमधे तो तिच्या कामाचे भरभरून कौतुक करायचा, तिला आपण खूप स्वातंत्र्य दिले आहे असे दाखवायचा. वेळोवेळी प्रमोशन देखील द्यायचा.

वारस हवा म्हणून उर्वशीने गर्भधारण केव्हा करावे हेही त्यानेच ठरवले होते. त्याला

मुलगाच हवा होता म्हणून पहिल्या वेळेला त्याने डॉक्टरला पैसे देऊन भ्रूणतपासणी करून घेतली होती आणि मुलगी आहे म्हणून एका प्रायवेट नर्सिंग होममधे त्याने गर्भपात करून घेतला होता. दुसऱ्या वेळेला मुलगा असल्याने उन्मेषचा जन्म झाला होता. बाळंतपण जरी माहेरी नगरला झाले असले तरी हॉस्पिटल, डॉक्टर पासून सगळया गोष्टीत उमेशचाच शब्द अखेरचा होता.

उन्मेषच्या बाबतीतसुद्धा जन्म झाल्यापासून सगळे निर्णय उमेश घेत होता. पैशाने जेजे काही घेता येईल तेते सगळे एका शब्दावर उन्मेषला तो घेऊन देत होता. उर्वशीने काहीही हरकत घेतल्यावर तो तिला घालून पाडून बोलत होता. तिच्या माहेरची परिस्थिती काढत होता.

पाहिजे ते मिळत आहे आणि कुणी काही विचारणारे नाही म्हणून उन्मेष उद्धट झाला होता. शहराच्या नामांकित शाळेत शिकत असूनही त्याचा परफॉर्मन्स चांगला नव्हता. त्यासाठीही उमेश उर्वशीलाच दोष देत होता. उन्मेष समोरच कितीदा तरी तो उर्वशीला अपमानित करीत होता, मारत होता. उन्मेषवर त्याचे काय संस्कार होत आहेत ह्याच्याशी त्याचा जणू काही संबंध नव्हता. सगळया भौतिक सुविधा असूनसुद्धा खरे पाहिले तर त्याची भावनिक गरज पूर्ण होत नव्हती. आई आणि वडील दोघांचा वेळ उन्मेषला मिळत नव्हता. आता उन्मेष फक्त आठ वर्षाचा आहे. त्याला आत्ता जास्त वेळ दिला, प्रेम दिला तर सगळे व्यवस्थित होऊ शकते म्हणून काही काळ ऑफिसमधे लो-प्रोफाइल करून उन्मेषला वेळ द्यावा असे उर्वशीने उमेशला सुचवले होते. पण उमेशने तिचे बोलणे झिडकारून टाकले होते.

"आजोबा भाड्याने देणे आहे" ही जाहिरात पाहिल्यावर तिला आशेचे किरण दिसले होते. उर्वशी स्वत: नाही पण कुणीतरी उन्मेषला व्यक्तिश: वेळ देऊन त्याची भावनिक गरज पुरवू शकेल, त्याच्यासोबत खेळू शकेल, हे जेव्हा तिने उमेशला सुचवले तेव्हा थोड्या विचारांती त्याने होकार दिला होता. म्हणूनच तिने काकांशी संपर्क साधला होता. आजोबांची अट म्हणून कसाबसा उमेश काकाकडे यायला तयार झाला होता. मात्र यात जास्त वेळ तो देऊ शकणार नाही हे त्याने आधीच तिला सांगितले होते. आजच्या आज काकांशी सगळे बोलून नक्की करायचे ह्याच विचाराने दोघे काकांकडे आले होते. पण उमेशचा हा व्यवहार तिला पूर्णपणे अनपेक्षित होता.

"हम्म. ठीक आहे बघू. चल खूप उशीर झालाय. आता जेवून घ्या. शंकर उन्मेषला जेवायला बोलाव रे." म्हणत काका किचनमधे गेले. आज जेवणात श्रीखंड पुरी, बटाट्याची भाजी आणि मसालेभात केला होता.

तिला आठवले. अरे ह्या बोलण्यात ड्रायव्हरला फोन केलाच नव्हता. तिने फोन करून त्याला पत्ता दिला आणि यायला सांगितले.

"ताई, दादा खेळता खेळता झोपला आहे वाटते. तुम्ही उठवता का?" शंकरने येऊन सांगितले. तशी ती बेडरूममधे गेली.

डबलबेडवर उन्मेष उताणा झोपला होता. आयपॅडवर टॉमकॅट गेम चालू होता. तिने त्याच्या हातातून आयपॅड घेऊन बंद केले. उन्मेषला उठवले. "उन्मेष बेटा चल जेवून घे."

"ऊं मॉम मला भूक नाही." म्हणून परत झोपायला लागला.

"चल बेटा. आपण माझ्या अंकलकडे आलोत नं? आपल्याला जेवण करून घरी जायचे आहे." उर्वशी म्हणाली.

तो कसाबसा उठला. तिने त्याला वॉशरूममधे हातपाय धुवायला पाठवले आणि डायनिंग टेबलवर घेऊन आली.

"उन्मेष बेटा. तू तर माझ्याशी बोललाच नाहीस. कुठल्या शाळेत जातोस?" काकांनी विचारले.

"धीरूभाई अंबानी स्कूल." त्याने गर्वाने सांगितले.

"ओ वॉव. मस्तच शाळा असेल नाही तुमची?" –काका.

"मग काय! बेस्ट स्कूल इन बॉम्बे." त्याची मान अजूनच ताठ झाली.

उर्वशीने त्याला जेवण वाढले. उन्मेषने नखरे करतकरत श्रीखंडपुरी आणि भात खाल्ला. जेवण झाल्यावर सगळे परत हॉलमधे आले.

कार अजून आली नव्हती. म्हणून तिघे बैठकीवर बसून गप्पा मारू लागले. काकांनी मुद्दाम गप्पांचा विषय उन्मेषवर केंद्रित ठेवला. हळूहळू काकांनी स्वत:चा सहभाग कमी केला आणि दोघांना बोलू दिले. आज उर्वशी चक्क आरामशीर आपल्या आवडीच्या विषयावर गप्पा मारत आहे हे बघून उन्मेष थोडा खूष वाटत होता. हळूहळू तो तिच्या जवळ आला आणि तिला बिलगला. नकळत तिचे डोळे पाणावले.

काका हे सगळे बघत होते. कार आल्यावर दोघेजण गेले. जायच्या आधी काकांनी पुढच्या आठवड्यात उर्वशीला दुपारी एकटीला भेटायला बोलावले.

घर बंद करून त्यांनी डबलबेडवर अंग टाकले. सर्व प्रकारची उजळणी करता करता त्यांच्या डोक्यात विचार सुरु झाले.

❦ ❦ ❦ ❦

आकाश झोपला असताना मेड आली. चित्राने तिला सांगून आकाशसाठी तुपाच्या फोडणीची साधी खिचडी आणि स्वत:साठी पोळीभाजी करून घेतली. खरेतर तिला स्वत:लाच आश्चर्य वाटले कारण आपणहून तिच्या आवडी बदलायला लागल्या होत्या.

मधेमधे एकदोन वेळा जाऊन तिने आकाशला इलेक्ट्रॉल पाणी आणि औषधे

वगैरे दिली. दुपारी बारा वाजल्यानंतर आकाशला थोडे बरे वाटले. दोघांनी जेवण केले. जेवल्यावर आकाश बेडवर उशीला टेकून बसला. चित्राही आवरून त्याच्याजवळ बसली. दोघे जाहिरातीमधल्या काकांबाबतीत बोलू लागले.

दोन वाजत आले होते. चित्रा रिपोर्ट आणायला तयार झाली. आकाशला आराम करायला सांगून ती रिपोर्ट घेऊन आली.

रूममधे आली तर श्रुती आणि आकाश खूप खुश असल्यासारखे वाटले. आकाश आणि तिने मिळून केलेला प्रोजेक्ट सायन्स-डे साठी सिलेक्ट झाला होता. हे ऐकून सगळेच उत्साहित झाले. पुढे त्या प्रोजेक्टला अजून काय करून नेक्स्ट लेवलला नेता येईल यावर चर्चा सुरु झाली. या वेळी चित्राने दिलेल्या आयडिया श्रुती आणि आकाशला खूप महत्त्वाच्या वाटल्या. तिघांनी मिळून तो प्रोजेक्ट पुढे न्यावा असे ठरले.

इतक्यात आकाशला परत अस्वस्थ वाटायला लागले. चित्राने त्याच्या कपाळावर हात ठेवला तर गरम वाटले. मोजले तर ताप १०२ पर्यंत गेला होता. बापरे.... तिने लगेच आकाशला इलेक्ट्रॉलच्या पाण्यासोबत तापाचे औषध दिले आणि थंड पाण्यात नॅपकीन भिजवून त्याला स्पंजिंग केले. स्पंजिंग झाल्यावर आकाशने कपडे बदलले अन् पडून राहिला. ताप अजूनही वाटत होता म्हणून चित्राने ओल्या रुमालात युडी कोलोन टाकून आकाशच्या कपाळावर ठेवले.

हे सगळे झाल्यानंतर त्यांच्या लक्षात आले की प्रोजेक्टच्या उत्साहात रक्ततपासणीचा रिपोर्ट पाहायचा राहून गेला. आकाश आणि चित्राने रिपोर्ट उघडून पाहिले. काही काही नंबर बोल्डमधे लिहिलेले होते. ते फारसे त्यांना समजले नाही. मात्र प्लेटलेट काउंट अपेक्षेपेक्षा कमी होता हे त्यांच्या लक्षात आले. म्हणजे हा डेंगू तर नाही ना? तिघांना थोडे टेन्शन आले.

आत्ता कुठे पाच वाजले होते. अजून डॉक्टरकडे जायला एक तास तरी होता. चित्राने स्वतःसाठी चहा केला आणि श्रुतीसाठी चॉकलेट मिल्क करून सोबत बिस्किटे घेऊन आली.

साधारण पावणे सहाला चित्रा आणि आकाश डॉक्टरकडे जायला निघाले. श्रुती अभ्यासाला बसली होती. चित्राने मेडसाठी संध्याकाळच्या जेवणाच्या सूचना श्रुती कडे दिल्या आणि निघाली.

डॉक्टरला भेटून रिपोर्ट दाखवला. आकाशला डेंगी झाल्याचे निदान झाले. सोबत अजूनही काही इन्फेक्शन होते. चित्रा घाबरली, आकाशपण थोडा टेन्शनमधे आला. तेव्हा डॉक्टरने दोघांना सांगितले की हा खूप गंभीर आजार नाहीये. काही औषधे घेऊन हा लवकर बरा होईल. फक्त थोडी काळजी घेतली पाहिजे. औषधे घेतल्यावर सुरूवातीला प्लेटलेट काउंट थोडा कमी होईल. एकदा वाढायला लागला की ३-४

दिवसात नॉर्मल येईल. तोपर्यंत दररोज रक्त तपासणी करून घेणे आणि औषध घेणे. या व्यतिरिक्त घरात कुठेही उघडे पाणी साचू न देण्याची सूचना डॉक्टरने केली. डेंगीचे डास होऊ नयेत म्हणून.

घरी येतायेता आठ वाजले. चित्राने डोअरबेल वाजवली. पण कुणी उघडले नाही. चित्राने स्वत: जवळच्या किल्लीने दार उघडले. श्रुती घरात नव्हती. तिच्या स्टडी टेबलवर अभ्यासाचा पसारा तसाच सोडून बहुतेक ती खेळायला गेली होती. मेड नेहमीसारखे येऊन स्वयंपाक करून गेली होती, पण तो सूचनेप्रमाणे नव्हता. म्हणजे श्रुती मेडला भेटलीच नव्हती.

आधीच आकाशच्या आजाराचे टेन्शन आणि वर श्रुतीची अशी बेपर्वा वागणूक बघून चित्राला भयंकर राग आला. आकाशला सुद्धा श्रुतीची वागणूक बरोबर वाटली नाही. आता तिच्याशी बोलावे लागणार हे तो मनोमन ठरवत होता.

आकाश बेडरूममधे गेला तशी चित्रा एकदम माघारी फिरली आणि तडक लिफ्टने खाली गेली. बिल्डिंगच्या आवारात श्रुतीला शोधले. ती मैत्रिणीबरोबर गप्पा मारत होती. चित्राने लगेच तिला घरात यायला सांगितले. चित्राला रागात बघून श्रुती काही न बोलता घरी आली. पण घरी आल्या आल्या ती पण चिडली.

"एकदम ग्राउंडमधे मला घ्यायला यायची काय गरज होती. मी काय आता लहान आहे. माझ्या मैत्रिणीसमोर शोभा केली माझी. काय वाटेल तिला?" श्रुती एकदम पायातल्या चपला पायातूनच इकडे तिकडे फेकत रागाने बोलली.

"अच्छा! मी शोभा केली? मैत्रिणींना काय वाटेल त्याची फिकीर आहे. आणि आई बापाला काय वाटेल त्याच्याशी काहीही घेणे देणे नाही का?" चित्रा ओरडली.

"असे काय झाले ओरडायला?" - श्रुती.

"काय झाले? वाजलेत किती बघ घड्याळात. आणि पप्पाची तब्येत बरी नाही माहीत आहे नं तुला? आम्ही दवाखान्यात गेलोय तर मागून मेडसाठी थांबायला नको? पप्पांसाठी दहीभात करायला सांगितले होते नं मी? बघ किचनमधे काय स्वयंपाक झालाय तो. आणि अभ्यासाचा सगळा पसारा तसाच? कधी करणार आहेस होमवर्क अन् कधी उचलणार आहेस हे सगळे?" - चित्रा.

"बापरे कित्ती बोलतेस गं मम्मी. तुला मी आवडत नाही म्हणून ना." आणि असेच काही अजून बोलणार इतक्यात आकाश बाहेर आला.

"श्रुती! हे काय? ही बोलण्याची पद्धत झाली का? काही लहान मोठ्याचे भान आहे की नाही? आई आहे ती तुझी. आईचा हा अपमान मी सहन करून घेणार नाही, सांगून ठेवतो." - आकाश बोलला.

"पप्पा तुम्ही पण... मम्मी तर आहेच अशी. आता समजले. फक्त आजीलाच माझी काळजी होती. बाकी तुम्हा दोघांनाच मी नको आहे. माझ्यामुळे तुम्हा दोघांच्या करीयरमधे प्रॉब्लेम होतो. माझ्यामुळे तुम्हा दोघांना तुमची स्पेस मिळत नाही. माझ्यासाठी तुमच्याकडे वेळ नाही आणि अपेक्षा सगळ्या माझ्यापासून. हे नाही चालणार." - श्रुती ओरडली.

आकाशचा राग अनावर झाला. समोर येऊन त्याने हात उगारले. मारणार इतक्यात चित्राने 'नको आकाश' म्हणून त्याला अडवले. श्रुतीने एकदम अवाक् होऊन आकाशकडे पाहिले. आकाशला रागात पाहून जमिनीवर पाय आपटत ती तिच्या रूममधे गेली आणि धाडकन दार लावून घेतले.

आकाश एकदम हताश होऊन सोफ्यावर बसला. चित्रा त्याच्या बाजूला बसली. त्याचा हात हातात घेऊन त्याला शांत करण्याचा प्रयत्न करू लागली.

"ह्या पोरीचे काहीतरी करावे लागणार. फारच उद्धट होत चाललीये." तो म्हणाला.

"हो रे, करू काहीतरी. पण आत्ता तू ह्या गोष्टीत डोके घालू नको. तुझी तब्येत आधीच बरी नाही. टेन्शन घेतलेस तर अजून त्रास होईल. तू आराम कर. तू काय खाशील?" - चित्रा.

"नाही गं मला काहीही खायची इच्छा नाही." - आकाश.

"असे कसे चालायचे? तब्येत सुधारण्यासाठी तुला व्यवस्थित खायला पाहिजे. थांब मी आधी तुला मम्मीने केलेला मोरावळा देते. जरा खा. त्यातल्या विटामिन सी मुळे डेंगीमधे फायदा होतो म्हणतात. आणि ग्लुकोजचे पाणी बाटलीत भरून तुझ्याजवळ ठेवते. डॉक्टरने लिक्विड जास्त घ्यायला सांगितले आहे. उद्या सकाळी बाजारात जाऊन अजून फळं घेऊन येते." त्यानंतर चित्राचे आकाशसाठी काही ना काही करणे चालू होते.

श्रुती एक-दीड तास रूममधून बाहेर आली नव्हती. आकाशचे इतके रागीट रूप तिने पहिल्यांदा पाहिले होते. चित्रा श्रुतीच्या रूममधे गेली. ती तिच्याशी काय बोलली माहीत नाही. पण त्यानंतर थोड्या वेळाने श्रुती चित्रासोबत आकाशजवळ आली. "सॉरी पप्पा. माझे चुकले..." म्हणत ती रडू लागली. आकाशने चित्राकडे पाहिले. तिने त्याला डोळ्याने माफ करायचा इशारा केला. आकाशने श्रुतीला जवळ घेत पाठ थोपटून तिला शांत करू लागला.

आता चित्राचा चेहरा एकदम शांत होता. त्यांनतर तिने आणि श्रुतीने सोबत जेवण केले.

आकाश आज चित्राचे वेगळेच रूप बघत होता. चित्रा मनाने खूप चांगली होती. फक्त तिची अपब्रिंगिंग जास्त होस्टेलमधे झाली होती त्यामुळे तिला घरच्या वातावरणाची

सवय नव्हती. मात्र मम्मीसोबत राहून राहून तिच्या नकळत मम्मीचे गुण तिच्यात आले होते. रात्री झोपताना त्याच्या मनात एक वेगळेच समाधान होते.

आज गुरुवार. काका थोडे उशीरा उठले. कालचा अनुभव फारच अवघड आणि अनपेक्षित होता. उर्वशी इतकी शिकलेली आणि स्वयंसिद्धा असूनसुद्धा उमेशची अशी वागणूक का सहन करते आहे हे त्यांना समजत नव्हते. हे बरोबर नाही. तिच्याकडे आजोबा म्हणून जाणे वेगळे. पण उर्वशीच्या समस्यांबाबत तिच्याशी थोडे अजून बोलायला पाहिजे. जमले तर तिला आधीच बोलावतो. हा विचार करून त्यांनी पूजा वगैरे उरकली. आज शंकर घरून येताना डब्यात काहीतरी घेऊन आला होता. पार्वती नेहमीच पाठवायची काही ना काही.

आज सुहास आणि वैष्णवी येणार होते. त्यांनी लिहून ठेवलेली माहिती इमेलवर मागवली होती. वैष्णवीने लिहिलेली बाजू तिने पाठवली होती. मात्र सुहासची बाजू हस्तलिखित असल्यामुळे ते भाग सोबत आणू असे वैष्णवीने इमेलमधे लिहिले होते. स्कॅन करून पाठवता आले असते. असो. मंडळी बोलताना तरी सुसंस्कृत वाटली होती. बघू आज काय होते ते.

दुपारचे जेवण उरकून त्यांनी शंकरला हाक मारली "शंकर, आज जरा स्वयंपाक लवकर उरक. पोळ्या सोडून बाकीचे काम ते लोक यायच्या आधी करून घे. मी सांगेन तेव्हा पोराला बागेत थोडे खेळायला घेऊन जा."

"ठीक आहे काका." तो म्हणाला आणि कामाला लागला.

सुहास आणि वैष्णवी आज जरा उत्साहात होते. काकांना भेटायची उत्सुकता मनात होती. काकांनी जेवायला जरी बोलावले असले तरी जमेल तेवढे लवकर या म्हणाले होते. काकांच्या अटीप्रमाणे दोघांनी आपापल्या परीने आपल्या आयुष्यातील घडामोडी व्यवस्थित लिहून ठेवल्या होत्या. वैष्णवीने तिचे लिखाण इमेलने पाठवले देखील होते.

वैष्णवी ऑफिसवरून लवकर आली. वरुणला शाळेतून घरी आणले. लवकर अभ्यास करून, तयार होऊन दोघे सुहासची वाट बघत बसले. वैष्णवीने मुद्दाम साडी नेसली होती. तिला साधारणपणे कुठेही फॉर्मल जायचे असले तर साडीच नेसायची सवय होती. टीव्हीवर कुठला तरी कार्टून शो चालू होता.

सुहासपण लवकर आला. वैष्णवीने तशी तयारी ठेवली होती. तिघांनी लवकर चहा दूध वगैरे आटोपले आणि काकांकडे जायला निघाले. वरुणसाठी काही खेळणीसुद्धा

वैष्णवीने सोबत घेतली.

सुहासने उबर टॅक्सी मागवली आणि सगळे बसले. जाताना सुहास आणि वैष्णवी मुद्दाम रस्त्यावरच्या दुकानाचे नाव वरुणसोबत वाचत होते. वेगवेगळया जागेचे आणि वस्तूंचे नाव त्याला सांगत होते. वरुण खूष होता.

सहा वाजता ते काकांकडे पोहोचले. काका घरीच होते, स्वयंपाकाची तयारी सुरु होती बहुतेक. वैष्णवीने डोक्यावर पदर घेऊन काकांना वाकून नमस्कार केला. सुहास आणि वरुणनेसुद्धा चरणस्पर्श केले. काकांचे घर, त्यांच्या घरच्या सामानाची मांडणी वगैरे वैष्णवीला खूप आवडली. तसे दोघांनी काकांना सांगितले देखील.

"शंकर, जेवणाला उशीर आहे. काहीतरी खायला दे रे सगळयांना." काकांनी आवाज दिला.

शंकरने सगळयांना खायला कोथिंबीर वडी आणि रव्याचे लाडू आणले. आज सकाळीच पार्वतीने काकांसाठी दिले होते. सोबत लिंबू सरबत आणले. खाता खाता काका वरुणशी सहज बोलले. त्याच्या अभ्यासाची आणि शाळेची चौकशी केली.

"वरुण बेटा, जवळच्या बागेत झोका आणि घसरगुंडी आहेत. शंकर काकासोबत खेळायला जाशील?" वरुणने संकोचून वैष्णवीकडे पाहिले. तिचा इशारा मिळताच जायला तयार झाला. ते दोघे गेले.

त्यानंतर त्यांनी सुहासने लिहून आणलेला मजकूर वाचला. मधेमधे दोघांना शंका विचारल्या. सुहासचा इतिहास फार संघर्षपूर्ण होता. त्यांचे डोळे पाणावले. त्यांना वैष्णवीचेही कौतुक वाटले. दोघे फार समाधानी, समजूतदार होते यात त्यांना काही शंका नव्हती.

त्यानंतर त्यांनी स्वत:बद्दल माहिती दिली. जतीन आणि जयश्रीच्या बाबतीत सांगत असतानाच वरुणच्या रडण्याचा आवाज आला. तो झोका खेळताना पडला होता. काकांनी लगेच फर्स्ट एड बॉक्स काढून त्याला मलमपट्टी केली. आणि त्याला बेडरूममधे कार्टून टीव्ही चॅनल लावून दिले.

शंकरला जेवणाची बाकीची तयारी करून डायनिंग टेबल लावायला सांगितले. आणि परत दोघांसोबत बोलायला आले.

"हं. मी फोनवर बोलताना तुम्हाला सांगितले होते की माझ्या काही अटी आहेत." ते म्हणाले.

"हो. आम्ही जे सांगितले त्यावरून तुमचे समाधान झाले असले तर तुम्ही सांगा काका. तुम्हाला भेटून खूप छान वाटले. तुम्ही आमच्या घरी येणार असलात तर आम्हाला सगळ्या अटी मान्य आहेत." काकांच्या व्यक्तिमत्त्वाने भारावून सुहास बोलला.

"अरे इतके उतावीळ होऊन निर्णय घेऊ नका. शहाण्या माणसाने कधीही अटी

ऐकून एकदम निर्णय घेऊ नये. नेहमी अटीतटी चे संभाषण झाल्यानंतर स्वत:ला त्या प्रसंगातून बाहेर न्यावे आणि शांत मनाने सगळा विचार करावा." - काका हसून बोलले.

"हे बघा. मी कोण आणि काय आहे हे तुम्हाला मी सांगितलेच आहे. मला माझे कुटुंब आहे. मी कुणालाही नकोसा झालेला नाही. कुणाशी माझे संबंध बिघडलेले नाहीत. मी शारीरिक आणि आर्थिकरित्या कुणावरही अवलंबून नाहीये. मला राहायला स्वत:चे घर आणि माझी दैनिक काळजी घ्यायला शंकर आहे. हे सगळे तुम्ही बघितलेले आहे. ही जाहिरात वर्तमानपत्रात देण्याचा निर्णय पूर्णपणे माझा स्वत:चा आहे हे समजून घ्या." काका ठामपणे बोलले.

"पाहिजे तर सगळ्या गोष्टीचे पुरावे मला देता येतील. पण माझ्यावर पूर्ण विश्वास असेल तरच पुढचे बोलू अशी माझी पहिली अट आहे. त्यामुळे असे पुरावे मागायची गरज नसावी असे मी समजतो." ते पुन्हा बोलले.

"हो काका. आमचा तुमच्यावर पूर्ण विश्वास आहे. तुम्ही पुढे बोला." सुहास म्हणाला.

"सांगतो. अट १ - मी ह्या अटी सांगतो आहे ह्याचा अर्थ मी तुमच्याकडे आजोबा म्हणून यायला तयार झालो आहे असे गृहीत धरू नये. माझ्याकडे बऱ्याच कुटुंबांनी भेटण्याचा अर्ज केला आहे. मी सगळ्यांना भेटूनच पुढचा निर्णय घेणार. तुम्हाला सांगण्याचे कारण इतकेच की तुम्हाला सुद्धा सगळे समजून सारासार विचार करता यावे. मी जे तुम्हाला सांगतो आहे ते नीट ऐका. पाहिजे तर नोट्स घ्या. घरी जाऊन आरामात विचार करा. आपण परत पुढच्या आठवड्यात भेटून काय करायचे ते ठरवू." अण्णासाहेब बोलले.

"अट २- मी तुमच्या घरी आजोबा म्हणून भाड्याने येईन. तुमच्या घरी अगदी तुमच्या घरचा एक सदस्य म्हणून राहीन. मी तुमच्या घरी भाड्याने आलो असलो तरीही मला तुम्ही घरगडी समजू नये. घरच्या वडीलमाणसाला जे मान, जे हक्क द्यायला हवे, ते तुम्ही मला द्यायचे. सन्मानाने वागवायचे. माझा अपमान, किंवा घालून पाडून बोललेले मी एकदा सुद्धा सहन करणार नाही. असे झाले तर मी लगेच करार मोडून निघून जाईन."

"अट ३- तुमचे एकदम वैयक्तिक सामान आणि जागा सोडली तर मला घरात कुठेही वावरण्याची परवानगी असावी. वापरायला वेगळी खोली नसली तरी चालेल. मी तुमच्या मुलाची रूम शेयर करू शकतो. मात्र घरचे कुठलेही सामान, गॅझेट मला वापरण्याची सोय असावी. घरात आमचे-तुमचे प्रकार नसावे. पाककला माझी आवड आहे. तेव्हा किचनमधे वाटेल ते वाटेल तेव्हा करून खाणे आणि मुलाला किंवा तुम्हाला खाऊ घालण्यावर कुठलीही हरकत नसावी. तुमच्या घरचे रोजचे बाकी काम जो जसे

करतो तसेच चालत राहील. तुमच्याकडे बाई किंवा नोकर येऊन जे जे काम करतात त्यात काहीही बदल मी आल्याने पडणार नाही. पडू नये. फक्त त्यात एका माणसाची भर पडलीये एवढेच."

"अट ४ - मी तुमच्या दिनचर्येवर प्रश्न विचारणार नाही. तुमच्या आणि घरच्या सोयीनुसार मी माझी रोजची दिनचर्या अॅडजस्ट करीन. मात्र त्यावर तुम्ही प्रश्न विचारू नये. माझी योगसाधना, व्यायाम, पूजा, वाचन, झोप वगैरे मी माझ्या सवयीप्रमाणे करेन. मी घराबाहेर केव्हा जावे, जाऊ नये, कुणाशी संबंध ठेवावे, कुणाशी बोलावे, माझ्या आवडी निवडी या बाबतीत सर्व निर्णय माझे स्वत:चे असतील. तुमच्या दिनचर्येत मला गडबड वाटली, वर्तन चुकीचे वाटले तर मला विचारण्याची, सल्ला देण्याची सवलत असावी. तशी सवलत मीही तुम्हाला देईन. काही अडचण होऊ नये म्हणून घरची एक किल्ली नेहमी माझ्या सोबत असावी."

"अट ५ –घरातल्या सगळयांनी एकत्र जेवावे. टाळाटाळ करू नये. रोजचे म्हटले तर मला घरचेच मराठमोळी शाकाहारी जेवण आवडते. घरात स्वयंपाक तुम्ही स्वत: करत नसाल आणि करायला मेड असेल तर तिच्या हातचे केलेले मी आवडीने खाईन. मात्र बाजारातून आणलेले, शिळे ब्रेड, बिस्कीट वगैरे मी खाणार नाही. याचा अर्थ असा नाही की मी हे पदार्थ किंवा बाहेरचे खातच नाही किंवा मला फक्त मराठी पद्धतीचेच जेवण लागते. मी सगळ्या प्रकारचे जेवण चाखलेले आहे आणि खातो. आवडीने कधी हॉटेलमधे जाऊन खायचे असेल, कधी घरी तुम्हाला मांसाहारी पदार्थ करून खायचा असेल तर तसे करता येईल. मात्र ती रोजची सवय नको. मेड आली नाही, तुम्हाला यायला उशीर झालाय, स्वयंपाक करायचा कंटाळा आला आहे. अशा वेळी मला वाटले तर मी आवडीने स्वयंपाक करीन. मात्र माझी तशी इच्छा नसेल तर सर्वजण मिळून काय करायचे ते ठरवू. पण स्वयंपाक करण्याचे बंधन माझ्यावर नको."

"अट ६ - घरात देव्हारा आणि तुळस असावी. तुळस नसेल तर मी आणीन. तुम्ही पूजा करा किंवा करू नका. मी दररोज पूजा करणार. तुम्ही त्यात सामील व्हावे अशी माझी इच्छा असली तरी माझा अट्टहास नाही. पण माझ्या पूजे अर्चेवर कुठलेही बंधन मी चालवून घेणार नाही."

सुहास आणि वैष्णवी मंत्रमुग्ध होऊन ऐकत होते. किती छोट्या छोट्या गोष्टी! पण सगळया किती महत्त्वाच्या आहेत आणि आपण कधी विचारही करीत नाही.

"काका, जेवण तयार आहे. डायनिंग टेबल लावले आहे. हात पाय धुऊन या. मी पोळ्या आणतोय." शंकरचा आवाज आला तसे सगळे भानावर आले.

वैष्णवीने वरुणला जेवायला बोलावले. हातपाय धुऊन जेवायला बसले. भरली

भेंडी, कोशिंबीर, पोळ्या आणि आमटीभात होते जेवायला. अन् गोड म्हणून शेवयाची खीर होती. गप्पा मारीत मारीत छानपैकी जेवण झाले. वरुण बागेत काय मज्जा केली आणि टीव्हीमधे टॉम एंड जेरी ची कशी लढाई झाली हे सगळे सांगत होता.

जेवल्यानंतर शंकरचे जेवण होईपर्यंत काका वरुणशी बोलू लागले. बोलताबोलता ते वरुणला गोष्ट सांगू लागले. सुहास डायनिंग टेबलवर शंकरशी बोलायला लागला. शंकर आणि काका नकोनको म्हणताना सुद्धा वैष्णवीने डायनिंग टेबल आणि किचनचे सगळे आवरले. गोष्ट ऐकता ऐकता वरुण झोपी आला. वैष्णवीने त्याला तिथेच बैठकीवर झोपवले.

काकांनी परत आपल्या अटींची चर्चा पुढे नेली. सुहास आणि वैष्णवी ऐकत होते एक एक अट.

“अट ७ - मला माझे स्वत:चे कुटुंब आणि मित्रमंडळ आहे आणि त्यांच्याशी माझे व्यक्तिगत सम्बन्ध आहेत. मी तुमच्याकडे राहायला आलो तरीही त्यांच्याशी माझे सम्बन्ध सुरू राहतील. त्यावर तुमची कुठलीही हरकत नसावी. माझ्या कुटुम्बातील व्यक्ती आणि माझे मित्र तुमच्या पत्त्यावर मला पत्र, आणि मला लागणारे व्यक्तिगत सामान पाठवू शकतील. त्यांना मला भेटायचे असल्यास मी माझ्या आत्ताच्या घरी येऊन त्यांना भेटू शकेन. तुमच्या घरात जर ते मला भेटायला येणार असतील तर मी तसे तुम्हाला आधी सांगेन. मात्र मी माझ्या कुटुंबातील व्यक्तींना आणि माझ्या मित्रांना तुमच्या घराबाहेर घरची दिनचर्या सांभाळून भेटू शकेन. माझा मुलगा, मुलगी, सून, जावई, नातू वगैरे जर मुंबईला येणार असले तर मी तसे ठरवून त्यांच्या सोबत ठरलेल्या वेळेप्रमाणे माझ्या स्वत:च्या घरी राहायला येईन. त्यावेळी घरचे वेळापत्रक कसे सांभाळायचे हे आपण चर्चा करून ठरवू. तुमच्या घरी राहायला आलो आहे म्हणजे तुमचा गुलाम झालो अशी भावना तुमच्या मनात यायला नको. म्हणून स्पष्ट सांगतो आहे.”

“अट ८ - मी तुमच्याशी, तुमच्या मुलाशी, तुमच्या शेजाऱ्यांशी तुमच्या वडीलधाऱ्या व्यक्तीसारखे वागणार. तुम्ही मला भाड्याने ठेवले आहे हे कुणालाही कळता कामा नये. मी तुमच्या मुलाशी कसे वागतो हा माझ्या आणि त्याच्या मधला विषय आहे, त्यात तुम्ही लुडबुड करू नये. मी त्याच्याशी प्रेमाने वागतो, रागावतो, चिडतो, त्याला एखादी गोष्ट चुकल्यावर त्याच्याशी कसे वागतो हे मी ठरवणार. तुमच्या मुलाने माझ्याशी अपमानजनक वागणूक केली तर तुम्ही मधे बोलू नये. मी ते माझ्या परीने हाताळणार. तुमच्या मुलाशी माझी वागणूक चुकीची वाटली तर त्याबाबतीत मला एकट्याला वेगळे घेऊन विचारू शकता. काहीही करून त्याच्या समोर मला काहीही सूचना करू नये.”

“अट ९ - घरात कुठलाही उत्सव, सणवार, पूजा असेल तर मी पूर्ण उत्साहानिशी भाग घेईन. पूजेची मांडणी वगैरे करण्यात मदत करीन. त्याची मला पूर्वसूचना द्यावी. तुमच्या कुटुंबातील लोक, मित्रमंडळी आल्यावर माझी ओळख तुमचा काका म्हणून करून द्यावी. काही कारणाने जर मी त्यांच्यासमोर यायला नको वाटले तर मला कारणासकट आधीच स्पष्ट सांगावे. कुठल्याही बाहेरच्या व्यक्तीसमोर माझा अपमान होता कामा नये.”

“अट १० - मी बाजारात गेलो असता माझ्या पैशाने बाजारातून भाजी, फळं, मिठाई, दुसरी खायची वस्तू, किराणा सामान किंवा घरात लागणारी कुठलीही वस्तू आणू शकतो. माझ्या किंवा घरच्या गरजेच्या वस्तू मी कधीही खरेदी करून आणली तर त्याला नकार नसावा.”

“अट ११ - तुम्ही कुठे नोकरी करता, तुमची मित्रमंडळी कशी आहेत, तुमचा पेहेराव, तुमच्या जेवणाच्या सवयी, तुमची दिनचर्या, तुमचे आपसातले संबंध, तुमचे राजनीतिक, सामाजिक आणि आसपासच्या गोष्टींवरचे काय मत आहे यावर माझे कुठलेही बंधन राहणार नाही. तुमचेही नसावे. पण मला या बाबतीत जितकी माहिती तुम्हाला देता येईल तितकी वेळोवेळी द्यावी. मी काही खोदून विचारणार नाही, मात्र लपवाछपवीचे खेळ माझ्यासोबत खेळू नयेत. मी काही सल्ला दिला तर तुम्ही तो मानलाच पाहिजे असा माझा हट्ट नसला तरी मला काहीही चूक वाटले तर परखडपणे माझे मत मांडता यायला हवे.”

“अट १२- सध्यातरी माझी तब्येत ठणठणीत आहे. रोजच्या ठराविक औषधांशिवाय मला काही घ्यावे लागत नाही, कुठलाच विकार नाही. मात्र कधी काही किरकोळ आजारपण झाले तर माझी योग्य तशी काळजी घेणे, डॉक्टरकडे नेणे, पथ्याचे जेवण देणे, औषधपाणी करणे तुमच्यावर बंधनकारक आहे. तुम्ही सुट्टी घेऊनच माझ्या जवळ राहणे हा माझा अट्टहास नसेल पण त्यावेळी माझे हवे नको बघणे तुम्हाला बंधनकारक आहे. तुमच्याकडे राहत असताना कधी काही कारणाने मला हॉस्पिटलमधे दाखल करावे लागले तर ते सुद्धा तुम्ही माझ्या अपत्यासारखे सांभाळणे गरजेचे आहे. हॉस्पिटलचा खर्च मी माझ्या पैशाने करीन. पण वैयक्तिक, भावनिक आणि शारीरिक काळजी घेण्याची जबाबदारी तुमच्यावर आहे. काहीही कारणाने मला हॉस्पिटलमधे बेवारशी टाकून यायचे नाही. असे केल्यावर मी नुकसान भरपाईचा दावा तुमच्यावर ठोकणार.”

“अट १३ - ही फार महत्त्वाची अट आहे. मी एक आजोबा म्हणून तुमच्या घरात येणार आहे. माझा जास्तीत जास्त वेळ तुमच्या मुलासोबत जाणार आहे. म्हणून व्यवस्थित ऐकून घ्या.” इतके बोलून काका थोडे थांबले.

थोडे पाणी पिऊन काका परत बोलायला लागले.

"मी तुमच्या घरी राहायला आल्यावर मुलगा पाळणाघरात जाणार नाही. मुलाला ठेवायला कुणी वेगळी बाई/गव्हर्नेस असेल तर तिचीही गरज नाही तसे तिला आधीच सुचवावे. मुलाला शाळेच्या बस स्टॉपवर सोडणे, तिथून आणणे मी आवडीने करीन. मुलगा शाळेतून आल्यावर मी त्याचा सांभाळ करेन. मुलाचा अभ्यास घेईन. त्याच्या प्रोजेक्ट किंवा होमवर्क सबमिशनमधे त्याला मदत करीन. त्याच्या सोबत खेळीन, गोष्टी सांगीन, टीव्ही बघेन. मी त्याच्यासोबत बाहेर फिरायला जाईन. त्याला माझ्या पैशाने खाऊ, खेळणी, पुस्तके किंवा काही गिफ्ट द्यावे वाटले तर घेऊन देईन. यावर तुमची काहीही हरकत नसावी. तुमचा मुलगा आजारी पडला तर मी त्याचे औषध, पथ्यपाणी आणि त्याचे हवे नको ते बघेन. लागले तर डॉक्टरकडे घेऊन जाईन. यावर तुम्हाला कुठलीही हरकत नसावी. या व्यतिरिक्त मी त्याला अभ्यासाचा जाब विचारू शकतो. त्याच्या खायच्या आवडीनिवडी, त्याच्या कपडे घालण्याच्या आवडीनिवडी यावर त्याला सूचना करू शकतो. मला वाटले तर एखादी गोष्ट खायला नको म्हणू शकतो. त्याला त्याच्या आवडीचे पक्वान्न किचनमधे बनवून देऊ शकतो. त्याच्या मित्राची चौकशी करू शकतो, तुमच्या मुलाने काय खावे, काय खाऊ नये, कुणाशी कसे वागावे त्याबाबतीत त्याला किंवा तुम्हाला सूचना करू शकतो. तुम्ही तुमच्या मुलासाठी काय करता, कुठली वस्तू-गॅझेट आणून देता, काय खायला देता यावर माझी मते परखडपणे मांडण्याची मला परवानगी असावी. मी त्याचा पालक म्हणून शाळेत जाऊन शिक्षकांशी त्याची वर्तणूक किंवा अभ्यास याबाबत चर्चा करू शकतो. त्यांना आपली मते सांगू शकतो. मुलाच्या शाळेचे प्रोग्रॅम अटेंड करू शकतो. मुलाची शाळेतील वर्तणूक बरोबर नाही किंवा अशा दुसऱ्या काहीही समस्या उद्भवल्यावर आपण एकमेकांशी चर्चा करून त्या कशा हाताळायच्या, यावर संयुक्त उपाय करू. अजून बरेच काही मला इथे सविस्तर सांगता येईल. पण थोडक्यातच सांगायचे झाले तर तुमचा मुलगा एक चांगला नागरिक होण्यासाठी काय काय होणे गरजेचे आहे ते ते सर्व करण्याची मला परवानगी असावी. या सगळ्या गोष्टी एका आजोबा नावाच्या व्यक्तीला शोभेशी आहेत. मात्र यातली कुठलीही गोष्ट माझ्यावर बंधनकारक नसावी. असे मला वाटते. तुम्ही तुमच्या मुलाबाबत कुठलीही चर्चा माझ्याशी करू शकता. त्याच्या सवयी, आवडीनिवडी, प्रॉब्लेम्स, ॲलर्जी, आणि कुठलीही महत्त्वाची गोष्ट माझ्यापासून लपवायची नाही."

काका अगदी ठरवून आणि सराईतपणे काहीही न बघता हे सर्व बोलत होते. म्हणजे काय काय ठरवून घ्यायचे आहे हे त्यांनी आधीच खूप अभ्यास करून ठरवले आहे. कुठलीही गोष्ट वावगी वाटत नव्हती. दोघे एकदम भारावून गेल्यासारखे ऐकत होते.

खरेतर त्यांना वाटत होते प्रत्येक अट जितकी प्राकृतिक तितकी विचारपूर्वक आहे. कारण एक व्यक्ती जर आपल्याकडे एक आजोबा म्हणून राहायला येत असतील तर अपेक्षा स्पष्ट करणे त्यांच्या परीने फार महत्त्वाच्या आहेत.

पुढेही काका बरेच काही बोलत होते. त्यांनी सगळया महत्वाच्या गोष्टींची नोंद केली. आपसात बोलून पुढच्या आठवड्यात परत भेटू असे ठरवून सुहासने टॅक्सी मागवली.

गुरुवार रात्र – मधुर काकाकडून आल्यापासून काकाकडच्या कॉम्प्युटरवर छान ॲप असल्याचे सांगून ते आपल्याकडे पण डाउनलोड करायला पाहिजे असा हट्ट करत होता. रोहिणीने ते आपण उद्या करू असे आश्वसान दिले आणि त्याला झोपायला पाठवले. नंतर रोहिणी आणि निखिल जेवण उरकल्यावर टीव्ही बघू लागले. टीव्ही बघताना सुद्धा त्यांचा गप्पांचा विषय काका, त्यांचे घर आणि त्यांच्या अटी यावरच होता. आत्ताच कशाला. तिथून आल्यापासूनच उठल्या बसल्या हाच विषय होता जणू काही जगात दुसरे सगळे प्रपंच एकदम थांबले होते.

काकांनी बोललेला एक एक शब्द, एक एक अट आठवत होते ते दोघं. कित्ती व्यवस्थित सांगितले होते त्यांनी. फार विचारपूर्वक केलेली अटींची यादी काकांनी जणूकाही दोघांच्या मनात छापून दिली होती. प्रत्येक अटीची सकारात्मक आणि नकारात्मक चर्चा व्हावी असे काकांनी आवर्जून सांगितले होते. ते काय निर्णय घेतील यावर त्यांनी अजून काही सांगितले नव्हते. पण त्यांच्या बोलण्यावरून कमीत कमी या आठवड्यात तरी निर्णय होणार नाही हे नक्की होते. सोमवारपासून मधुरला शाळेत पाठवायचे निश्चित केले होते. रोहिणीने व्हाट्सॲपवर शाळेच्या नोट्स मागवून मधुर कडून लिहून घेतल्या होत्या. पण मधुरला एकटे सोडावे का हा प्रश्न दोघांच्या मनात घोंगावत होता. उद्या काकांशी थोडे या बाबतीत बोलू असे दोघांनी ठरवले.

शुक्रवार सकाळ – चित्राने उठून सकाळचे नित्यक्रम आवरले आणि स्टूडियोला जायला थोडी लवकर तयार झाली. श्रुती अजून बाथरूम मधेच होती.

आकाशच्या रक्त तपासणीसाठी पॅथलॅबमध्ये फोन करून तिने घरीच ब्लड कलेक्शनसाठी फ्लॅबोटोमिस्टला बोलावून घेतले होते. औषधपाणी आणि पथ्य चालूच होते. कालची प्लेटलेटची रिपोर्ट सकारात्मक आली होती. पण अजून आकाशची तब्येत ऑफिसला जाण्याइतकी सशक्त झाली नव्हती. सोमवारपर्यंत बरी होऊन ऑफिसला

बहुतेक जाऊ शकू असा विचार करून आकाशने आजपर्यंतची सुट्टी घेतली होती.

फ्लॅबोटोमिस्ट आला. तपासणीसाठी रक्त घेऊन गेला. लगेच चित्राने आकाशसाठी कॉफी करून आणली. सोबत बिस्कीट वगैरे दिले. मग त्याला औषध देऊन ती ऑफिसला जायला सज्ज झाली, तसे तिला आठवले की उद्या काकांकडे जायचे आहे. पण आकाशची तब्येत बरोबर नाही. जायचे की जाऊ नये. तिने आकाशला विचारले.

"नाही गेलो तर बरोबर दिसणार नाही. उद्या गेलो नाही तर रविवारी नाहीतर पुढच्या आठवड्यात ढकलले जाईल. काय म्हणतेस?" आकाश म्हणाला.

"फोन करून विचारते काकांना. रविवारी शक्य असेल तर तसे ठरवू. नाहीतर बघू काय बोलतात ते." असे म्हणता म्हणता तिने काकांना फोन लावलाच.

"काका मी चित्रा बोलतेय, आकाशची वाइफ. आम्ही उद्या तुम्हाला भेटायला येणार होतो." - चित्रा.

"हो आहे लक्षात. मी वाट बघतोय." - काका.

"तसे नाही काका. आकाशची तब्येत बरोबर नाहीये. मंगळवारपासून आकाशला बरे नाहीये. त्याला डेंगी झाल्याचे निदान झाले आहे. कालपासून प्लेटलेट वाढायला सुरूवात झालीये. पण अशक्तपणा आहे. म्हणून थोड्या विचारात होतो. आम्ही रविवारी आलो तर चालेल का?" - चित्रा.

"अरे हे काय विचारणे झाले सुनबाई? आपल्याला फक्त भेटून बोलायचेच तर आहे. तू काहीही काळजी करू नको. तुमचे घर आहे असे समजून उद्याच या. मी आकाशसाठी पथ्याचे जेवण करायला सांगतो. वाटले तर तो इथे पण आराम करू शकेल. जास्तच वाटले तर आपण उद्या सकाळी बोलू. अन् काही काळजी करू नको. आकाश लवकर बरा होईल." - काका

"ठीक आहे काका." – चित्रा.

"आकाशला फोन दे." – काका.

"काय रे आकाश हं. तुमच्या सारख्या तरण्याताठ्या माणसाला कसला आलाय आजार? काही व्यायाम वगैरे करत नाहीस का? का नुसता काम एके काम. तब्येतीकडे लक्ष द्यावे माणसानी. चल बरा हो लवकर. सुनबाईला त्रास देऊ नको." काका एकदम हक्काने बोलले.

आकाशला एकदम पप्पांची आठवण आली. ते पण असेच कडक बोलायचे नेहमी. त्याने काकांशी थोडे बोलून फोन बंद केला. एव्हाना दूध पिऊन, शाळेची बॅग घेऊन श्रुती दाराजवळ मम्मीची वाट बघत होती. दोघी घराबाहेर पडल्या.

श्रुतीला शाळेत सोडून चित्राने स्टुडियोची वाट धरली आणि मेडला फोन लावून

तिला स्वयंपाकाबाबत सूचना केली. आकाशसाठी पथ्याचे जेवण करून द्यायला सांगितले. काका काहीही म्हटले तरी खूप आपलेसे वाटत होते. ते आपल्या घरी आले तर खूप चांगले होईल.

काकांनी फोन बंद केला आणि शंकरला आवाज दिला. "आलो...." म्हणत शंकर आला. त्याच्या हातात चहाचा ट्रे होता. सोबतीला पार्वतीने करून दिलेल्या गोड पापड्या होत्या.

"शंकर. आजपण एक मंडळी दुपारच्या जेवणाला येणार आहे. हे जरा वेगळे प्रकरण आहे. बघू. तू लवकर भाज्या वगैरे आणून स्वयंपाक कर. पिठलं भाकरी ठेचा आणि वरणभात कर. आज येणारे जरा वयस्कर आहेत. त्यांना आवडेल." अण्णासाहेब त्याला बोलले.

शंकर गेला. काका वर्तमानपत्र वाचू लागले. जवळपास एका तासाने घरासमोर रिक्षा थांबल्याचा आवाज आला. पाच मिनिटांनी डोअरबेल वाजली. दार तसे उघडेच होते. पण आपण आल्याची सूचना बहुतेक आगंतुकाला करावीशी वाटली असणार म्हणूनच त्यांनी बेल वाजवली होती.

काकांनी बसल्या बसल्या आवाज दिला. "या या नारायणराव, या सुनबाई, ये गं पोरी." आणि वर्तमानपत्र घडी करून बाजूला ठेवले.

एक चाळीशीत असलेले गृहस्थ आणि एक १६-१७ वर्षाची मुलगी आत आले. मुलीच्या एका खांद्यावर दप्तर होते. बहुतेक तिच्या क्लासवरून डायरेक्ट इथे आले असावेत. ठेवणीवरून त्यांची परिस्थिती तशी बेताचीच वाटत होती. तिघांनी काकांना नमस्कार केला आणि काकासोबत बैठकीवर बसले.

"कशी आहेस बेटा. सुनिता नं तुझे नाव?" काकांनी विचारले.

"हो आप्पा, मी ठीक आहे. तुम्ही कसे आहात?" सुनिताच्या डोळ्यात दुःखाच्या छटा असल्या तरी ओठांवर स्मित होते. चेहऱ्यावर एक वेगळेच तेज होते. घरावर आणि तिच्यावर ओढवलेल्या प्रसंगावर खूप हिम्मतीने ह्या कुटुंबाने मात करायचे ठरवले होते, असे अण्णासाहेबांना जाणवले.

नारायणराव आणि यशोदाबाई काकांकडेच बघत होते. पुढचे बोलणे कसे पुढे न्यावे ह्या विचारात ते असावे. चेहऱ्यावर चिंतेचे भाव असले तरी एक ठामपणा त्यांच्या अंगभाषेवरून दिसत होता.

शंकरने सगळ्यांना चहा आणून दिला. चहा पिता पिता हवापाण्याच्या किरकोळ गप्पा झाल्यानंतर सुनिता म्हणाली "काका मी कुठे बसून अभ्यास करू? माझ्या टेस्टस्

सुरु होणार आहेत सोमवारपासून.” आणि आपले दप्तर उचलून उभी राहिली.

“बेटा पॅसेजमधे उजव्या बाजूला माझी स्टडीरूम आहे. तिथे तू अभ्यास करू शकतेस.” काकांनी तर्जनी बोटाचा इशारा रूमकडे केला. ती गेली.

“खूप हुशार पोर आहे माझी. खूप समजूतदार. खूप हिम्मत आहे तिच्यात. तिचे शिक्षण आणि तिचे पुढचे जीवन सुखरूप व्हावे म्हणून आम्ही तुमच्या कडे आलो आहोत. माझी केस कोर्टात आता शेवटच्या टप्प्यात आहे आणि केव्हाही निकाल येऊ शकतो.” - नारायणराव म्हणाले.

“तुमचे म्हणणे एकदम बरोबर आहे. तुम्ही मला पूर्ण प्रसंग सांगता का? म्हणजे मला नेमकी गरज कळेल.” - अण्णासाहेब.

“हो सांगतो.” आणि त्यांनी सांगायला सुरूवात केली.

“बघा, मी, यशोदा आणि सुनिता असं आमचं छोटं कुटुंब आहे. सुनिता एकदम साधी आपल्या चालीरीतीप्रमाणे जगणारी आहे. तसेच संस्कार आम्ही तिच्यावर केलेत. एका वर्षापूर्वी पर्यंत आम्ही एकदम सुखाने राहत होतो. पण त्यानंतर आमच्या कुटुंबावर एक अनपेक्षित संकट आले आहे. म्हणून तुमची मदत हवीये. यशोदेच्या माहेरी तिचा सावत्र भाऊ आणि त्याचे कुटुंब आहे. त्यामुळे तिथून काहीही मदत मिळण्याची अपेक्षा नाहीये. माझे आईवडील कधीच देवाघरी गेलेत.

मी आणि माझ्या दोघा भावांचे कुटुंब आहे. आम्ही एकाच बिल्डिंगमधे राहतो. आम्हा तिघांकडे एक-एक मजला आहे. मी मधल्या मजल्यावर राहतो. सगळ्यात मोठ्या भावाला एक मुलगा आणि एक मुलगी असून दोघांचे लग्न झाले आहे. त्याच्यापेक्षा लहान भावाला दोन मुलगे आहेत. एका मुलाचे लग्न झालेले आहे. आमच्या घरची आर्थिक परिस्थिती त्या दोघांच्या मानाने थोडीशी झुकतीच आहे. या बिल्डिंगमधे आम्हा तिघा भावांचा बरोबरीचा हिस्सा आहे. पण मला एकच मुलगी म्हणून दोघे भाऊ बिल्डिंग मधला माझा हिस्सा त्यांच्या नावावर करून देण्याचा हट्ट नेहमीच मला करीत होते. त्याच्या बदल्यात पैसे देण्याची देखील त्यांची तयारी होती. पण मला माझ्या पूर्वजांचे घर सोडून जायचे नव्हते म्हणून मी नको म्हटले. मी ठाम नकार दिल्यावर त्या दोघांनी वेगवेगळ्या पद्धतीने आमच्या कुटुंबाला त्रास देण्याचा प्रयत्न सुरु केला. त्यांची पोरे त्यांच्याही पुढे आहेत. आठेक महिन्यापूर्वी सुमित, म्हणजे मधल्या भावाच्या मुलाने त्याच्या एका मित्रासोबत सुनिताला कॉलेजच्या रस्त्यात पिच्छा करून, वेगवेगळे शेरे करून त्रास द्यायला सुरूवात केली. एकदोन वेळा तिने दुर्लक्ष केले. मात्र त्याने अजूनच त्रास दिल्यावर तिने मला सांगितले. आम्ही माझ्या भावाकडे तक्रार करायला गेलो तर त्यांनी उलट आपल्या मुलाचीच बाजू घेतली आणि आम्हाला घर सोडायला सांगितले.

पण घर सोडायला सुनिताने ठामपणे नकार दिला. वडिलांची साथ मिळाल्यानंतर सुमितची हिम्मत अजून वाढली आणि तो सुनिताला जास्तच त्रास द्यायला लागला. एक दिवस कंटाळून तिने सुमितला रस्त्यावर थोबाडीत मारले. चवताळून त्याने तिला बघून घेण्याची धमकी दिली. हे ऐकून यशोदा आणि मी खूप घाबरलो होतो. पोलिसात तक्रार करू म्हणालो पण सुनिताने तसे करू दिले नाही.

सहा महिन्यापूर्वी मी जवळच कुठेतरी गेलो होतो. सुनिता आणि यशोदा घरात एकट्या होत्या. सुमित त्याच्या एका मित्रासोबत आमच्या घरी आला आणि धमक्या देऊ लागला. दोघींनी प्रतिकार केल्यावर त्यांनी दोघींच्या तोंडात कापड खुपसून मुस्कट बांधले. सुनिताने खूप प्रतिकार केला. रागा रागात त्यांनी सुनिताचे कपडे ओढायला फाडायला सुरूवात केली. सुनिताने प्रतिकार करण्याचा खूप प्रयत्न केला तरी ते तिला विवस्त्र करण्यात यशस्वी झाले. त्यानंतर दोघेही विवस्त्र होऊन सुनितावर अतिप्रसंग करण्याचा प्रयत्न करू लागले."

बोलता बोलता नारायणरावांच्या चेहऱ्यावर दुःखाचे पडसाद उमटले. ते पुढे म्हणाले - "देवकृपा म्हणा की काय, मी काहीतरी विसरलो म्हणून घरी आलो. दारामागून काहीतरी आवाज आला म्हणून मी घंटी न वाजवता माझ्याजवळच्या किल्लीने दार उघडले आणि हा प्रसंग समोर पाहिला. तिघांना विवस्त्र अवस्थेत पाहून तळपायाची आग डोक्यात गेली. मला त्यावेळी काहीही सुचले नाही. मी सरळ किचनमधे गेलो आणि चाकू आणून दोघांना सपासप मारायला सुरूवात केली. खूप मुश्कीलीने सुनिता आणि यशोदाने मला थांबवले. मी थांबेपर्यंत सुमितचा जीव गेला होता आणि त्याचा मित्र जखमी होऊन जमिनीवर पडला होता."

"जे झाले ते अनपेक्षित होते. पण जे केले ते फक्त पोरीला वाचवण्यासाठी, तिच्या इभ्रतीच्या रक्षणासाठी होते. आम्ही काहीही लपविण्याचा प्रयत्न न करता लगेच पोलिसांना आणि भावांना बोलावले आणि सर्वकाही खरे सांगून मी आत्मसमर्पण केले. मात्र भावांनी मी सूडभावनेने सुमितचा खून केल्याचे सांगून माझ्यावर खटला केला. सगळे खरे खरे सांगितले तरी आमच्यावर कुणीही विश्वास ठेवला नाही. वेळे आधीच मी पोहोचल्याने सुमितच्या कृतीचे कुठलेही पुरावे आमच्याकडे नव्हते. उलट मुलांना विवस्त्र बघून ते मुलीवरच उलटसुलट आरोप करू लागले.

पोलिसांच्या नजरेत ती ओपन अँड शट केस होती, मी आत्मसमर्पण केले होते म्हणून केस एकदम पटापटा पुढे गेली. लवकरच केसचा निकाल लागेल. मला बहुतेक जन्मठेप होईल असे वाटते आहे. कोर्टाच्या कामात किती वेळ लागेल काही सांगता येत नाही. मी तुरुंगात जायच्या आधी माझ्या कुटुंबाची काहीतरी सोय व्हावी म्हणून

न्यायालयात अर्ज केला. खूप मागे लागल्यावर मागच्या आठवड्यात मला केसचा निकाल लागेपर्यन्त जामिन मिळाला आणि मी घरी आलो.

सगळ्यात मोठा भाऊ आला होता भेटायला. म्हणाला, मी माझा हिस्सा त्यांच्या नावावर करायला तयार झालो तर लहान भावाला सांगून केस मागे घ्यायचा प्रयत्न करू शकतो. इथेही मी ठामपणे नकार दिला. या सगळ्यात यशोदा आणि सुनिता दोघींनी आतापर्यंत मला खूप साथ दिली. जे झाले त्यात माझी कुठेही चूक नाहीये. माझ्या मनात कुठलीही अपराध भावना नाहीये. काहीही शिक्षा झाली तर ती मी अगदी ताठ मानेने भोगायला तयार आहे. पण या दोघींसाठी जीव तुटतो आहे.

आता त्यांचा मुलगा गेला म्हणून त्यांचा माझ्यावर राग आहे. मी तुरुंगात आहे म्हटल्यावर त्यांची हिम्मत अजून वाढेल. माझ्या मागून भावांनी या दोघींना अजून त्रास दिला तर काय होईल ह्याचीच काळजी आहे. मी तुरुंगात गेल्यानंतर माझ्या बायको आणि मुलीसोबत कुणीतरी बापमाणूस पाहिजे. तुमची जाहिरात पाहिली आणि आशेचा किरण दिसला. म्हणून तुम्हाला भेटायला आलो." – नारायणराव पुढे बोलले.

नारायणराव एकदम हात जोडून म्हणाले, "अण्णासाहेब, मी तुमच्याकडे खूप आशेने आलोय. तुम्ही आजोबा म्हणून माझ्याकडे या आणि माझ्या अनुपस्थितीत या दोघींचा आधार व्हा. तुम्हाला कुठल्याही गोष्टी कमी पडणार नाहीत. तुमचा मानपान, तुम्हाला हवे नको ते सगळे या दोघी बघतील. साईकृपेने घरात आर्थिक स्थिती खूप चांगली नसली तरी अडचण नाहीये. बिल्डिंगमधली ग्राउंड फ्लोरची चार दुकाने माझ्या हिश्शात येतात. त्याचे भाडे खर्चाला पुरेसे होईल. थोडीशी साठवण आहे. तुम्ही नाही म्हणू नका." असे बोलून नारायणराव थांबले आणि अण्णासाहेबांकडे आशेने पाहू लागले.

अण्णासाहेबांनी हे सगळे ऐकून डोळे बंद केले. समोर बसलेल्या नारायणरावांना काय आणि कशी प्रतिक्रिया द्यावी हेच त्यांना सुचत नव्हते.

अण्णासाहेबांनी डोळे उघडले. नारायणराव खूप आसुसलेल्या नजरेने त्यांच्या कडे बघत होते. ते पुढे आले. नारायणरावांचे जोडलेले हात आपल्या दोन्ही हातात घेतले आणि त्यांच्या खांद्यावर हात ठेवला.

"नारायणराव थोडा धीर धरा. सगळे ठीक होईल." ते म्हणाले. आपुलकीचा हात खांद्यावर आला आणि इतके दिवस रोखून ठेवलेला नारायणरावांच्या भावनेचा बांध अनावर होऊन फुटला. ते काकांच्या हातावर डोके ठेवून एकदम हुंदके देऊन रडू लागले.

यशोदाताई पदरात चेहरा लपवून रडत होत्या. अण्णासाहेबांनासुद्धा खूप गहिवरून आले. घरच्याच माणसाने, रक्ताच्या नात्याने त्यांना इतका मोठा धोका दिला होता.

सख्खा नसला तरी सुनिताचा भाऊ होता तो. एका घरासाठी एक नाते इतक्या नीच कृत्यापर्यंत जाऊ शकते ही कल्पनाच जिथे नकोशी होते तिथे नारायणराव आणि त्याच्या कुटुंबानी ती प्रत्यक्ष अनुभवली होती. आपल्या मुलाने इतका मोठा गुन्हा करू पाहिला होता. त्याची चूक लक्षात घेऊन सख्ख्या भावाला धीर न देता सुनिताच्या काकाने स्वतःच्या भावावरच उलटे आरोप लावले होते. घरासाठी भावाच्या मुलीला बदनाम करण्यातही त्यांना काही चुकीचे वाटले नव्हते. धीर द्यायला तरी कुठे काय उरले होते?

"मला स्वत:चा मोठा भाऊ समज." असे म्हणायला सुद्धा अण्णासाहेबांना जागा उरली नव्हती. अण्णासाहेबांनी त्यांना रडू दिले.

रडण्याचा आवाज ऐकून सुनिता बाहेर आली. तिच्या चेहऱ्यावर वेदना होत्या. लगेच पुढे येऊन तिने बाबांचा हात अण्णासाहेबांच्या हातातून सोडवला, त्यांचे डोळे पुसले.

"बाबा आपण रडायचे नाही असे ठरवले आहे नं? तो देव आहे नं वर बसलेला. त्याच्याकडे नक्की आहे काहीतरी चांगले आपल्यासाठी. त्याने आपल्याला दिलेली परीक्षा आपल्यालाच द्यावी लागणार. तुम्ही जे केले ते त्या प्रसंगाला बरोबर होते. ते आता जे करताहेत ती चूक आहे. बाबा तुम्ही काळजी करू नका. आपली परीक्षा पूर्ण झाली की सगळे बरोबर होईल. इतके दिवस तुम्ही पोलीस कोठडीत होतात. काढले नं दिवस आम्ही तुमच्याविना? पुढचे दिवसही निघतील. आप्पांनी नकार दिला तरी काहीतरी रस्ता मिळेल. तुम्ही आधी शांत व्हा बघू." - सुनिता म्हणाली.

"आप्पा, बाबांच्या रडण्यावर जाऊ नका. जे झाले त्याला मागे जाऊन बदलता येणार नाहीये. पुढेही जे होणार आहे ते हा समोर बसलेला देव ठरवेल. तुम्ही तुमच्या सोयी, अटींप्रमाणेच सर्व ठरवा. आम्ही तुम्हाला मजबूर करणार नाही." ती पुढे म्हणाली.

"बापरे......" अण्णासाहेब मनात बोलले. ते तिच्याकडे बघतच राहिले. सुनिताच्या चेहऱ्यावर अजूनच तेज दिसून आले. एखाद्या देवीचा अवतार आहे की काय असे अण्णासाहेबांना वाटले. खरेच, एक बलात्कार अगदी अंगावर येऊन टळला होता, बाप खुनी झाला होता आणि त्याचे तुरुंगात जाणे अगदी अटळ होते तरीही सुनिता इतकी शांत, इतकी खंबीर होती. ही काही साधी गोष्ट नाही.

अवघड प्रसंग होता. यातून कसे बाहेर यावे काकांना कळत नव्हते. इतक्यात शंकर आला. "काका जेवण तयार आहे" म्हणाला आणि प्रसंग थोडा सांभाळला गेला. एक अपेक्षित शांतता वातावरणात आली.

सगळ्यांनी हातपाय धुऊन जेवण केले. जेवण होईपर्यंत सगळे परत थोडे सामान्य झाले. जेवण झाल्यावर सुनिता पुन्हा अभ्यास करायला गेली. काकांनी मग केस आणि

केसच्या तपासणी बाबतीत नारायणरावांना काही प्रश्न विचारले.

"अण्णासाहेब मला महत्त्वाच्या नसू द्या, पण तुम्ही तुमच्या अटी सांगा तरी. म्हणजे पुढे काय ते ठरवता येईल." नारायणराव म्हणाले.

"अहो, अटींची काळजी करू नका. काही गोष्टी सोडल्या तर बाकी तुमच्या कामाच्याच नाहीत. तुमची परिस्थिती फार वेगळी आहे. वेळ आल्यावर सांगीनच. पण त्याआधी मला थोडा वेळ द्या. तुमच्या केसच्या बाबतीत मला एक प्रयत्न करावासा वाटत आहे. तुम्ही तुमच्या केसच्या बाबतीत जितके कागद तुमच्याकडे आहेत त्याची कॉपी एकदोन दिवसात मला पाठवा." - अण्णासाहेब म्हणाले.

"ठीक आहे. उद्याच पाठवतो." ते म्हणाले.

बोलता बोलता तीन वाजायला आले. सुनिताला पुढच्या क्लासला पाच वाजता जायचे आहे असे तिने सांगितल्यावर मंडळी घरी जायला निघाली.

नारायणरावांच्या कुटुंबाला दारापाशी सोडून अण्णासाहेब घरात आले. मन थोडेसे व्यथित झाले होते. अवघड परिस्थिती आहे. एकदा तर लगेच होकार द्यावासा वाटला होता पण, आपले मन लगेच आवरले होते त्यांनी.

पलंगावर अंग टाकले आणि केसवर विचार करू लागले. सरकारी कामात असताना बऱ्याच लोकांशी संपर्क आला होता. वेगवेगळया विभागाच्या लोकांशी मैत्री झाली होती. आज जे ऐकले ते समाजाला काही नवीन नव्हते. वर्तमानपत्रात यापेक्षा भयानक प्रसंग वाचण्यात येतात. पण हे एकदम समोर आले होते. म्हणून ह्रदयाला भिडले होते. झोपण्याचा प्रयत्न केला पण डोळा काही लागेना.

शेवटी ते उठले. शंकरला आवाज देऊन चहा करायला सांगितला. काहीतरी ठरवून फोन जवळ गेले आणि एक नंबर डायल केला. "रणजीतसिंग आहेत का?" त्यांनी विचारले.

"हो मीच बोलतोय अण्णासाहेब, बोला आज खूप दिवसांनी आठवण काढलीत." तिकडून आवाज आला.

"कशाला जोडे मारतो आहेस रणजीत, बरेच दिवस झाले हे खरे आहे पण म्हणून मैत्रीत असे अहो जाहो कुठून आले?" ते म्हणाले.

"मग. माझ्या घरी फोन उचलणारा मीच असतो हे काय तुला माहीत नाही होय रे? म्हणे रणजीतसिंग आहेत का. तू म्हणालास ते बरोबर, मी म्हणालो तर जोडे का?" - अजून एक तक्रार.

“बरं बाबा तू जिंकलास. अरे मन थोडे थाऱ्यावर नव्हते. एका केससाठी तुझी मदत हवीये म्हणून फोन केला.” ते म्हणाले.

“ठीक आहे. सहा वाजता बागेत आपल्या बेंचवर भेट. बोलूया तिथेच.” दुसऱ्या बाजूने इतके सांगून फोन बंद झाला.

रणजीतसिंग त्यांचा मॉर्निंग वॉकचा साथीदार होता. तो पंजाबवरून ट्रान्सफर होऊन जवळपास पंधरा वर्षापूर्वी मुंबईला आला होता. बागेच्या पलिकडेच त्याचे घर होते. घरात फक्त रणजीतसिंग आणि त्याची बायको जयंती. एवढेच त्याचे कुटुंब, कारण त्यांना अपत्य नव्हते. जयंतीसुद्धा सरकारी नोकरीत होती. मागच्याच वर्षी ती पण रिटायर झाली. दहाएक दिवस अण्णासाहेब वॉकला उशीरा जात होते म्हणून त्यांची त्याच्याशी भेट झाली नव्हती.

रणजीतसिंग एक रिटायर्ड एसीपी होता. रिटायरमेंटच्या आधी मुम्बई क्राइम ब्रांचला त्याची पोस्टिंग होती. नोकरीत असताना त्याची इमेज एकदम कडक अशा पोलीस ऑफिसरची होती. त्याचे फिल्डवर्क आणि क्राइम विषयातले ज्ञान अगदी दांडगे होते. नारायणरावांसारख्या कितीतरी केसेस त्याने त्याच्या नोकरीच्या वेळात सांभाळल्या होत्या. नारायणरावांनी जरी आत्मसमर्पण केले असले तरी या केसमधे त्यांच्यावर आत्मरक्षणाचे कलम न लावता सूड भावनेने खून केल्याचा आरोप लावला गेला होता. असे पोलिसांनी का केले असावे हे समजणे अवघड नव्हते. ही केस वेगळ्या पद्धतीने हाताळता यावी, म्हणजे नारायणरावांना कमीत कमी शिक्षा व्हावी हाच विचार अण्णासाहेबांच्या मनात होता. या बाबतीत चर्चा करायची म्हणूनच त्यांनी रणजीतला फोन लावला होता.

विचार करता करता त्यांना झोप लागली ती तडक पावणेसहालाच मोडली. अण्णासाहेब लगबगीने तयार होऊन बागेत गेले. रणजीतसिंग बेंचवर त्यांची वाट बघत बसला होता. अण्णासाहेबांना बघून त्याने हाक मारली “काय रे झोपला होतास का? चांगले दहा मिनिटे वाट बघतोय. फोन आल्यापासून टेन्शन आले, काय केस असेल ह्याचा विचार करून. ये बस.”

अण्णासाहेब हसले “अरे हो रे विचार करता करता झोप लागली. हल्ली रोज उशीर होतोय झोपायला. म्हणून वॉकला लवकर येता येत नाहीये. तुला तर माहीत आहे आपल्या त्या जाहिराती बाबतीत. शनिवारी जयश्रीकडे गेलो होतो दिल्लीला, सोमवारी संध्याकाळी आलो. तेव्हापासून रोज एकतरी कुटुंब येत आहे भेटायला. म्हणजे त्यांची काही चूक नाही. मीच बोलावतोय. मंडळी कशी आहेत ते समजणे फार महत्त्वाचे, नाही का” बसता बसता त्यांनी रणजीतच्या हातात हात मिळवला.

"हं हे ही बरोबर. जयश्री कशी आहे? सांगितलेस का तिला तुझ्या योजनेबाबत?" – रणजीतसिंग.

"एकदम मजेत आहे. छान शोरूम काढले आहे तिने. जास्त बोलणे झाले नाही. पण थोडी आयडिया दिली आहे. पूर्णपणे सांगितले नाही कुणालाच अजून. वेळ आल्यावर सांगेन." - अण्णासाहेब.

"हं सांग काय केसचे काम पडले तुझ्यासारख्या सिविल इंजीनियरला. तू तर काही गुन्हा करून बसला नाहीस नं?" डोळा मारत रणजीतने विचारले.

"काहीतरी थट्टा करू नकोस. मी काय करणार आता या वयात? सांगतो." अण्णासाहेब गंभीर होत म्हणाले. "या जाहिरातीच्या निमित्ताने आज दुपारी पण एक कुटुंब आले होते. त्यांचीच केस आहे. एका सज्जन माणसाला उगाच खोट्या केसमधे चिरडले जात आहे, ही जाणीव माझा जीव खात होती म्हणून तुला सांगावेसे वाटले. म्हणजे गुन्हा झालाच नाहीये असे मला म्हणायचे नाहीये. पण स्वरूप वेगळे आहे आणि कोर्टात तो वेगळ्या पद्धतीने हाताळला जातोय असे मला वाटले. या केस मधेच मला तुझी मदत हवी आहे."

"थोडे डीटेल सांगतोस का? म्हणजे मी बघतो काय सुचवता येते ते. केस पेपरची कॉपी मागवून घे म्हणजे थोडे स्टडी करता येईल." - रणजीतसिंग बोलला.

"हो सांगितले आहे त्यांना तसे." अण्णासाहेबाने रणजीतला केस बाबतीत सर्व माहीत असलेले डिटेल्स दिले. मधेमधे रणजीतसिंग पण प्रश्न विचारत होता. सगळे सांगून झाल्यानंतर अण्णासाहेब आशेने त्याच्याकडे बघू लागले.

"हे बघ, गुन्ह्याचा प्रकार ऐकून ही केस क्राइम ब्रांचकडे सोपवणे नियमाप्रमाणे गरजेचे आहे. ज्याअर्थी इतक्या घाईघाईत ही केस पुढे गेली आहे त्याअर्थी असे झाल्याचे वाटत नाहीये. पोलिसांनी ओपन आणि शट केस समजून लगेच न्यायालयात ही केस दाखल केलेली दिसते. मी क्राईम ब्रांचमधे विचारतो. जर केस क्राईम ब्रांचला रेफर केलेली नसेल तर न्यायालयात तसा अर्ज करून फेरतपासणीसाठी क्राईम ब्रांचला देता येईल. तिथे वेगळ्या पद्धतीने सुरूवातीपासून तपासणी झाली तर नेमके प्रकरण समोर येईल. आत्मरक्षणासाठी केलेला गुन्हा सिद्ध झाला आणि भावांची भूमिका समोर आली तर नारायणरावांची सुटका देखील होऊ शकेल." - रणजीतसिंग.

"फू......हं....." अण्णासाहेबांनी एक जोराचा उसासा सोडला. "मला वाटतच होते तू काहीतरी मार्ग काढशील. कमीत कमी आशेचा एक किरण तरी दाखवलास."

"हं पण इतके सोपे नाहीये. खूप हिम्मत आणि सचोटी लागते. बरेच कारभार कागदपत्री करावे लागतील. त्यांच्या वकिलाला पण भेटायला लागेल. थोडा खर्च पण

होईल. चालेल ना?" – रणजीतसिंग

"चालेल रे. मी कागद मागवले आहेत. सोमवारी आले की देतो तुला. त्यांना सांगून त्यांची, तुझी आणि त्यांच्या वकिलाची मीटिंग फिक्स करतो पुढच्या आठवड्यात. चालेल ना. तोपर्यंत तुला काही माहिती मिळवता आली तर बघ, खर्चाची काळजी नको. त्यांना जमले नाही तर मी करीन. तू म्हणतोस तसे झाले तर एक कुटुंब त्याच्या सरळमार्गी लागेल." -अण्णासाहेब गहिवरून बोलले.

"ठीक आहे. कळव मला. चल निघू आता. अंधार झालाय. जयंती वाट बघत असेल." - रणजीतसिंग.

"चल. मी ही निघतो." अण्णासाहेबाने रणजीतचे हात हातात घेऊन दाबले आणि ते निघाले.

꧁ ꧁ ꧁ ꧁

अण्णासाहेब घरी आले. दिवावातीची वेळ झाली होती. त्यांनी दिवा उदबत्ती लावून संध्या केली तोच शंकर बाहेरून आला. "काका उर्वशी ताईचा फोन आला होता. तुम्ही सांगितल्या प्रमाणे आज किंवा उद्या सकाळी भेटायचे म्हणत होत्या. काय सांगू?"

"आज खूप थकलोय रे. आज नको. उद्या संध्याकाळी चारनंतर केव्हाही आली तरी चालेल. पण एकटी ये म्हणाव. आत्ता जेवणाला फक्त मऊ भात कर. दही भात खाईन." - अण्णासाहेब.

"ठीक आहे. सांगतो." म्हणत शंकर फोन जवळ गेला. तोच फोनची रिंग वाजली. त्याने उचलला. फोनवर उर्वशीच होती. शंकरने काकांनी केलेली सूचना तिला सांगितली आणि सकारात्मक दिशेने मान हलवली.

"हं. असे कर. दहीभात करून त्यावर सुक्या मिरचीची फोडणी घालून ठेव. काही खायची इच्छा होत नाहीये." काका शीण काढत म्हणाले.

"थोडं कोकम सरबत आणतो. पिऊन बरे वाटेल." तो म्हणाला आणि किचनमधे गेला.

काका गप्प होते. त्यांनी नारायणरावांना फोन लावला. त्यांनी कागदपत्र अर्जंटमधे कुरियर केल्याचे सांगितले. बहुतेक उद्या मिळतील. काकांनी त्यांच्याशी थोडक्यात बोलून सोमवारी सकाळी भेटायला सांगितले.

शंकर कोकम सरबत घेऊन आला. थंडगार सरबत पोटात गेल्यावर त्यांना बरे वाटले.

"उद्या चित्रा आणि आकाश श्रुतीसोबत लवकर येतील दहापर्यंत. आकाशला बरे

'आजोबा भाड्याने देणे आहे' ■ १०३

नाहीये. पथ्याचे जेवण लागेल त्याच्यासाठी. गव्हाचा दलिया आहे की नाही बघून घे. नाहीतर घेऊन ये उद्या येताना. दलिया खिचडी करू मुगडाळ टाकून. अन् त्याच्या सोबत कढी. बाकीचे उद्या सांगतो." काका शंकरला बोलले.

"हो काका." शंकरने होकारार्थी मान हलवली आणि किचनमधे गेला.

काका स्टडी रूममधे गेले. कम्प्यूटर चालू केला. फेसबुक उघडून मित्रांचे अपडेट्स पाहिले. जयश्रीने तिच्या नवीन शोरूमच्या उद्धाटनाचे फोटो टाकले होते. छान दिसत होती. एकदम खूष. एक फोटो तिचा आणि अण्णासाहेबांचा पण होता. मस्त आला होता. त्यांनी लाईक करून कमेंट केली. जतीनने सुद्धा त्याच्या मुलींचे फॅन्सी ड्रेसवरचे फोटो टाकले होते. दोघी एकदम एकसारख्या दिसत होत्या. ओळख सुद्धा पटणार नाही. त्यांना पण कमेंट दिली. अजून एक दोन मित्रांच्या पोस्टवर कमेंट करून ग्रुपच्या अपडेट्सवर नजर टाकली. एका ग्रुपमधे ट्रिप काढायचा विचार चालला होता. त्याबाबतीत बऱ्याच चर्चांना ऊत आला होता. काही गमतीदार पोस्ट्स वाचून त्यांना मज्जा वाटली. तसे गमतीदार कमेंट्स त्यांनी पण त्या पोस्ट्सवर केले. एक दोन मित्रांशी इनबॉक्समधे बोलले. मग एक गेम उघडून ते खेळत बसले. एक दीड तास चांगला गेला. त्यांना आता थोडे फ्रेश वाटत होते.

ते बाहेर आले. शंकर गेला होता. त्यांनी दार आतून बंद केले. एका छोट्या ताटात दहीभात घेतला आणि बेडरूममधे आले. टीव्ही लावून मराठी बातम्या लावल्या आणि बेडवर आरामशीर बसून खाऊ लागले. थोड्या वेळातच कंटाळा आला. त्याच त्याच बातम्या!! ताट ठेवून ते झोपायला गेले.

आज निखिलला हॉस्पिटलमधून यायला उशीर होणार होता. उद्यापण सकाळी लवकर ऑपरेशन्स आहेत असे त्याने रोहिणीला फोनवर सांगितले होते.

मधुरची जवळपास दोन आठवडे शाळा बुडली होती. अजून सुट्टी करून चालणार नाही. काहीतरी करायला हवे असा विचार करून रोहिणीने शाळेत सांगून मधुरचे या आठवड्याचे मिस झालेले नोट्स इमेलवर मागवून घेतले होते. शाळेत बरेच काही शिकवून झाले होते. तिने मधुरला अभ्यासाला बसवले. बाकीचे विषय त्याने बघून लिहिले पण गणितातले प्रॉब्लेम्स त्याला समजावूनच सोडवावे लागतील म्हणून रोहिणी त्याला मदत करू लागली.

आतापर्यंत मधुर बऱ्यापैकी सेटल झाला होता. तो प्रसंग एकदाचा त्याच्या मनातून मिटला होता. पण अजूनही मधुर शाळेतून आल्यावर एकटा राहू शकेल का याची खात्री तिला वाटत नव्हती. घरी कुणीतरी असायलाच हवे. काकांनी रविवारी होकार दिला

तर खूप बरे होईल. निखिल आला की त्याच्याशी याबाबतीत बोलू असे तिने मनोमन ठरवले.

दोघांना अभ्यास करताना पाहून पीहू सुद्धा तिचे दप्तर घेऊन आली. "मम्मी मलापण टीचरने खूप होमवर्क दिले आहे." असे म्हणत तिने डायरी रोहिणीला दिली. इंग्रजीच्या 'D' अक्षरावरून सुरु होणाऱ्या वस्तूंची २४ चित्रं काढायची होती.

"बापरे कित्ती होमवर्क माझ्या शोनूला. तुला किती वस्तू माहीत आहेत सांग बघू." तिने लाडात पीहूला विचारले.

"खूप माहीत आहेत." म्हणत अगदी लवकर लवकर सांगत सुटली. मात्र ७-८ शब्दानंतर तिचे शब्द संपले. मग रोहिणीने आठवून आठवून दहाएक शब्द जोडले तरी शब्द कमी पडत होते. तिला एकदम हसायला आले. असे आपल्याला किती शब्द येतात. बोलताना आपण अस्खलित बोलतो. पण जेव्हा गरज आहे तेव्हा नेमके शब्द आठवत नाहीत. तिने मधुरला विचारले. त्याने पण काही शब्द जोडले. दोनतीन चित्रांची नावे अजून आठवत नव्हती.

रोहिणीने तिच्या ड्रॉइंगबुकमधे एका पानावर पेन्सिलने ६X४ रिकामे बॉक्स करून दिले. "ड्रॉइंगबुक" अजून एक शब्द सापडला. पीहूला जमिनीवर बसून जितकी चित्रं माहीत आहेत तितकी काढायला सांगितली. तिने क्रेयोनचा पसारा मांडला आणि चित्र काढायला बसली. रोहिणी दोघांना अभ्यासात मदत करू लागली. एक दोन तास अशातच गेले. मग तिने दोघांना हातपाय धुऊन यायला सांगितले.

जेवायला बसणार तितक्यात बेल वाजली. निखिल आला होता. त्याला बघून एकदम तिला आठवले 'डॉक्टर' आणि 'डोअरबेल'. २४ शब्द पूर्ण झाले. तिला तिचेच हसू आले. खरेच आपण एखाद्या गोष्टीत किती गुंतून जातो. 'D' अक्षरावरून २४ शब्द पूर्ण करणे हेच लक्षात राहिले.

तिने वाढायला सुरूवात केली. निखिल पण लगेच फ्रेश होऊन आला. सगळयांनी गप्पा मारत मारत जेवण केले. पीहू "डी" अक्षरातले कुठले कुठले चित्र कसे काढले ते पप्पांना खूप उत्साहाने सांगत होती. ती जे बोलतेय ते सगळे कळत नसले तरी तिचा उत्साह बघून निखिलला खूप मज्जा वाटत होती.

जेवण संपल्यावर मधुर परत लिहायला बसला. पीहूने शेवटची दोन चित्रं काढेपर्यंत रोहिणीने किचन आवरले आणि तिच्याजवळ येऊन बसली. सगळी चित्रं पूर्ण करून होमवर्क पूर्ण झाले याचे समाधान तिच्या चेहऱ्यावर होते. रोहिणीने तिचे दप्तर आवरले. इतका...... होमवर्क करून ती थकली होती म्हणून रोहिणीने लगेच तिचे हातपाय धुऊन नाईट सूट घातला आणि रूममधे नेऊन झोपवले. दोनचार वेळा थोपटले आणि पीहू

झोपली सुद्धा. तो पर्यंत मधुरचा गणित विषय पूर्ण लिहून झाला होता. चला झाले एकदाचे, मधुरला सुद्धा तिने झोपायला पाठवले आणि फ्रेश होऊन बेडरूममधे आली.

निखिल वर्तमानपत्र वाचत तिचीच वाट बघत होता. तिच्याकडे बघून "हं बोल काय बोलणार होतीस?"

"अरे निखिल, मधुर मागच्या मंगळवार नंतर शाळेत गेलेला नाहीये. जवळपास दहा दिवस झालेत. आता खूप अभ्यास असतो रे दररोज. नोट्स मागवून वह्या पूर्ण करून घेते आहे. पण अजून उशीर केला तर कव्हर अप करायला फार अवघड होईल. काही दिवसात टेस्ट्स चालू होतील. आता मधुर जरा सेटल झालेला वाटतोय. मला वाटते सोमवारपासून त्याला शाळेत पाठवू." - रोहिणी.

"पटतंय गं. पण त्याला शाळेत मुलांनी विचारले तर परत त्या विषयाची चर्चा आणि आठवण होऊ शकते." - निखिल.

"हे बघ आपण त्या विषयाची वाच्यता शाळेत फक्त त्याच्या क्लास टीचर आणि प्रिन्सिपलला केली आहे. बाकी कुणालाही काहीही सांगितलेले नाही. त्यामुळे शाळेत तरी बहुतेक त्याला त्रास होणार नाही. मुलांनी त्याला अनुपस्थित असल्याचे कारण विचारले तर काय सांगायचे हे आपण मधुरला सांगू. आता तो थोडा सेटल झाला आहे. एक-दोन दिवसात आपण त्याला थोडे समजावून त्याची भीती कमी करायचा प्रयत्न करू. माझी पण दहा दिवसाची सुट्टी पूर्ण होईल. सोमवारपासून मलाही जॉईन व्हावे लागेल. पण त्याला घरी एकटे ठेवण्याची माझ्या मनाची तयारी नाहीये. तुला काय वाटते?" - रोहिणी.

"बरोबर आहे तुझे म्हणणे. मी वेळ बघून बोलतो मधुरशी. रविवारी काकांना परत भेटायला जायचेच आहे. मधुरच्या शाळेचा प्रॉब्लम होतोय असे सांगून बघू, आपल्याला त्यांच्या सगळ्या अटी मंजूर आहेत. कुठलीही अट वावगी वाटत नाहीये. उलट सगळं छानच आहे. त्यांची शेवटची अट अगदी विचित्रच आहे. आपल्यासाठी चांगली असली तरी तीच फक्त थोडी पटत नाहीये. तू काय म्हणतेस?" - निखिल.

"हो त्यांच्या अटी ऐकून असे वाटले की आपले वडीलच याचना करताहेत की त्यांच्या मुलांनी त्यांच्याशी कसे वागावे. शेवटची अट मलाही थोडी वेगळी वाटली. पण त्यात हरकत घेण्यासारखे काहीही नाही. आपण त्यांना लवकरच आपल्या घरी येण्याचा आग्रह करू." - रोहिणी.

"ठीक आहे. चल झोपूया आता. मला सकाळी लवकर ऑपरेशन्स आहेत." – निखिल.

निखिलने साईड टेबलवरचे लाईट बंद केले आणि पांघरूण ओढले. तशी तीही

त्याच्या कुशीत शिरली.

शनिवार सकाळ – आज अण्णासाहेब लवकर उठले आणि नेहमी सारखे फ्रेश होऊन वॉकसाठी बागेत गेले. या आठवड्यात रोज रात्री झोपायला आणि सकाळी उठायला उशीर होत होता. त्यामुळे वॉकला जाण्याच्या वेळेत गडबड झाली होती. इतक्यात ते अंघोळ-पूजा आणि चहा आवरून मग फिरायला जात होते. त्यामुळे मित्रमंडळी भेटत नव्हती.

बागेत आले आणि रणजीतसिंग दिसला. त्याच्या सोबत नेहमीची मित्रमंडळी होती. चार पाच मित्रांचा घोळका दररोज बागेत मॉर्निंग वॉकला येत होते. प्रकाश गोडबोले, मोहन पगारे आणि यशवंत पंडित. सगळ्यांना पाहून अण्णासाहेबांना खूप आनंद झाला. त्यांना पाहून मित्रांनीही गलका केला.

फिरत फिरत गप्पा मारत आणि एकमेकांचे अपडेट्स घेत एक तास कसा गेला कळले नाही. या वयात आल्यानंतर घरची आणि ऑफिसची जवाबदारी नसते. मागे लागलेले वेळेचे शेपूट नसते. प्रत्येक काम अगदी तितक्याच मिनिटात करायची घाई नसते. त्यामुळे टेन्शन फ्री वेळ काढता येतो.

आपण जीवनभर असाच वेळ शोधत राहतो. पण ही वेळ मिळाल्यावर त्याचा आनंद फार दिवस का राहत नाही हे न उलगडणारे कोडे आहे हेही तितकेच खरे. "सेवानिवृत्ती फक्त नोकरीतून होते. जीवनातून नाही." हे सेवानिवृत्त होताना लक्षात राहिले तरी लवकरच त्याचा विसर पडतो. ही जीवनाची दुसरी इनिंग असते. जर पहिली इनिंग जीवन आणि संघर्ष या नावाच्या विरुद्ध टीमसोबत लीडिंग पोझिशनमधे खेळली असेल तर दुसरी इनिंग टेन्शन फ्री होऊन, विरुद्ध टीमची मज्जा घेत घेत खेळायची असते. पण का कोण जाणे असे वाटते की जिंकण्याचा संघर्ष नसेल तर खेळ खेळण्यात मज्जाच नाही. आपण जिंकणार म्हटल्यावर उत्तेजन संपते. प्रेक्षकगण सुद्धा निकाल आधीच लागला असा विचार करून आपापल्या दिशेला जायला लागतो. मग जिंकण्याची जिद्द आणि उत्साह संपतो. जिंकल्यावर टाळ्या वाजवणारे कुणी नसेल तर जिंकायची काय मजा? आणि समजा पहिल्याच इनिंगमधे हा खेळ नकारात्मक झाला असेल तर प्रेक्षकगण थांबून प्रोत्साहन देण्यापेक्षा आपण हरलेलो आहोत म्हणून निकालाची वाट न बघता निघून गेलेले असतात. आणि मग आपण निमूटपणे दुसऱ्या टीमला जिंकू देतो.

ह्या इनिंगमधे सुद्धा खेळायला प्रेक्षक लागतो, चॅलेंज देणारा विरोधी गट लागतो. काही लोक जिंकल्यावर कुणी प्रेक्षक टाळ्या पिटायला नसणार या भीतीने स्वतःच दुसरी इनिंगसुद्धा हरायची सुरूवात करतात. तर काही नेहमी कुणीतरी प्रेक्षक असावेत

म्हणून जीवनाच्या खेळात नवनवीन चॅलेंज शोधून आणतात. अण्णासाहेब बहुतेक दुसऱ्या प्रकारचे व्यक्ती होते आणि आपल्या टीममधे असा दुसरा खेळाडू ते शोधत होते. म्हणूनच की काय ह्या पाच मित्रांची खूप छान गट्टी जमली होती. असो.

वॉक घेऊन सगळे जाऊ लागले तेव्हा त्यांनी यशवंत पंडितला थांबवले. तो रिटायर्ड आय. ए. एस. ऑफिसर होता. त्याची एकच मुलगी होती. ती लग्न होऊन लंडनला सेटल झाली होती. मुलगी दहावीत असतानाच बायको देवाघरी गेली होती. त्यानंतर त्याने एकट्यानेच मुलीचे पालनपोषण केले होते. यशवंत पंडितसुद्धा आतापर्यन्त तसा त्यांच्या सारखाच एकटा राहत होता. मात्र दोन वर्षापूर्वी त्याची बहीण जानकी त्याच्याकडे राहायला आली होती म्हणून आता ते दोघे सोबत राहत होते. जानकीच्या मुलाला वडिलोपार्जित संपत्तीतला स्वत:चा हिस्सा मिळाल्यानंतर आईची गरज संपली होती. घर लहान पडते, मामाकडे राहिलीस तर तुम्हा दोघांना एकटेपण वाटणार नाही वगैरे असे काहीतरी फालतू कारण सांगून आईला मामा, म्हणजेच यशवंत कडे पाठवले होते. यशवंत हल्ली एका एनजीओमधे समुपदेशक म्हणून कार्यरत होता. ह्यातून आर्थिक नाही तर मानसिक समाधान खूप आहे असे तो म्हणायचा.

दोघे बेंचवर बसले. अण्णासाहेबांनी त्याला थोडक्यात उर्वशी आणि उमेशच्या बाबतीत सांगितले. मधे मधे त्याने एक-दोन प्रश्न विचारले.

शेवटी ते म्हणाले "यशवंत, अरे मला हे खूप खटकते आहे. बुधवारी ती भेटून गेल्यापासून मी खूप अस्वस्थ झालोय. इतकी शिकलेली ती. हे तिने का सहन केले पाहिजे हेच समजत नाहीये? आपण काही करू शकतो का? तू एक समुपदेशक आहेस म्हणून विचारतोय." – अण्णासाहेब.

"हो. नक्की करू शकतो. केले पाहिजे. आमच्याकडे अशा बऱ्याच केसेस येतात. डोमेस्टिक व्हायोलन्स थांबलेले नाहीये रे. फक्त त्याचे स्वरूप बदलले आहे. शिकलेल्या स्त्रिया सुद्धा हिम्मत करीत नाहीत. त्यांची कारणे वेगळी असली तरी त्याचा पाया अजूनही आपली पुरुषप्रधान संस्कृती आहे. खूप समुपदेशन करावे लागते मग कुठेतरी या बायका काहीतरी बोलायला तयार होतात." यशवंत म्हणाला.

"हे बघ आज उर्वशी मला भेटायला येणार आहे पाच वाजता. मी थोडावेळ तिच्याशी बोलतो. तू साधारण सहापर्यंत ये. तिला थोडे समुपदेशन करून बघ. तिला या स्थितीतून काढावे ही माझी मनस्वी इच्छा आहे." – अण्णासाहेब.

"चालेल." - यशवंत.

"चल येतो मी. आज अजून एक कुटुंब येणार आहे भेटायला. हे शेवटचे कुटुंब. नंतर थोडा विचार करून ठरवतो पुढचे." - अण्णासाहेब.

ते निघाले. घरी येईपर्यंत साडेसात वाजले होते. शंकरने चहाचे आधण तयार ठेवले होते. काकांना दुरूनच पाहून त्याने चहात दूध वगैरे टाकले. काका घरात येईपर्यंत त्याचा चहा झाला. काका बूट काढून आतमधे आले आणि शंकर ट्रेमधे चहा घेऊन आला. नेहमीचे हेच दिनचक्र होते. दोघांनी सोबत चहा घेतला. शंकरने दलिया आणला आहे की नाही त्याची चौकशी काकांनी केली. बाकीचे मेनू वगैरे ठरवून ते अंघोळीला गेले.

पूजाअर्चा आटोपून अण्णासाहेब किचनमधे आले. शंकरने दुधी भोपळा किसून ठेवला होता. काकांनी डाळपीठ आणि मसाले टाकून कोफ्ते करायला घेतले. कोफ्ते तळून झाल्यावर कांदा, टोमॅटो भाजून घट्ट ग्रेवी केली. 'कोफ्ते वाढताना ग्रेवी गरम करून तेव्हांच कोफ्ते टाक म्हणजे चांगले लागतील' अशी सूचना शंकरला केली. तुपात दलिया छानपैकी बदामी रंग येईपर्यंत खरपूस भाजला. त्यात भिजवलेली मूगडाळ, उकळते पाणी आणि मीठ टाकून त्याचे भांडे प्रेशर कुकरमधे ठेवले. जेवायच्या अर्धातास आधी शिजायला ठेव म्हणजे गरम गरम गव्हाची खिचडी होईल. त्यांना एकदम लक्ष्मीची आठवण झाली. आजारी पडल्यावर ती नेहमी अशीच खिचडी करायची. असो.

अण्णासाहेब बाकीच्या जेवणाची तयारी बघून आणि शंकरला वेगवेगळ्या सूचना करून हॉलमधे आले आणि वर्तमानपत्र वाचत वाचत चित्रा आणि आकाशची वाट बघू लागले. साधारण सव्वा दहाला डोअरबेल वाजली. दार उघडेच होते. अण्णासाहेब उठून उभे राहिले. आकाश, चित्रा आणि श्रुती होते. आकाशने झब्बा पायजामा घातला होता. अंगावर शाल गुंडाळली होती. तो चेहऱ्यावरूनच अस्वस्थ वाटत होता. चित्राने जीन्स आणि कुर्ती घातलेली होती. मोकळे बॉबकट केस चेहऱ्यावर उडत होते. श्रुतीने सुद्धा जीन्स आणि टी शर्ट घातले होते. आकाश आणि चित्राने काकांना वाकून नमस्कार केला. आकाशने सांगितल्यावर श्रुतीनेही काकांना वाकून नमस्कार केला.

"काय रे. अजून बरे वाटत नाहीये? सुनबाई लक्ष देत नाही का माझ्या पोराकडे?" ते हसत म्हणाले.

"नाही काका. असे बोलू नका. ती खूप काळजी घेते माझी." – आकाश म्हणाला.

"अरे हो रे. गंमत करतोय. बसा. शंकर जरा सरबत दे सगळ्यांना." त्यांनी हाक मारली.

थोडावेळ गप्पा मारून त्यांनी श्रुतीला स्टडी रूममधे पाठवले. श्रुती तिचा आयपॅड आणि दप्तर घेऊन गेली. नंतर तिघे विषयावर आले. चित्रा, आकाश आणि काकांनी आपापली माहिती सांगितली. चित्राला श्रुतीजवळ पाठवून ते आकाशशी एकांतात बोलले. बोलता बोलता आकाशला अशक्तपणा वाटायला लागला. काकांनी त्याला बेडरूममधे झोपायला सांगितले. त्यानंतर ते चित्राशी बोलत बसले.

घरात पैशाची कमतरता नाही. दोघांमधे वैचारिक मतभेद असले तरी मनभेद नाही. मम्मी एकदम गेल्याने आणि लगेच शहर बदलल्याने तिघांचेही सगळे एकदम बदलले होते. मनाची तशी तयारी नव्हती म्हणून सगळी गडबड झाली होती. असा त्यांचा निष्कर्ष.

साधारणपणे बारा वाजता जेवण आटोपले. जेवणानंतर ते श्रुतीजवळ स्टडीरूममधे गेले. अभ्यासाची चौकशी केली आणि सहज गप्पांना सुरूवात केली. सुरूवातीला श्रुती फारशी बोलत नव्हती पण हळू हळू खुलायला लागली. पुढे काय करायची इच्छा आहे. काय हॉबी आहे. इतक्या अवघड विषयांचा अभ्यास कसा करते. आयपॅड कसे वापरतात. स्पर्धात्मक परीक्षेच्या अभ्यासासाठी आयपॅड कसा वापरते. तिला आयपॅडवर अजून काय काय करता येतं हे तिच्याकडून समजून घेतले. म्हणजे त्यांना माहीत नाही असे नव्हते. पण त्यांनी तिला तसे भासवले. जेणेकरून ती आयपॅड कसे वापरते याचा अंदाज यावा. तिच्या फेसबुक वरून जतीनच्या मुलींची ओळख करून दिली. त्यासुद्धा तिला समवयस्क होत्या. मग मोर्चा आजी आणि आई वडिलांवर. त्यांची किती मदत होते. असे सगळे करत त्यांनी तिच्या मनात शिरण्याचा प्रयत्न केला. एक तास तिच्यासोबत घालवल्यानंतर श्रुतीच्या मनात वेगळ्या प्रकारचे न्यूनगंड निर्माण झाले आहेत हे त्याच्या लक्षात आले.

ते बाहेर आले. आकाश आणि चित्रा बेडरूममधे टीव्ही बघत बसले होते. काकांनी त्यांना आपल्या अटी सांगायला सुरूवात केली. दोघे मन लावून ऐकत होते.

आकाश आणि चित्रा काकांच्या अटी ऐकत होते. मधे मधे प्रश्न विचारून शंका समाधान करून घेत होते. तेरा अटी सांगितल्यावर काकांनी ब्रेक घेतला. वॉशरूमला जाता जाता शंकरला चहा करायला सांगितला. येताना श्रुतीकडे डोकावून आले. तिचा अभ्यास बहुतेक झाला होता. ती आता तिच्या आयपॅडवर गेम खेळत होती.

परत येऊन ते बसले आणि बोलायला सुरुवात केली. "हं कुठे होतो मी?"

"काका तुम्ही तेरा अटी सांगितल्या. पुढच्या २-३ अजून आहेत असे म्हणालात. काका चहा पिऊन तीन वाजेपर्यंत आम्ही निघू म्हणतो. बराच वेळ झालाय." चित्रा म्हणाली.

"ठीक आहे." काका म्हणाले आणि घसा साफ करून बोलायला सुरूवात केली.

"अट १४ - माझ्याकडे माझी वडिलोपार्जित इस्टेट आहे. पैसा आहे. मी माझ्या स्वत:च्या कामगिरीने सुद्धा चल-अचल संपत्ती जमवली आहे. मी कुणावर अवलंबून नाही हे मी तुम्हाला सांगितले आहे. मी माझ्या संपत्तीचे वारसपत्र आधीच तयार करून माझ्या वकिलाकडे दिलेले आहे. माझ्या वारसपत्राची सीलबंद कॉपी माझ्या मुला-

मुलीकडे पण दिलेली आहे. मी तुमच्याकडे आजोबा म्हणून राहायला आलो तरी माझ्या संपत्तीमधे तुमचा कुठलाही वाटा असणार नाही. माझ्या संपत्तीची वाटणी माझ्या वारसपत्राप्रमाणे होईल याची जबाबदारी मी माझ्या वकिलाकडे सोपवली आहे, त्याने धोका करू नये म्हणून माझ्या वारसपत्राची एक सीलबंद कॉपी मी तुमच्याकडे देईन. माझ्यानंतर माझ्या संपत्तीची वाटणी माझ्या वारसपत्राप्रमाणे व्हावी हे बघणे तुम्हालाही तितकेच बंधनकारक आहे."

"अट १५ - मी जतीन, जयश्री आणि माझ्या वकिलाचे संपर्क क्रमांक तुमच्याकडे देईन. तुमच्याकडे राहताना माझी तब्येत जर खूप जास्त खराब झाली तर तुम्ही तिघांशीही संपर्क साधून त्यांना सांगणे आणि त्यांच्या सांगण्याप्रमाणे त्यांना माझ्या तब्येतीची अपडेट देणे तुमच्यावर सक्तीचे आहे. माझ्या तब्येतीसाठी जर तुम्हाला काही निर्णय घ्यावे लागले, डॉक्टरला कन्सेंट द्यावे लागले तर तसे हक्क मी तुम्हाला देईन. त्यातूनही माझ्या जीवाचे काही बरेवाईट झाले तर तुम्ही या तिघांनाही कळवणे आवश्यक राहील. मला माहीत आहे की असे काही होणार नाही. पण तरीही जर माझे अपत्य किंवा कुणीही काही करायला पुढे आले नाही तर माझ्या अंत्यविधीचे सगळे संस्कार तुम्ही हिंदू पद्धतीने तुमच्या वडिलांसारखेच करावे. भूत आणि आत्मा वगैरे प्रकार असतात यावर माझा विश्वास नसला तरी माझ्या मृतदेहाचे सोळावे संस्कार पूर्णपणे हिंदू संस्कृती प्रमाणे केले जावे. माझ्या इलाजावर आणि अंतिम विधीवर जो काही खर्च होईल तो माझ्या संपत्तीमधून तुम्हाला मिळेल. असे केले नाही तर मी खरंच भूत बनून तुमच्या मानगुटीवर बसेन." हे वाक्य बोलताना ते मिश्कीलपणे हसले.

चहा आला. तिघेजण चहा पिऊ लागले.

"आणि शेवटची अट. आणि बहुतेक ह्याच अटीची तुम्हाला ऐकायची घाई आहे हे मला माहीत आहे. भाडे काय, बरोबर? मी भाड्याने तुमच्याकडे राहायला येणार. इतक्या अटी ठेवणार आणि त्याच्या बदल्यात तुम्ही मला काय द्यायचे हेच नं? सांगतो. मुद्दाम शेवटी ठेवली ती अट. मी तुमच्या घरी राहणार. त्यासाठी मी दर महिन्याला पंचवीस हजार रुपये तुम्हाला देईन. हा पैसा घरच्या महिन्याच्या खर्चात वापरण्यात यावा. जर मी मिळून कुटुंबाचा महिन्याचा खर्च ७५ हजार पेक्षा जास्त असेल तर खर्चाचे तीन भाग करून त्यातला एक भाग मी देईन. यात व्यक्तिगत खर्च सोडून घरातील सर्व खर्च मोजायचे. अगदी मुलांची शाळेची फी सुद्धा. याच्या बदल्यात तुम्ही मला काय देणार? हा प्रश्न तुम्हाला नक्की पडला असणार. ते ही सांगतो. मला एक घर हवे. आपुलकीचे घर, सन्मानाचे घर, हक्काचे नाते आणि घराला घरपण. फक्त एवढेच. ज्या दिवशी हे संपेल त्या दिवशी माझे तुमच्याशी कंत्राट संपले." या वेळी शेवटचे वाक्य बोलताना

त्यांनी आवंढा गिळला आणि डोळे बंद केले. त्यांना गहिवरून आले होते पण लगेच त्यांनी स्वत:ला आवरले.

"ह्या सगळ्या गोष्टी एका ॲग्रीमेंटमधे लिहून माझ्या वकिलासमोर रजिस्टर केले जाईल. त्याची एक कॉपी माझ्याकडे, एक वकिलाकडे आणि एक तुमच्याकडे असणार. हे ॲग्रीमेंट सुरुवातीला तीन वर्षाकरिता राहील. पुढे वाढवायचे झाल्यास तसे करता येईल. पण ते कुणावरही बंधनकारक राहू नये. तीन वर्षाआधी जर मला किंवा तुम्हाला हे करारपत्र रद्द करावेसे वाटले तर ते दोन महिन्यांची नोटीस देऊन रद्द करता येईल. नोटीस पिरीयडमधे सुद्धा सगळ्या अटी आपल्या दोघांनाही लागू राहतील. मात्र ॲग्रीमेंट रद्द झाल्यावर कायद्यानुसार तुम्ही माझे आणि मी तुमचे काही घेणेदेणे लागत नाही. आपुलकीचे नाते माझ्याकडून तुटणार नाही. बाकी तुमची मर्जी." ते दोघांकडे रोखून बघत ठामपणे म्हणाले.

"काका, ज्या गोष्टी तुम्ही अट म्हणून सांगता आहात त्यात काहीही वावगे नाही. घरात असलेल्या वडिलधाऱ्या माणसाच्या ह्याच अपेक्षा असतात. फक्त त्या तुम्ही अटी म्हणून सांगितल्या एवढेच. आम्हाला सगळे मान्य आहे." चित्रा म्हणाली.

"इतकी घाई करू नका चित्राबाई. एकल कुटुंबपद्धतीत राहणाऱ्या सगळ्या मुला-मुलींनी हे समजून घेतले असते आणि वेगळे राहण्यापेक्षा आईवडिलांसोबत प्रेमाने राहिले असते तर हा प्रश्न आणि ही जाहिरात अस्तित्वातच आली नसती. वाटते तितके सोपे नाही. शहरात इतके वृद्धाश्रम आणि बेवारशी वृद्ध असेच राहत नाहीत. मी एक भाग्यवान आहे. माझ्या मुलामुलींनी मला टाकून दिलेले नाही. पण नव्वद टक्क्यांवर सिनियर सिटीझन फक्त यासाठी एकटे आहेत की, त्यांच्या मुलांनी स्वत:च्या स्वातंत्र्यासाठी त्यांना वेगळे केलेले आहे. यातले कितीतरी लोक असे आहेत की, त्यांनी आपले संपूर्ण जीवन आणि संपूर्ण कमाई फक्त आपल्या मुलांवर खर्च केली. मुलांवर विश्वास ठेवून स्वत:साठी काहीही ठेवले नाही आणि आता त्यांचेच पोट भरण्याचे वांधे झालेत." त्यांचा सूर थोडा कडवट झाला.

"काका रागावू नका. तुम्ही जे बोलता आहात ते बरोबर आहे. पण सगळे लोक सारखे नसतात. आम्हाला गरज आहे आणि वडील मंडळीची कदर आहे म्हणून तर आम्ही तुम्हाला भेटायला आलो." चित्रा म्हणाली.

"ते एकदम बरोबर. मलापण तुमच्या अटी एकदम पटल्या आहेत." आकाश म्हणाला.

"अरे मी रागावत नाहीये आणि तुम्ही चुकलात असेही मी म्हणत नाही. पण आजकाल मुलं खूप हुशार झाली आहेत. प्रॅक्टिकल झाली आहेत. प्रत्येक गोष्टीत लॉजिक

शोधायला लागली आहेत. पण वडील माणसाच्या प्रत्येक गोष्टीत लॉजिक असायलाच हवे का? श्वास नाकातूनच का घ्यावा? सूर्य उगवतो त्यालाच पूर्व दिशा का म्हणायची? हे असे विचारण्या सारखे आहे. प्रत्येक वेळेला मुलंच चुका करतात किंवा वडीलधाऱ्या मंडळींची चूक नाही असे मी म्हणत नाहीये. पण सामंजस्य, समजूतदारपणा, एकमेकांना सांभाळून घेणे जमूच शकत नाही असे मलातरी वाटत नाही. एकमेकांशी बोलून, चर्चा करून काहीतरी नक्की करता येऊ शकेल पण होत नाही हे बघून वाईट वाटते. प्रत्येक वेळेला दोन्ही बाजूंनी टोकाची भूमिका घेऊन इतकी केविलवाणी परिस्थिती यावी याचे मला खूप दु:ख आहे. असो." अण्णासाहेबांनी दीर्घ श्वास घेतला.

"तुम्ही दोघंसुद्धा एकदम निर्णय घेऊ नका. माझ्यासमोर बसून माझे सगळे बरोबर वाटेल तुम्हाला. असे एकदम निर्णय कधीही घेऊ नये. महत्त्वाचे निर्णय नेहमी चित्रातून बाहेर येऊन पूर्ण विचार करून घ्यावे. मी तुम्हाला पुढच्या शनिवार पर्यंतची वेळ देतो. तुम्ही सकारात्मक निर्णय जरी घेतले तरी हे सगळे खरोखर अंमलात आणायला आतापासून महिनाभर तरी जाईल. आणि मला तुम्हाला दुसरे काही सुचवायचे झाले तर मी तुम्हाला नि:संकोच सांगेन." अण्णासाहेब म्हणाले.

"ठीक आहे काका. समजले. आम्ही घरी जाऊन विचार करून तुम्हाला सांगतो." आकाश म्हणाला.

निरोप घेऊन तिघे निघाले. जाताना श्रुतीने आपणहून वाकून नमस्कार केला. बघून आकाश आणि चित्राला छान वाटले.

उर्वशी ठरलेल्या वेळेपेक्षा जरा लवकरच आली. एकटीच होती ती. आज तिने साधे जीन्स आणि टी शर्ट घातले होते. त्या दिवशी एकदम स्टाइलमधे असलेले केस आज थोडे विस्कटलेले होते. तिने डोक्यावरून ओढणी घेऊन चेहरा लपवलेला होता. चेहऱ्यावरून ती विचलित दिसत होती.

ती काही न बोलता आत आली आणि दार आतून बंद केले. जणूकाही कुणी तिचा पिच्छा करीत येणार आहे. कातर नजरेने अण्णासाहेबांकडे पाहिले आणि सोफ्यावर जाऊन धसकन बसली. अण्णासाहेबही तिच्या समोर जाऊन गुपचूप बसले. उर्वशीने स्वत:च शांत होऊन बोलावे अशी त्यांची इच्छा होती. दार बंद करण्याचा आवाज आल्यामुळे शंकरने किचनमधून बाहेर येऊन डोकावले. काकांनी त्याला पाणी आणण्याचा इशारा केला. शंकर पाणी घेऊन आला. उर्वशीने एका दमात पूर्ण ग्लास रिकामा केला.

"अजून एक ग्लास पाणी देता का प्लीज?" ती पहिल्यांदाच बोलली. शंकरने

आणून दिले. दुसरा ग्लास अर्धवट पिऊन तिने ग्लास हातातच ठेवला. आता ती थोडी शांत झाली.

"काका. माफ करा. त्या दिवशी उमेश अमेरिकेला गेला नव्हता. जाणारही नव्हता. फक्त तुमच्याकडून लवकर निघायला मिळावं यासाठी तो तुमच्याशी खोटे बोलला होता. त्या दिवशी तुमच्या घरी झालेला अपमान त्याला सहन झाला नाही. तो अपमान माझ्यामुळे घडला म्हणून रात्री मी घरी गेल्यानंतर त्याने मला खूप मारले. खरे वाटत नसेल तर मी पाठीवर असलेले बेल्टचे वण तुम्हाला दाखवते." असे म्हणून ती पाठमोरी व्हायला गेली पण अण्णासाहेबांनी तिला थांबवले आणि पुढे बोलण्याचा इशारा केला.

"बुधवार रात्रीपासून मी घराबाहेर पडलेली नाहीये. काल सकाळी उन्मेष शाळेतर्फे एका कॅम्पला गेला आहे. तो उद्या संध्याकाळी येईल. एक अर्जंट काम आल्यामुळे आज सकाळी पाच वाजताच्या फ्लाईटने उमेश अमेरिकेला गेला. पण तो परत केव्हा येणार आहे हे सांगून गेला नाहीये. तो खोटे सांगून गेलाच नसेल किंवा कुणाला तरी माझ्यावर नजर ठेवायला सांगून गेला असेल हीच भीती वाटत होती म्हणून मी जवळच्या मॉलमधे जाऊन चित्रपटाचे तिकीट काढले आणि चित्रपट सुरु झाल्यावर लगेच दुसऱ्या रस्त्याने निघून रिक्षाने इथे आले आहे. ड्रायव्हर कारसोबत मॉलमधेच आहे. कुणी मला इथे पाहू नये म्हणून दार बंद केले." ती घाबरत घाबरत बोलली.

"हे बघ घाबरू नकोस. आणि आधी थोडी शांत हो बघू. इथे तुला कसलाही धोका नाही." अण्णासाहेब म्हणाले.

उर्वशीने सोफ्यावर डोके टेकून डोळे मिटले. जणू ती बोलायला शब्द शोधत होती. थोड्या वेळाने काहीतरी निश्चय करून तिने डोळे उघडले. आता तिच्या चेहऱ्यावर भीती नव्हती. ती काकांकडे बघून म्हणाली.

"काका. उमेशला तुम्ही नकोच आहात हे उघड आहे. पण उन्मेषच्या भवितव्यासाठी मला तुमची फार गरज आहे. सद्य:स्थितीत काय करावे मला समजत नाहीये. तुम्ही मला एकटीला भेटायला बोलावले होते तेही माझ्या लक्षात होते म्हणून मी आज भेटायचे ठरवून आले."

"हो. तू जे आत्ता सांगते आहेस ते मी त्यादिवशीच हेरले होते. तेव्हाच बोललो असतो पण उन्मेषने चुकून ऐकले असते तर त्याच्या मनावर चांगला परिणाम झाला नसता. म्हणून मी तुला एकटीला भेटायला बोलावले होते, म्हणजे या विषयावर निवांत बोलता येईल. आणि माझा अंदाज बिलकुल चुकलेला नाहीये." अण्णासाहेब म्हणाले.

"तू इतकी शिकली आहेस. मार्केटिंगसारख्या संघर्षपूर्ण क्षेत्रात इतके वर्ष नोकरी केली आहेस. बाहेरचे जग पाहिले आहेस. आर्थिक दृष्ट्या सबळ आहेस. तरी उमेशला

इतकी का घाबरतेस? का इतके सहन करून घेते आहेस? हेच मला समजून घ्यायचे होते."

"काका. मी एकटी पडते आहे. उन्मेष त्याचा वंशदिवा आहे. उमेश काहीही करून उन्मेषला माझ्याकडे राहू देणार नाही आणि मी उन्मेषशिवाय राहू शकणार नाही. माहेर तर नाहीच म्हणून समजा. उमेशने थोडे पैसे जरी तोंडावर मारले तर लगेच माझे मामा स्वत: मला त्याच्याकडे नेऊन सोपवतील. उमेशची त्याच्या फिल्डमधे फार पकड आहे. त्याची नोकरी सोडली तर तो मला कुठेही नोकरी मिळू देणार नाही. मला एकटीला कोर्टकचेरी जमणार नाही आणि कितीही म्हटले तरी एकट्या बाईला लोक काही ना काही कारणाने दुय्यम समजून त्रास देतातच. हा सगळा विचार करून मला वेगळे काही करण्याची हिम्मत होत नाही." ती म्हणाली.

"हे बघ, तुझी अशी नाचक्की बघून त्याची हिम्मत अजून वाढते आहे. बाहेर तुला सपोर्ट आहे असे दाखवून आणि घरात तुझे हे हाल करून त्याची मजाच आहे. कंपनीत मार्केटिंग हेडचा पैसा वाचतोय, घरात एक हक्काचे माणूस राबायला मिळते आहे. अजून त्याला काय हवे? तू कुठपर्यंत हे सहन करीत जाणार आहेस?" अण्णासाहेब बोलले.

"मग मी काय करू. मला उपाय सुचत नाही. एकटी मी कुठे जाणार?" –उर्वशी

"तू वेडी आहेस का? इतके मोठे जग आहे. तो कुठे कुठे तुला शोधणार आहे? कितीतरी बायका एकट्या राहतात. स्वत:च्या बळावर जग उभे करतात आणि तू असे बोलतेस? अगं अन्याय करणे गुन्हा आहे आणि अन्याय सहन करणे त्यापेक्षा जास्त मोठा गुन्हा आहे. अन्याय सहन केल्याने अन्याय करणाऱ्याला अजून बळ मिळते. त्याचा अन्याय करण्याचा हावरटपणा वाढत जातो आणि व्यापसुद्धा. अन्यायाला वेळीच बंधन घालणे सूज्ञ माणसाचे कर्तव्य आहे. हे तुला केलेच पाहिजे." - अण्णासाहेब.

"हे बघ, सगळ्यात महत्त्वाचे आहे त्याचे दंभ तोडणे." काका या पुढे काही बोलतील इतक्यात डोअरबेल वाजली. काकांनी घड्याळ पाहिले. उर्वशी घाबरून घराच्या आतल्या बाजूला जायला उठली. पण काकांनी तिला धीर दिला. "अगं माझा मित्र आलाय." सांगून त्यांनी दार उघडले.

यशवंत आला होता. काकांनी उर्वशीला यशवंतची ओळख करून दिली.

"उर्वशी, यशवंत माझा जुना मित्र आहे. त्याच्या एनजीओमधे तुझ्यासारख्या बऱ्याच केसेस त्यांनी सुधारल्या आहेत. तू मला जितके सांगितले त्यावरून तुझ्याकडे सगळे आलबेल नाही हे मला नक्की समजले होते. म्हणून मी यशवंतला तुझ्या बाबतीत सगळे सांगितले आहे. याला अजून प्रश्न असतील त्याची उत्तरे तू याला दे. आम्ही दोघे तुझ्या पाठीशी आहोत. तुझे काहीही वाईट होऊ देणार नाही. फक्त तू थोडीशी हिम्मत

कर. आम्ही तुला पूर्ण मदत करू." – अण्णासाहेब.

"हे बघ उर्वशी. तू आई आहेस, कमवती आहेस आणि मुलगा अजून लहान आहे. तू कोर्टात अगदी ठामपणे मुलाचा ताबा आणि मुलाच्या संगोपनाचे हक्क मागू शकतेस. कोर्टाचा निकाल लागेपर्यंत मुलाला स्वत:कडे ठेवण्याची परवानगी घेऊ शकतेस. फक्त त्या कारणामुळे तू उमेशकडे राहून त्याचा जाच सहन करू नकोस." - यशवंत बोलला.

"पण... हे सगळे होणार कसे. मी राहू कुठे? आणि मुलाची शाळा?" - उर्वशी.

"ते सगळे बघता येईल. आधी तू फक्त हो म्हण." अण्णासाहेब एकदम बोलले.

"हो. या वेळी अण्णा एकदम बरोबर बोलला आहे. तू फक्त हो म्हण बाकीचे रस्ते आम्ही दाखवतो." - यशवंत.

"ठीक आहे. तुम्ही सांगा मला काय करायचे ते. थोडा अंदाज तरी द्या." - उर्वशी.

"दॅट्स लाईक अ गुड गर्ल... शंकर चहा कॉफी काहीतरी आण रे." - काका थोड्या आनंदात म्हणाले.

थोडावेळ यशवंत उर्वशीशी बोलला. थोडी अजून माहिती काढली. पुढच्या एका आठवड्यात काही पुरावे कसे गोळा करता येतील हे समजावून सांगितले. चहा आला.

"हे बघ. त्यानंतर तुला दोन-तीन कामे करावी लागतील. त्यासाठी वकिली मदत लागेल. पण तू काळजी करू नको. ती आमच्या एनजीओच्या वकिलाकरवी होईल. पहिले काम – तू पोलिसात घरगुती हिंसा या कलमाखाली गुन्हा नोंदवायचा आहेस. त्यासाठी तू गोळा केलेले पुरावे खूप कामी पडतील. त्यानंतर कोर्टात गुन्हा नोंदणीच्या आधारावर सोडचिठ्ठीची केस फाईल करायची. तुझ्यावर आतापर्यंत जे जे अन्याय झाले ते कसे झाले हे पुराव्यानिशी लिहून उमेशला कोर्टाची नोटीस पाठवायची. ह्यासोबत ऑफिसमधे नोकरीतून त्यागपत्र द्यायचे. उमेश स्वत:ची खोटी बाजू लोकांना सांगून तुलाच खोटे पाडायला बघेल. तो काहीतरी उलटी व्यावसायिक केस वगैरे करण्याचा प्रयत्न करू शकतो त्यामुळे तुला जमेल तितक्या ऑफिसमधल्या लोकांना आणि तुमच्या कॉमन मित्रांना भरवशात घेऊन उमेशच्या वर्तनाची माहिती दे. तुझी बाजू समजावून सांग. म्हणजे उमेशला अचानक काही करता येणार नाही. घरात काम करणाऱ्या लोकांपैकी कुणी तुझ्या बाजूने असतील तर त्यांच्याशी बोलून घे. त्यांची साक्ष आपल्याला कामी पडेल." - यशवंत म्हणाला.

"आजपासून हळू हळू तुझ्या आणि उन्मेषच्या सामानाची गुपचूप पॅकिंग चालू कर. पुरावे आणि आपली तयारी होईपर्यंत तू काहीच झाले नाही असे वाग. मी बाकीचे बघतो." - यशवंत पुढे बोलला .

"हं. बघ तुझा चित्रपट संपायची वेळ होत आली असेल. जास्त उशीर झाला तर

ड्रायव्हरला शंका येऊ शकते. त्यामुळे आजपुरते पाच दहा मिनिटात संपवू. तुला कारने मॉल पर्यंत यशवंत सोडेल. बाकीचे उद्या सांगतो." - काका.

"आता तुझ्या दुसऱ्या प्रश्नाचे उत्तर. तू कुठे राहणार. तुझे माहेर नाही म्हणालीस नं. उद्या तू तुझे थोडे सामान घेऊन ये. तुला तुझ्या नवीन माहेरची ओळख करून देतो. मुलाच्या शाळेचे आपण सगळे मिळून बघू. तुझ्या ह्या लढ्यात मी, यशवंत आणि तुझे नवीन माहेर असे सगळे सोबत आहोत. ठीक आहे?" काका म्हणाले.

"ठीक आहे काका. येऊ आम्ही?" आता उर्वशीच्या स्वरात बराच आत्मविश्वास दिसला. तिने काकांना नमस्कार करून निरोप घेतला आणि यशवंत सोबत गेली.

दोघे गेल्यानंतर अण्णासाहेब विचारात पडले. पुढे काय कसे करायचे याचा मनात अंदाज बांधत होते. परत डोअरबेल वाजली. कोण आले असेल? ते दारात गेले. कुरियर वाला नारायणरावांचे कुरियर घेऊन आला होता. काकांनी उसासा टाकला. कुरियर उघडून वाचले आणि मनात काहीतरी ठरवून रणजीतला फोन केला. उद्या सकाळी वॉकवरून डायरेक्ट अण्णासाहेबांकडे येणे नक्की झाले.

शंकर आला. रात्रीच्या जेवणाला काय करू. "देवा... कर रे बाबा काहीतरी तुझ्या मनाने. सकाळचे उरले असेल तर तेच खाऊन घेईन. फक्त काय करतोयस सांगून जा. उद्या सकाळी रणजीत आपल्याकडेच नाश्ता करणार आहे. त्याप्रमाणे ठरव."

परत फोन वाजला. शंकरने लगेच जाऊन उचलला. एक मिनिट बोलून त्याने काकांना सांगितले "निखिल दादाचा फोन आहे. काय सांगू?"

"येतो मीच. थांब म्हणावं." ते फोनजवळ गेले. "हॅलो निखिल. बोल काय काम काढलेस?"

"काका. तुम्ही सांगितल्याप्रमाणे मी आणि रोहिणीने पूर्ण विचार केला आहे. आम्हाला तुमच्या सर्व अटी मंजूर आहेत. आपण पुढचे कागदपत्र केव्हा करायचे?" - तिकडून आवाज आला.

"अरे! जरा धीर धर. मी तुला सांगितले होते नं की, तुझा निर्णय जरी झाला तरी सगळे काम संपून हे ॲग्रीमेंट अंमलात आणायला आपल्याला एखादा महिना तरी जाईल." - अण्णासाहेब.

"हो काका. माफ करा. आमची पण खूप अडचण होते आहे. मधुर दोन आठवडे शाळेत गेला नाहीये आणि रोहिणीलासुद्धा जास्त सुट्टी घेणे शक्य नाही. सोमवारपासून पाठवायचे म्हणतो आहे. पण मधुर घरी घाबरणार तर नाही ना याचीच भीती आहे. शेजारचे जोशी काकाकाकू मदत करतील. एखादा दिवस ठीक आहे पण दररोज तेही बरोबर दिसत नाही. काही सुचत नव्हते म्हणून फोन केला." - निखिल.

"ठीक आहे. एक काम करशील? तू किंवा सुनबाई मधुरला एखाद्या तासासाठी उद्या घेऊन या. मी बोलतो त्याच्याशी. बघू काहीतरी होईल. तू काळजी करू नकोस." - अण्णासाहेब बोलले.

"चालेल काका. मला हॉस्पिटलला जायचे आहे. दुपारी रोहिणी आणि मधुरला तुमच्या कडे पाठवतो. पीहू आली तर चालेल नं?"

"अरे हे काय विचारणे झाले? येऊ देत. मी वाट बघतो." म्हणून त्यांनी फोन ठेवला आणि बैठकीवर अंग टाकले. त्यांच्या मनात विचारांचे चक्र सुरु झाले. आता काम खरेच खूप वाढले आहे. एका जाहिरातीने किती बिझी करून टाकले आहे.

❧ ❧ ❧ ❧

आज रविवार

अण्णासाहेब कालसारखे आजही सकाळी लवकर उठले. आज रणजीतला घरी घेऊन यायचे होते म्हणून वॉकला जायच्या आधीच अंघोळ आणि पूजा आवरली. तयार होऊन बागेत गेले. मित्रांचा घोळका तयारच होता. सगळ्यांनी चालायला सुरुवात केली. गप्पा मारत मारत चार फेऱ्या कधी संपल्या तेही कळले नाही.

आज मोहन पगारेचा वाढदिवस होता म्हणून त्याने सगळ्यांना बागेच्या बाहेर नारळ पाणी प्यायला बोलावले. नारळ पाणी पिता पिता सगळे त्याची टिंगल करू लागले. काय रे पासष्टी झाली, आता किती वर्ष अजून आम्हाला नारळ पाणीच देणार आहेस? संध्याकाळी पार्टी दे.

"हॉटेलमधे चालत असेल तर देईन." तो म्हणाला. "फोनवर सांगा तसे ठरवून जाऊ. आत्ता निघतो. क्षितीजला शाळेत सोडायचे आहे." – मोहन म्हणाला.

"का रे. आम्हाला घरचीच पाहिजे." - सगळ्यांनी परत टिंगल केली.

"अरे घरात कुणाच्या लक्षात पण नसेल. आणि असले तरी घरी माझ्यासाठी पार्टी करायला सुनबाईला जमणार नाही रे बाबा." बोलता बोलता डोळ्यात आलेले अश्रू लपवत तो निघाला. प्रकाशपण त्याच्या सोबत गेला. पाच मिनिटे शांततेत गेली.

"काल संध्याकाळी उर्वशीला व्यवस्थित मॉलमधे सोडले." यशवंतने अण्णासाहेबांना सांगितले. "हो तिचा फोन आला होता घरी पोचल्यावर. बरी आहे ती." - त्यांनी सांगितले.

"काही धन्यवाद वगैरे म्हणायची पद्धत नाही का रे?" यशवंतने जरा वातावरण हलके करायचा प्रयत्न केला.

"....हो का? पाठ इकडे कर. धन्यवाद करून दाखवतो." म्हणत अण्णासाहेबांनी त्याच्या पाठीवर धपाटा मारला. यशवंत हसायला लागला.

"अरे यार, काय रे काय करायचे या मोहनचे? रडायला आला होता तो जाताना." - रणजीतसिंग म्हणाला.

"बघ मला एक सुचतंय. आपण त्याला हॉटेलमधे पार्टीला जायचे म्हणून सांगू. माझ्या घरी सगळे जमून पुढे निघायचे असे सांगून तू त्याला माझ्या घरी घेऊन ये. मी माझ्या घरीच छानपैकी पार्टीची तयारी करतो. यशवंत तू केक आणि सोडा घेऊन ये. बाकी सगळे घरी होईल. कसे वाटते?" अण्णासाहेब म्हणाले.

"एकदम मस्त. आणतो मी या गोष्टी. पण ड्रिंक्समधे कंजूषपणा नको हं. चल निघतो मी." असं सांगून यशवंत निघाला.

अण्णासाहेब आणि रणजीतसिंग पण घरी जायला निघाले. घरी जाऊन अण्णासाहेबांनी शंकरला हाक मारली. साडेआठ झाले होते. शंकरने चहा आणून दिला आणि लगेच नाश्ता फायनल करायला गेला.

अण्णासाहेबांनी काल आलेले कुरियर आणले. रणजीतसिंग आणि त्यांनी आलेले सगळे कागदपत्र पाहिले, वाचले. वाचता वाचता रणजीतचा चेहरा गंभीर झाला. मधेमधे तो एका कागदावर नोट्स लिहित होता.

सगळे वाचून लिहून झाल्यावर रणजीतने डोके वर केले आणि अण्णासाहेबांना म्हणाला "हे बघ. चांगली बातमी अशी आहे की ही केस क्राईम ब्रांच कडे पाठवलेली नाही. हे कसे झाले मला समजत नाही. आणि जर नारायणराव जे सांगताहेत ते खरे आहे तर या केसमधे आत्मरक्षणाचे कलम टाकायला हवे होते. मला वाटते ही केस क्राईम ब्रांचकडे सोपवून याची प्रोसिडिंग वेगळ्या पद्धतीने झाली पाहिजे. नारायणरावांच्या वकिलाने या लाईनवर काम का केले नाही हे समजत नाही. एकतर तो नवीन असेल किंवा आधीच हरलेली केस समजून मुद्दाम त्याने हा अँगल पाहिला नसेल. काय एकेक लोक भेटतात. तू असे कर, शक्य असेल तर उद्या नारायणराव आणि त्यांच्या वकिलाशी माझी मिटिंग फिक्स कर. मी त्याला क्राइम ब्रांचकडे केस सोपवण्याचा अर्ज लिहून न्यायालयात द्यायला सुचवतो." – रणजीतसिंग बोलला.

"ठीक आहे. आत्ता बोलतो त्याच्याशी." म्हणत अण्णासाहेब उठले. तितक्यात शंकरने नाश्ता तयार झाल्याची सूचना केली. लगेच रणजीतसिंग डायनिंग टेबलापाशी गेला. रणजीतसिंग पंजाबी होता. त्याला सकाळी पोटभर नाश्ता करायची सवय होती. म्हणून शंकरने आलू परोठे, उकडलेले अंडे आणि ब्रेडबटर बनवले होते.

नाश्ता करता करता "मला अजून एका विषयावर तुझ्याशी बोलायचे आहे." असे अण्णासाहेबांनी रणजीतला सांगितले. "हं. पण मला आधी माझा नाश्ता संपवू दे. पहले पेटपूजा फिर काम दूजा." म्हणत रणजीतसिंग नाश्ता करण्यात मग्न झाला.

नाश्ता झाल्यावर दोघे परत बैठकीवर आले. शंकरने परत चहा आणून दिला. "आता बोल." रणजीतसिंग म्हणाला.

"हे बघ. मी जाहिरात द्यायचे ठरवले त्यानंतर तू आणि जयंती मला म्हणत होतात नं की एक मुलगी असली असती तर खूप लाड पुरवले असते? बघ आता माझीच एक मुलगी आहे समज. स्वत:च्या आई वडिलांना पाहिलेच नाहीये तिने. म्हणून माहेरचे प्रेम काय असते हेच तिला माहीत नाही. देशील तिला एक हक्काचे माहेर?" अण्णासाहेबांनी विचारले.

"तू खरे बोलतो आहेस? हे शक्य आहे? जयंतीला खूप आनंद होईल. कालच म्हणत होती परत. वेळेवर एखाद्या बाळाला दत्तक घेतले असते तर आत्तापर्यंत आजी आजोबा झालो असतो तुझ्यासारखे. खरे सांग कोण आहे?" रणजीतसिंग आनंदाने म्हणाला. अण्णासाहेबांनी रणजीतला उर्वशी बाबत सांगितले. तिची केस काय आहे आणि यशवंत सोबत काय बोलणे झाले वगैरे. सगळी माहिती दिली.

"हे बघ तिला मॉरल आणि फिजिकल सपोर्टची गरज आहे. तू एक आयपीएस ऑफिसर होतास. अशा लोकांशी कसे वागावे ते तुला चांगलेच माहीत आहे. तुम्ही दोघे उर्वशीला भावनिक आधार आणि संरक्षण देऊ शकता याची मला खात्री आहे. म्हणून तुला न विचारता मी उर्वशीला आज नवीन माहेर देण्याचे कबूल केले आहे. बोल." – अण्णासाहेब.

"अरे बोल काय... कुठे नाचू झाले आहे. साल्या ! मी हे ऐकून पळून जाणार म्हणून आधी दुसरे काम करून घेतलेस होय नं?" त्याच्या डोळ्यात पाणी आले.

"आता मला थांबता येणार नाही. मी लगेच जयंतीला जाऊन सांगतो. आज उर्वशी येणार असेल तर आम्हाला कळव. लगेच येऊ." – रणजीतसिंग.

"अरे. माझे बोलणे झाले आहे तिच्याशी रात्री. आज येणारच आहे ती चार वाजता. मी तुझ्या घरी घेऊन येतो भेटायला. तिला सुद्धा तिच्या हक्काच्या आई वडिलांना भेटू दे." – अण्णासाहेब.

"चल येतो. आता मला थांबणे शक्य नाही. जयंतीला कधी सांगू कधी नाही असे झाले आहे. मुलगी पहिल्यांदा आपल्या घरी येणार आहे. स्वागताची तयारी करायला हवी." रणजीतने लगबगीने बूट घातले आणि जायला लागला.

"ए.... लगेच माझी मुलगी होय रे. ठीक आहे. पण पोरीच्या नादात संध्याकाळची मित्राची पार्टी विसरू नकोस बरं." - अण्णासाहेब हसत हसत बोलले.

रणजीतसिंग गेला. साधारण अकरा वाजले होते. रोहिणी दोन वाजता येणार

होती. तोपर्यंत संध्याकाळच्या पार्टीची थोडी तयारी करून ठेवावी असा विचार करून अण्णासाहेबांनी शंकरला हाक मारली.

"अरे आज मोहन पगारेचा वाढदिवस आहे. संध्याकाळी आम्ही पाच-सहा मित्रांनी आपल्या घरीच त्याचा वाढदिवस साजरा करायचे ठरवले आहे. स्वयंपाक थोडा जास्त करायला लागेल. असे कर, बटाटेवड्यांची तयारी करून ठेव. लागतील तसे तळून घेऊ आम्ही. त्यासोबत मटकीची तर्री कर. बाजारातून थोडे फरसाण आणि पाव वगैरे घेऊन ये. म्हणजे मिसळ पाव आणि बटाटेवडे असा बेत होईल. बाजारातूनच रसमलाई पण घेऊन ये सगळ्यांना." – अण्णासाहेब एकदम म्हणाले आणि शंकरला पैसे आणून दिले. अजून काय काय लागेल त्याची लिस्ट लिहून दिली.

"आणि हो काचेचे ग्लास, चीनी प्लेट वगैरे पण काढून धुऊन ठेव. लागतील आम्हाला." असे म्हणून ते आतमधे गेले.

कपाटात ड्रिंक्सच्या बाटल्या बघू लागले. तेथून त्यांनी ठेवणीतल्या अर्धवट रिकाम्या झालेल्या वोडका, बॅकार्डी आणि रमच्या बाटल्या काढून ठेवल्या. ह्या बाटल्या त्यांना कधीतरी एका एक्स सर्विसमन मित्राने छावणीच्या दुकानातून आणून दिल्या होत्या. हे रणजीतसिंग आणि यशवंतला माहीत होते. अण्णासाहेब स्वत: ड्रिंक्स घेत नव्हते. पण पार्टी म्हटली की रणजीतसिंग आणि यशवंतला ड्रिंक्स लागायचेच. काही ना काही कारण काढून दोघे पार्टीचा बेत ठरवायचे. मात्र अण्णासाहेब कधीही दोन पेगच्या वर दोघांना पिऊ द्यायचे नाहीत. म्हणून यशवंत सकाळी त्यांना कंजूष म्हणाला होता. मोहन, अण्णासाहेब आणि प्रकाश आपले लिंबू सरबत वगैरे असे काही त्यांच्या सोबत घ्यायचे. असो.

जेवण आटोपून स्टडीरूममधे फेसबुक चाळत अण्णासाहेब रोहिणीची वाट बघत बसले. पावणेदोनच्या सुमारास रोहिणी आली. तिने चुडीदार पायजमा घातला होता आज आणि केस मोकळे सोडले होते. छान दिसत होती पोरगी. मधुर आणि पीहू पण सोबत होते. सगळ्यांनी काकांना वाकून नमस्कार केला. पीहूने त्यांनी दिलेली कलरिंग बुक आणली होती. त्यातली १०-१२ चित्रे तिने रंगवली होती. ते ती फुशारकीने दाखवू लागली. तिची चित्रे पाहून काकांनी तिला शाबासकी दिली आणि बेडरूममधे तिला कलरिंगसाठी अजून एक चित्र दिले.

"सुनबाई, मी जरा मधुरशी बोलू का? तू पीहू सोबत बस नाहीतर टीव्ही बघ." ते म्हणाले.

"मधुर चल तुला अजून १-२ नवीन ॲप दाखवतो." असे म्हणून ते मधुरला स्टडी रूममधे घेऊन गेले. आतापर्यंत मधुरची काकांसाठी असलेली भीती निघून गेली होती.

ॲप दाखवत दाखवत ते मधुरशी गप्पा मारू लागले. त्यांनी एका पेन ड्राइव्हमधे मधुरला ॲप डाऊनलोड करून दिले. तसा तो खूष झाला.

"मधुर, तुला एक विचारू?" ते म्हणाले.

"हो आप्पा विचारा ना" - तो म्हणाला.

"शिकार आणि योद्धा यात कोण श्रेष्ठ?" - अण्णासाहेब.

"म्हणजे? मला समजले नाही." - मधुर.

"म्हणजे व्हिक्टिम आणि वॉरीयर यात कोण श्रेष्ठ आणि का?" - अण्णासाहेब.

"वॉरीयर श्रेष्ठ. कारण तो लढतो. कधीही हार मानत नाही." - मधुर.

"एकदम बरोबर. शिकार होणारा भित्रा असतो आणि योद्धा हिम्मतवाला. भीती जेव्हा माणसाला आपल्या ताब्यात घेते तेव्हा माणूस आपोआप शिकार व्हायला तयार होतो. पण योद्धा कधीच भीत नाही. कुठलीही परिस्थिती आली तरी तो हार मानत नाही. आणि काहीही झाले तरी तो जिंकतो. एकदा का कुणी स्वतः योद्धा व्हायचे ठरवले की जो पर्यंत तो स्वत: हार मानीत नाही तोपर्यंत त्याला कुणीही हरवू शकत नाही. एखाद्या प्रसंगात धोक्याने योद्ध्याला तात्पुरते हरवणे शक्य झाले तरी तो मनाने कधीच हरत नाही. या उलट तो पुन्हा आपली पूर्ण ताकद लावून लढा द्यायला तयार होतो. आहे की नाही?" – अण्णासाहेबांनी विचारले.

"हो आप्पा." - मधुर.

"आपण व्हिक्टिम व्हायचे की वॉरीयर हे प्रत्येक माणसाने स्वत: ठरवायचे असते. वॉरीयर ऑल्वेज विन्स. तुला काय व्हायचे आहे?"

"आप्पा, आय वॉंट टू बी अ वॉरीयर... आय विल बी अ वॉरीयर..." - मधुर.

"फँटास्टिक. आय लाईक इट. वॉरीयर व्हायचे आहे नं? मग तू हे तुझ्या आई वडिलांना प्रूव्ह करून दाखवायचे आहे." - काका.

"त्यासाठी मी काय करू?" - मधुर.

"मी सांगतो. नीट ऐक. त्या ड्रायव्हरने तुझ्यासोबत जे केले नं ते विसरायचे. तो तुझ्या जीवनातला एक छोटा प्रसंग होता. त्यातून तू स्वत:ला व्हिक्टिम मानून घेऊ नकोस. ते विसरून जा. कुणीही तुला त्याबाबतीत विचारले तर फार काही चर्चा करू नको. कसलीही भीती मनात ठेवू नकोस आणि एक योद्धा बन. हे जग खूप सुंदर आहे. पण जगातले सगळेच लोक चांगले नसतात. म्हणून स्वत:ला जीवनातल्या पुढच्या लढाईसाठी तयार कर. मनाने, बुद्धीने आणि शरीराने ताकदवान बन. तू हुशार आहेस, आई वडिलांचे प्रेम आणि चांगले संस्कार तुझ्यावर झालेत. एकदा कुणी मनाने आणि बुद्धीने वॉरीयर झाला की शरीराने योद्धा होणे कठीण नसते. तू आई बाबांना सांगून कुंगफू

किंवा कराटे असे काहीतरी शिक. त्याच्याने आत्मविश्वास वाढतो." मधुरवर आपल्या बोलण्याचा चांगला परिणाम होतोय हे समजून अण्णासाहेब त्याला सांगू लागले.

"या पुढे जेव्हाही तुला काय करावे असा प्रश्न पडेल, तेव्हा एकच प्रश्न स्वत:ला विचारायचा – व्हिक्टिम की वॉरीयर? मनातून वॉरीयर उत्तर आले की सगळे प्रश्न व्यवस्थित सुटतील. वॉरीयर होण्याचा रस्ता कठीण असला तरी शेवटी तो तुला विनर करणारा आहे. आणि दुसरे लक्षात ठेव, जोपर्यंत तू स्वत: मनापासून स्वत:ला जिंकलेला समजतोस तोपर्यंत कुणीही तुला हरवू शकणार नाही. हो की नाही?" – अण्णासाहेब पुढे बोलले.

मधुरच्या चेहऱ्यावर एकदम आत्मविश्वास झळकू लागला. "आप्पा मी असेच करणार."

"वेडोबा. उगाच मम्मी पप्पाला इतके टेन्शन देतोस? जा आता सांग मम्मीला." अण्णासाहेब हसत म्हणाले.

"येस्स..." मधुर बाहेर आला आणि बेडरूममधे जाऊन रोहिणीसमोर एखाद्या योद्ध्याची पोझ घेऊन एकदम स्टाईलने म्हणाला "मॉम....... आय अम अ वॉरीयर... डोंट यू वरी. नो वन कॅन हर्ट एनीवन ऑफ अस..."

रोहिणीला एकदम हसू आले. मधुरचा हा पवित्रा तिने खूप दिवसांनी पाहिला होता. ती एकदम मोहून गेली. त्याला जवळ घेतले आणि काकांकडे कृतज्ञ नजरेने पाहू लागली. तिच्या डोळ्यात अश्रू होते.

"चल चहा घेऊ. शंकर चहा आण रे आणि पोरांना काहीतरी खायला दे. या वॉरीयरला तर जास्तच भूक लागली असेल. हो की नाही रे?" - काका.

"हो आप्पा." - मधुर.

"जा ते नवीन ॲप बघ. मी तुझ्या मम्मीशी बोलतो." - अण्णासाहेब.

मधुर स्टडीरूममधे गेला. काका रोहिणीला हॉलमधे घेऊन आले.

"काका काय चमत्कार केलात तुम्ही? एका तासात हा बदल? थँक यू काका. आता त्याला एकटे सोडायला मला भीती वाटणार नाही. मी खरेच कुठल्या शब्दात तुमचे उपकार मानू?" – रोहिणी.

"वेडी आहेस का? थँक यू काय बोलतेस? अगं करायचेच असेल तर पोराला आता एखाद्या कराटे, कुंगफू किंवा असे कुठल्यातरी शास्त्रोक्त लढाईच्या क्लासमधे घाल. त्याने शारीरिक आणि मानसिक बळ आणि आत्मविश्वास वाढतो. शक्य असेल तर त्याच्यासोबत पीहूलाही क्लास लाव. पोरांना काय बरे, काय वाईट हे शिकवण्याची जबाबदारी आपलीच असते बेटा. 'आपण भले तर जग भले' हा विचार आता खरा

राहिलेला नाही. जगात सगळी चांगली माणसं नाहीत हे आपण विसरून कसे चालेल? आपण आपल्या मुलांना संकटाच्या वेळी कसे वागावे हे शिकवलेच पाहिजे." - काका बोलले.

"हो काका. मी सांगते निखिलला तसे आणि खरे सांगू काका. हा प्रश्न एकदाचा जरी मिटला असला तरी तुम्हाला भेटल्यानंतर घरात मुलांना आजोबा असायला हवेत हे खूप मनापासून वाटते आहे. जे आज तुम्ही केले ते एका आजोबांनाच शोभेसे आहे. आई वडील काहीही झाले तरी हे करू शकले नसते. मधेच कुठेतरी शिस्त डोकावू लागते." – रोहिणी.

"हम्म.... आत्तापुरता तुमचा प्रॉब्लेम सॉल्व झालाय नं. कमीत कमी एक आठवडा बघा. वाटले तर मला फोन करा. बघू काय करायचे ते." काका म्हणाले.

चहा नाश्ता झाल्यावर काकांना एक समाधान देऊन तिघे गेले.

घड्याळात साडेतीन झाले होते. आजचा दिवस खूपच धामधुमीचा होता. अण्णासाहेबांनी बेडरूममधे येऊन अंग टाकले. लक्ष्मीचा फोटो हातात घेऊन न्याहाळू लागले.

"बघितलेस? तू गेलीस आणि माझ्या अंगावर किती कामं टाकून गेलीस?" अण्णासाहेब तसबिरीशी बोलू लागले.

का कोण जाणे आज लक्ष्मीच्या पैठणीचा पदर जरा जास्तच चमकत होता. आणि लक्ष्मीच्या चेहऱ्यावर एक वेगळेच समाधान दिसत होते. तिला बघत बघत डोळा लागला.

"काका...." शंकरने काकांना हलवून हाक मारली "उर्वशी ताई आली आहे."

"अरे." हातातल्या घड्याळात पाहिले. बापरे पाच वाजले होते. उर्वशीला यायला जरा उशीरच झाला होता. तिला बसवायला सांगून अण्णासाहेब न्हाणीत गेले. फ्रेश होऊन बाहेर आले, तोपर्यंत शंकरने दोघांसाठी चहा केला होता.

कालच्या मानाने उर्वशी आज खूप चांगली दिसत होती. तिने आज चक्क साडी नेसली होती आणि तिच्या लांबसडक केसांचा तिने छानपैकी अंबाडा घातला होता. तिच्या चेहऱ्यावर आत्मविश्वास बघून अण्णासाहेबांना खूप आनंद झाला.

उर्वशीने सोबत एक सुटकेस आणली होती. सुटकेसमधे तिचे आणि उन्मेषचे कपडे, गरजेच्या वस्तू, तिचे महत्त्वाचे शैक्षणिक आणि व्यावसायिक कागदपत्र, बँकेची पासबुक आणि ठेवींचे सर्टिफिकेट्स वगैरे असल्याचे तिने सांगितले.

"चल आता तुला तुझ्या माहेरी तुझ्या आई-वडिलांची भेट करून देतो." म्हणत

त्यांनी चपला घातल्या. दोघे सुटकेस घेऊन खाली आले आणि रिक्षा करून रणजीतकडे गेले.

अगदी पाच-सात मिनिटातच रणजीतचे घर आले. त्याचे घर तळमजल्यावर एकदम गेटसमोरच होते. उघड्या दाराला फुलापानांचे नवीन तोरण होते. अंगणात रंगीत रांगोळी काढलेली होती. रिक्षाचा आवाज ऐकून रणजीतसिंग एकदम लगबगीने बाहेर आला. येता येता जयंतीला हाक मारली.

"ये बेटा." रणजीतने उर्वशीचा हात धरला आणि दुसऱ्या हाताने तिची सुटकेस धरून चालायला लागला. अण्णासाहेब त्यांच्या मागे मागे चालू लागले. दारात पोहोचले आणि जयंतीचा आवाज आला. "ए थांब गं." उर्वशी थबकली. काय झाले काही चुकले का, अशा अविर्भावात तिने काकांकडे पाहिले.

अण्णासाहेबांनी उर्वशीकडे पाहिले. तिला चिंतेत पाहून त्यांना हलकेच हसू आले. त्यांनी तिला आत बघण्याचा इशारा केला. उर्वशीने घरात नजर टाकली आणि तिच्या चेहऱ्यावर समाधानाचे भाव आले. जयंती दाराजवळ येत होती. तिच्या हातात औक्षणाचे ताम्हण होते.

"अगं तू पहिल्यांदा माहेरी येते आहेस नं. थांब तिथेच. औक्षण करू दे आधी." - जयंती बोलली आणि उर्वशीच्या चेहऱ्यावर आनंदाचे भाव आले.

जयंतीने उर्वशीला कुंकू लावून औक्षण केले, तिच्या तोंडात गुळाचा तुकडा दिला, हातातल्या तांब्यातून दाराच्या दोन्हीकडे थोडे थोडे पाणी वाहिले आणि औक्षणाचे ताम्हण रणजीतच्या हातात दिले. नंतर तिने उर्वशीची दृष्ट काढून दोन्ही हातांची बोटे कानाजवळ नेऊन मोडली आणि उर्वशीला घरात येण्याचा इशारा केला. उर्वशीने उंबरठा ओलांडून घरात पाय ठेवले आणि जयंतीच्या पाया पडली. जयंतीने उर्वशीला दोन्ही खांदे धरून वर उचलले आणि मायेने तिच्या गालावर, डोक्यावर हात फिरवत बोलली "कित्ती वर्ष लावलीस पोरी माहेरी यायला..."

उर्वशीच्या तोंडून निघाले "आई...." आणि भावनांचा बांध फुटला. जणू काही वाळवंटाच्या एकदम तापलेल्या रेतीत अचानक पाउस आला. दोघीजणी एकमेकींच्या गळयात पडून रडू लागल्या. प्रेमाच्या भुकेल्या दोन स्त्रिया... एकीला मायेची ओढ... एकीला मातृत्वाची... थांबणार तरी कोण? अश्रू ढळत होते आणि त्यासोबत ढळत होत्या तक्रारी, ढळत होती मनात असलेली निराशा. आज जन्म झाला होता एका आईचा. एका लेकीचा. असे हे पहिले मायलेकीचे मिलन बघायला माणसाला भाग्यवान असावे लागते. सतयुग असले असते तर आकाशातून देवतांनी फुलांचा वर्षाव केला असता. असे झाले नसले तरी काका आणि रणजीतच्या डोळयातून अश्रुरूपी कितीतरी

फुलं जमिनीवर पडली होती.

"अरे. फक्त आईलाच भेटशील? माझाही नंबर लागू दे." रणजीतने वातावरण थोडे हलके करायचा प्रयत्न केला. जयंतीने रणजीतकडे जरा रागाने पाहिले.

"बाबा..." लगेच उर्वशीने रणजीतला चरणस्पर्श केला. रणजीतने तिला उचलून हृदयाशी धरले. उर्वशीनेही बापाच्या गळ्यात हात टाकले.

जयंती रणजीतसिंग समोर आली "आज तुम्ही मला पूर्णत्व दिले." रणजीतने त्याची उजवी बाजू पुढे केली आणि जयंती त्याच्या बाहूत गेली. तिघांनी एकमेकांना घट्ट मिठीत घेतले.

अण्णासाहेब हे दृश्य आपल्या डोळ्यात साठवून घेत होते. काही क्षण असेच गेले.

"अरे घरात आलेल्या माणसाला बसा म्हणायची पद्धत आहे की नाही इथे? पोरीला आणले मी आणि सगळे मलाच विसरले. उभे राहून राहून पाय दुखायलेत माझे." अण्णासाहेब म्हणाले.

"अरे दादा, कुठल्या शब्दांनी सांगू आज तुम्ही काय दिले आहे. तुम्ही आज इतका मोठा आनंद दिलाय की सगळे विसरून जावेसे वाटते. आज तुम्ही काहीही मागितले तर द्यायची तयारी आहे माझी." जयंती म्हणाली.

"सध्या तरी मला बसू दे आणि पाणी आण." अण्णासाहेब सोफ्यावर बसत म्हणाले. रणजीतसिंग पण त्यांच्या बाजूला बसला.

"तू ही बैस बाळा, पाणी आणते." जयंती म्हणाली आणि आत जायला निघाली.

"आई मी ही येते तुमच्या बरोबर." उर्वशीसुद्धा जयंतीसोबत आत जायला निघाली.

"अगं आई म्हणतेस मग तुमच्या बरोबर नाही, तुझ्या बरोबर. नाहीतर उगाच मला सासूबाई असल्यासारखे वाटेल." जयंती हसून म्हणाली.

दोघी आतमधे गेल्या. रणजीतचे घर जरा जुन्या पद्धतीचे उबदार घर होते. लांबट हॉल आणि सुटसुटीत फर्निचर. घरात आल्या आल्या एक वेताचा सोफा, सोफ्याच्या आजू बाजूला दोन आडव्या वेताच्या खुर्च्या, आणि मधोमध एक वेताचेच टीपॉय होते. सोफ्यावर डनलपच्या गाद्या होत्या. त्यापुढे सोफ्याच्या मागच्या भिंतीवर रणजीतचे वेगवेगळे अॅवॉर्ड घेतानाचे फ्रेम केलेले फोटो होते. सोफ्याशेजारी आतमधे जायला एक दार. दारानंतर दुसऱ्या बाजूला भिंतीतच असलेले एक कपाट. कपाटाला लाकडी दार. समोरच्या भिंतीवर एक वॉलमाउंटेड टीव्ही. एका कोपऱ्यात चतकोरच्या आकाराचे उंच लाकडी शोकेस सारखे कपाट. त्यात सजावटीच्या वस्तू होत्या. दुसऱ्या कोपऱ्यात एक स्टडी टेबल होते. टेबलावर काही उभी ठेवलेली जाडजूड पुस्तके, एक पेन स्टँड, एक जुना रेडियो आणि वर्तमानपत्र ठेवले होते. टेबलासमोर एक लाकडी खुर्ची होती.

टेबलाच्या मागे रस्त्याकडे उघडणारी एक मोठी खिडकी होती. त्याच्या बाजूलाच एक छोटे दार एका बाल्कनीत उघडत होते. बाल्कनीत एक बंगई होती आणि कुंड्यांमधे फुलझाडे लावलेली होती.

आत गेल्यावर डाव्या बाजूला एका खोलीत एक देव्हारा होता. त्यात मखमली कापडात गुरुग्रंथ, गणपती, बाळकृष्ण, सरस्वती यांच्या मूर्ती आणि शाळीग्रामचे शिवलिंग होते. सर्व देवांवर फुलं वाहिलेली होती. समोर पूजेचे साहित्य होते आणि एका मोठ्या समईत अखंड ज्योत होती. भिंतीवर गुरुनानक सिंग आणि हिंदू देवतेचे फ्रेम केलेले चित्र टांगलेले होते. देवघरासमोरच एक मोठेसे किचन होते. किचनमधे उजव्या बाजूला सहा लोकांचे डायनिंग टेबल होते आणि डाव्या बाजूला एका बाजूने मोठे लाकडी कपाट आणि दुसऱ्या बाजूला भले मोठे फ्रीज होते. पुढे ग्रॅनाईटचा ओटा आणि त्याच्या खाली लाकडी कपाट होते.

आईने गॅसवर चहाचे आधण ठेवले. एक ट्रे काढला. त्यात स्टीलच्या दोन ग्लासमधे पाणी भरले आणि बाहेर आली. रणजीतसिंग आणि काकांना पाणी दिले.

"थोडे थांबा. मी चहा ठेवलाय. तोंड गोड करून जा." आई म्हणाली. "उर्वशी, तुझी सुटकेस घे. तुला तुझी खोली दाखवते."

उर्वशी सुटकेस घेऊन आत आली. देवघराच्या थोडे पुढे गेल्यावर डाव्या बाजूला एक वॉशरूम होते. पुढे गेल्यावर दोन्हीकडे दोन बेडरूम होत्या. त्यातल्या डाव्या बाजूची बेडरूम आईबाबांची असावी. कारण तिथे एक डबलबेड आणि कपाट वगैरे होते. दुसरी बेडरूम जवळपास रिकामी होती. तिथे फक्त एक कपाट आणि एक शिवणकामाची मशीन होती. रूममधली अडगळ बहुतेक आजच काढली असावी. दोन्ही बेडरूमला मागच्या बाजूला अटॅच्ड बाथरूम होते आणि एका बाजूला छोटी बाल्कनी होती. "तू येणार आहेस ते आजच कळले नं. १-२ दिवसात डबलबेड आणि बाकीचे फर्निचर येईल. तू फक्त तुझ्या गरजेचे सामान तिथून आण. बाकी आपल्याकडे सगळे आहे. काहीही काळजी करू नकोस." - जयंती म्हणाली.

उर्वशीने आपली सुटकेस रूममधे ठेवली. परत दोघीजणी किचनमधे आल्या. जयंतीने तशी तयारी करूनच ठेवली होती. वेगवेगळ्या प्लेट्समधे पंजाबी पिन्नी, कचोरी, शंकरपाळे आणि चिवडा होता. एका ट्रेमधे चिनीमातीचे चार मग ठेवून त्यात तिने चहा गाळला, साखरेची वाटी आणि चार चमचे ठेवले. उर्वशीच्या हातात चहाचा ट्रे देऊन स्वत: नाष्ट्याचा ट्रे घेतला आणि दोघीजणी हॉलमधे आल्या.

सगळ्यांनी गप्पा मारत मारत चहा-नाश्ता केला. अर्थात गप्पांचा केंद्रबिंदू उर्वशीच होती. नाश्ता झाल्यावर उर्वशीने घड्याळ पाहिले. "मला निघायला पाहिजे. उन्मेषला

आठ वाजता शाळेतून घ्यायचे आहे.”

“ठीक आहे.” रणजीतसिंग गाडीची किल्ली घेत म्हणाला, “मी तुला घरी सोडतो. तुझे जसे काम संपेल, तशी तू इथे राहायला ये. नंतर आपण यशवंतला भेटून पुढचे काय ते ठरवू. जयंती, परत येताना मी मोहनला घेऊन डायरेक्ट अण्णाकडेच जाणार आहे. आज मोहनच्या वाढदिवसाची पार्टी ठेवली आहे याने. चल रे.”

“उर्वशी, लवकर ये गं बाई नेहमीसाठी राहायला. आता ओढ लावलीस. तुझ्याविना खूप एकटेपण वाटेल. उन्मेषच्या शाळेचे पण इथे जवळच बघतो आम्ही. तू काहीही काळजी करू नकोस.” जयंती म्हणाली.

उर्वशीने परत एकदा जयंतीला आलिंगन दिले आणि दोघांना नमस्कार करून घराबाहेर पडली. रणजीत, अण्णासाहेब आणि उर्वशी गाडीत बसून निघाले.

डोअरबेल वाजली. मधुरने पळत जाऊन दार उघडले. निखिल आत आला. मधुर आणि पीहू हॉलमधे एक मोठासा खेळ मांडून खेळत होते. किचनमधून खमंग शिऱ्याचा सुगंध येत होता. समोरच्या एका टेबलवर मधुरचे आणि पीहूचे दप्तर, शाळेचा युनिफॉर्म आणि वॉटर बॉटल तयार करून ठेवले होते. मधुर आणि पीहू एकदम खूष दिसत होते.

निखिलला काहीच समजले नाही. काही विचारणार इतक्यात रोहिणी बाहेर आली. तिच्या चेहऱ्यावरही समाधानाचे भाव आणि ओठांवर स्मित होते. काय झाले विचारणार त्याच्या आत मधुरने योद्धयाची पोझ घेतली आणि म्हणाला “डॅड...आय ॲम अ वॉरीयर... डोंट यू वरी. नो वन कॅन हर्ट एनीवन ऑफ अस...” ते संपत नाही तितक्यात पीहूने पण पोझ घेतली आणि म्हणाली “डॅड.. आय ॲम आल्चो अ वॉलियल... डोंट यू वली. नो वन कॅन हल्ट एनीवन ऑफ अच...”

निखिलने लगेच आपली ब्रीफकेस खाली ठेवली आणि दोघांना घट्ट मिठीत घेतले. आज सकाळी घरात इतके टेन्शन होते आणि अर्ध्या दिवसात हा चमत्कार!! आनंदातिरेक होऊन त्याच्या डोळयात अश्रू आले. त्याने आकाशाकडे बघत मनोमन काकांना नमस्कार केला आणि रोहिणीकडे कौतुकाने पाहिले. तिच्या डोळयातही आनंदाश्रू होते. तिघांच्या मिठीत तीही सामील झाली. काही क्षण असेच गेले.

“ताई. शिरा झालाय” किचनमधून मेडचा आवाज आला. आजच ती पण परत आली होती.

रोहिणीने आत जाऊन देवाला नैवेद्य दाखवला आणि सर्वांसाठी वाट्यांमधे शिरा भरून आणला. निखिल तोपर्यंत हात पाय धुऊन आला होता. सर्वांनी गप्पा मारत शिरा खाल्ला. अर्थात गप्पांचा विषय अण्णासाहेबच होते. पीहू आणि मधुर निखिलला

आप्पा किती चांगले आहेत ते आपापल्या शब्दांत सांगत होते.

शिरा खाऊन पीहू आणि मधुर परत खेळण्यात मग्न झाले. मेडचे कामही संपले होते. ती सुद्धा किचन आवरून गेली.

निखिल आणि रोहिणी बेडरूममधे आले. आजपासून सगळे सुरळीत होईल ह्या विचारानेच दोघे खूप सुखावले होते. दोघांच्या चेहऱ्यावर वेगळेच समाधान होते. जणू परत एकदा एक वादळ शमले होते. रोहिणी निखिलच्या कुशीत शिरली आणि दोघे आपल्या विश्वात रममाण झाले.

साडेसात वाजले. अण्णासाहेबांनी टीपॉयवर एक छोटीशी म्युझिक सिस्टिम आणून लावली. त्यात पेन ड्राईव्ह लावून गाणे वाजवता येत होते. हलके हलके म्युझिक वाजत होते. सांगितल्या प्रमाणे यशवंत केक आणि सोडा घेऊन आला. त्याने सोबत त्याचा इलेक्ट्रिक कीबोर्ड पण आणला होता.

दोघांनी डायनिंग टेबलवर केकची तयारी केली. अण्णासाहेबांनी शंकर सोबत किचनमधे जाऊन सगळे व्यवस्थित आहे ते पाहिले. ग्लास, प्लेट्स वगैरे डायनिंग टेबलवर आणून ठेवायला सांगितले. तळलेले शेंगदाणे, बटाट्याचे फिंगर्स वगैरे प्लेटमधे झाकून ठेवले. बाकीचे आम्ही आवरू असे म्हणून शंकरला घरी जायला सांगितले.

थोड्या वेळाने मोहन, प्रकाश आणि रणजीतसिंग आले. प्रकाशने कोंगो आणला होता. सगळ्या मित्रांनी गलका केला. पार्टीची तयारी घरीच आहे म्हणून मोहन एकदम गहिवरला. तो अण्णासाहेबांकडे कृतज्ञतेने पाहू लागला. सगळ्या मित्रांनी मिळून बर्थडे बॉय म्हणून मोहनच्या पाठीत छानपैकी धोपटले. रणजीतसिंग आणि यशवंतने त्याला जवळपास उचलूनच केकपाशी आणले. केक कापून त्याने सगळ्यांना केक खाऊ घातला.

यशवंतने दोन वोडका आणि बाकीचे सॉफ्ट ड्रिंक्सचे ग्लास तयार केले आणि सगळे बैठकीवर येऊन बसले. यशवंत कीबोर्डवर गाणी वाजवायला लागला, रणजीतसिंग कोंगोवर साथ देत होता. एकेक करून सगळे आपल्या काळातली गाणी गाऊ लागले. मस्त मैफल रंगली. रणजीतसिंग आणि यशवंत मूडमधे आले की एकाहून एक कव्वाली आणि भांगडा स्टाईलचे गाणे सुरु व्हायचे. "लावारिस" चित्रपटाचे "मेरे अंगने में तुम्हारा क्या काम है..." या गाण्यावर तर सगळेच नाचायला उठले.

थोडे फरमाईशी गाणे झाल्यानंतर अण्णासाहेब "एक फूल दो माली" चित्रपटातले "ओ नन्हे से फरिश्ते..." गाणं म्हणू लागले. वातावरण जरा नाजूक झाले. त्यानंतर एकेक करून इमोशनल गाणी म्हणायला सुरुवात झाली. अण्णासाहेब आणि प्रकाश दर्दभरे

गीत गाण्यात पटाईत होते. शेवटी "जीना यहाँ मरना यहाँ...." हे गाणे रणजीतने इतके भावपूर्ण म्हटले की वातावरण एकदम गंभीर झाले. मोहन तर अगदी आता रडणार असे वाटले म्हणून अण्णासाहेबांनी मैफल थांबवली आणि 'जेवणाचे बघतो' म्हणून उठले. रणजीतसिंग आणि यशवंतसुद्धा किचनमधे आले. यशवंतने तर्री गरम केली, अण्णासाहेबांनी गरम गरम बटाटेवडे तळले. रणजीतने पाव चटणी वगैरेची तयारी केली आणि सगळे डायनिंग टेबलवर येऊन एकमेकांची खेचत खायला बसले.

खाऊन झाल्यावर अण्णासाहेबांनी रसमलाई आणली आणि सगळ्यांनी त्यावर ताव मारला. नंतर पाचही मित्रांनी मिळून सगळे आवरून किचनमधे ठेवले आणि परत बैठकीवर येऊन गप्पा मारू लागले. साडेअकरा वाजल्याचा अंदाज आला आणि सगळे घरी जायला निघाले. निघता निघता अण्णासाहेबांनी मोहनला जरा थांबायला सांगितले. प्रकाश, यशवंत आणि रणजीतसिंग गेले.

अण्णासाहेब आणि मोहन दोघे परत सोफ्यावर येऊन बसले.

"काय झाले. तू सकाळपासून खूप अस्वस्थ दिसतो आहेस?" अण्णासाहेबांनी मोहनच्या खांद्यावर हात ठेवून विचारले.

"काही नाही रे. घरात जरा कटकट वाढली आहे. सुनबाईला तर मी नकोसाच झालोय म्हण ना. मी आहे म्हणून त्यांना वाटेल तसं जगता येत नाहीये असे वाटते. घर लहान पडतंय म्हणे. क्षितीजला वेगळी खोली हवीये आता." - मोहन.

"अरे पण याला काही उपाय आहे का आत्ता?" - अण्णासाहेब.

"अरे, आमच्या बाजूचा फ्लॅट विकायला काढलाय त्याच्या मालकाने. गावाकडची बागाईत जमीन विकून हा फ्लॅट घेऊन टाकू म्हणत आहेत दोघं. चांगला आंबा निघतोय दरवर्षी. परस्पर सगळा खर्च निघूनसुद्धा चांगले पैसे वाचतात त्यातून. कशाला विकायचे म्हणतो मी? अन् तसे नसले तरीही आईने दिलेली जमीन विकायची माझीतरी इच्छा नाहीये. मी घरात खर्चाचे पैसे देतोय ना. मग माझ्या जमिनीवर कशाला नजर ठेवायला हवी ह्या लोकांनी. हेच मला समजत नाही." - मोहन.

"तुझे बरोबर आहे. हवे असेल तर त्यांनी स्वखर्चानी घ्यावा तो फ्लॅट. तुझ्याकडे बागाईत जमीन नसती तर काय केले असते?" – अण्णासाहेब.

"मला काही समजत नाहीये रे. कुठेतरी पळून जावेसे वाटते. क्षितीज तेवढा जीव लावतो मला. फक्त त्याचीच काळजी आहे दुसरे काही नाही." मोहन.

"हं. काहीतरी उपाय करायला हवा. विचार करून सांगतो तुला." - अण्णासाहेब.

"चल निघतो मी." म्हणून मोहन निघाला.

अण्णासाहेब सुद्धा नेहमीसारखे सगळी दारं बंद करून बेडरूममधे पडले. झोप येत

नव्हती. मोहनचा विचार करीत बसले.

रात्रीचे जेवण संपले. वरुणची तब्येत सुद्धा चांगली होती. उद्यापासून सगळे रुटीन सुरु होणार. मागच्या आठवड्यात वैष्णवी घरून काम करीत होती. उद्यापासून तीही ऑफिसला जाणार म्हणून तिने आपल्या ऑफिसची बॅग व्यवस्थित भरून ठेवली. वरुणचे शाळेचे दप्तर वगैरे नीट केले.

वैष्णवीने सकाळी डब्याला करायची भाजी आणली आणि सुहास सोबत बोलता बोलता चिरू लागली. ती दररोज असेच करायची. सुहास आणि वैष्णवी काकांबाबत बोलू लागले. वरुण आत्ता जरी बरा असला तरी एपिलेप्सी हा प्रकार पूर्णपणे बरा होणारा नाहीये. त्याच्याकडे कुणीतरी नियमित लक्ष दिले पाहिजे. कमीत कमी वरुण सोळा वर्षाचा होईपर्यंत तरी त्याला नियमाप्रमाणे औषध देऊनच कंट्रोलमधे ठेवता येईल असे डॉक्टरांनी सांगितले होते. त्यानंतर कधीतरी हा त्रास आपोआप बंद होण्याची शक्यता आहे असेही ते म्हणाले होते.

शाळेतून वरुण पाळणाघरात जात होता. तिथे सांगून ठेवलेले असले तरी ते लोक किती काळजी घेतील काही सांगता येत नाही. काकासारखी कुणी व्यक्ती घरी असली तर खूप चांगले होईल. भाजी चिरता चिरता दोघे काकांनी सांगितलेल्या अटींवर चर्चा करीत होते. न पटण्यासारखे काही नव्हतेच.

"काकांनी तसा बुधवारी फोन करायला सांगितला होता. पण आपण उद्या संध्याकाळीच फोन करून सांगू, आम्हाला कबूल आहे ते." - सुहास म्हणाला

"चला. झोपू आता." वैष्णवीने भाजी डब्यात भरून ठेवली आणि कचरा वगैरे ताटात जमा करून किचनमधे गेली. सुहासने सुद्धा हातपाय ताणून शीण घालवला. मग दोघे बेडरूममधे गेले.

"सोन्यासारखे माणूस आहेत हे अण्णासाहेब. अगदी मनावर घेतली आहे आपली केस." - नारायणराव यशोदाला म्हणाले.

"हो ना. परवाच आपण भेटून आलो आणि आज त्यांचा फोन आला सुद्धा. ते म्हणतात तसे झाले तर खूप छान होईल हो." - यशोदा म्हणाली.

"हो गं. आपल्याला यातलं काही समजत नाही. पण त्यांना सांगितल्या सांगितल्या सुचलं बघ. अन् नाहीतर हा आपला वकील. नुसते पैसे घेतोय, दुसरे काही नाही." - नारायणराव.

“अहो. शेवटी सरकारी वकील तो. सरकारची नोकरी करतोय ना. तुम्ही आतमधे होतात. आम्हाला काही सुचले नाही. त्याला वाटेल तसे त्यानी केले. सुनिता म्हणाली सुद्धा प्रायव्हेट वकील करू. पण त्याची फी ऐकून तुम्हीच नको म्हणालात. जणू तुम्हालाच तुरुंगात जायची हौस आहे. त्या वकिलाला फोन करून सांगितले नं उद्या भेटायचे.” – यशोदा.

“हो सांगितले आहे. उद्या अकरा वाजता भेटायचे. मी, अण्णासाहेब आणि त्यांचा मित्र रणजीतसिंग, आम्ही तिघे भेटायला जाणार आहोत.” - नारायणराव.

“अहो. हे बघा. ह्या वकिलाने त्या रणजीतसिंगचे बोलणे ऐकले नाही नं तर तुम्ही वकील बदला म्हणून सांगते मी. जीव महत्त्वाचा की पैसा महत्त्वाचा? तुम्ही सुटलात तर सगळे होईल व्यवस्थित.” - यशोदा.

“अगं बरोबर आहे तुझे. आता कायद्याची सगळी गुंतागुंत आपल्याला तरी काय समजते? खून तर झाला ना माझ्या हातून. मग मला शिक्षा होणार ते नक्की होते. मग जितका पैसा आहे तितका तरी तुम्हा दोघींना राहू द्यावा असे वाटूनच मी नको बोललो होतो. शेवटी सुनिताच्या शिक्षणाला सुद्धा खर्च लागेल नं.” – नारायणराव.

“ते काही नाही. आता अण्णासाहेब आणि रणजीतसिंग जसे म्हणतील तसे करा. पैशाचे पुढे बघू. सुनिता खूप हुशार आहे. पाहिजे तर मीसुद्धा काहीतरी मेहनत करून कमवीन. फार नाहीतर लोकांना लोणचे, पापड, कुरडई, शेवया करून देईन.” - यशोदा.

“अगं हो बाई. बघतो. तुम्हा लोकांची साथ आहे म्हणून तर एवढा पुढे आलो” – नारायणराव.

“आईबाबा. अजून झोपला नाहीत तुम्ही? काय चालले हे इतक्या रात्रीचे? चला झोपा बघू...” सुनिता येऊन म्हणाली.

“अगं हो गं आज्जी बाई... हल्ली तुम्ही फारच गाजवायला लागलात आमच्यावर. चल गं झोपू आता. अन् तू ही झोप गं. बाकीचा अभ्यास उद्या कर. खूप झाले आता.” - नारायणराव.

सुनिताने दिवा मालवला आणि तिघे झोपायला गेले.

आकाशला आज फार बरे वाटत होते. शनिवार सकाळच्या रिपोर्टमधे प्लेटलेट काउंट नॉर्मल आल्यामुळे डॉक्टरने औषध कमी केले होते. बरे वाटले म्हणून आज आकाशने जवळ जवळ पाच दिवसानंतर पोळी भाजी खाल्ली होती.

“आपण दररोज जेव्हा पोळी भाजी खातो त्या वेळेला आपल्याला कंटाळा येतो. काहीतरी नवीन खावे असे वाटते. पण २-३ दिवस पोळी भाजी खाल्ली नाही तर त्याची

किंमत कळते. अगदी कित्ती दिवस जेवणच केले नाही असे वाटते" - आकाश विचार करत होता.

"हं, काय विचार चालू आहे अक्की राजा" - चित्राने जरा लाडिक सुरात विचारले.

"काही नाही चित्राराणी... कित्ती दिवसांनी आज नॉर्मल जेवण झाले आहे. आत्ता नॉर्मल झोप व्हावी असा विचार करीत होतो." डोळा मारत आकाश खट्याळ सुरात बोलला

चित्रा लाजली. "काहीतरीच तुझे. आज काही नाही. उद्या ऑफिसला जायचे आहे नं. चल लवकर झोप आता."

"ऑफिस तो जायेंगे जनाब... लेकीन अभी तो आप को बेडरूम में लेके जायेंगे." म्हणत त्याने चित्राला दोन्ही हातात उचलले आणि बेडरूममधे घेऊन गेला

सोमवार सकाळ. रात्री झोपायला उशीरच झाला होता. उठल्यानंतरही थकवा वाटत होता म्हणून अण्णासाहेबांनी वॉकला जाण्याचे टाळले. रणजीतसिंग आणि नारायणराव साडेनऊ वाजता येणार होते. अंघोळ पूजा आवरून होईपर्यंत शंकर आला होता.

शंकर चहा घेऊन आला तेव्हा अण्णासाहेब वर्तमानपत्र वाचत बसले होते.

"काका. झाले नं सगळे कुटुंब. की आहे अजून कुणी? काही ठरवले का?" शंकर.

"नाही रे, अजून माझे ठरवले नाही काही. पण माझ्या काही योजना आहेत. कशा मार्गी लागतात एकेक बघतो आता." - अण्णासाहेब.

फोन वाजला. शंकरने लगेच जाऊन उचलला. तिकडून सुहास होता. अण्णासाहेबांनी फोन घेतला "हं बोल सुहास, काय बोलतो आहेस? वैष्णवी आणि वरुण बरे आहेत न?"
"हो काका. देवकृपेने सगळे चांगले आहे. तुम्ही सांगितलेल्या अटींचा आम्ही दोघांनी पुरेपूर विचार केला. आम्हाला सगळे मान्य आहे. तुम्ही आमच्या घरी यावेच अशी आमची तीव्र इच्छा आहे." – सुहास.

"आनंद आहे सुहासराव. पण मी अजून काही ठरवले नाहीये. वेळ लागेल हे मी तुम्हाला आधीच सांगितले होते. एका माणसाने आपले घर सोडून तुमच्या घरी येऊन राहणे एकदम सोपे नसते रे बाळा." – अण्णासाहेब.

"हो काका. तुमचे बरोबर आहे. तुम्ही ठरवून सांगा. आम्ही आमची बाजू सांगितली." - सुहास

"बरोबर आहे तुझे." अण्णासाहेब बोलले "मी विचार करून सांगतो. एक काम करतोस का?"

"बोला काका." - सुहास.

“तुला शक्य असेल तर संध्याकाळी एकटा मला भेटायला येऊ शकतोस का? तुझ्याशी जरा बोलायचे आहे.” - अण्णासाहेब.

“काका मी जरा दुपारपर्यंत सांगितले तर चालेल? बँकेत काम किती आहे त्यावरून सांगतो. उशीर होणार नसेल तर संध्याकाळी आठपर्यंत येतो. चालेल का?” – सुहास.

“हो चालेल. सांग मला तसे. मी दहा ते दोन घरी नसणार. पण तू शंकरकडे निरोप ठेव.” - एवढे सांगून काकांनी फोन बंद केला.

थोड्या वेळात शंकरने उपमा आणून दिला. तो खाऊन अण्णासाहेब जायची तयारी करू लागले. नारायणरावांनी पाठवलेले कागद एका फायलीत व्यवस्थित लावले. तयारी करून बाहेर येणार इतक्यात डोअरबेल वाजली. नारायणराव आले होते.

अण्णासाहेबांना बघून त्यांचे डोळे जरा मोठे झाले. “अण्णासाहेब, तुम्ही कित्ती तरुण दिसत आहात आज?” अण्णासाहेब हसले. एरव्ही पांढरा पायजामा कुर्ता घालणाऱ्या अण्णासाहेबांनी वकिलाला भेटायला जायचे होते म्हणून सफारी घातली होती. सोन्याची चेन एकीकडे सफारीच्या बटणाला आणि दुसरीकडे खिशात असलेल्या पेनला अडकवली होती. त्यामुळे त्यांना एकदमच इम्प्रेसिव लुक आला होता. कुठे काय कपडे घालायचे ह्याची अण्णासाहेबांना फार चांगली जाण होती. म्हणून त्यांचे प्रत्येकाच्या पेहराव, केशविन्यास आणि ठेवणीवर नेहमीच खूप लक्ष असायचे.

पाच मिनिटांनी रणजीतसिंग गाडी घेऊन आला. त्याने खालूनच आवाज दिला. अण्णासाहेब आणि नारायणराव बूट घालून लगेच खाली उतरले. आज रणजीतसिंगचा रुबाब पण बघण्यासारखा होता. रणजीतसिंगने आज पांढराशुभ्र शर्ट आणि काळी पँट घातली होती आणि एरव्ही डोक्यावर पटका बांधणाऱ्या रणजीतसिंगने आज पटियाला पगडी बांधली होती.

खाली आल्यावर नारायणराव रणजीतसिंगच्या बाजूला आणि अण्णासाहेब मागच्या सीटवर बसले. नारायणराव रस्ता सांगत होते आणि रणजीतसिंग त्यांच्या सांगण्याप्रमाणे गाडी चालवत होता.

अर्ध्या तासात ते तिघे वकिलाच्या ऑफिसमधे पोहोचले. सरकारी वकिलाचे ऑफिस म्हणजे काय तर एका बिल्डिंगमधे पहिल्या माळ्यावरची एक रूम होती. रूममधे एक लोखंडी ऑफिस टेबल, चारपाच लोखंडी खुर्च्या, एक जुनाट गोदरेजचे कपाट, त्याला लागून एका टेबलवर एक जुना कम्प्यूटर आणि प्रिंटर होता. रूमच्या एका कोपऱ्यात एक वॉटर फिल्टर होते. वकील अजून पोहोचले नव्हते. रूमवर साफसफाई करणारा पोऱ्या होता. विचारल्यावर त्याने बसायला सांगितले. पंखा लावला तर तो कसातरी जीवावर आल्यासारखा चालू लागला.

पाच मिनिटांनी वकील आले. तोवर पावणेअकरा झाले होते. रणजीतसिंग आणि अण्णासाहेबांचा त्याच्यावर चांगलाच रुबाब पडला असावा कारण आल्यावर त्याने लगेच उशीर झाल्याची माफी मागितली आणि पोऱ्याला सगळ्यांसाठी चहा आणायला सांगितला. नारायणरावांनी रणजीतसिंग आणि अण्णासाहेबांची ओळख करून दिली आणि येण्याचे कारण सांगितले.

रणजीतसिंगने वकिलाकडून पूर्ण केस व्यवस्थित समजून घेतली आणि या फिल्डचाच असल्यामुळे काय प्रकार आहे हे त्याला लगेच समजले.

"नारायणरावांनी आपली बाजू तुम्हाला स्पष्ट सांगितली होती. त्यांनी आत्मसंरक्षणार्थ चाकूने वार केले आहेत हेही त्यांनी नक्की सांगितले आहे. मग अजून केसमधे आत्मरक्षणाचे कलम का घेतले गेले नाहीये? आत्तापर्यंतच्या प्रोसिडिंगमधे एकही मजबूत मुद्दा तुम्ही नारायणरावांच्या बाजूने टाकलेला नाही. ही केस नियमाप्रमाणे पोलिसांच्या क्राईमब्रांचकडे पुन:तपासणीसाठी पाठवायला पाहिजे होती. इतकी साधी गोष्ट तुमच्या लक्षात आली नाही, हे मला पटत नाहीये. तुम्ही तसा अर्ज न्यायालयात का केला नाही? मला काय ते स्पष्ट सांगा, नाहीतर मी बार कौन्सिलकडे तक्रार करतो." - रणजीतसिंग जरा कडक बोलला.

रणजीतसिंगचा पवित्रा बघून वकील घाबरला "साहेब असे काही करू नका. मी सगळे सांगतो. यांच्याकडे स्वत:चा वकील नव्हता म्हणून कोर्टाने मला यांचे वकील म्हणून नेमले. पोलिसांकडे यांनी आधीच कबुलीजवाब दिला होता. म्हणून यांची बाजू तशी कमकुवत होतीच. केस घेतल्यानंतर मला प्रॉसिक्युशनच्या वकिलाने संपर्क केला आणि केस हलकीच ठेवण्यासाठी सांगितले. त्यासाठी मला त्यांनी दहा हजार रुपये दिले. केसचा निकाल त्यांच्या बाजूने लागल्यावर अजून दहा हजार देणार म्हणून सांगितले. पोलिसांच्या हिशोबाने सुद्धा, ही ओपन अँड शट केस होती. म्हणून मीही तयार झालो." - वकील म्हणाला .

"बाप रे... मी तुझ्यावर भरवसा केला आणि तू इतका मोठा धोका दिलास मला?" - नारायणराव एकदम थक्क होऊन बोलले.

"माफ करा साहेब पण सरकारी पगारावर खर्च भागत नाहीत घरचे. मग हे असेच प्रॉसिक्युशनच्या वकिलाशी संगनमत करून आमच्या गरजा पूर्ण कराव्या लागतात." - वकील.

"साल्या... एका माणसाचे जीवन उद्ध्वस्त होत आहे आणि तुम्ही जखमांवर मीठ चोळता होय रे? जनाची नाही तरी मनाची तरी लाज बाळगावी माणसाने." रणजीतसिंग परत बोलला.

“माझे चुकले साहेब. पण तुम्ही बार कौन्सिलकडे जाऊ नका. माझी मान्यता रद्द झाली तर सगळे संपेल. तुम्ही जसे सांगता तसे सगळे करायला मी तयार आहे.” वकील विनवणी करू लागला. पोऱ्या चहा घेऊन येताना दिसला म्हणून सगळे गप्प झाले. पोऱ्याने सगळ्यांना चहा दिला. वकिलाने त्याला एक दहाबारा कागदाचा गठ्ठा देऊन झेरॉक्स काढायला पाठवले.

तो गेल्यावर रणजीतसिंग म्हणाला “हं. ठीक आहे. जाणार नाही. पण आता मी सांगितल्याप्रमाणे कोर्टात अर्ज दे आणि लवकर तारीख घे. ही केस लवकरात लवकर क्राईम ब्रांचकडे गेली पाहिजे. ते लोक तपशीलवार कारवाई करतील. दोन्ही बाजूने व्यवस्थित तपासणी करून परत चार्जशीट दाखल करूनच केस पुढे जायला पाहिजे. यासाठी जो खर्च येईल तो आम्ही करू.”

“ठीक आहे साहेब. असेच करतो.“ वकील म्हणाला “पण तुम्ही.”

“ते जाऊ दे. केव्हा टाकतोस अर्ज?” – रणजीतसिंग.

“आजच तयार करतो. उद्यापर्यंत कोर्टात टाकतो आणि लगेच तुम्हाला कळवतो.” - वकील लगेच बोलला.

“ठीक आहे. चला रे.” रणजीतसिंग उठला आणि तिघे बाहेर आले.

“बापरे! किती भयंकर प्रकार आहे हा.” अण्णासाहेब म्हणाले, “तू होतास म्हणून आपली बाजू मांडून केस पालटता येईल आता. पण इतर लोकांचे काय हाल होत असतील कल्पनाच करवत नाही.”

“मला शंका आली होती. म्हणूनच भेटायचे म्हणालो होतो मी. आता बघ कशी केस सुतासारखी सरळ होते. नारायणराव काही काळजी करू नका. आता हा काही गडबड करणार नाही आणि केली तर मी आहे. ठीकाय?” रणजीतसिंग.

“साहेब, तुमचे मी कसे उपकार मानू काही कळत नाही. तुम्ही जे केले ते मी स्वप्नात सुद्धा विचारात आणले नव्हते. तुम्ही खरेच देव माणूस आहात.“ नारायणराव हात जोडून बोलले.

“देव बिव काही नाही. मला माणूसच राहू देत. अण्णाने सांगितले म्हणून मला कळले आणि उपकार वगैरे काही बोलू नका, तुम्ही प्रामाणिक आहात हीच सर्वात मोठी गोष्ट. म्हणून आम्हाला मदत करावीशी वाटली. ऊपरवालाच कर्ता करविता. आम्ही फक्त निमित्त. चला निघू या आता.” म्हणत रणजीतसिंग गाडीत बसला.

यावेळी अण्णासाहेब पुढच्या सीटवर बसले आणि नारायणराव मागे बसले. नारायणरावांनी सांगितल्याप्रमाणे त्यांना त्यांच्या घराजवळच्या चौकात सोडून दोघे घरी पोहोचले. तोपर्यंत एक वाजला होता.

"चल, जयंती वाट बघत असेल. आज जेवण झाल्यावर उर्वशीच्या रूमसाठी फर्निचर बघायला जायचे आहे." - रणजीतसिंग गाडीमधूनच म्हणाला.

"ओके. भेटू उद्या." म्हणत अण्णासाहेबांनी त्याला निरोप दिला, घरात आले आणि धस्सकन सोफ्यावर बसले, "चला ह्यांचीही गाडी मार्गी लागली...."

आजचा दिवस वेगळा उजाडला होता. सकाळी मधुर आणि पीहू शाळेसाठी तयार झाले. रोहिणीने लवकर उठून घरचे थोडेफार काम आवरले आणि मधुर-पीहू साठी सकाळच्या न्याहारीचा डबा भरून दिला. निखिल दोघांना बस स्टॉपवर सोडायला गेला. मधुरला घरची किल्ली देताना तिला थोडी धाकधूक वाटत होती. पण निखिलने तिला डोळ्याने आश्वासन दिले.

ते गेल्यावर रोहिणीने स्वत:ची किट तयार केली. बऱ्याच दिवसांनी ती आज परत ऑफिस जॉइन करणार होती. एयरक्राफ्टचा यूनिफार्म, एप्रन, ब्लेझर, मेकअपचे सामान वगैरे व्यवस्थित आहे का ते चेक केले. शेड्यूलप्रमाणे हा आठवडा थोडा लाईट होता. तिला एक सिंगापूर रिटर्न फ्लाईटची ट्रिप मिळाली होती. समाधान झाल्यानंतर पटकन स्वत: अंघोळ करून तयार झाली. निखिल आणि स्वत:साठी चहा-नाश्ता डायनिंग टेबलवर आणून ठेवला. निखिल आल्यावर दोघांनी चहा नाश्ता घेतला. निखिल तयार व्हायला गेला, इतक्यात तिने जोशीकाकूंना फोन करून कालच्या घडामोडीबद्दल सांगितले. दुपारी मधुर नेहमीसारखाच घरी राहील. थोडे लक्ष असू द्या म्हणून सांगितले.

एक दोन दिवसातच चौकशी करून दोघांनी मधुर आणि पीहूला जवळच्या कराटे क्लासमधे टाकायचे ठरवले. सगळे आवरून झाल्यावर तिने टॅक्सी मागवली आणि दोघे घर बंद करून खाली आले. खाली येऊन मेड्ससाठी वॉचमनकडे किल्ली ठेवली. निखिल कारने हॉस्पिटलला आणि रोहिणी टॅक्सीने एयरपोर्टला जायला निघाले.

फोनची रिंग ऐकून अण्णासाहेबांना एकदम जाग आली. घड्याळात पाहिले तर सहा वाजले होते. का कोण जाणे, जेवण करून अंग टेकले आणि खूप गाढ झोप लागली. फोन वाजून वाजून बंद झाला. शंकर घरात नाही वाटतं, नाहीतर त्याने उचलला असता. काही सामान आणायला गेला असेल.

अण्णासाहेब उठले. फ्रेश होऊन हॉलमधे आले तर परत फोन वाजला. उचलला तर दुसरीकडे उर्वशी होती. तिची तयारी योजनेप्रमाणे चालली होती आणि तिला थोडे यश मिळाले होते म्हणून तिच्या आवाजात उत्साह होता. घरात एक दोन ठिकाणी व्हिडिओ

कॅमेरा आणून तिने बसवला होता. त्यासाठी घरातच असलेला जुना माळी आणि त्याची बायको तिला मदत करायला तयार झाले होते. ऑफिसमधे १-२ लोकांना तिने विश्वासात घेऊन उमेशची हकीगत सांगितली होती. त्यांना थोडा अंदाज होता. उमेश उद्या सकाळी अमेरिकेवरून परत येत असल्याचे तिने सांगितले. ह्या आठवड्यात तयारीची सगळी कामे करून ती पुढच्या सोमवारपर्यंत नोकरीतून राजीनामा देणार असल्याचे सांगितले.

पुढची नोकरी ह्या नोकरीचा निकाल लागल्यानंतरच शोधणार कारण आत्ता लोकांना संपर्क केला तर उमेशला समजले असते.

फोनवरचे बोलणे संपेपर्यंत शंकर चहा घेऊन आला. त्याने संध्याकाळच्या जेवणाबद्दल विचारले. आज सुहास एकटा परत भेटायला येणार. बोलता बोलता नऊ साडेनऊ तरी वाजतील म्हणून शंकरला त्याचाही स्वयंपाक करण्यास सांगितले. स्वयंपाक साधाच कर असे सांगून अण्णासाहेब स्टडीरूममधे गेले आणि तिथेच कम्प्युटर चालू करून काहीबाही करीत बसले.

सव्वाआठ वाजता स्कूटर थांबल्याचा आवाज आला. दोनच मिनिटांनी सुहास आला. काकांनी त्याला स्टडीरूम मधेच बोलावून घेतले.

"कसा आहेस? बोलावून त्रास तर नाही दिला ना?" – अण्णासाहेब.

"नाही काका, त्रास कसला. तुम्हाला भेटून खूप छान वाटते."- सुहास.

"असे कर, वैष्णवीला फोन करून कळव की, जेवणासाठी तुझी वाट बघू नको म्हणून. आपले बोलणे होऊन घरी पोहोचेपर्यंत खूप उशीर होईल. तुझ्या नावचा स्वयंपाक मी शंकरला इथे करायला सांगितलाच आहे." - काका.

"चालायचंच काका. पण ठीक आहे. सांगतो." सुहासने वैष्णवीला फोन करून सांगितले.

शंकरने सुहासला कॉफी आणून दिली. स्वयंपाक तयार करून डायनिंग टेबलवर ठेवल्याचे सांगितले आणि तो घरी गेला.

"बोला काका." सुहासने कॉफीचा घोट घेतला.

"हं. सुहास तू आणि वैष्णवीने लिहून दिलेल्या माहितीचा मी अभ्यास केला आणि खूप विचाराअंती तुझ्याशी बोलायचे ठरवले. मी जे बोलतोय ते मनात कुठलीही नकारात्मक भावना न ठेवता नीट ऐक." – अण्णासाहेब.

"तू दहावी झाल्यावर तुला शहरात जाऊन पुढे शिकायचे होते. पण पुढच्या शिक्षणाला तुझ्या काकांनी नकार दिला. गुरुजींकरवी कळवले तर तुला तुझ्या काकांनी खूप मारले म्हणून तू घर सोडलेस. बरोबर?" –अण्णासाहेब.

"हो, मार तर मी भरपूर खात होतो. त्यांनी माझ्या आप्पांची बागाईत जमीन हडपली.

माझ्याकडून नोकरासारखे काम करून घेतले आणि माझ्या शिक्षणासाठी आप्पांना शिव्या दिल्या. पण शेवटी त्यांनी माझ्या स्वत्वावर प्रहार केला. हे सहन झाले नाही म्हणून मी घर सोडले आणि एका अनोळखी शहरात आलो." -सुहास.

"त्यानंतर तू कधी त्यांना भेटायला गेलास? ते कुठे आहेत, कसे आहेत हे जाणून घ्यायचा प्रयत्न केलास?" –अण्णासाहेब.

"नाही. मी तसले कुठलेही प्रयत्न केले नाही. कधी इच्छाच झाली नाही." - सुहास.

"तुला घर सोडून किती वर्षे झालीत?" – अण्णासाहेबांनी विचारले.

"सन १९९९ च्या जून महिन्यात घर सोडले." –सुहास.

"हं. आणि अजून तुझ्या मनातील संताप गेलेला नाहीये." अण्णासाहेब म्हणाले, "हे बघ सुहास, कुणीतरी आपल्याशी वाईट वागलं म्हणून त्याचं विष तू आयुष्यभर मनात ठेवणार आहेस का? एका दु:खाचे गाठोडे तू किती वर्ष स्वत:च्या पाठीवर घेऊन फिरणार आहेस? ते नं दिसणारे ओझे तुला आयुष्यातील कितीतरी आनंदाचे क्षण जगू देणार नाही हे तुला माहीत आहे का?"

"म्हणजे? मला समजले नाही तुम्हाला काय म्हणायचे आहे." - सुहास.

"हं सांगतो. हे बघ, तुझ्या काकांनी तुला मारले, तुझे पुढचे शिक्षण करायला नकार दिला. म्हणून तुझ्या मनात त्याचा राग आहे, तू स्वत: संघर्ष करून तुला जे हवे ते मिळवले पण तरीही त्यांच्या वागणुकीचे दु:ख तुझ्या मनात आहे. कधी कधी एखादा अनोळखी माणूस आपल्याला काहीही बोलतो किंवा आपल्याशी वाईट वागतो. ते आपल्याला तेव्हापुरते चुकलेले वाटले तरी आपण लवकरच ते विसरून जातो. पण ज्या व्यक्तीवर आपले प्रेम असते त्याचीच वर्तणूक वर्षानुवर्षे आपल्या मनात अगदी खोल रुतून बसते." -अण्णासाहेब म्हणाले.

सुहास लक्ष देऊन ऐकतो आहे हे बघून अण्णासाहेब पुढे म्हणाले, "ज्याअर्थी तू ते दु:ख तो राग विसरला नाहीयेस, त्याअर्थी तुझे तुझ्या काकांवर तुझ्या नकळत प्रेम आहे अन् ते प्रेम अजूनही संपलेले नाहीये."

"अजून एक सांगतो, प्रेम कधीच एकतर्फी नसते. जरूर तुझे काकाकाकू सुद्धा तुझ्यावर प्रेम करत असतील. तुझ्याकरवी कामे करवून घेतली, पण लहानपणी तुझे पालनपोषण केले हे विसरून कसे चालेल? त्यांच्या वागणुकीबद्दल म्हणशील तर हा एक मानवी स्वभाव आहे, त्यांना स्वत:चा मुलगा होता आणि तू त्यांच्या भावाचा अनाथ मुलगा होतास, वागणुकीचा फरक असणारच. पण म्हणून त्यांची तुझ्यावर माया नव्हती, असे म्हणता येणार नाही." – अण्णासाहेब पुढे बोलले.

"समजतंय काका. पण तरीही तुम्हाला नेमके काय म्हणायचे आहे, अजून मला

समजलेले नाही." – सुहास.

"ठीक आहे. स्पष्ट सांगतो. जेथे नात्यात तिरस्कार निर्माण होतो तेथे मुळाशी प्रेम दडलेले असते आणि ते प्रेम परत जागण्यासाठी माफ करणे गरजेचे असते. मला वाटते तू तुझ्या काका काकूंना मनापासून माफ कर आणि हे दु:खाचे गाठोडे फेकून दे. तुला खूप हलके वाटेल." – अण्णासाहेब पुढे बोलले.

"पटते आहे काका. बोलणे सोपे आहे. पण फक्त तसे मनात बोलून अंमलात आणणे कठीण आहे." – सुहास.

"त्यावर एक उपाय आहे. तू माझे ऐक. एकदा तुझ्या गावी जा आणि काकाकाकूंना भेटून ये. जाताना त्यांच्यासाठी कपडे आणि त्यांच्या आवडीच्या वस्तू घेऊन जा. तुम्ही सगळेच गेलात तर खूपच छान, पण कमीत कमी तू तरी जाऊन ये असे मला मनापासून वाटते. तुला पटत असेल किंवा नसेलही. पण एकदा माझ्या बोलण्यावरून इतके कर." –अण्णासाहेब.

"चल तू थोडा विचार कर. मी जरा जेवण गरम करतो. नाहीतर तुला खूप उशीर होईल." आणि अण्णासाहेब किचनमधे गेले.

सुहासला अण्णासाहेबांकडून अशा कुठल्याही प्रस्तावाची अपेक्षा नव्हती म्हणून तो विचारात पडला. काकांनी जेवायला बोलावले तेव्हांही तो गुपचुप येऊन बसला. सुहास अगदी अंतर्मुख झाल्यासारखा वागत होता. सुहाससाठी हा खूप महत्त्वाचा निर्णय होता हे ओळखून अण्णासाहेबही काही बोलले नाही. जेवण करताना दोघे एकदम गप्प होते.

जेवण झाल्यावर दोघांनी मिळून डायनिंग टेबल आवरले आणि किचनमधे सामान आणून ठेवले. आवरून दोघे परत बैठकीवर येऊन बसले. आत्ता मात्र अण्णासाहेबांनी विचारलेच, "सुहास काय इतका विचार करतोयस बाळा. कधी कधी दुसरे सांगतात त्याप्रमाणे पटकन निर्णय घेऊन टाकावा. नाहीतर उगाच पश्चातापाची वेळ येते. काहीही विचार न करता या शनिवारी-रविवारी तू तुझ्या गावी जाऊन ये. जे होईल ते होईल."

"काका." सुहासने काकांचे हात हातात घेतले. त्याचा स्वर रडवेला झाला होता "तुम्ही सांगताय ते बऱ्याच वेळा माझ्या मनात आले होते. काका काकू आणि गावाची आठवण येत होती. पण या विषयावर इतक्या हक्काने आणि इतक्या परखडपणे मला आत्तापर्यंत कुणीही बोलले नव्हते. म्हणून आज उद्या करत काकाकडे जायचे राहूनच गेले होते."

"मी आत्ताच घरी जाऊन वैष्णवीशी बोलतो आणि लवकरात लवकर ज्या तारखेचे तिकीट मिळेल ते काढतो. वैष्णवीला जमणार नसेल तर मी एकटाच जाऊन येतो."

सुहास परत म्हणाला.

"शाब्बास बेटा. मला तुझ्याकडून हीच अपेक्षा होती. ये आता. वैष्णवी वाट बघत असेल." काका म्हणाले.

सुहास लगेच उठला, काकांना नमस्कार करून खाली गेला. त्यानंतर स्कूटर चालू झाल्याचा आणि तो दूर जात असल्याचा आवाज अण्णासाहेबांना आला. परत एकदा मनासारखे घडल्याने त्यांना खूप समाधान वाटले आणि ते झोपायला गेले.

बाहेरून कसलातरी आवाज आला म्हणून चित्राची झोप मोडली. उठून पाहिले तर साडे-सहा वाजले होते. आकाश झोपलाच होता. मग आवाज कसला ते पाहायला चित्रा बाहेर आली. थोडे दचकल्या सारखे झाले. कारण हॉल एकदम छानपैकी आवरलेला होता. सगळ्या वस्तू जागच्या जागी ठेवल्या होत्या. डायनिंग टेबल आणि टीपॉय ओल्या कपड्याने पुसलेले होते. सोफ्यावर टाकायचे हेडरेस्ट बदललेले होते.

श्रुती रूममधे नव्हती. तिची रूम सुद्धा नीटनेटकी होती. चादर बदललेली होती. स्टडी टेबलवर शाळेचे दप्तर, शाळेचा युनिफॉर्म वगैरे तयार होता. किचनमधे श्रुती काहीतरी करत होती. पाहिले तर तिची अंघोळ सुद्धा झाली होती. म्हणजे........

"काय गं, काय करते आहेस इतक्या सकाळी उठून? आणि हे सगळे कपडे धुवायला का काढले आहेस?" –चित्रा.

"मम्मी, विसरलीस का? कालच आपण पितृमोक्ष अमावस्येचा नैवेद्य दाखवला ना?" – श्रुती.

"हो, पण मग." - चित्रा थोडीशी अवघडत म्हणाली.

"मम्मी, तुला आठवतं का. आज नवरात्र घटस्थापना आहे नं. आजी आज सगळ्या चादरी बदलून घर स्वच्छ करायची, रांगोळी काढायची आणि देवीची मूर्ती स्थापन करून नऊ दिवस पूजा करायची." - श्रुती उत्साहात म्हणाली.

"मम्मी परवा मला आजी स्वप्नात दिसली. मला तिची खूप आठवण येते आहे. प्लीज मम्मी आपण करुया नं नऊ दिवस पूजा. मी दररोज सकाळी उठून सगळी मदत करीन." - श्रुती अगदी लाडात येऊन बोलली.

चित्राला सारे अनपेक्षित होते. ती हे सगळे कधीच करीत नव्हती, म्हणजे स्वत:हून. नेहमी मम्मीजी सगळे करायची आणि तिला श्रुतीची साथ असायची. चित्रा फक्त पूजेच्या वेळेला तयार होऊन यायची.

"जमणार नाही असे नको म्हणू ना प्लीज... प्लीज मॉम. हे बघ मी पाच वाजता उठून सगळी तयारी केली आहे. हो म्हणालीस तर एका तासात पूजा होऊन आपण

वेळेवर शाळा ऑफिसला जाऊ शकू." - श्रुती.

"येस माय डियर. आय सेकंड यू." - आकाशचा आवाज आला. तो दोघींचा आवाज ऐकून उठला होता.

"ओके. ओके. करूया. माझ्या लक्षात राहिले नव्हते. एकदम छान सरप्राईज दिलंस. चल दाखव मला काय काय तयारी केली आहेस ते. मी पंधरा मिनिटात फ्रेश होऊन येते. मग बाकीची तयारी करू." -चित्रा म्हणाली.

श्रुतीने पूजेचे ताट, फुले, हळदी कुंकू, खोबरे-खडीसाखरेचा प्रसाद वगैरेची तयारी केली होती. तांब्याचा कलश, नारळ, आंब्याचे पान आणि छोटीशी देवीची मूर्ती. म्हणजे श्रुतीने गुपचूप बरेच काही केले होते. त्यासाठीच ती काल संध्याकाळी उशीरा आली होती तर. चित्राला सगळे बघितल्यानंतर मनापासून आनंद झाला. तिने आकाशकडे पाहिले. आकाशसुद्धा श्रुतीला कौतुकाने पाहत होता. आज तिच्या रूपाने आई जिवंत झाली होती.

चित्रा वॉशरूममधे गेली आणि पटकन आवरून, अंघोळ करून आणि पंजाबी ड्रेस घालून आली. तितक्याच वेळात आकाश कॉमन बाथरूममधे तयार झाला. चित्राने किचनमधे येऊन शिरा केला. तिघांनी मिळून पूजेची तयारी केली आणि कलश स्थापना करून देवीची आरती केली.

आरती झाल्यावर श्रुतीने दोघांना कुंकू लावले आणि प्रसाद देऊन दोघांना नमस्कार केला.

मम्मी गेल्यानंतर पहिल्यांदा आजच्या निमित्ताने घरात खूप प्रसन्न असे वातावरण झाले होते. चित्रा आणि आकाश एकदम भारावून गेले. दोघांनी तिला करकचून मिठी मारली. त्यानंतर श्रुती शाळेची तयारी करायला गेली.

"पाहिलेस चित्रा? श्रुतीलाही जबाबदारीची जाणीव आहे. ती मनाने चांगली आहे. आपण उगाचच प्रत्येक गोष्टीत आपल्या अपेक्षा ठेवतो. पण तिच्या अपेक्षा जाणूनच घेत नाही. कुठेतरी आपण चुकतो आहोत गं." आकाश म्हणाला.

"हो खरे आहे तुझे म्हणणे. कुठेतरी चुकत आहे हे मला खूप जाणवते आहे. पण नेमके काय आहे ते अजून कळत नाहीये." - चित्रा.

"एक दिवस फक्त काकांना भेटून आली आहे आणि इतका बदल. ते तिच्याशी काय बोलले ते माहीत नाही पण त्या दिवशीपासून श्रुतीच्या वागणुकीत किती बदल आहे!" - आकाश म्हणाला.

"जर काका आपल्या घरी राहायला आले तर काय होईल याचा विचार कर. हे आउटपुट असेल तर मी काहीही अटी मानायला तयार आहे." तो पुढे म्हणाला.

"मान्य. पण आत्ता ऑफिसला जायची तयारी कर. मी चहा करते." बोलता बोलता चित्रा किचनमधे गेली. तिने दोघांसाठी चहा आणि श्रुतीसाठी हॉट चॉकलेट बनवले. एका प्लेटमधे गरम शिरा वाढून बाकीचा शिरा तीन छोट्या डब्यात भरला. सगळे साहित्य घेऊन ती हॉलमधे आली. तो पर्यंत श्रुती आणि आकाश सुद्धा तयार होऊन आले होते. तिघांनी मिळून शिरा, चहा, चॉकलेट मिल्कने आपापल्या दिवसाची चांगली सुरुवात केली. चित्राने दोघांना प्रसादाचा डबा दिला आणि स्वत:चा डबा पर्समधे ठेवला. घर लॉक करून तिघे निघाले.

आज बुधवार, नवरात्रीचा पहिला दिवस. अण्णासाहेब लवकर उठून बागेत गेले. कालचा दिवस पितरांचे श्राद्धकर्म करण्यात गेला होता. बऱ्याच दिवसांनी काल निवांत दिवस मिळाला होता म्हणून अण्णासाहेबांनी आराम केला होता. नंतर संध्याकाळीच बाजारात जाऊन घटस्थापना आणि नवरात्री पूजनासाठी लागणारे साहित्य वगैरे आणून ठेवले होते.

बागेत फक्त यशवंत आणि रणजीतसिंग भेटले. प्रकाश आणि मोहन पगारे आले नव्हते. उशीरा येतील बहुतेक. तिघांनी लवकर लवकर वॉक संपवला. परवा उर्वशीचा फोन आल्याचे रणजीतसिंग आणि यशवंतला सांगितले. तिने रणजीतसिंग आणि यशवंतलाही फोन करून सांगितले होते. रणजीतसिंगने वकिलाकडून काहीही अपडेट नसल्याचे सांगितले. आज त्याच्याकडून निरोप आला नाही तर त्याला परत फोन करून दम देतो असे रणजीतसिंग म्हणाला.

"चल निघू या. आज घटस्थापना करायची आहे." सांगून अण्णासाहेब घरी निघाले. येता येता रस्त्यातून फुले आणि दुर्वा घेतल्या आणि देव्हाऱ्याजवळ पाणी शिंपडून ठेवल्या. शंकर आला होता. त्याला नैवेद्यासाठी शिरा आणि केळीचे शिकरण करायला सांगितले.

त्यानंतर अंघोळ करून सोवळे नेसले आणि पूजेला सुरूवात केली. आरतीची सुरूवात झाल्यावर शंकर पण पूजेत सामील झाला. दोघांनी आरती केली. देवीला नैवेद्य दाखवून ते बैठकीवर बसले. शंकरने त्यांना वाकून नमस्कार केला. तो चहा करायला किचनमधे जाणार इतक्यात दारावर मोहन पगारे दिसला. तो आत आला, देवीला नमस्कार करून अण्णासाहेबांजवळ बसला. शंकरने मोहनला प्रसाद दिला आणि तो चहा करायला आत गेला.

मोहन खूप उदास दिसत होता. काहीवेळ असाच शांत गेला. कुणीही काहीही बोलले नाही. अण्णासाहेब मोहनच्या बोलण्याची वाट बघत होते. पण तो फरशीवर

एकटक बघत काहीतरी गहन विचार करीत होता. शंकरने दोघांना चहा आणून दिला. चहा घेऊन मोहन गुपचूप चहा पिऊ लागला. अर्धा कप चहा पिल्यानंतर त्याच्या तोंडून एक हुंदका फुटला. अण्णासाहेबांनी त्याच्या खांद्यावर हात ठेवले. थोडे थोपटले.

खिशातून रुमाल काढून मोहन डोळ्यात आलेले अश्रू पुसू लागला. पण रडू पूर्णच झाले नसेल तर अश्रू पुसून काय उपयोग? मन रडत असेल तर अश्रू थांबत नसतात, तर अजून जास्त जोराने बाहेर पडायला लागतात. डोळे पुसता पुसता त्याला शेवटी रडू कोसळलेच. अण्णासाहेबांना परवा मोहनने सांगितल्याप्रमाणे काय झाले असेल याची कल्पना होती. त्यांनी पाठीवर हात फिरवून दिलासा देत त्याला रडू दिले. मनात असलेले विष अश्रुरुपाने बाहेर पडले की, मन शांत होते. त्यानंतरच पुढचा विचार करता येतो.

थोड्या वेळाने मोहनला शांत वाटले. त्याने अण्णासाहेबांकडे पाहिले. “हं बोल काय झाले एकदम असे अस्वस्थ व्हायला? मुलगा परत काही बोलला का?” अण्णासाहेब.

“हो, काल जरा जास्तच झाले. पितृमोक्ष अमावस्या होती नं काल. नैवेद्याचे जेवण होते. या वर्षी सुनेने हिच्या तिथीचे श्राद्ध केले नाही. त्यावेळेस ऑफिसच्या कामासाठी दोन दिवस बाहेरगावी गेली होती. म्हणून काल मी हिच्या नावाचे वेगळे पान लावायला सांगितले. पण सुनबाईने नकार दिला. म्हणाली सासूबाई पण पितरातच आहेत मग वेगळे पान कशाला?” - मोहन सांगत होता.

“मी जरा रागात आलो. म्हणालो अजून जिवंत आहे मी, आणि जोपर्यंत मी जिवंत आहे तो पर्यंत तिच्या नावाने वेगळे पान लावा. मी गेल्यानंतर तुम्हाला आमचे पान लावायचे असेल लावा अगर राहू द्या. जिद्द केल्यानंतर तिने पान लावून दिले. मला खूप वाईट वाटले. तीही खूप चिडली होती.” मोहनने सांगतासांगता मधे थांबून रुमालाने नाक पुसले.

“संध्याकाळी मुलगा आला. त्याला आम्हा दोघांकडून दुपारचे प्रसंग समजले तर त्याने सुनेची बाजू घेतली. मीही रागात होतो. घरच्या खर्चात बरोबरीचा वाटा देतोय. कशाला ऐकून घेऊ? इतके वर्ष बँकेची नोकरी केली आहे. आपली साठवणूक पोरांना देऊन टाकली तर काय होते हे खूप जवळून पाहिले आहे.” - मोहन आक्रमक मुद्रेत आला.

“नंतर काय झाले.” - अण्णासाहेब.

“होणार काय. पळसाला तीन पाने. खरा राग याचा आहे की, मी बाजूची रूम घेण्यासाठी गावाकडची जमीन विकत नाहीये. काल स्पष्ट बोललो, मी ती जमीन विकणार नाही. तुम्हाला काय करायचे ते करा. तर म्हणाला घर लहान पडतंय आता. क्षितीजला वेगळी बेडरूम करायची आहे. जमीन विकायची नसेल तर तुम्ही गावी जाऊन राहा,

नाहीतर राहायची वेगळी व्यवस्था करा." - मोहन म्हणाला.

"काल रात्रीपासून खूप टेन्शनमधे आहे. काय करायचे सुचत नाहीये. हा निर्णय खूप लवकर घ्यायला पाहिजे होता. पण क्षितीजच्या प्रेमापोटी करत नव्हतो. निरागस बाळ ते. रविवारी माझ्या वाढदिवसाला त्याने मला एक मोठी कॅडबरी दिली, मला त्याच्या शाळेत त्याची फुटबालची मॅच बघायला घेऊन गेला. आमचे दोघांचे एका रूममधे बरोबर चालले आहे. इतके काही लहान पडत नाहीये घर. मला समजते आहे, ह्यांनाच माझी गावाकडची जमीन डोळ्यात खुपते आहे म्हणून हे सगळे कारण काढून माझ्यावर दबाव आणायचा प्रयत्न करताहेत." तो म्हणाला.

"मग काय विचार होतोय तुझा." अण्णा.

"अरे तोच विचार चालू आहे. ह्यांची अशी वागणूक असेल तर सोबत राहून काहीही उपयोग नाही. पण एकटे कसे राहणार हेच समजत नाहीये. ती गेली. नाहीतर गावाकडेच गेलो असतो राहायला तिच्यासोबत किंवा इथे वेगळे घर घेऊन राहिलो असतो. पण हा अपमान सहन केला नसता. घर लहान पडते म्हणे हुह..." मोहन अजूनही चिडलेला होता.

"ए अण्णा, तू ती जाहिरात दिली होतीस नं? आहे का एखादे कुटुंब? राहतो मी जाऊन." मोहनने विचारले.

"हं मोहन, तू म्हणशील तर भाड्याने आजोबा घेणारी कुटुंबे आहेत. मी मदत करायला तयार आहे. पण तू उगाच कशाला भाड्याचा आजोबा बनतोस? तू तर खरोखरचा आजोबा आहेस, स्वत:चे कुटुंब आहे, घर आहे." - अण्णा म्हणाले.

"हे बघ असा एकदम निर्णय नको घेऊस. तू जे बोलतो आहेस ते पूर्णपणे सत्य आहे हे मला मान्य असले तरी, तुझा काही गैरसमज होत नाहीये नं? मुलगा रागातच होता. बोलला असेल. त्याच्या मनात नेमके असे बोलायचे नसेल रे. त्याची बाजू समजून घे नं जरा. तू कुठे चुकत नाहीयेस, हेही विचार करून नक्की कर. पाहिजे तर मी बोलतो त्याच्याशी." - अण्णासाहेब.

"तू बोलून घे पाहिजे तर. पण मी सांगतो काही उपयोग नाही. खूप विचार केलाय मी. अरे फुकटचा आजोबा भेटलाय नं, म्हणून किंमत नाहीये त्याला माझी. पोराचे हाल होतील तेव्हा कळेल." – मोहन.

"हे बरोबर बोललास. आपल्या कर्तृत्वावर एक काळ आपण गाजवतो, पूर्ण जबाबदारी घेतो. पोरांचे हवे नको, त्यांच्या गरजा, त्यांच्या अपेक्षा सर्व पूर्ण करतो. आपणसुद्धा जगासमोर स्वत:ला सिद्ध केले आहे, हे पुढची पिढी का विसरते हेच समजत नाही. घरची वयस्कर माणसे जे सल्ले देतील ते त्यांना नको असतात कारण ते

फुकट मिळालेले असतात. पण तेच सल्ले पैसा देऊन एखाद्या समुपदेशकाने दिले तर ते महत्त्वाचे वाटतात. बरं असू दे. मात्र एक मस्त बोललास. पोराचे हाल झाले म्हणजे कळेल. करू आपण काहीतरी नक्की. विचार करून सांगतो. चल जेवून घेऊ आता.” - अण्णासाहेब.

आणि दोघे हातपाय धुऊन जेवायला बसले.

दुपारचे चार वाजले. फ्लाईटला आज जरा उशीरच झाला होता. एटीसी कडून क्लियरन्स मिळाला नव्हता, म्हणून फ्लाईट डिसेंड झाली तरी लँडिंगसाठी मुंबईवर चक्कर मारत होती. पॅसेंजर चिडचिड करीत होते. काहींना पुढची कनेक्टिंग इंटरनॅशनल फ्लाईट पकडायची होती. कित्ती फ्युल अशात वाया जाते ह्याचा अंदाज घेऊनच फ्लाईटची प्लानिंग केली तर देशाला कित्ती फायदा होईल हा विचार उगीचच रोहिणीच्या डोक्यात येऊन गेला.

मधुर घरी पोहोचला असेल. तो कसा आहे. मेड येऊन गेली का. ह्या प्रश्नांचा घोळ आणि ‘मॅडम, अजून किती वेळ लागेल’ ह्या प्रश्नांचे ठरलेले उत्तर ह्यात सांगड घालणे फार अवघड असते. माणसाची व्यावहारिक वागणूक कधीतरी त्याची वैयक्तिक बाजू समजून घेत असेल का? प्रश्न अवघड आहे. असो. केबिन लॅंडींगसाठी तयार होती. पायलट फक्त एटीसीच्या इशाऱ्याची वाट बघत होता.

क्रू च्या जुनियर होस्टेस थोड्याशा चिडूनच तिच्याकडे आल्या. एयरलाईन कंपनीचा तो फिटिंगचा ड्रेस, पूर्ण शरीर झाकून असला तरी लोकांच्या नजरा त्यातून कर्व्स शोधत असतात. स्नॅक्सची प्लेट किंवा ड्रिंक्स घेताना उगाच केलेला स्पर्श, गरज नसताना मुद्दाम काहीतरी कारण काढून बेल मारणारे फुशारकी वीर लोक अन् बरेच काही. रोहिणीला आता जवळ जवळ बारा-तेरा वर्ष झाली होती. तिला ह्या गोष्टींचा चांगलाच अनुभव होता. त्यांच्या तक्रारी ऐकून रोहिणी त्यांना ह्या वर्तणुकीला कसे हाताळावे हे सांगू लागली.

इतक्यात पायलटची सूचना आली आणि सगळ्यांना हुश्श झाले. पुन्हा सामानाची लगबग, पुन्हा ठेवणीतले हास्य दाखवून निरोप. कृत्रिम. सगळे आवरून एयरपोर्टवरून निघाले तेव्हा पाच वाजले होते. टॅक्सी घेऊन पीहूला घेतले आणि घरी पोहोचली तेव्हा सहा वाजले होते. स्वयंपाक करणारी मावशी येऊन संध्याकाळचा स्वयंपाक करत होती. ती आत आली.

मधुर त्याच्या रूममधे अभ्यास करीत होता. तिला चिंतेत पाहून लगेच उठला आणि परत एकदा त्याने पोज घेऊन....“आय ॲम अ वॉरीयर... डोंट यू वरी. नो वन कॅन

हर्ट एनीवन ऑफ अस...". पीहू लगेच त्याच्या बाजूला पोझ घेऊन उभी राहिली आणि "आय अम अ वॉलियल... डोंट यू वली. नो वन कॅन हल्ट एनीवन ऑफ अच." तिच्या चेहऱ्यावर स्मित आले. समाधानाने तिने दोघांना जवळ घेतले आणि दिवसभर काय झाले याचा आढावा घेऊ लागली.

मधुरने शाळेत काय काय शिकवले ते सांगितले. उद्याचा होमवर्क करत आहे. खूप लिहायचे आहे कारण पुढच्या आठवड्यात सेमेस्टरचे सबमिशन आहे. सगळ्या विषयांच्या वह्या आणि प्रोजेक्ट्स पूर्ण करावे लागतील. पुढच्याच आठवड्यात ओरल्स पण सुरु होणार. "मम्मी, खूप अभ्यास आहे पण तू काळजी करू नको. मी सगळे पूर्ण करणार. झालेल्या सुट्टीमुळे काहीही बिघडणार नाही. मी या वेळेसही नेहमीसारखा फर्स्ट येईन." ऐकून रोहिणीला खूप छान वाटले. तिने लगेच मधुरला पाठ थोपटून शाबासकी दिली.

तिचे पूर्ण लक्ष मधुरकडे आहे असे बघून पीहूताई जरा रुसून बसली. रोहिणी हळूच तिच्या मागे गेली, मागून हाताने तिचा गालगुच्चा घेतला आणि मग तिचे डोळे हाताने बंद केले, "कोण आहे ओळखा ते?" पीहू काही बोलली नाही.

"आज रात्री गोष्ट कोण सांगणार आहे? ..मम्मी...." ती जोरात बोलली आणि पलटून तिच्या मिठीत आली. लगेच पळत जाऊन तिने दप्तर आणले आणि आपली शाळेची डायरी तिला दिली. पीहूच्या वर्गाला परीक्षा नव्हत्या पण या टर्ममधे काय काय शिकवले आहे त्याची यादी आणि त्याची उजळणी कशी आणि केव्हा होणार याची सूचना होती. पीहूने सुद्धा अगदी मधुर सारखा पवित्रा घेत गंभीर होत म्हणाली, "मम्मी, मी पण खूप अभ्याच कल्णाल."

रोहिणीला हसू आले. सगळे व्यवस्थित होत होते तर! रोहिणीने मेडला कॉफी करायला सांगितले. फ्रेश होऊन आली तेव्हा मेड गेली होती. गॅसवर भांड्यात कॉफी तयार होती. तिने कॉफी कपात ओतली आणि हॉलमधे आली. डायनिंग टेबलवर कॉफी पीत पीत ती पीहूची उजळणी घेऊ लागली.

नऊ वाजता डोअरबेल वाजली. निखिल आला होता. तो फ्रेश होऊन येईपर्यंत रोहिणीने जेवणाची तयारी केली. सगळे जेवायला बसले. जेवता जेवता निखिलने सांगितले की, घराजवळच्याच शाळेत कराटेचे क्लास आहेत. ते दर आठवड्यात मंगळवारी आणि शुक्रवारी संध्याकाळी पाच ते साडेसात पर्यंत असतात. फी पण माफक आहे. तेव्हा या शुक्रवारी जाऊन आपण मधुरला क्लास लावून देऊ. पीहूला सहा वर्षाची झाल्यावरच क्लासला ॲडमिशन मिळेल. तोपर्यन्त पीहूला ज्युडो क्लासमधे टाकता येईल. मधुर हे ऐकून एकदम खूष झाला तर पीहू जरा नाराज झाली. जेवण संपले. रोहिणी

सगळे सामान किचनमधे घेऊन गेली आणि आवरू लागली.

"पापा आज मला आपला तो ड्रायव्हर शाळेजवळ दिसला होता. पण मी घाबरलो नाही." मधुर निखिलला म्हणाला "त्या ड्रायव्हरनेही मला पाहिले पण तो काही बोलला नाही की जवळही आला नाही. मीही ओळख दाखवली नाही. मी हे मम्मीला मुद्दाम सांगितलेले नाही."

"ठीक आहे. बरे केलेस मला सांगितलेस ते." निखिल म्हणाला. "पण मम्मीला का नाही सांगितले?"

"पप्पा मम्मी घरी आली तेव्हा खूप टेन्शनमधे दिसली, म्हणून माझी सांगायची हिम्मत झाली नाही." - मधुर.

"हं. पण असे कशाला? अरे, मम्मी आपल्या सगळ्यांवर खूप प्रेम करते नं, म्हणून तिला काळजी असते. पण म्हणून तिला आपण कमी समजून असे काहीही तिच्यापासून लपवायचे नसते. मम्मीही शिकलेली आहे, खंबीर आहे. वेळ आली तर मम्मी आपल्या सगळ्यांच्या हिंमतीला पुरून उरेल. या पुढे असे करू नकोस. ठीक आहे?" - निखिल म्हणाला.

"ठीक आहे पापा" - मधुर.

"काय गप्पा चालल्या आहेत?" रोहिणी किचनमधून येता येता बोलली.

"अरे काही नाही गं. याला तो ड्रायव्हर दिसला होता आज शाळेत. तू घाबरशील म्हणून तुला सांगत नव्हता. बघ कित्ती मोठा झाला तुझा मुलगा." – निखिल.

"काय रे हं?" - रोहिणी.

"सॉरी मम्मी. इथून पुढे नाही लपवणार." - मधुर.

वैष्णवीने तिघांचे डबे तयार केले. वरुणला शाळेसाठी तयार केले आणि त्याचे दप्तर घेऊन त्याला शाळेच्या बस स्टॉपवर सोडायला गेली.

सुहास कम्प्युटरवर गावाचे तिकीट बघत होता. हुबळी शहरातले गाव होते त्याचे. ट्रेनने जाऊन बसने गावाकडे जाऊन सोमवारपर्यंत परत येता येईल का, तेच बघत होता.

सोमवारी रात्री काकांकडून उशीरा आला होता तेव्हा बोलणे झालेच नव्हते. मागचे दोन दिवस सुहासच्या ऑफिसमधे भरपूर काम होते म्हणून तो उशीरा येत होता. दोघांना निवांत बोलायलाच मिळाले नव्हते. तसाही काकांच्या घरून आल्यापासून सुहास खूप शांत शांत होता. काल रात्री वैष्णवीने शेवटी त्याला विचारलेच. तेव्हा त्याने काकांशी झालेले बोलणे सांगितले. वैष्णवीने लगेच होकार दिला. एखादा दिवस सुट्टी वगैरे ॲडजस्ट करू, पण आता जाऊनच यायला पाहिजे असे ठरले.

वैष्णवी वरुणला सोडून आली. दोघांसाठी कॉफी केली आणि सुहासजवळ जाऊन बसली. त्याने डोके नकारात्मक फिरवले.

"सगळ्या ट्रेन फुल आहेत. हुबळीला डायरेक्ट फ्लाईट नाहीये. बसने जावे लागेल. हुबळी बस स्थानकावरून दुसरी गावाला जाणारी बस मिळेल. म्हणजे कमीत कमी १२-१३ तास एकतर्फी प्रवास." – सुहास म्हणाला.

"ठीक आहे बसने जाऊ. इतकी काळजी कशाला. शुक्रवारी रात्री निघून गेलो तर शनिवारी ११ च्या सुमारास गावाला पोहोचू. सगळे ठीक असले तर तिथे थांबून रविवारी दुपारी निघू. नाहीतर शनिवारी हुबळीला येऊन संध्याकाळची बस पकडून येऊ. तू दोन्ही तिकीटे काढून घे. एक कॅन्सल करता येईल नं?" - वैष्णवी.

"हो. हे ठीक आहे. पण शनिवारीच यावे लागले तर दगदग होईल सगळ्यांची."– सुहास.

"चालेल रे. इतक्या वर्षांनी आता तू गावाला जायचे म्हणाला आहेस. बहुतेक असे होणारच नाही. जास्तच वाटले तर हुबळीला थांबू एक दिवस. माझ्या कॉलेज किंवा तुझ्या बँकेचे कुणीतरी भेटेल." वैष्णवी म्हणाली.

"असे म्हणतेस. मग रविवारचीच काढतो. उगाच कशाला काढा अन् कॅन्सल करा." – सुहास.

"ठीक आहे. मी आज घरी आल्यावर जायची तयारी करते. चल निघू मी? उशीर होतोय. तूही तिकीट काढून लवकर निघ, नाहीतर तुला बँकेत उशीर होईल." – वैष्णवी.

"ओके" म्हणून सुहास तिकीट काढण्यात गर्क झाला.

॥ ॥ ॥ ॥

अण्णासाहेब वॉक, अंघोळ, पूजा, नाश्ता सगळे आवरून बैठकीत वर्तमानपत्र वाचत होते.

थोड्या वेळात फोन वाजला. रणजीतसिंगचा फोन होता. नारायणरावांच्या केसमधे वकिलाने रणजीतसिंगने सांगितल्याप्रमाणे कोर्टाला अर्ज केला होता. त्यावरून कोर्टाने पुढच्या सोमवारची तारीख दिली होती. पत्राची कॉपी वकिलाने इमेलवर रणजीतला पाठवली होती. त्याप्रमाणे सोमवारी ही केस क्राईम ब्रांचकडे सोपवण्याची पूर्ण शक्यता होती, असे रणजीतने सांगितले.

"चला." अण्णासाहेब पुटपुटले.

फोन ठेवून वळले आणि परत फोन वाजला. "आता काय राहिले. एकदम का सांगत नाही?" म्हणून अण्णासाहेबांनी परत फोन उचलला.

"काका, मी उर्वशी बोलते आहे." – उर्वशीच्या आवाजात उत्साह होता.

"अरे उर्वशी कशी आहेस बेटा? आत्ताच रणजीतचा फोन आला होता." – अण्णासाहेब.

"काका, ठरवल्याप्रमाणे माझे काम झाले. उमेश आत्ता थोड्या वेळापूर्वी ऑफिसला गेलाय. मीही थोड्या वेळाने निघणार. आम्हा दोघांचे सामान कारमधे ठेवले आहे. ऑफिसला जाऊन तिथले बाकीचे काम संपवून निघणार. परत येताना उन्मेषला घेऊन बाबांकडे जाईन. यशवंतकाकांना आणि बाबांना पण फोन करून सांगते. पुढचे काम उद्यापासून सुरु." असे सांगून उर्वशीने फोन ठेवला.

उर्वशीने व्हिडीयो रेकॉर्डिंग स्वत:च्या लॅपटॉप आणि वेगवेगळ्या तीन पेन ड्राईव्हमधे सेव्ह केली. एक कॉपी स्वत:च्या मोबाईल मधेही टाकली. व्हिडीयोची साईज जास्त असल्यामुळे व्हॉटसअॅप किंवा इमेलने पाठवणे शक्य नव्हते. मग तिने माळ्याच्या मदतीने दोन्ही व्हिडीयो कॅमेरे काढले आणि त्याचे सगळे सामान एका जूटच्या पिशवीमधे ठेवून सुटकेसमधे टाकले.

स्वत:चे अॅकेडमिक आणि नोकरीचे सर्टिफिकेटस, मिळालेले अॅवॉर्डस, बँकेच्या पासबुक/चेकबुक, एटीएम कार्ड्स, क्रेडिट कार्ड्स, शेयर रेकॉर्ड्स, शेयर सर्टिफिकेटस, उन्मेषचे बर्थ सर्टिफिकेट, त्याचेही आत्तापर्यंतचे मेडिकल आणि अॅकेडमिक रेकॉर्ड्स, पुस्तके आणि बरेच असे महत्त्वाचे कागदपत्र तिने पॅक केल्याचे कन्फर्म केले. त्यानंतर स्वत:च्या कपाटाच्या चाव्या, लॅपटॉप वगैरे पॅक केले.

स्वत:चे आणि उन्मेषचे कपडे दोन सूटकेसमधे भरून तिने स्वत:च्या गाडीत ठेवले. इतके वर्ष आपण या घरात राहिलो आणि आजनंतर या घरात येणार नाही ह्या जाणीवेने ती एकदम हेलावून गेली. पण तरीही मनाशी ठरवून देवाला नमस्कार केला. भरल्या डोळ्याने पुन्हा एकदा पूर्ण घर फिरून आली आणि घराचा उंबरठा ओलांडला.

गाडीने ती ऑफिसला गेली. उमेश त्याच्या केबिनमधे कुठली तरी मीटिंग घेत होता. तिने ऑफिसमधले तिचे पर्सनल सामान एका पिशवीत भरले आणि एका तासात कुणाला न सांगता ऑफिसमधून निघाली.

उन्मेषला आज ती लवकर शाळेतून घेणार होती. तिने गाडी आता शाळेकडे वळवली. शाळेत जाऊन ती सुपरवायझरला आणि प्रिन्सिपलना भेटली. त्यांना प्रसंगाची थोडक्यात माहिती देऊन ती आता दुसऱ्या घरात शिफ्ट होणार आहे तेव्हा उन्मेषला पुढची व्यवस्था होईपर्यंत उर्वशीशिवाय कुणालाही घेऊन जाता येणार नाही असा अर्ज केला.

अॅडमिनिस्ट्रेटरला भेटून बसचे रूट आणि शेड्यूल समजून घेतले. उन्मेषच्या

क्लासमधे जाऊन उन्मेषला घेतले आणि गाडी अण्णासाहेबांच्या घराकडे पळवायला सुरुवात केली. उन्मेषला घेऊन ती अण्णासाहेबांकडे गेली. मम्मी आपल्याला लवकर का घ्यायला आली हे उन्मेषला कळत नव्हते. त्याने विचारले पण उर्वशीने त्याला थोडा धीर धरायला सांगितले.

अण्णासाहेब तिचीच वाट बघत होते. एक वाजला होता. घरात आल्यावर तिने उन्मेषचे कपडे बदलले. मग दोघांनी जेवण केले.

त्यानंतर अण्णासाहेब आणि उर्वशीने उन्मेषला हळूहळू त्याला समजेल अशा पद्धतीने परिस्थितीची जाणीव करून दिली.

"बेटा, तुला वाटते नं मम्मीने तुझ्यासोबत जास्त वेळ असावे, तुझ्याशी बोलावे, खेळावे?" - उर्वशी.

"हो मॉम." –उन्मेष.

"पप्पा तुझ्या मम्मीला मारतात, शिव्या देतात याचे तुला वाईट वाटते नं?" – अण्णासाहेब.

"हो. अंकल. खूप वाईट वाटते, मॉम खूप चांगली आहे. पण पप्पा नेहमी मॉमला रागवत असतात, मारतात पण. तेव्हा मला पप्पांचा खूप राग येतो. भीती पण वाटते." - उन्मेष.

"अंकल नाही बेटा, आप्पा म्हणायचे मला. चालेल. तुला एक विचारू? तुला तुझ्या आजी आजोबाकडे राहायला यायचे आहे का? खूप मज्जा येईल." - अण्णासाहेब.

"पण मॉम आणि पापा म्हणतात माझे आजीआजोबा नाहीत, देवाकडे गेले." – उन्मेष

"हं! मम्मी आणि मी आज एक सरप्राईझ देणार आहोत. म्हणून तुला आज लवकर घरी आणले. पण हे सरप्राईझ तू कुणाला सांगायचे नाही. पप्पाला तर बिलकुल नाही." - अण्णासाहेब.

"अच्छा? मम्मी तू मला काहीपण बोलली नाहीस." - उन्मेष.

"चल मग तुला सरप्राईझ दाखवतो. चल गं." - अण्णासाहेब.

तिघे गाडीत येऊन बसले. उर्वशीने गाडी रणजीतसिंगच्या घरासमोर थांबवली. रणजीतसिंग आणि जयंती वाटच बघत होते. तिघे घरात गेले. रणजीतसिंगने उर्वशीला मिठीत घेतले आणि नंतर जयंतीने पण तिला घट्ट मिठी मारली. उन्मेष सगळे चमत्कृत होऊन बघत होता.

"उन्मेष ह्यांना नमस्कार कर. हे तुझे आजोबा आणि माझे वडील. आणि ही माझी आई म्हणजेच तुझी आजी." – उर्वशीने ओळख करून दिली.

उन्मेष नमस्कार करायला वाकला पण त्याआधीच रणजीतने त्याला हातात उचलले आणि कडेवर घेत म्हणाले "अं हं. मी तर उन्मेष राजाचा मित्र होणार. तू मला काय म्हणशील ग्रँडपा की नानाजी? आणि मी तुला राजा म्हणणार. चालेल?" उन्मेषने उर्वशी कडे पाहिले. तिने सकारात्मक मान हलवली. उन्मेष म्हणाला "नानाजी...." आणि बिलगला.

मग उतरून त्याने जयंतीला नमस्कार केला. तिने उन्मेषला घट्ट मिठीत घेतले. आणि "मेरा राजा बेटा" म्हणून त्याच्या कपाळावर एक पापी घेतली आणि म्हणाली "आणि मला नानी म्हणायचे."

"बेटा आपण आतापासून नाना नानीकडेच राहणार आहोत. आहे की नाही सरप्राईझ?" – उर्वशी.

"यस मॉम. एकदम मस्त सरप्राईझ." उन्मेष उत्साहित होता.

"तू मम्मी आणि नानी नानाजी सोबत इथे राहशील ना? आपण इथूनच शाळेत जाऊ?" – उर्वशी.

"यस मॉम. आणि पप्पा?" उन्मेषला समजत नव्हते.

"पप्पांना आपण पनिशमेंट करू. तू पप्पासोबत जायचे नाही. मी रोज तुला शाळेतून घ्यायला येईन." - उर्वशी.

"चला बाकीचे नंतर बोलू. आधी मी तुला तुझी रूम दाखवतो." रणजीतसिंग त्याला कडेवर घेऊन आतमधे गेला. मागेमागे उर्वशी आणि अण्णासाहेब पण गेले.

उर्वशीने बेडरूममधे पाऊल ठेवले आणि एकदम चमकली. चार दिवसात बेडरूमचा एकदम कायापालट झाला होता. दारातून आत गेल्याबरोबर डाव्या बाजूच्या भिंतीला लागून दोन मोठाली कपाटे होती. कपाटांच्या बाजूला वॉशरूमचे दार होते. उजव्या दारालगतच्या भिंतीला मधोमध एक डबलबेड, बेडच्या दुसऱ्या बाजूच्या भिंतीला उन्मेषसाठी स्टडी टेबल आणि त्याच्याच बाजूला उर्वशीसाठी छोटे कॉम्प्युटर टेबल आणि ड्रेसिंग टेबल होते. बेडच्या समोरच मोठी काचेची खिडकी होती. त्यावर भारी पडदा, खिडकीवरच्या भिंतीवर एक स्प्लीट एसी होता. खिडकीच्या बाजूला एक दार एका छोट्या बाल्कनीमधे उघडत होते. सगळीकडे भिंतीला प्रिंटेड वॉलपेपर लावले होते. उन्मेषच्या स्टडीटेबलवर एक मोठा टेडी बियर आणि खेळणी होती. उर्वशीची आधी आणलेली सुटकेस कपाटाच्यावर चढवलेली होती. आईने तिचे कपडे आणि सामान तिच्या कपाटात व्यवस्थित ठेवले होते.

"वॉव मॉम. आपण इथे राहणार? तू आणि मी एका रूममधे? कित्ती मज्जा येईल नं!" उन्मेष रणजीतच्या कडेवरून उतरला, त्याने टेबलवरून टेडीबियर घेतले आणि

एकदम बेडवर जाऊन लोळू लागला.

उर्वशी अगदी भारावून गेली. रूमच्या बदललेल्या स्वरूपात आईबाबांचे प्रेम ओसंडून वाहत होते. तिचे डोळे पाणावले. तिने आईकडे पाहिले आणि परत एकदा भावनांचा पूर आला. इतक्यात रणजीतसिंग आणि अण्णासाहेबांनी गाडीतून दोन्ही सुटकेस आणि उन्मेषचे दप्तर आणून रूममधे ठेवले.

"राजाबेटा कुठली आईस्क्रीम खाणार? चॉकलेट की स्ट्रॉबेरी?" – रणजीत

"चॉकलेट!!" - उन्मेष ओरडला.

"नानीमम्मी चलो हमारे राजा के लिये आईस्क्रीम लाओ. और हम सबके लिये चाय बनाओ."

रणजीत, उन्मेष आणि अण्णासाहेब हॉलमधे आले. उर्वशी आणि जयंती किचनमधे गेल्या. जयंतीने चहा केला, उर्वशीने उन्मेषला फ्रीजमधून आईस्क्रीम नेऊन दिले. एका ट्रेमधे टोस्ट आणि काही फराळाचे पदार्थ काढले आणि दोघीजणी हॉलमधे आल्या. सगळ्यांनी गप्पा मारत मारत चहानाश्ता केला. उन्मेष फिरून फिरून पूर्ण घर फुशारकीने बघत होता.

"उर्वशी पुढे काय कसे करायचे आहे?" – अण्णासाहेब.

"काका, मी यशवंतकाकांशी बोलले होते सकाळी. उद्या सगळ्यात आधी पोलीस ठाण्यात जाऊन मी उमेश विरुद्ध डोमेस्टिक व्हायोलेंसचा गुन्हा दाखल करायचे असे त्यांनी सुचवले होते. त्यासाठी पुरावे मी सोबत आणले आहेत. बाकी काय काय केव्हा कसे करायचे ते यशवंतकाकांना विचारून करू. बाबा यशवंत काकांना संध्याकाळी इथेच बोलावून घेता का? म्हणजे पुढचे सगळे मिळून ठरवता येईल." – उर्वशी.

"चालेल. उन्मेष आणि तू घरी पोहोचला नाहीत तर उमेशला कळेल. त्याचे काय केलेस?" - अण्णासाहेब.

"मी त्याच्या जाचाला कंटाळून घर सोडून गेल्याची चिठ्ठी मी घरगड्याकडे ठेवली आहे. उन्मेष माझ्या सोबत आहे हेही लिहिले आहे. उमेश घरी आल्यावर त्याला कळेल. पण मी कुठे आहे वगैरे काहीही लिहिले नाहीये. मला शोधायचा प्रयत्न करून उपयोग होणार नाही. चिठ्ठी मिळाल्यावर तो मला फोन करणार नक्की. त्याला काय उत्तर द्यायचे ते मी बघून घेईन." –उर्वशीने सांगितले.

"आणि हो, काका, पुराव्याची एक कॉपी मी तुम्हाला देते. आत्तापासून ती तुमच्याकडे ठेवा. काहीही कारणाने पुराव्याची सेफ कॉपी आपल्याकडे असायला हवी." –उर्वशी

"ठीक आहे. मी आणि रणजीत उन्मेषला बागेत फिरवून आणतो. तोपर्यंत तुम्ही

तुमच्या सामानाचे आणि जेवणाचे बघा. सात वाजेपर्यंत आम्ही परत येऊ. तोपर्यंत यशवंत पण येईल." असे सांगून अण्णासाहेब आणि रणजीतसिंग गेले.

रोहिणीला आज लवकरची फ्लाईट होती. तिने खूप लवकर उठून मधुर आणि पीहूचा नाश्ता डब्यात पॅक केला, निखिलचा नाश्ता कॅसेरॉलमधे ठेवला आणि निखिलला निरोप देऊन निघाली. अशा वेळी निखिल लवकर उठून पीहू आणि मधुरला तयार करून शाळेत पाठवायचा.

सकाळचे पाच वाजले होते. तिला सकाळी सहापर्यंत एयरपोर्टवर रिपोर्ट करायचे होते. जुना ड्रायव्हर अजून परत आला नव्हता म्हणून तिने टॅक्सी मागवली. पाचच मिनिटात टॅक्सी आली. ती लगबगीने बसली आणि कोड सांगितले. टॅक्सी धावू लागली आणि ती व्हॉट्सअ‍ॅपमधे डोके खुपसून बसली. साधारण दहा मिनिटांनी एक जोराचा धक्का बसला. बहुतेक ब्रेक लावला असावा. काय झाले हे बघायला समोर नजर मारली आणि ती एकदम गोठलीच कारण बॅकव्ह्यू मिररमधे तिला ड्रायव्हरचा चेहरा दिसला. हा ड्रायव्हर दुसरा कुणी नसून तोच बदलीवाला ड्रायव्हर होता ज्याने मधुरवर अतिप्रसंग केला होता.

परवाच मधुरने सांगितले होते की, शाळेजवळ हा दिसला होता आणि आज इथे ह्या गाडीत? तिला काही कळेनासे झाले. तिने तर ओला मागवली होती. मग हा योगायोग की जुळवून आणलेला प्रसंग? गाडीत कोण बसलेले आहे हे ड्रायव्हरला तर नक्की माहीत होते. मग याने आत्तापर्यंत ओळख का दाखवली नाही? ह्याच्या मनात नेमके काय आहे? रोहिणीच्या घशाला एकदम कोरड पडली. अंगाला दरदरून घाम फुटला. काय करावे काही सुचत नव्हते. आपल्या मनातील भाव तिने लपवून सगळे नॉर्मल असल्यासारखेच वागायचे ठरवले. मुद्दाम स्वत:ला परत व्हॉट्सअ‍ॅपमधे गुंतून गेल्याचे दाखवत ती ड्रायव्हरच्या हालचालीवर लक्ष ठेवून होती. पण तो ही काही न झाल्यासारखे गुपचूप मॅप प्रमाणे गाडी चालवत होता. तिने निखिलच्या नंबरवर मेसेज टाकले.

एयरपोर्ट आल्यावर आपोआप मोबाईल अ‍ॅपमधून पेमेंट झाले होते त्यामुळे तोही संवाद झाला नाही. ती उतरली आणि एयरलाइनच्या स्टाफरूममधे गेली. तिला अगदी खूप दुरून पळत आल्यासारखी धाप लागली होती. तिने एकदम दोन-तीन ग्लास पाणी पिऊन टाकले आणि खुर्चीवर डोळे मिटून बसली. इन्स्पेक्टर सोनवणे म्हणाले होते की ह्याला समजावून सोडणार आणि मुंबईत राहू नये असे सुचवणार. पण प्रत्यक्षात असे झाले नव्हते. म्हणजे इन्स्पेक्टर सोनवणे खोटे बोलत होते की, ह्याने खोटेखोटे वचन देऊन आपली सुटका करून घेतली? ह्याच्या मनात नेमके काय आहे? मुद्दाम समोर

येऊन मूक धमकी देतोय का? तिला काही कळेनासे झाले. तिने मनाशीच विचार केला. आत्ता निखिलला फोन लावू का? पण अजून निखिल उठला नसेल.

डोके झटकून तिने प्री फ्लाईट मीटिंग अटेंड करून ड्यूटी समजून घेतली. आज दुबईला जाऊन लगेच रिटर्न यायचे होते. परत यायला तिला पाच तरी वाजणार होते. तिने यंत्रवत कपडे बदलून युनिफॉर्म घातला, मेकअप केला आणि मेडिकल रूममधे रूटीन चेकअप करून घेतले. केबिनबॅग घेऊन सिक्युरिटी चेकसाठी निघून गेली. एकदा केबिनमधे गेल्यानंतर तिला फोन करता येणे शक्य नव्हते. म्हणून मधेच थांबून तिने निखिलला फोन लावला. पण रिंग वाजून वाजून बंद पडला. निखिल एकतर उठला नसेल नाहीतर वॉशरूममधे असेल. तिने निखिलला मेसेज करून त्याला कळवले आणि मधुरकडे लक्ष ठेवायला सांगितले.

नाईलाज म्हणून ती एयरक्राफ्टमधे गेली आणि क्रू सोबत केबिनची रुटीन चेकिंग करू लागली. थोड्या वेळाने निखिलचा फोन वाजला. तिने नजरेतच को-पायलटची परवानगी घेतली आणि बाजूला जाऊन फोन उचलला. अगदी दोन मिनिटात तिने निखिलला सांगितले आणि इन्स्पेक्टर सोनवणेंना कळवायला सांगितले. निखिलने तिला शांत राहायला सांगितले आणि फोन ठेवला.

परत आली तेव्हा बोर्डिंग सुरु झाले होते. तिने फोन स्वीच ऑफ केला. परत हात जोडून ठेवणीतल्या हास्याने प्रवाशांचे स्वागत करू लागली.

निखिल उठला. आज रोहिणीची सकाळची ड्यूटी म्हणून त्याने सकाळी ऑपरेशन्स ठेवले नव्हते. रोहिणी आणि निखिलची कामाची जुगलबंदी सुरूवातीपासून खूप छान होती. दोघे एकमेकांची जबाबदारी समजून ॲडजस्ट करून घेत होते.

त्याने मेनडोर उघडून दूध आणि पेपर काढले. मधुर आणि पीहूला उठवले. दोघांसाठी दूध तापवायला ठेवले आणि स्वत:साठी कॉफीची तयारी केली.

नंतर पीहूला तयार करून तिच्या पाळणाघराची आणि शाळेची बॅग भरून ठेवली. तिला दूध दिले. एव्हाना मधुर तयार झाला होता. त्यालाही दूध देऊन निखिलने कॉफी घेतली. मग दोघांना घेऊन बस स्टॉपला गेला. स्टॉपवर दुसरे पालकसुद्धा आपापल्या अपत्यांना घेऊन आले होते. पीहूची आणि दुसऱ्या मुलांची बडबड चालूच होती. त्यामुळे त्याचे दुसरीकडे कुठे लक्ष जाणे शक्यच नव्हते. असो. बस आली आणि सगळे बसून गेले. एकदाचा कलकलाट संपला.

घरी जायला निघाला तर लॉबीमधे जोशीकाका आणि काकू दिसले. ते मॉर्निंग वॉक वरून परत येत होते. त्याला बघून त्यांनी हात केला. निखिल त्यांच्या जवळ गेला.

मागचे दोनतीन दिवस त्याचे जोशी काकांशी बोलणे झाले नव्हते.

"कसा आहेस बाळा... मधुर बरा झालाय. शाळेत जायला लागलाय बघून खूप आनंद झाला हो. देवा, असेच सगळे बरे होऊ दे." त्यांनी मान वर करून आकाशाकडे बघितले.

"हो काका. सोमवारपासून जातोय शाळेत. आणि त्याच्या मनाची भीती एकदम नाहीशी झालीये हे महत्त्वाचे." - निखिल.

"हो ते ही पाहिले. काल खाली खेळायला आला होता तेव्हा दिसला होता. एकदम मस्त खेळत होता. जणू काही झालेच नाही, मनाला खूप छान वाटले. बेटा देवावर विश्वास ठेवावा. तो सगळे बरोबर करतो." - जोशीकाका.

"एकदम बरोबर बोललात काका. चला येऊ मी? हॉस्पिटलला जायचे आहे." - निखिल.

तितक्यात वॉचमन निखिलजवळ आला. "दादा काल रात्री तुमचा जुना ड्रायव्हर येऊन गेला. परवाच गावावरून आला आहे असे त्याने कळवले. त्याचा मोबाईल हरवला म्हणून त्याच्याकडे तुमचा फोन नंबर नव्हता म्हणाला."

"काय म्हणाला?" – निखिल.

"सोमवारपासून कामाला येऊ का असे त्याने विचारून ठेवायला सांगितले आहे. तुमचा फोन नंबर मागत होता पण मी दिला नाही. तो आला किंवा त्याचा फोन आला तर काय सांगू?" – वॉचमन.

"शनिवारी सकाळी भेटायला सांग. पंधरा दिवसाचे सांगून एक महिना सुट्टी केली त्याने न कळवता. अन् अनोळखी माणसाला बदलीचा ड्रायव्हर म्हणून देऊन गेला. बोलूनच परत कामावर ठेवीन." – निखिल.

"ठीक आहे दादा." –वॉचमन.

लिफ्ट घेऊन निखिल घरी आला. नाश्ता करून अंघोळ वगैरे केली आणि हॉस्पिटलला निघाला. घराजवळच हायवेला जाण्यासाठी सिग्नल लागायचा. तो लाल होता त्यामुळे निखिलने गाडी थांबवली. सिग्नल उघडायला अजून दीड मिनिटे होती म्हणून इंजिन बंद करून निखिल इकडे तिकडे बघू लागला. समोरच्या पानटपरीवर तोच ड्रायव्हर त्याला परत दिसला. म्हणजे हा सगळीकडे नजर ठेवून होता तर. दहा-पंधरा दिवस नोकरी करून त्याला घरच्या सगळयांची दिनचर्या चांगलीच माहीत झाली होती.

ड्रायव्हरला तिथे बघून निखिल थोडा चिंतीत झाला. ह्याच्या मनात नक्की काहीतरी आहे. बहुतेक तो असे मुद्दाम दिसून घरच्या लोकांमधे भीती निर्माण करायचा प्रयत्न करतोय. पुढे तो काही करू शकतो याची आता त्याला शक्यता वाटू लागली होती.

‘काहीतरी करावे लागेल’ – निखिल पुटपुटला. सिग्नला ग्रीन झाला आणि तो निघाला.

हॉस्पिटलमधे येऊन त्याने आयसीयूचे राउंड घेतले. नर्सला पुढच्या सूचना देऊन तो स्वत:च्या केबिनमधे येऊन बसला. त्याने इन्स्पेक्टर सोनवणेंना फोन लावला आणि झालेल्या प्रकरणाची माहिती सांगितली.

“हम्म्म्म... साले नाटकी लोक. इतका रडत होता आमच्याकडे. पाया पडून पडून माफी मागत होता. तुम्ही त्या शनिवारी येऊन गेल्यानंतर आम्ही त्याला सोमवारी सोडले होते. बाहेर पडल्याक्षणी मी दुसऱ्या शहरात जातो म्हणाला होता म्हणून मी शिपायाकरवी त्याला डायरेक्ट बसस्टँडवर सोडले होते. तो नगरला जाणाऱ्या बसमधे बसून गेला होता.” –इन्स्पेक्टर.

“पण मागचे दोन दिवस तो आम्हाला दिसतोय.” - निखिल.

“म्हणजे xxx साला गेला नाही. इथेच थांबला. पुन्हा पुन्हा तुमच्या घरच्या लोकांना दिसतोय म्हणजे त्याचे लक्षण काही ठीक नाहीये. तुम्ही तुमची केस वीड्रॉ केली आहे आणि तो हिस्ट्रीशीटर नाही. त्यामुळे तो गुन्हा करू शकतो, या आधारावर आम्ही त्याला अटक करू शकत नाही.” –इन्स्पेक्टर.

“मग आम्ही काय करायचे आता. तुम्ही भरवसा दिला म्हणून आम्ही केस वीड्रॉ केली नं?” - निखिल.

“बरोबर आहे तुमचे. मी सध्या तुमच्या घराजवळ आणि मधुरच्या शाळेजवळ साध्या वेशात शिपायाची ड्यूटी लावतो. म्हणजे तो मधुर आणि पीहूला काही करू शकणार नाही. तो दिसला तर त्याचे काय प्लॅनिंग आहे हे काढायचा प्रयत्न करतो. एका आठवड्यात आपण पुढे काय करायचे ते ठरवू.” - इन्स्पेक्टर.

“ठीक आहे सोनवणे साहेब. मीही बघतो काय करायचे ते.” बोलून निखिलने फोन ठेवला.

रोहिणीचे डोके थाऱ्यावर नव्हते. पण जबाबदारी. हो, ती पूर्ण करायलाच हवी. सवय असली की, यंत्रवत सगळे होत राहते. शेवटी फ्लाईट दुबईला उतरली. डी-बोर्डिंगच्या फॉरमॅलिटी पूर्ण करून रोहिणीला एक अर्ध्या तासाचा अवधी निवांत मिळाला. तिची हुरहूर काही केल्या संपत नव्हती. तिने लगेच निखिलला फोन लावला. पण रिंग जाऊन जाऊन थांबली. निखिलने फोन उचलला नाही. रोहिणी अगदी रडकुंडीला आली. तो ड्रायव्हर मधुर किंवा पीहूला काही करणार तर नाही ना. अन् निखिल फोन का उचलत नाहीये. काही गडबड आहे का. ती खूप अस्वस्थ झाली.

दहा मिनिटांनी निखिलचा फोन आला. ती एकदम भडकली. “निखिल फोन का

नाही उचललास? तुला अंदाज आहे की मला कित्ती टेन्शन आहे आणि मला अगदी थोडा वेळ मिळतो दोन फ्लाईटच्या मधे."

"अगं हो. पण मीही ऑपरेशन थियेटरमधे होतो. प्रोसिजर चालू आहे. मधेच नाही उचलता येत फोन. तरी मी मेसेज ठेवला होता म्हणून नर्सने मला सांगितले. ज्युनियर डॉक्टरकडे प्रोसिजर सोपवून आलोय पाच मिनिटासाठी." – निखिल.

"सॉरी निखिल, माझ्या लक्षात आले नाही. पण इतके टेन्शन आले आहे. तू इन्स्पेक्टरशी बोललास का?" - रोहिणी.

"हो बोललो. त्यांनी एक आठवडा साध्या गणवेशात आपल्या घराजवळ आणि मधुरच्या शाळेजवळ शिपायाची ड्यूटी लावली आहे. ड्रायव्हर दिसला की त्याला बोलावून जाब विचारणार आहेत." - निखिल.

"ठीक आहे. पण त्याच्या नंतर? ह्याने काही गडबड केली तर? मधुरला कराटे वगैरे शिकायला आणि एखाद्या अपराधी माणसाला हँडल करायला फार वेळ लागेल. तोपर्यंत आपल्याला स्वत: काही करावे लागेल. आता ही फक्त मधुरच्या मानसिकतेची बाब राहिलेली नाही." - रोहिणी.

"हो बरोबर आहे तुझे म्हणणे. मी काकांशी परत बोलतो. आणि मधुर घरी यायची वेळ झाली की त्याला पण फोन करतो. मीन व्हाइल आपला जुना ड्रायव्हर परत आलाय. सोमवारपासून कामाला रुजू होतो असे वॉचमनला सांगत होता. मी त्याला शनिवारी भेटायला बोलावले आहे. मग बघू. त्याची पण थोडी मदत होईल." – निखिल.

"हुश्श... आनंद आला ते बरे झाले. पाच वर्षे तो काम करतोय. कधीही प्रॉब्लेम झाला नाही. आता त्याने जास्त सुट्टी घेतली म्हणून फार रागावू नको. थोडेफार बोलून येऊ दे सोमवार पासून. खूप मदत होते त्याची. दोनचार बाजारातली कामे पण होतात." – रोहिणी.

"ठीक आहे. डिटेल्स नंतर बोलू. आत्ता इतका वेळ नाहीये गं बाई. तुलापण बोर्डिंगची तयारी करायची असेल. चल ठेवतो." निखिल थोडा चिडलाच.

रोहिणीला थोडे हायसे वाटले. या फ्लाईटसाठी ती आता थोडीशी पॉझिटिव्ह होती.

निखिल प्रोसीजर संपवून आपल्या केबिनमधे आला. वॉर्डबॉयला एक कॉफी आणायला सांगितली. तो थोडा चिडलाच होता "बायकांचे हे असेच असते. जरा चान्स मिळाला की सुरु. वेळ काळ कसलेच भान राहत नाही. मला काय समजत नाही का?"

दुपारचा दीड वाजला होता. त्याने अण्णासाहेबांना फोन लावला.

"हॅलो. काका मी निखिल देशमुख बोलतोय." - तो बोलला.

“हां बेटा बोल. मधुर कसा आहे? शाळेत जातोय नं बरोबर?” - अण्णासाहेब.

“हो काका. मधुर आणि पीहू एकदम चांगले आहेत. पण एक वेगळी समस्या उद्भवली आहे.” - निखिलने थोडक्यात सगळे सांगितले.

“अरे. हे काय आता?” - काका

“अशात मुलांना एकटे सोडायची भीती वाटते आहे. तुम्ही काय बोललात ते माहीत आहे. पण तरीही फोन लावतोय. तुम्ही काही मार्ग सुचवू शकलात तर.” - निखिल.

“हं, मला वाटले होते तुमची गाडी रूळावर आली. आजोबांची गरज पडणार नाही. पण हे तर वेगळेच झाले. घाबरू नको. मी काहीतरी विचार करून सांगतो. तू शनिवारी सकाळी दहाच्या दरम्यान भेटायला येतोस का.” – काका.

“ठीक आहे. येऊ आम्ही.” – निखिल.

“चल ठेवतो. स्वत:ची काळजी घे.” आणि फोन बंद झाला.

निखिलच्या लक्षात आले. ज्या व्यक्तीला आपण दहा दिवसापूर्वी ओळखत पण नव्हतो आता तीच व्यक्ती संकटमोचन वाटत आहे. माणसाचा स्वभाव एकदम तरल आहे. जिथे भावना दिसल्या तिथे वाहत जातो.

अण्णासाहेबांनी फोन ठेवला. थोड्या विचारात पडले. मधुरशी बोलल्यावर थोडा भरवसा आला होता. तो ड्रायव्हर परत येण्याची शक्यताही पूर्ण होती. पण हे सगळे इतक्या लवकर होईल ही कल्पना नव्हती.

साधारणपणे असे काही झाल्यावर अपराधी लोक पुढची कारवाई पूर्ण तयारीनिशी करतात. पण इथे तर निखिल आणि त्याच्या कुटुंबांनी बदला घेण्यासारखे काहीही केले नव्हते. याउलट, इतका मोठा गुन्हा करूनही त्यांनी दया दाखवून तक्रार मागे घेतली होती. मग असे का व्हावे?

निखिलने तक्रार नोंदवली म्हणून आपल्याला पोलीसांनी पकडले. आपल्याला मार खावा लागला. आपल्या समाजाच्या चार लोकांमधे आपली बदनामी झाली. फक्त या कारणाने अशी लोक बदला घ्यायचा विचार करतात. मात्र बदला घ्यायचा विचार करताना मूळ अपराध आपण केला होता, हे असे लोक साफ विसरतात की काय? म्हणजे यांची मजबुरी म्हणून ह्या लोकांनी अपराध करावा आणि त्यांच्यावर दया करून आपण त्यांना सोडून द्यावे. सोडले की हिम्मत वाढते आणि नाही सोडले तर बदला घ्यायची भावना. दोन्ही प्रकारात नुकसान सामान्य माणसाचे. हे सगळे त्या अडाणी माणसाला कोण आणि कसे समजावणार? अण्णासाहेबांनी डोके झटकले.

अण्णासाहेबांनी आराम करायचा प्रयत्न केला पण मन त्यांना स्वस्थ बसू देईना

झाले. ते उठले. यशवंत आणि मोहनला फोन करून त्यांना बागेत भेटायला बोलावले.

✿ ✿ ✿ ✿

रोहिणी घरी आली. मधुर अभ्यास करीत होता आणि मावशी स्वयंपाक करीत होत्या. घरातले वातावरण सामान्य असेच होते. पण रोहिणी तरीही अवघडलेली होती. निखिल आल्यावर बोलायलाच हवे. काका येणार नसतील तर आपण एखादी पूर्णवेळ बाई ठेवावी का वगैरे असे विचार तिच्या डोक्यात येत होते.

मोबाईल वाजला. अमेरिकेवरून रोहितचा फोन होता. साधारण चौकशी करून त्याने आईकडे फोन दिला.

"कशी आहेस बेटा?" –आईने विचारले.

"मी बरी आहे आई. तू कशी आहेस?" – रोहिणीचा आवाज जरा उदास होता.

"मला काय होणार आहे. ठणठणीत आहे एकदम. पण तू बरी दिसत नाहीयेस. काय झाले?" - आईने प्रेमळपणे विचारले.

"आई. खरंच टेन्शनमधे आहे. काय करू समजत नाहीये." रोहिणी एकदम रडकुंडीला आली. तिने मधुरसोबत झालेले प्रसंग आणि आत्ताची परिस्थिती थोडक्यात सांगितली.

"बापरे... कुणाचा भरवसाच राहिला नाही. अन् काय ग. इतके सगळे झाले आणि तुला एक साधा फोन करून सांगता नाही आले मला? इतके परके झालोत का गं आम्ही?" - आई.

"परके नाही ग. एकतर टेन्शनमधे होतो लक्षातच राहिले नाही. आणि इतक्या दूर तुला सांगून फक्त तुझे टेन्शनच वाढले असते." - रोहिणी.

"पण तरीही." – आई.

"अगं आई आता रागवू नकोस नं. बरं सांग इंडियाला केव्हा येत आहेस?" – रोहिणी.

"इतक्यात तरी प्लान नाही पण बहुतेक जानेवारी मधे येईन २-३ आठवडे. पण तू बघ तू नसताना कुणीतरी घरी राहायला." - आई.

"हो बघतोच आहे. एक काका आहेत. त्यांच्याशी बोलणे चालू आहे. काढू काहीतरी उपाय." रोहिणी उसासा टाकत बोलली.

"काळजी घे बेटा. होईल सगळे बरोबर. चल ठेवते." –आईने फोन बंद केला.

रोहिणीला थोडे बरे वाटले. हजारो मैल दूर राहून आई काही करू शकणार नव्हती. पण तिची आपुलकी अगदी भर उन्हात सरी आल्यासारखी वाटते. जानेवारी पेक्षा आत्ता काही काळ ती आली असती तर बरे झाले असते. पण ती हक्काने तसे सुचवू शकली

नाही. लग्न झाल्यावर आपणच मनाने कित्ती परके होतो असा विचार तिच्या मनात डोकावून गेला. असो.

किल्लीने दार उघडायचा आवाज आला आणि तिने चमकून पाहिले. निखिल आला होता. फ्रेश झाल्यावर रोहिणीने आईच्या फोनची माहिती दिली. आई बहुतेक जानेवरीमधे येईल. अजून कमीतकमी चार महिने तरी आहेत तिला यायला. निखिलने काकांचा आणि इन्स्पेक्टर सोनवणेंचा निरोप सांगितला. परवा काकांकडे परत भेटायला जायचे आहे म्हणाला. काका तोपर्यंत काहीतरी निर्णय घेतील.

“हम्म!” - रोहिणी.

अण्णासाहेब बागेत गेले. रणजीतसिंग त्यांचीच वाट बघत होता. मोहन अजून आला नव्हता.

“काय रे अण्णा. काय चाललंय?” – रणजीतसिंग.

“काही नाही रे. असेच आपले. तू सांग झाली का उर्वशीची एफ.आय.आर. आणि पुढचे काय?” - अण्णासाहेब.

“हो आज सकाळी पोलिसांत फिर्याद नोंदवली. सोबत उर्वशीने आणलेले पुरावे दिले. ठरल्याप्रमाणे यशवंत पण त्याच्या वकिलाला घेऊन आला होता. वकिलाला यशवंतने आधीच सगळी माहिती दिली होती. त्याप्रमाणे त्याने सुद्धा पोलिसांची फिर्याद रिव्हयू केली. पोलिसांनी दिलेली रिपोर्टची कॉपी वकील घेऊन गेला. तो आता त्या रिपोर्टच्या आधारावर सोडचिठ्ठीचा केस दाखल करणार. घरी आल्यावर उर्वशीने इमेल द्वारे ऑफिसला राजीनामा पाठवला. थोड्या वेळाने ती जाऊन कुरियरने सुद्धा राजीनामा पाठवणार आहे. पुढे बघू. तू तिची काळजी सोड आता. मी आहे बघायला. पण तू खूप टेन्शनमधे दिसतो आहेस. काय झाले?” - रणजीतसिंग म्हणाला.

“अरे खूप गोष्टी एकदम समोर आल्या म्हणून काही समजत नव्हते. पण काही सुचले म्हणून तुला बोलावले. तू बरोबर सल्ला देशील.” - अण्णासाहेब.

“बोल.” –रणजीतसिंग.

“काल वॉकवरून घरी गेल्यानंतर मोहन आला होता. फार टेन्शनमधे होता. सुरूवातीला मला वाटले अशीच रोजची घरगुती कुरकुर असेल. पण तसे दिसत नाहीये. त्याच्या मुलाला आणि सुनेला त्याची किंमत कळेल असा काहीतरी तोडगा काढावा लागणार.” – अण्णासाहेब.

“हम्म बरोबर. पण काय झाले ते नेमके सांगशील का?” – रणजीतसिंग.

अण्णासाहेबांनी त्याला मोहनची परिस्थिती सांगितली. रणजीतसिंग लक्ष देऊन

ऐकत होता.

"असे काही ऐकले तर वाटते बरे झाले आपण निपुत्रिक राहिलो ते. पोरांना का समजत नाही की आम्ही अडथळा नाही ते. आमचेही अनुभव आहेत, आमच्या इच्छा अनिच्छा आणि गरजा आहेत ते? फारसे मागत नाही आम्ही. एक रूम सुद्धा देऊ नये त्यांनी? स्वत:च्या मुलाला रूम पाहिजे ते कळते. वडिलाला रूम नको का? आणि दोघे शेयर करायला तयार आहेत तरी. जमीन विकायची काहीही गरज नाही म्हणावं. अण्णा तुझ्या घरी राहू दे त्याला काही दिवस." रणजीतसिंगने सुचवले.

"अरे तसे नाही. मी त्याला माझ्या घरी कधीही ठेवायला तयार आहे मित्र म्हणून. पण तो तयार होणार नाही. त्याला उगाचच अपराधी झाल्यासारखे वाटेल. त्यापेक्षा मला एक सुचतंय ते तुला पटत असेल तर आपले काम होईल" – अण्णासाहेब.

"ते काय?" - रणजीतसिंग.

"जाहिरातीच्या निमित्ताने एक कुटुंब आले होते. बोलून चालून मला वाटले की त्यांची समस्या सुटली. आता त्यांना आजोबाची गरज भासणार नाही, पण असे झाले नाही. दुसरीच समस्या उद्भवली आहे. थोडी क्राईम रिलेटेड आहे म्हणून तुला बोलावले." – अण्णासाहेब.

इतक्यात मोहन येताना दिसला. त्याने दुरूनच दोघांना हात केला आणि लगबगीने चालत आला.

"काय मोहन कित्ती उशीर? आम्ही केव्हाची तुझी वाट बघतोय." – रणजीतसिंग.

"अरे घरात सुद्धा बघावे लागते. क्षितीज थोड्या वेळापूर्वीच शाळेतून आला. त्याला खायला वगैरे द्यायला नको?" – मोहन.

"हं तुला तुझी जबाबदारी कळते. पण तुझ्या लेकाला त्याची किंमत आहे का? मग कशाला करायचे हे सगळे?" - अण्णासाहेब.

"अरे, असे कसे सोडून चालेल? आणि त्यात क्षितीजची काय चूक आहे?" मोहन म्हणाला.

"क्षितीजची चूक नाही हे मान्य. पण तुला ह्या मोहातून बाहेर पडावे लागेल. जास्त नाही तरी काही दिवस तरी. पोराला तुझी किंमत समजेपर्यंत. परवाच बोललास नं मी इथे राहणार नाही म्हणून? मग कशाला त्या लहान पोरात स्वत:ला इतके गुंतवलेस? इतक्या मोहात राहून तुला दुसरीकडे कसे जाता येईल?" - रणजीतसिंग.

"म्हणजे मला समजले नाही. तुला नेमके काय म्हणायचे आहे?" –मोहन.

"तू परवा बोलला होतास नं एखादे कुटुंब असेल तर तू जाशील म्हणून? हे बघ मुलाला धडा शिकवायचा असेल तर तुला थोडे घट्ट व्हावे लागेल. तुला क्षितीजच्या

प्रेमामुळे त्रास होईल नक्की, पण तो तुला सहन करावा लागेल. मी दिलेल्या जाहिरातीनिमित्त एक कुटुंब मला भेटले होते. त्यांची थोडी समस्या आहे. कुटुंब चांगले आहे. माणसेही चांगली आहेत. तुझी तयारी असेल तर त्यांना मदत होईल आणि तुझी समस्या एकदाची टळेल." –अण्णासाहेब.

"सांग बघू" - मोहन.

मग अण्णासाहेबांनी रणजीतसिंग आणि मोहनला निखिल आणि त्याच्या कुटुंबाची समस्या सांगितली.

"कुटुंबावर ह्या ड्रायव्हरचे संकट आहे. तो या घरच्या लोकांच्या आजूबाजूला फिरतोय. त्याला नेमके काय करायचे आहे आणि ते तो कधी करणार हे काही उमगत नाहीये. एका आठवड्याचे पोलीस सरंक्षण दिले आहे. पण ते नेहमीसाठी असू शकत नाही. कुणीतरी घरच्यासारखी मंडळी लक्ष द्यायला हवी." – अण्णासाहेबांनी सांगितले.

"मग इथे मी कुठे आलो?" - मोहनने विचारले.

"अबे साल्या. इतके स्पष्ट सांगून कळत नाही का तुला? माझ्या ऐवजी तू आजोबा म्हणून त्यांच्या घरी जायचे." - अण्णासाहेब जरा चिडून बोलले.

"अन् हे सगळं होणार कसे? समजा माझ्या मुलाने मला परत बोलावले तर?" - मोहन.

"हे बघ, आजोबा होण्याच्या अटी मी त्यांना व्यवस्थित सांगितल्या आहेत आणि त्या त्यांना पटल्या आहेत. अटी काय आहेत हे मी नंतर सांगतो. तुलाही त्या नक्की पटतील. पाहिजे तर सुरूवातीला आपण चाचणी म्हणून करार न करता एका महिन्यासाठी तुला त्यांच्याकडे पाठवू. या एका महिन्यात तुझ्या मुलाला आणि सुनेला त्यांची चूक कळाली तर ठीक. नाहीतर तू निखिल सोबत करार कर." –अण्णासाहेबांनी सुचवले.

"हे बरोबर वाटते. पण मी माझ्या मुलाला आणि सुनेला काय सांगू?" –मोहन.

"तात्पुरते त्यांना फक्त एवढे सांग की तुला त्यांच्या मागण्या मान्य नाहीत आणि मुलाने सांगितल्याप्रमाणे तू घर सोडून जायला तयार आहेस. त्यासाठी आत्ता तरी तू एक महिना मुंबई बाहेर भटकंतीला जात आहेस आणि तिथून आल्यावर तू कायमचा वेगळा राहायला जाशील. पुढे सांग की तू तुझा मोबाईल बंद करून जाणार आहेस. त्यामुळे त्यांनी तुला संपर्क करू नये. तू पुढे कुठे राहणार आहेस याबाबतीत काहीही सांगायची गरज नाही." – रणजीतसिंग.

"आणि हो. त्यांना सांग की त्यांना क्षितीजची रूम जशी फर्निश करायची आहे ते ती करायला मोकळे आहेत. तू एका महिन्यापुरते तुझ्या गरजेचे कपडे आणि सामान बांधून

घे. पुढे ठरले तर तू तुझे सगळे सामान देशमुखांकडे घेऊन जा." - अण्णासाहेब.

"अन् क्षितीजला काय सांगू. तो रागावेल मला" –मोहन.

"अरे वेड्या. ह्या मोहातून बाहेर पडावे लागेल. तो लहान आहे. समजून घेईल हळू हळू. तू त्याला फारसे काही सांगू नको. फक्त गावाला जातोय असे सांग. बाकीचे पुढे बघता येईल." - अण्णासाहेब बोलले.

"ठीक आहे. निखिल आणि माझी ओळख केव्हा करून देतोस?" - मोहन.

"आत्ता कसा मार्गावर आलास. परवा, म्हणजे शनिवारी सकाळी दहा वाजता निखिलला बोलावले आहे. तू ही त्यावेळी ये. तुम्हा दोघांची भेट झाली की तू रविवारी त्यांच्या घरी जा. अगदी निखिलचा काका गावावरून आल्यासारखा. म्हणजे मधुर, पीहू किंवा कुणाला ही शंका येणार नाही. काय रणजीत पटते आहे न तुला हे सगळे?" - अण्णासाहेब.

"हो एकदम बरोबर. पण निखिलला पटले पाहिजे." – रणजीतसिंग.

"ते तुम्ही माझ्यावर सोडा. निखिलला मी सांभाळून घेईन. पाहिजे तर मी आज रात्री तुला फोन करून कन्फर्म करतो." – अण्णासाहेब.

"ठीक आहे. मी आजच घरी डिक्लेयर करतो आणि तयारीला लागतो." मोहन उत्साहाने म्हणाला.

आणि तिघे बागेतून बाहेर पडले.

अण्णासाहेब आनंदाने घरी आले. सगळे मनासारखे घडत होते जणू स्वत:च भाग्य लिहितोय असे. दिवेलागणीची वेळ झाली होती. देवीसमोर दिवा-उदबत्ती लावली आणि नमस्कार करून ते बैठकीवर बसले. आज जेवणाची इच्छा नव्हती. शंकरला बोलावून दोनतीन ग्लास फोडणीचा ताक करून ठेवायला सांगितला.

पाणी पिऊन अण्णासाहेबांनी निखिलला फोन लावला.

"हेल्लो निखिल! मी अण्णासाहेब."

"नमस्कार काका. बोला ना." - दुसरीकडून रोहिणीचा आवाज आला "निखिल... काकांचा फोन आहे, लवकर ये."

"हो आलोच." निखिलचा आवाज बारीक थोडा दुरून आल्यासारखा.

"कशा आहात सुनबाई? तब्येत वगैरे बरी आहे नं? आणि मधुर कसा आहे?" - अण्णासाहेब.

"हो काका तब्येत बरी आहे. मधुरवर तर तुम्ही एकदम जादू केली आहे अगदी. खूप कॉन्फिडेंट आणि खुश असतो हल्ली" - रोहिणी.

“बराय बराय. आनंद झाला” –अण्णासाहेब.

“नमस्कार काका. सॉरी जरा बाथरूममधे होतो.” – निखिल.

“अरे जरा का? पूर्णच होता ना? की हातपाय बाहेर आणि बाकीचा शरीर बाथरूम मधे.” –अण्णासाहेब मिश्कील बोलले.

“काय काका थट्टा करताय. खूप खूष दिसताय आज. आनंदाची बातमी आहे का?” - निखिल.

“हो. माझ्या मते आनंदाचीच आहे. माझा एक जवळचा मित्र आहे मोहन पगारे. त्याच्याशी आज माझे बोलणे झाले. तुमची गरज आहे म्हणून तो तुमच्याकडे प्रयोग म्हणून एक महिना आजोबा म्हणून राहायला तयार आहे. अटी त्याच फक्त फॉर्मल करार नाही करणार. एका महिन्यानी जर तुम्हा दोघांना पटत असेल तर त्याच्याशीच करार करू.” - अण्णासाहेबांनी सांगितले.

“मोहनजींच्या बाबतीत काही माहिती मिळेल का?” – निखिल.

“हो सांगतो. मोहन एका राष्ट्रीयकृत बँकेत चीफ जनरल मॅनेजर होता. साधारण ४ वर्षापूर्वी रिटायर झाला. खूप समजूतदार आणि प्रेमळ माणूस आहे. त्याला एक मुलगा, सून आणि नातू आहे. मुलगा लहान असतानाच बायको देवाघरी गेली. बाकीच्या गोष्टी तुला पुढच्या भेटीत सांगतो. माझ्यावर भरवसा ठेवा. तुमची अडचण आहे म्हणून हा तोडगा. पटत असेल तर त्याला तयारी करायला सांगतो. तो रविवार पासून तुमच्याकडे येऊ शकतो. मात्र तो पुढे तुमच्याकडे राहणार की नाही हे आत्तापासून सांगता येणार नाही.” –अण्णासाहेब बोलले.

“चालेल काका, तुमचा शब्द तो आमचा शब्द. आम्हाला मोहनआप्पांना भेटून आनंदच होईल.” – निखिल.

“ठीक आहे. मी त्याला तसे सांगतो. तुम्ही तुमच्या घरी त्यांची राहण्याची तशी व्यवस्था करा म्हणजे झाले.” – आण्णासाहेब

“त्याची काळजी करू नका काका. आमची एक बेडरूम तशी रिकामीच आहे. कुणी पाहुणे वगैरे आले तरच ती वापरली जाते. तयारी करून ठेवतो.” - निखिल.

“ठीक आहे बेटा. लक्ष असू दे पोराकडे. ठेवतो.” अण्णासाहेबांनी फोन बंद केला.

निखिलनेही फोन ठेवला. त्याच्या चेहऱ्यावर आनंद आणि समाधानाचे भाव होते. निखिलने बोललेल्या संवादावरून रोहिणीला थोडेफार समजले असले तरी ती त्याच्याकडेच बघत होती. रोहिणीने त्याला प्रश्नार्थक इशारा केला.

“सांगतो. मोहन पगारे म्हणून काकांचे मित्र आहेत. ते एका महिन्यासाठी प्रयोग म्हणून आपल्याकडे आजोबा म्हणून राहायला तयार आहेत. त्यानंतर त्यांना आणि

आपल्याला पटले तर आपण त्यांच्याशी करार करू शकू. ते रविवारपासून आपल्याकडे यायला तयार आहेत. काकांनी व्यक्ती चांगली असल्याची हमी दिली. आपल्याला सध्या गरज आहे म्हणून मीही तुला न विचारता होकार दिला." – निखिल.

"ते ठीक आहे रे, पण मग बाकीच्या गोष्टी?" रोहिणीच्या चेहऱ्यावर चमक आली

"अगं बाकीच्या अटी तशाच. फक्त काकांच्या ऐवजी मोहनआप्पा. मात्र सुरूवातीला हे विनाकरार एका महिन्यासाठी. आपण पीहूचे पाळणाघर चालू ठेवायचे. आणि तुझे चुलत काका पाहुणे म्हणून आले आहेत असेच सगळ्यांना सांगायचे. अगदी पीहू आणि मधुरला सुद्धा. तू उद्या ती गेस्टरूम मेडकडून स्वच्छ करून घे आणि तिथल्या कपाटात काही अडगळ असेल तर तीही काढून घे. म्हणजे मोहनआप्पांना स्वत:चे सामान व्यवस्थित ठेवता येईल." - निखिल.

"ठीक आहे. आपण ते मुलांना सरप्राईझच ठेवू" – ती समाधानाने बोलली. आपण घरी नसताना मुलांजवळ कुणीतरी राहील हे कळल्यावर तिला खूप बरे वाटले.

"फक्त ठीक आहे? जनाब इतक्यावर नाही चालणार आज जेवणानंतर स्वीट डिश पाहिजे नक्की. एकदम मस्त ट्रीट. आज मी काहीही ऐकून घेणार नाहीये मॅडम. खूप दिवस तुम्ही टेन्शन या नावाखाली घालवलेत." निखिल मिश्किलपणे बोलला आणि तिला हात धरून ओढले.

"चल काहीतरीच तुझे." रोहिणी लाजुन हसली "मुलांनो चला रे जेवण तयार आहे. या बरं लवकर हात पाय धुऊन."

मुलं आली म्हणून निखिलला हात सोडवा लागला. पण आज दोघे खूप खूष होते.

चित्रा आणि श्रुतीने देवीची आरती संपवली. नैवेद्य दाखवले आणि आरती घेऊन हॉलमधे डायनिंग टेबलवर येऊन बसल्या. आकाशने परत एकदा नवीन प्रपोझलवर काम सुरु केले होते त्यामुळे पुढचे दहाएक दिवस तरी खूप बिझी होता. ऑफिसमधून त्याला आता दररोज उशीर होईल हे त्याने कालच संध्याकाळी सांगितले होते.

श्रुतीच्या परीक्षा सुरु होत्या आणि घरात देवी बसवली होती म्हणून चित्रा मागचे दोन दिवस तरी लवकर घरी येत होती. दोघींनी मेडकडून आज सिझ्वान फ्रायड राईस बनवून घेतले होते. सोबतीला हॉटेलमधून मंचुरियन मागवले होते. गप्पा मारीत दोघींनी जेवायला सुरूवात केली.

जेवण झाल्यावर श्रुती अभ्यासाला तिच्या रूममधे गेली. उद्या तिचा गणिताचा पेपर होता. चित्राने घर आवरले. अखंड ज्योतीमधे तेल टाकले, वात व्यवस्थित केली आणि बेडरूममधे आली.

श्रुतीची वागणूक खरेच खूप बदललेली जाणवत होती. हा फक्त काकांना भेटून आल्याचा परिणाम आहे की अजून काही? ती अशीच राहील का? ती मोठी होत होती. तिच्या व्यवहारात मागच्या दोन-तीन महिन्यात वेगवेगळे बदल घडताना दिसले होते. कधी ती खूप चांगली वागायची तर कधी खूप चीडचीड करायची. तर कधी एकदम बेपर्वा. हे बहुतेक तिच्या वयात येणारे बदल असतील. या वर्षी ती सातवीत होती. तिच्या शरीरात झालेले बदल आता थोडे थोडे दिसू लागले होते. टीन एजमधे खूप हार्मोनल बदल होतात. ते मुलींच्या मनावर खूप प्रभाव करतात. या वयात मुलींची वागणूक, त्यांच्या अपेक्षा त्यांच्या सवयी आणि बरेच काही बदलते. हे बहुतेक आकाशला समजणार नाही.

काही महिन्यात श्रुतीला ऋतुचक्र चालू होऊ शकते असे चित्राला तिच्या मैत्रिणीने सांगितले तेव्हापासून तिला फार टेन्शन आले होते. मुली नाजूक असतात. श्रुतीला यातले काही माहीत असेल का? निसर्गाने बनवलेले नियम, त्याचे कारण, त्याची गरज आणि कितीतरी गोष्टी तिला समजावून सांगायला लागतील. मैत्रिणींनी सांगितले असेल का, की मी सांगू? आणि मैत्रिणींनी काही चूक सांगितले असेल तर? तिला जमायला पाहिजे सगळे. मी घरी नसताना आले तर? मनाने सत्य परिस्थिती स्वीकार केली पाहिजे. कसे सांभाळू? आणि असे बरेच विचार तिच्या मनात गोंधळ घालत होते. तिला मम्मीजीची खूप आठवण आली. आता ती असती तर काहीही टेन्शन नव्हते. मलाच काही करावे लागेल.

श्रुती दुपारी घरी एकटी असते. आता तिला सगळे बरेवाईट समजावून सांगितले पाहिजे. हल्ली एकतर इंटरनेट, फेसबुक अन् इन्स्टाग्राम अन् काय सगळे जग कॉम्प्युटरवर आहे. उगाच चुकीचा नाद लागला तर प्रॉब्लेम होईल. तिच्यासोबत घरी कुणीतरी असायला हवे. मेड वगैरेवर भरवसा ठेवता येत नाही. दोन चार तास येणारी बाई फार काही लक्ष देणार नाही. काका आले असते तर खूप बरे झाले असते.

काही विचार करून चित्राने काकांना फोन लावला.

निखिलचा फोन ठेवून दोन पावले चालणार इतक्यात परत फोन वाजला. आत्ता कुणाचा फोन असेल. अण्णासाहेबांनी जाऊन फोन उचलला.

"काका मी चित्रा भागवत, मिसेस आकाश भागवत. शनिवारी जाहिरातीच्या बाबतीत तुमच्याकडे आलो होतो." तिकडून आवाज आला.

"अरे चित्रा. माझी बुद्धी आणि आठवण अजून मलीन झालेली नाही. एकदम

पूर्णपणे आठवण आहे. बोल कशी आहेस तू? आकाशची तब्येत बरी आहे ना?" – अण्णासाहेब.

"हो काका मी बरी आहे आणि आकाशची तब्येतही चांगली आहे. त्याचा नवीन प्रपोझल सुरु झालाय म्हणून तो खूप बिझी आहे. या कारणाने मीच तुम्हाला फोन केला." - चित्रा.

"बरे वाटले ऐकून. आणि श्रुती चांगली आहे न?" –अण्णासाहेब.

"हो काका. तुम्हाला भेटून आल्यानंतर तिच्यात खूप बदल जाणवत आहे. मी तुम्हाला हे कळवायला फोन केला होता की, आम्ही तुमच्या अटींवर विचार केला. आम्हा दोघांना तुमच्या अटी पूर्णपणे कबूल आहेत. हे आम्ही आमच्या करवी तुम्हाला कळवतो आहोत. आमच्या कडून अजून काही माहिती हवी असेल तर सांगा. पुढे आम्ही केव्हा संपर्क करू शकतो?" - चित्राने विचारले.

"ऐकून छान वाटले. चित्रा, तुला उद्या वेळ आहे का? दुपारी किंवा संध्याकाळी भेटायला येशील? तू एकटी आलीस तरी चालेल. मला तुझ्याशी काही बोलायचे आहे." – अण्णासाहेब थोडा विचार करीत बोलले.

"काका घरात घटस्थापना केली आहे. म्हणून जास्त वेळ नाही येऊ शकणार. दुपारी चारच्या सुमारास आले तर चालेल का?" - चित्राने विचारले.

"हो चालेल. मी वाट बघतो." असे सांगून अण्णासाहेबांनी फोन ठेवला.

खरंतर जेव्हापासून आकाशचे कुटुंब भेटून गेले होते तेव्हापासून त्यांच्या मनात काहीतरी राहून गेल्यासारखे वाटत होते. पण नारायणराव, उर्वशी, मोहन पगारे आणि सुहास यांच्या गडबडीत ते राहूनच गेले होते. बरे झाले चित्राने स्वत: फोन केला ते.

विचार करता करता अण्णासाहेब किचनमधे आले. शंकरने फ्रीजमधे ताक करून ठेवले होते. त्यांनी एका ताटात ताकाचे भांडे, फुलपात्र, एक चाकू आणि १ सफरचंद घेतले आणि डायनिंग टेबलवर येऊन बसले. सगळ्या गोष्टींचा आढावा घेत ते खाऊ लागले.

रणजीतसिंग, जयंती, उर्वशी आणि उन्मेष डिनर करून उठले. जेवता जेवता रणजीतसिंगने उन्मेषला आईस्क्रीम खायला जायचे सुचवले आणि स्वारी एकदम खूष झाली होती.

सोफ्यावर बसल्या बसल्या उन्मेष रणजीतसिंगकडे आला आणि त्यांचा लांब नेहरू कुर्ता पकडून "नानाजी चला नं आपण आईस्क्रीम खायला जाऊ."

“कुठली आईस्क्रीम?” रणजितसिंग मुद्दाम काहीही आठवत नाही असे दाखवून बोलले.

“नानाजी, तुम्ही मला प्रॉमिस केले. आता नाही नाही म्हणायचे. झूट बोलना पाप है, नदी किनारे साप है...” उन्मेष.

“बापरे... मी घाबरलो ना. गम्मत करत होतो तुझी!! चल.” रणजितसिंग त्याला घेऊन घराबाहेर पडले.

उर्वशी आणि जयंती हसून डायनिंग टेबल आवरू लागल्या. “आई जेवण एकदम मस्त झाले होते. खूप वर्षांनी आईच्या हातची बिर्याणी आणि खीर खाल्ली आज मी. बापरे जास्तच खाल्ली.”

“ए नजर नहीं लगाना. किती जेवलीस हे कधी मोजू नये. चल आवर लवकर.” - जयंती.

“आज खूप काम झाले आई, खूप थकले. त्यावर इतके भारी जेवण. मी जरा लवकर झोपते.” असे बोलून उर्वशी बेडरूममधे आली.

जयंतीने उरलेले जेवण फ्रीजमधे ठेवले. भांडी रिकामी करून सिंकमधे टाकली आणि ओल्या फडक्याने ओटा पुसला. ओला नॅपकीन घेऊन डायनिंग टेबल पुसले. टेबल मैट्स व्यवस्थित केल्या. सगळे व्यवस्थित आहे हे नक्की करून त्यांनी किचनचा दिवा मालवला आणि हॉलमधे आल्या. जयंतीला कधीही कामे अर्धवट सोडायला आवडायची नाहीत. उर्वशीनेही तसे करू नये हे तिला शिकवायला हवे असे त्या मनातच ठरवीत होत्या.

जयंतीने टीव्ही चालू केला आणि रणजीतसिंगची वाट बघू लागल्या. उर्वशी बेड लावून झोपायच्या तयारीत होती. इतक्यात मेनडोरवर खटखट वाजले. रणजितसिंग आले असतील असा विचार करून जयंतीने तिकडे पाहिले. पण एका अनोळखी व्यक्तीला तिथे पाहून थोड्या चरकल्या. आलेला इसम न विचारता घरात घुसत होता आणि फारच रागात होता हे त्याच्या चेहऱ्यावरून जाणवत होते.

“अहो, कोण तुम्ही आणि असे अचानक न विचारता घरात कसे येताहात?” - जयंती.

“उर्वशीला बोलवा. मला फक्त तिच्याशीच बोलायचे आहे.” - तो रागातच म्हणाला.

“ठीक आहे. पण तुम्ही कोण हे तरी सांगाल? उर्वशी झोपली आहे.” - जयंती पण ठाम होती.

“मी उमेश, तिचा पती आणि उन्मेषचा बाप...” तो जरा नरमला आणि शोधक

नजरेने सगळीकडे बघू लागला. उमेशने नशा केलेली आहे हे जयंतीने लगेच ओळखले. तिचे लक्ष उर्वशीच्या बेडरूमकडे गेले. उर्वशी डोकावून पाहत होती. जयंतीने डोळ्यानेच तिला आत जायला खुणावले.

"उर्वशी तुम्हाला भेटणार नाही. तिला जे बोलायचे होते ते तिने पोलिसात सांगितले आहे. तिने तुमचे घर नेहमीसाठी सोडले आहे आणि ऑफिसमधे राजीनामा देखील पाठवला आहे. आता तिचा तुमच्याशी काहीएक संबंध राहिलेला नाही. या पुढे तिच्याशी कोर्टातच बोला." जयंती जरा कडक होऊन बोलली.

"तिची ही हिम्मत. हे बघा तुम्ही कोण मला माहीत नाही. तिला काय वाटले?? ती कुठे राहते हे मला कळणार नाही? हे बघा, उगाच आमच्यामधे पडू नका. मला फक्त तिच्याशीच बोलायचे आहे. बोलवा तिला." - तो फणफणला.

"हे बघ पोरा, शांतपणे निघून जा. उर्वशी तुझ्यासमोर येणार नाही. सांगितले ना एकदा. तुला समजत नाही का?" – जयंती.

"ए म्हातारे.... जास्त बोलू नको. तिला वेणी पकडून बाहेर आणीन. नाहीतर नावाचा उमेश नाही." – उमेश.

"धमकी कुणाला देतोस रे? गेले ते दिवस. हे माझे घर आहे. इथे तुझी दादागिरी चालणार नाही. परत जा म्हटले ना? जातोस की???????" - जयंती सुद्धा चांगलीच भडकली होती. शेवटी ए.सी.पी. चीच बायको ती!!

उमेश एकदम भडकला. त्याने जयंतीला मारायला हात उगारला. तितक्यात मागून रणजितसिंग दारापाशी आले. रणजितसिंगने मागून त्याचा हात धरला आणि मोडला. अचानक असे काय झाले बघायला उमेश मागे वळला. रणजीतसिंग सोबत उन्मेष होता. तो खूप घाबरून उमेशला बघत होता.

रणजीतने उमेशचे दोन्ही हात पकडले आणि बोलला "जयंती उन्मेषला आत घेऊन जा. मी याला बघतो." उन्मेष पळून जयंतीकडे आला आणि दोघे आतमधे गेले.

रणजीतसिंगने उमेशचा हात पकडून जरा कडक मोडला. "मिस्टर उमेश, आय एम रणजीतसिंग, रिटायर्ड ए.सी.पी. सेन्ट्रल क्राईम ब्रांच आणि आता उर्वशीचा बाप. मी ज्या विषयाचा प्रिन्सिपल आहे त्याचा तू प्रायमरीचा विद्यार्थी. समजलास?"

"उर्वशीला माहेर नाही. ती कुठे जाणार. म्हणून आतापर्यंत तू तुझी मनमर्जी केली. पण उर्वशी आता माझी आणि जयंतीची मुलगी आहे. आणि यापुढे तिला कुणीही काहीही करू शकणार नाही ह्याची गॅरंटी मी तुला देतो. यापुढे उर्वशीकडे तिरपी नजर जरी टाकली तर बघून घेईन तुला. सांगून ठेवतो. चल निघ आता. जे बोलायचे ते कोर्टात बोल." – रणजितसिंगने त्याचा हात सोडला.

उमेशने लगेच तो हात दुसऱ्या हातात घेतला. इतका वेळ कडक पकडल्या मुळे त्याचा हात दुखू लागला असेल. त्याने रणजीतसिंगकडे अवाक् होऊन पाहिले.

"बघून घेईन. तो साला अण्णा आणि तुम्ही सगळे एक झालात. मी सगळ्यांना बघून घेईन." - बोलून उमेश रागाने फणकारत बाहेर पडला आणि गाडीत बसून रागात गाडी सुसाट पळवली.

रणजीतसिंग आत आले. जयंती, उर्वशी आणि उन्मेष बाहेर आले होते. उन्मेष खूप घाबरलेला होता. उर्वशीने त्याला कुशीत घेतले आणि सोफ्यावर बसली.

"शाब्बास जयंती. तुझ्याकडून हीच अपेक्षा होती." रणजितसिंग बोलले. "मला वाटलेच होते उमेश आपल्या घरी येईल, पण तो इतक्या लवकर येईल ह्याचा अंदाज नव्हता. उर्वशी तू काही काळजी करू नको. ह्या फोल धमक्या आहेत. उमेशमधे काही दम नाही. तू इतकी हिम्मत करून त्याच्यावर केस करशील ह्याची त्याने कल्पनाही केली नसेल. म्हणून भडकलाय तो. पण तुझी केस चुकीची आहे हे प्रूव्ह करायला त्याच्याकडे काही नाही त्यामुळे तुझ्यावर दमदाटी करायचा प्रयत्न आहे त्याचा. ही मंडळी अशीच असतात फक्त गमजा मारणारी. हे प्रत्यक्षात काही करू शकत नाहीत." – रणजीतसिंग.

"उन्मेष अरे तू तो हिम्मतवाला है ना. अभी तो बाहर बोला. नानाजी है नं. बिलकुल डरना नहीं. ठीक है?" - रणजीतसिंग उन्मेषला जवळ घेत बोलले "आपण पप्पाला पनिशमेंट करू. चलो अब सो जाओ. कल स्कूल जाना है ना. उर्वशी त्याला झोपवून ये."

उर्वशी उन्मेषला घेऊन आत गेली.

जेवता जेवता अण्णासाहेब चित्रा आणि आकाश बाबतीतच विचार करीत होते. चित्रा आणि आकाश दोघे मनाने खूप चांगले होते. एकमेकांबाबतीत खूप तक्रारी असून सुद्धा दोघांचे नकळत एकमेकांवर खूप प्रेम होते. आजच्या धकाधकीच्या जीवनात इतकी स्पर्धा आहे की बाहेरच्या जगाशी झुंज देताना आपण आपल्याच माणसाशी भांडू लागतो आणि स्वत:च्या सुंदर जीवनाची माती करतो. असेच या कुटुंबाचे झाले आहे.

अण्णासाहेब उद्या चित्राशी काय आणि कसे बोलायचे ह्याची भूमिका मनोमन बांधत होते.

जेवण संपवून भांडी किचनच्या सिंकमधे टाकली आणि झोपायला जाणार इतक्यात परत फोन वाजला. आता कोण आहे? त्यांनी फोन उचलला.

"अण्णा, रणजीत बोलतोय." – तिकडून आवाज आला.

"अरे काय झाले आता इतक्या रात्री फोन करायला? आत्ता तर भेटून आलो ना?" - अण्णासाहेब.

"अरे हो रे. बातच तशी आहे. आत्ता थोड्या वेळापूर्वी उमेश आला होता. खूप भडकलेला होता. तुझ्याकडे पण आला होता का? कारण तुझे ही नाव घेत होता." – रणजीतसिंग.

"नाही माझ्याकडे नाही आला. पण त्याला तुझा पत्ता कुठून मिळाला?" – अण्णासाहेब.

"अरे काढले असणार. तुझ्या घराजवळ फिल्डिंग लावली असेल. उर्वशीचा पाठलाग करून काढला असेल. नाहीतर पोलीस त्याच्याकडे गेले असतील विचारपूस करायला. त्याने त्यांना पैसे देऊन काढले असेल. ते जाऊ दे. तुला माहीत असावे म्हणून सांगितले. उर्वशीची काळजी करू नको. मी त्याला चांगलीच धमकी दिली आहे. त्याची लवकर हिम्मत होणार नाही. जाताना मात्र धमकी देऊन गेलाय बघून घेण्याची." – रणजीतसिंग.

"पैशाचा माज चढलाय साXXवर दुसरे काही नाही. बायको निघून गेली त्याची म्हणून तडफडतोय." –अण्णासाहेब.

"हो ते बरोबर आहे. पण तू काळजी घे. एकटाच असतोस घरी म्हणून फोन केला." – रणजीतसिंग.

"सोड रे. तो मला काही करू शकणार नाही." –अण्णासाहेब.

"तरी ही... जरा लक्ष असू दे. दारबिर बरोबर बंद कर." - रणजीतसिंग.

"हे जरा जास्तच होतंय आता. पण ठीक आहे तू काळजी करू नकोस. चल." म्हणून अण्णासाहेबांनी फोन ठेवला आणि झोपायला बेडरूममधे आले. लक्ष्मीचा फोटो हातात घेतला. ती आज जास्त खूष आहे असे वाटत होते. आनंदाने डोळे पाणावले आहेत की काय असा आभास झाला. अण्णासाहेब तिच्या आठवणीत गुंतले.

"अहो.... मी काय म्हणते आहे?" - लक्ष्मी बोलली.

"हम्म...." –अण्णासाहेब.

"अहो हम्म काय. मी काहीतरी महत्त्वाचे बोलते आहे." - लक्ष्मी.

"अगं बोल ना मग. इतका काय विचार करते आहेस?" – अण्णासाहेब.

"अहो तुम्ही रागावताल म्हणून जरा अवघडते आहे. मला मनात नातवंडासोबत राहायची खूप इच्छा होते आहे. आता एकेकटे राहायला थोडं जिवावर येतंय. घरात थोडीतरी दंगामस्ती व्हावी ना." - लक्ष्मी

"अगं म्हणजे तू मला कंटाळलीस का? की उद्यापासून मी दंगामस्ती करू?" – अण्णासाहेब मिश्किल बोलले.

"अहो चेष्टा करू नका. घरात पोरं असली की घराला घरपण येतं. छान वाटतं." –

लक्ष्मी म्हणाली.

"हो पटतंय. पण मग काय करायचे? आत्ता दोन महिन्यापूर्वी तर जतीनकडे जाऊन आलो आपण? तिथे सुद्धा तुला करमत नाही. जयश्रीकडे जातेस का काही दिवस?" - अण्णासाहेब.

"तसे नाही हो. तिथे जतीनच्या मुली छान आहेत पण मला तिथे कसेसेच होत होते. एकतर नवीन देश, नवीन भाषा. आणि त्यात जतीनची शेवटच्या दिवसात अवघडलेली वागणूक. नको तिथे. आणि जयश्री कितीही म्हटले तरी मुलगी आहे. तिच्या इतक्या मोठ्या कुटुंबात दोनचार दिवस ठीक आहे पण जास्त नाही राहता येत." - लक्ष्मी.

"मग काय उपाय आहे. काय करायचे तूच सांग." अण्णासाहेब.

"एक आयडिया आहे. तुम्हाला पटते का सांगा. आपण एखाद्या अनोळखी कुटुंबात भाड्याचे आजीआजोबा म्हणून जायचे का?" - लक्ष्मीने सुचवले.

"अगं काय बोलते आहेस? तुला तरी कळते आहे का? असे कसे शक्य आहे?" - अण्णासाहेब.

"मी खूप विचार करून हे बोलते आहे. मुंबई सारख्या मोठ्या शहरात कितीतरी एकल कुटुंब राहत असतील. कितीतरी घरात आजीआजोबा नसतील, पण आजीआजोबांची गरज असेल. आपण असेच एखादे कुटुंब शोधून त्यांच्याकडे राहायला जाऊ. वाटल्यास आपण आपला राहण्याचा खर्च देऊ. त्यांना आपली गरज असली तर आपण आपल्या राहाण्याच्या अटी ठरवू शकतो." - लक्ष्मी म्हणाली.

"हम्म विचार करण्यासारखे आहे. बघतो काही करता येत असेल तर." - अण्णासाहेब.

"मला तर ह्याच्या पलीकडे जावेसे वाटते. आपल्यासारखे कितीतरी वयस्कर लोक असतील ज्यांनी आपली सर्व कर्तव्ये यशस्वीरित्या पार पाडली आहेत आणि आता उतारवयात त्यांना फक्त घरपण हवे आहे. आणि कितीतरी कुटुंबे अशी असतील जिथे लहान मुलांसोबत आजी-आजोबा असावे असे त्यांच्या आईवडिलांना वाटत असेल, पण काही प्रामाणिक कारणामुळे असे शक्य नसेल. आपण अशी एखादी संस्था काढून अशा लोकांना समोरासमोर आणून त्यांची जुळवणी करावी. हे एका प्रकारचे वेगळे समाजकार्य होईल असे मला वाटते. तुम्हाला काय वाटते?" – लक्ष्मीने विचारले.

"हम्मम्म हे जरा बोललीस तुझ्या स्वभावासारखे. मस्त आयडिया आहे करण्यासारखी. मी बोलतो माझ्या मित्रांशी याबाबतीत. बघू काय म्हणतात ते." - अण्णासाहेब उत्साहाने बोलले.

आठवत आठवत अण्णासाहेबांना भरून आले. लक्ष्मी असताना ह्या गोष्टीला पुढे

नेण्याची वेळच आली नाही. ह्याबाबतीत काहीतरी करावे ह्या विचारात असतानाच लक्ष्मी एक दिवस अचानक आजारी पडली. तिचा रक्तदाब खूप वाढला होता. वेगवेगळ्या टेस्ट करून आजाराचे निदान व्हायच्या आधीच देवाने तिचा निकाल लावला होता. आजारी झाल्यावर एका आठवड्यातच ती ह्या फोटोमधे कैद झाली होती.

लक्ष्मी अचानक गेल्यानंतर जतीन-डोरोथी आणि रवी-जयश्री आले होते. अण्णासाहेब आता त्याच्यासोबत अमेरिकेतच राहावेत असेही जतीन म्हणाला. पण लक्ष्मीच्या आठवणींसोबत त्यांनी ह्याच घरात राहण्याचे ठरवले होते.

जतीन, जयश्री आणि बाकी सगळे गेल्यानंतर ते एकटे पडले होते. अशा वेळेला ह्या पाचही मित्रांनी त्याला चांगली साथ दिली होती. या व्यतिरिक्त शंकर आणि पार्वतीने मिळून त्यांचे घर परत सांभाळले होते. सुरूवातीला शंकर आणि पार्वती दोघे यायचे. नंतर काम समजल्यावर शंकर एकटाच येऊन घरची कामे करायला लागला.

विचार करता करता रात्री केव्हा झोप लागली समजले नाही.

आज शनिवार. अण्णासाहेब लवकर उठले. खरेतर गजर वाजला म्हणून. नाहीतर कितीतरी वेळ झोपले असते. अंघोळ करून देवीची पूजा आवरली आणि वॉकला बागेत गेले. बागेत यशवंत, मोहन, प्रकाश, रणजीतसिंग सर्व भेटले. छान वाटले. सगळ्यांनी गप्पा मारत मारत बागेत चार-पाच फेऱ्या पटापटा मारल्या. मोहन आज खूप फ्रेश वाटत होता. यशवंत आणि रणजीतसिंग सुद्धा मजेत होते.

रणजीतसिंगने काल रात्री उमेश सोबत झालेले प्रसंग सांगितले. यशवंतने उर्वशीचे सोडचिठ्ठीचे पेपर तयार आहेत असे रणजीतसिंगला सांगितले. आज वकील त्याची फॉर्मेलीटी पूर्ण करून उमेशला नोटीस पाठवणार आहे. डोमेस्टिक व्हायोलेंसमधे उमेशला अटक होऊ शकते आणि केस कोर्टात नेली तर त्याला शिक्षाही होईल. जर उमेश शांत बसला तर ठीक नाहीतर त्याला कोर्टात बघून घेऊ. बदनामी तर होईलच पुढे त्याला जेल झाली तर सगळी उर्मी निघून जाईल. असो. सगळे निघाले. अण्णासाहेबांनी मोहनला दहा वाजता यायची आठवण दिली.

अण्णासाहेब नेहमीप्रमाणे घरी आले. शंकर वाट बघतच होता. लगेच चहानाश्ता घेऊन आला. आज जेवणात काय करायचे आहे? अजून कुणी जेवणाला आहे का? हल्ली शंकर जरा गडबडलेला असायचा. कोण केव्हा जेवायला असेल काही सांगता यायचे नाही. पोळया पटकन करता येतात पण भाजीची गडबड होते. परवा अचानक काकांनी मोहनकाकांना जेवायला सांगितले. मग लगेच कशीबशी दह्याची कोशिंबीर वगैरे करून दिली होती.

“जेवायला नाही पण रोहिणी, निखिल आणि मोहन दहा वाजता येणार आहेत तेव्हा भजी आणि काहीतरी गोड कर खायला. जेवायला नुसता वरणभात किंवा खिचडी केली तरी चालेल.” काका म्हणाले. शंकर आत गेला.

अण्णासाहेब स्टडीरूम मधे गेले. कॉम्प्युटर चालू करून फेसबुक उघडले. बरेच नोटिफिकेशन होते. एका ग्रुपमधे नवरात्रीचे रंगीबिरंगी फोटो. दिवाळी अंकांची रेलचेल आणि बरेच काही. कुठे कमेंट, कुठे लाईक आणि काही फेसबुक मित्रांशी गप्पा मारून कंटाळा आला आणि त्यांनी कॉम्प्युटर बंद केले. आताशी कुठे साडे नऊ वाजले होते. थकल्यासारखे वाटले म्हणून बेडरूममधे जाऊन पडले आणि झोप लागली.

सव्वादहाला शंकरने उठवले. निखिल आणि रोहिणी आले होते. निखिल जरा रीलॅक्स वाटत होता. त्याने कार्गो जीन्स घातली होती. बहुतेक त्याला हॉस्पिटलला वगैरे जायचे नसणार. रोहिणीने सुद्धा लॉन्गस्कर्ट आणि कुर्ती घातली होती. केसांचा छोटासा अंबाडा करून मागे बांधला होता. दोघे छान दिसत होते. चेहऱ्याचे भाव आणि हालचालीवरून ते फार उत्सुक आहेत असे जाणवले. दोघांनी अण्णासाहेबांना वाकून नमस्कार केला. अण्णासाहेब जरा झोपेच्या तंद्रीत होते. पण लगेच त्यांनी शंकरला आवाज देऊन चहा आणायला सांगितले.

तिघे बैठकीवर बसले. निखिलने तब्येतीची वगैरे चौकशी केली. मधुर कराटे आणि पीहूला ताईक्वान्डोच्या क्लासला टाकले आहे असे काकांना कळवले. मधुर आता खूप सकारात्मक वागतोय आणि त्याची भीती पार निघून गेलीये. सध्या तो फर्स्टटर्मच्या परीक्षेची तयारी करतोय. मागे पडला आहे म्हणून शाळेत पहिला नंबर पटकावण्यासाठी धडपड करतोय बघून खूप छान वाटत आहे.

“काका तुम्ही खरी जादू केली त्याच्यावर. तुमचे आभार कसे मानावे समजत नाहीये.” - रोहिणी बोलली.

“असू दे. आभार वगैरे काही नाही. मुलगा आनंदात आहे, जबाबदारी समजतोय हेच खूप आहे मला. आणि आमची पीहू कशी आहे?” - अण्णासाहेब.

“चांगली आहे. तिचे चित्र आणि ती. तुमच्या कडे येत आहोत असे सांगितले नाही तिला. नाहीतर अजून चित्र दिले असते तुम्हाला द्यायला. तिला परीक्षा नाहीत म्हणून जरा फुगून बसली आहे जोशी काकांच्या घरी.” - रोहिणी.

“त्या ड्रायव्हरचे काय झाले. दिसला का तो परत? पोलीस काय म्हणाले?” - अण्णासाहेब

“काही माहीत नाही. काल तरी दिसला नाही तो कुणाला. काही समजत नाहीये त्याचे काय आहे ते. बघू सोमवारी फोन लावतो इन्स्पेक्टरला परत.” - निखिल.

"ठीक आहे. पोराला एकटे बाहेर जाऊ देऊ नका काही दिवस. तुमचे जमले तर मोहन येईलच उद्या तुमच्याकडे. मग त्याच्या सोबत जाता येईल." -अण्णासाहेब.

"बरे झाले. तुम्ही मोहनआप्पांबाबत सांगता का जरा? म्हणजे त्यांना विचारायला थोडे अवघड वाटेल म्हणून." - निखिल.

"सांगतो." अण्णासाहेबांनी निखिलला मोहनच्या बाबतीत सांगितले. त्याच्या घरची परिस्थिती, त्याचा सून मुलगा आणि क्षितीजच्या बाबतीत आणि घरात आलेली अडचण वगैरे सगळे.

"मोहनकडे पैसा आहे आणि गरज म्हणून तो घरात पाहिजे तशी मदत करतो. पत्नी लवकर गेल्यामुळे मुलाचे लग्न व्हायच्या आधी घरची सगळी व्यवस्था त्याच्याकडेच होती. दोघांचे चांगले चालले होते. मुलाला बापाची किंमत होती. मात्र सून आल्यानंतर जरा वातावरण बदलले. सुरूवातीला ती बरी वागायची. मग क्षितीज झाला, हळू हळू घरासोबत ऑफिसमधे तिची जबाबदारी आणि घरात तिच्या आईची लुडबुड वाढली. मुलगा पण बायकोचे जास्त ऐकू लागला. मुलाला आणि सुनेला आता स्टेटस मिळाले म्हणून तिला मोठे घर हवे आहे. त्यात खापर फुटायला बाजूचाच फ्लॅट विकायला निघाला आणि सगळे चित्रच बदलले." - अण्णासाहेब पाणी प्यायला थांबले.

"मोहनने स्वखुशीने केले असते पाहिजे तसे, पण दोघांनी वाईट वागून दडपण आणले. मग स्वाभिमान म्हणून त्याने त्यांची मागणी फेटाळून लावली आणि प्रयोग म्हणून भाड्याचा आजोबा व्हायला तयार झाला. प्रयोग कारण तो आशावादी आहे. त्याला अजूनही असे वाटते की मुलाला त्याची चूक कळेल किंवा क्षितीजसाठी तरी ते त्याच्या आजोबाला परत बोलावतील." - अण्णासाहेब.

"हे बघा, मी खूप विश्वासाने त्याला तुमचे नाव सुचवले आहे. माझ्या अटी तुम्हाला माहीत आहेतच. त्यालाही तसाच मान द्या. आपलेसे करून घ्या. या वयात माणूस फक्त आपुलकीचा भुकेला असतो. त्याला तुमच्या घरी चांगले वाटले, मधुर आणि पीहूशी त्याचे मन जुळले तर तो तुमच्याशी करार करेल. तुम्हाला हक्काचे काका आणि पोरांना हक्काचे आजोबा मिळतील." – अण्णासाहेब पुढे बोलले.

"काका, तुम्ही काही काळजी करू नका. मोहनआप्पा अगदी वडिलांच्या हक्काने आमच्याकडे राहतील. ते आमच्याकडे भाड्याने आले आहेत हे कुणालाही कळणार नाही. त्यांना स्वत:लासुद्धा आम्ही तशी जाणीव होऊ देणार नाही." – निखिलने आश्वासन दिले.

इतक्यात घराचे दार वाजले. मोहनआप्पा आले होते. निखिल आणि रोहिणीने त्यांच्याकडे पाहिले. मोहनने पांढराशुभ्र कुर्ता आणि पायजामा घातला होता. सडपातळ बांधा, उजळ रंग, कानामागे राहिलेले थोडेसे पांढरे केस आणि चेहऱ्यावर अनुभवाचे

तेज होते. पाहिल्या पाहिल्या कुणालाही मनात आदराची भावना यावी असे मोहन पगारेचे व्यक्तित्व!

"अरे या या मोहनराव. हे निखिल आणि रोहिणी." - अण्णासाहेबांनी परिचय करून दिला.

"मोहनराव म्हणून जोडे नको मारूस रे अण्णा. तू इतके करतोयस माझ्यासाठी, मी कुठे काही म्हणालो का? कसे आहात तुम्ही दोघे?" - मोहन दोघांना बघत म्हणाला.

रोहिणी आणि निखिल उठले. दोघांनी मोहनला वाकून नमस्कार केला.

"आम्ही ठीक आहोत. तुमचीच वाट बघत होतो. आप्पा उद्या येताय नं आपल्या नातवांसोबत राहायला. मी सगळी व्यवस्था करतो. तुम्ही टॅक्सीने डायरेक्ट घरी या." - निखिल घाईघाईने म्हणाला.

"आप्पा, तुम्ही माझे मामा आहात, गावावरून आलात असेच आपण सगळ्यांना सांगू. तुमची रूम पण तयार ठेवली आहे. कुणाला काहीही कळणार नाही." रोहिणीने उत्साहाने त्याची साथ दिली.

मोहनने भारावून दोघांना पाहिले. दोघे अगदी आर्जवाने त्याच्याकडे बघत होते. त्यांच्या डोळ्यात पाणी आले. काहीतरी बोलायचे म्हणून तोंड उघडले.

"काही बोलू नका आप्पा. तुम्ही फक्त या. आम्हाला तुमची फार गरज आहे. प्लीज नाही म्हणू नका" - रोहिणी.

"आणि काही काळजी करू नका. आम्ही आहोत. मधुर आणि पीहूला पण खूप चांगले वाटेल आपल्या आजोबांसोबत राहून." - निखिल म्हणाला.

"अरे देवा... अरे त्याला बोलू तरी द्या. की झालात सुरू? त्याला वाटेल हे दोघे मला घरात पण बोलू देणार नाहीत, अन् नकार दिला तर बसा बोंबलत. मी इतकी फिल्डिंग लावली त्याचा तरी मान ठेवा." अण्णासाहेब मधेच बोलले आणि सगळे हसायला लागले.

इतक्यात शंकर आला. त्याने ट्रे मधे सगळ्यांसाठी गरम गरम कांद्याची भजी आणि शेवयाचा शिरा आणला होता. सगळे खाण्यात मग्न झाले. खाता खाता साधारण गप्पा झाल्या. निखिल आणि रोहिणीने मोहनला स्वत:बाबतीत, घरची दिनचर्या, मधुर आणि पीहूच्या शाळा, आवडीनिवडी वगैरेची थोडक्यात माहिती दिली. मोहनची साधारण दिनचर्या, आवडीनिवडी समजून घेतल्या.

मोहन निखिलकडे एका महिन्यासाठी रोहिणीचे मामा म्हणून त्यांच्या घरी जातील. ते टॅक्सीने सामान घेऊन एकटे येतील. काका अचानकच राहायला आले असेच सगळ्यांना सांगायचे असे ठरले. काका ठरल्याप्रमाणे एका आठवड्या नंतर निखिलच्या खात्यात पैसे टाकतील. निखिलने इथे थोडीशी हरकत दाखवली.

"आप्पा, ही अट जरी असली तरी हे पटत नाहीये. तुम्ही फक्त आमच्याकडे राहा.

पैसे वगैरे देऊ नका. मी माझ्या बाबांकडून पैसे घेतले असते का?" - निखिल.

"हे बघ निखिल, ही फार महत्त्वाची अट आहे. तुला पटत नसली तरी आम्हाला आमचा स्वाभिमान महत्त्वाचा आहे, आम्ही कुणावर आर्थिक दृष्ट्या अवलंबून राहू शकत नाही. ते आम्हाला पटणार नाही." –अण्णासाहेब.

"ठीक आहे काका, तुम्ही इतके म्हणताय तर मी यांचे आशीर्वाद म्हणून घेतो ते पैसे. पण मनात अपराधी वाटते घेताना दुसरे काही नाही." - निखिल.

"अरे असा विचार करीत नाहीत. आला मोठा. एकीकडे आप्पा म्हणतोस अन् प्रेमाने देतोय तर मोठेपणा दाखवतोयस. ते काही नाही. नाही म्हणालास तर दर महिन्याला रोहिणीसाठी त्या किमतीचा दागिना घेऊन देईन मग बस बोंबलत." - मोहन म्हणाला.

"आप्पा तुम्ही पण थट्टा करताय आता." - निखिल थोडा खोटे खोटे रुसल्यासारखा बोलला आणि सगळे हसायला लागले.

"चला निघू या आता. पीहू आणि मधुर वाट बघत असतील जोशी काकूंकडे." - रोहिणी

"हो. काका येतो आम्ही. आमचा पत्ता आणि फोन नंबर दिलाय तुमच्या कडे. निघायची तयारी झाली की फोन करा. मी टॅक्सी बुक करतो." निखिल निघता निघता म्हणाला.

"त्याची काही गरज नाही. मी येईन आपोआप. निघालो की फोन करतो." - मोहन.

"ठीक आहे येतो आम्ही." - म्हणत निखिल आणि रोहिणी निघाले.

दोघे गेल्यानंतर मोहन आणि अण्णासाहेब परत घरात आले.

"थँक यू अण्णा. दोघे खूप चांगली आहेत. आवडले कुटुंब मला. तुझा प्रयोग यशस्वी होवो आणि असेच माझ्यासारख्या माणसाला आपुलकीची घरे मिळोत" - मोहन बोलला.

अण्णासाहेबांनी आसमानाकडे बघत डोळे बंद केले

निखिल गेल्यावर मोहन आणि अण्णासाहेबांनी जेवण केले. काकांनी आज थोडे लवकर सांगितले होते म्हणून आज शंकरला स्वयंपाकाची गडबड झाली नाही. वरणभात जरा जास्तच लावला होता. मोहनआप्पाला फोडणीची आमटी खूप आवडते म्हणून त्याने आमटी केली होती. जेवण बघताच मोहनने शंकरकडे कौतुकाने पहिले.

"अण्णा, तू खूप लकी आहेस रे. लक्ष्मी तुला शंकरसारखा मुलगा देऊन गेली. बिचारा काहीही न बोलता स्वामीभक्तासारखा तुझी सगळी कामे करतो. छान आहे बेटा असेच काम कर. तुला यश मिळो..." - मोहनने शंकरला आशीर्वाद दिले.

"काका बी देवमाणूस आहेत साहेब. किती जीव लाव्येत माझ्यावर. कधी पैशाची कुरकुर केली नाही. आपणहून मला पाहिजे ते मिळते. मग का नाही करणार? काकूंनी माझ्यावर सोपवली आहे त्यांची जबाबदारी." शंकर म्हणाला.

"चल अण्णा, येतो मी. उद्याची तयारी करायची आहे. मधुर आणि पीहूसाठी गिफ्ट्स घ्यायला पाहिजेत. मी बाहेर जाणार म्हटल्यावर घरची मंडळी वरवरची वाईट वाटल्यासारखे दाखवत आहेत पण त्यांना आनंदच आहे. त्यामुळे काही टेन्शन नाहीये. थोडे क्षितीजला समजावतो. तो रुसून बसला आहे. त्याला पण एखादे गिफ्ट घेतो सोबतच. म्हणजे रुसवा मिटेल." असे बोलून मोहन गेला.

अण्णासाहेबांनी अंग टाकले आणि चित्राशी काय बोलायचे आहे त्याची उजळणी करू लागले.

ॐ ॐ ॐ ॐ

सुहास आणि वैष्णवीने हुबळीवरून बस पकडली आणि गावाकडे निघाले. पंधरा वीस मिनिटात गाव येईल असे कंडक्टरने सांगितले. खूप वर्षांनी गावाला येत होता सुहास! त्यामुळे त्याला हुरहूर वाटत होती. रस्त्यावर तो जुन्या गोष्टी शोधत होता. शेत, ग्रामपंचायतचे ऑफिस, त्याची शाळा आणि बरेच काही. पण फार काही दिसले नाही. खूप बदलले होते. मातीचे घर जाऊन आता पक्के घर दिसत होते. मैदान आणि रिकामी जमीन जवळपास संपली होती. शाळा मोठी झाली होती. शाळेत जाणारी मुलं छानपैकी युनिफॉर्म घालून बसमधून आली होती. गावात सायकलरिक्षा ऐवजी ऑटोरिक्षा आल्या होत्या. बऱ्याच ठिकाणी कच्चे रस्ते मोडून पक्के झाले होते.

बसस्टॉपवर उतरून सामान उतरवले. समोर बरीच छोटेखानी खानावळ आणि वेगवेगळ्या वस्तूंची दुकाने होती. आधी इथे फक्त एकदोन चहाच्या टपऱ्या होत्या. तिघे एका चांगल्या दिसणाऱ्या हॉटेलमधे गेले आणि नाश्ता केला. नाश्ता करताकरता सुहासने शिंदेवाडीची चौकशी केली. आधी ह्याच नावाने लोकांना त्यांचे घर माहीत होते.

पण तिथल्या लोकांना शिंदेवाडीची फारशी माहिती आहे असे वाटले नाही. त्याने संदर्भ दिला. जवळपास वीसेक वर्षांपूर्वी शिंदेवाडी होती शाळेपासून जवळपास एक अर्धा मैल पुढे. मग मालक जरा चमकला. बहुतेक तोही गावात नवीन आला असावा. त्याने एका वयस्कर वेटरला बोलावले आणि चौकशी केली. वेटर मराठी होता.

"शिंदेवाडी आता नाहीये साहेब. दहा वर्षांपूर्वी सावंत साहेबांनी ती विकत घेतली. आता तिथे सावंतवाडी आहे. सावंत साहेबांनी आता तिथे खूप केळी आणि आंब्याची झाडे लावली आहेत आणि एका भागात कापूस लावतात." तो सांगत होता.

"आणि ते शिंदेवाडीचे मालक?" सुहासचा आवाज कापरा झाला होता.

"ते हायेत की. तिथेच राहतात." - वेटर म्हणाला.

"म्हणजे?" - सुहासला काही कळत नव्हते.

"म्हणजे, त्यांनी सावंताना बाकीची जमीन विकली पण घर आणि थोडीशी जागा स्वतः राहायला म्हणून ठेवली. पण तुमी का विचारताय? तुमास्नी कोणाला भेटायचे हाय?" त्याला शंका आली.

"अहो मला शिंदे काकांनाच भेटायचे आहे. मी त्यांचा पुतण्या. खूप वर्षापूर्वी घर सोडून गेलो होतो." – सुहासने सांगितले.

"म्हणजे तू सुहास का? बरं झालं बाबा आलास. आरं तुझे काका तुजी लय आठवण काढतात बग. चल घेऊन चलतो तुका." – तो म्हणाला.

"हो. पण मी तुम्हाला ओळखले नाही. कोण तुम्ही?" – सुहास जरा गडबडला.

"थांबा सांगतो. रिक्षा आणू दे. मालक मी ह्यांना शिंदेकडं सोडून येतो." त्याने मालकाची परवानगी घेतली.

त्याने रिक्षा आणली. तोपर्यंत चहा नाश्ता झाला होता. सगळे रिक्षात बसले. वेटर समोर बसला. त्याने रिक्षावाल्याला रस्ता सांगितला.

"सुहास. अरे तू मला ओळखणार न्हाई कारण माझी आणि शिंदेची मैत्री शिंदेवाडी विकल्यानंतर झाली. आम्ही शिंदेवाडी जवळच मागच्या बाजूला राहत होतो. शिंदे फार श्रीमंत आणि आम्ही त्याकाळीही फार गरीब होतो. त्यामुळे तुमच्याशी आमची ओळख नव्हती. शिंदेच्या मुलाला शहरात फ्याक्टरी टाकायची व्हती म्हणून त्याने बापाला जमीन विकायला लावली. कसंबसं बोलून सांगून घर, विहीर आणि थोडीशी जागा ठेवली. वाडीत घर मागल्या बाजूला व्हते म्हणून त्यांच्या घरचा रस्ता मागल्या बाजूने झाला. मग शिंदे आणि आमचे घर समोरासमोर आले. अन् आमची मैत्री झाली." तो बोलत होता.

"पण माझ्या बाबतीत कसे माहीत तुम्हाला?" - सुहासला कोडे होते.

"अरे. तुला पाहिले आहे मी पण म्हाईत नव्हते. तू पळून गेला तितके म्हाईत हाय. त्याच्या पोरानं वाडी विकली, पैसे घेतले आणि निघून गेला. सुरूवातीला १-२ महिन्यात यायचा. लगीन झाल्यानंतर एका वर्षांनी वगैरे यायचा. नंतर फक्त पैसे पाठवायचा. आता तर तो बी येत न्हाई अन् पैसे बी पाठवत न्हाई. कसेबसे दीस काढतोय तुझा चुलता. गरिबीपायीच मैत्री झाली आमची. तुजा चुलता तुजी खूप आठवण काढतो म्हणून जास्त माहीत आहे रे." - त्याने सांगितले.

सुहासला ऐकून कसेसेच होत होते. वैष्णवी पण ऐकत होती. तिने धीर देण्यासाठी सुहासचा हात धरला.

सुहास रस्ता बघत होता. सावंतवाडी म्हणजे आधीची शिंदेवाडी आली तेव्हा अगदी डोळ्यात पाणी आले. वाडीला आता चारीबाजूने सिमेंटची भिंत होती आणि त्याच्यावर तारेचे कुंपणदेखील होते.

रिक्षा पूर्ण वाडीला वळसा घालून घरासमोर थांबली. घराची दशा बघून सुहासला एकदम रडावेसे वाटले. समोर आपलेच पण एकदम जुनाट आणि पडीक घर दिसत होते. कसेबसे खांबांच्या आधाराने दोन खोल्या टिकवून ठेवलेल्या दिसत होत्या. अंगणात ठीकठिकाणी काटेरी झाडी होती. चिखलातून घरात जाण्यासाठी मधेमधे दगड ठेवलेले होते. समोरच्या दाराला एक मळकट पडदा अडकवलेला होता.

वेटर उतरला. जवळजवळ पळत जाऊन त्याने आवाज दिला. "बाजीराव... बाजीराव... अरे भाईर या. बघा कोण आलंय."

दारातून एका वयस्कर बाईने डोकावून पाहिले. तिला काही समजले नाही. "अरे गणपतराव कोण आहे? मी नाही ओळखत. तुम्ही चुकून तर नाही ना आणले कुणाला?" ती म्हणाली.

"आवो न्हाई वैनी... तुमचा सुहास आलाय बगा..." - तो म्हणाला. तो पर्यंत सुहासने रिक्षाचे पैसे देऊन सगळे घराच्या दारापर्यंत आले होते. काकू बाहेर आल्या. हिरव्या रंगाची जुनी नऊवार साडी, हातात काचेच्या बांगड्या आणि कपाळावर मोठे कुंकू. त्यांच्या निस्तेज चेहऱ्यावर सुरकुत्या होत्या. सुहासला बघून त्यांचे डोळे चमकले. सुहासचे नाव ऐकून काकापण बाहेर आले. त्यांनी धोतर आणि बंडी घातली होती. साठेक वर्षांचे काका खूप अशक्त दिसत होते आणि त्यांचा गोरा रंग थोडा काळपट झाला होता.

"सुहा...स... अरे कित्ती वेळ लावलास रे बाळा.... इतक्या वर्षांनी आठवण आली माझी. इतका रागावलास आपल्या काकावर?" - काकांनी सुहासचा चेहरा हातात घेतला आणि एकदम रडायला लागले.

"अरे त्याला घरात तरी येऊ द्या." - वेटरने घरात जाऊन सतरंजी अंथरली. सगळे आत गेले. घरात अठरा विश्व दारिद्र्य समोरच दिसत होते. सुहास आणि वरुणने काकाकाकूंना नमस्कार केला. वैष्णवीनेही डोक्यावर पदर घेऊन दोघांना त्रिवार नमस्कार केला. घराचे हाल बघून सुहासला कसेसेच व्हायला लागले.

वेटर गेला आणि कोपऱ्यावरच्या दुकानातून ग्लासभर दूध, साखर आणि बिस्किटे घेऊन आला. काकूने सगळ्यांसाठी चहा केला. चहा पिता पिता काकाकाकूंनी जे सांगितले ते ऐकून सुहास आणि वैष्णवीला खूप वाईट वाटले आणि त्याच्या भावाचा खूप राग आला. बालीचे लग्न झाले होते धारवाडला. ती येते कधी कधी भेटायला.

जमले तर पैसेपण पाठवते. पण तिचीही आर्थिक अडचण आहेच.

"बाळा. तू पळून गेलास. आम्ही तुला खूप शोधले. हुबळीला पण जाऊन आलो. पण तू कुठेच भेटला नाहीस. हुबळीला धनंजयला पण सांगितले होते तुला शोधायला. पण काही उपयोग झाला नाही. धनंजयने गोड बोलून बोलून जमीन विकली. फॅक्टरी काढली आणि आम्हाला असे टाकून दिले. आता तर सहा सात वर्ष झाली, त्याची काहीही खबरबात नाही. आम्ही पण सोडून दिले. आम्ही चुकलो. तुझ्या बापाची अर्धी जागा होती. पण आम्ही तुला त्रास दिला म्हणून देवाने आम्हाला अशी शिक्षा केली. कितीदा देवळात जाऊन माफी मागितली. आम्हाला माफ कर बाळा." काका हुंदके देऊन रडू लागले. त्यामागून काकूपण रडू लागल्या.

सुहास आणि वैष्णवीच्या डोळ्यातून पण अश्रू वाहू लागले. सुहासने काकांचे हात धरले. "रडू नका काका, मीच चुकलो. मी खूप आधी यायला पाहिजे होते, मला माफ करा."

त्यानंतर वैष्णवीने काका काकूंसाठी आणलेले कपडे आणि दुसरे सामान काढून त्यांना दिले. वेटरला सांगून हॉटेलमधून सगळ्यांसाठी जेवण मागवले. बहुतेक खूप दिवसांनी काका काकूनी इतके चांगले जेवले असावे.

૱૱૱૱

दुपारचे चार वाजले. चित्रा येतच असेल. काकांनी शंकरला चहासाठी सांगून ठेवले. तशी शंकरला सवय होतीच म्हणा. पण तरीही.

सव्वा चारच्या दरम्यान चित्रा आली. एकटीच होती. तिने बहुतेक इतक्यातच ब्युटी पार्लरची फेरी केली असावी कारण तिचे फॅशन कलरमधे रंगलेले बॉबकट केस खूप सुंदर दिसत होते. तिने अनारकली टाईपचा ड्रेस घातला होता. एकदम फ्रेश दिसत होती चित्रा. घरात येऊन तिने देव्हाऱ्यात घट बसवलेले पाहिले आणि ओढणी डोक्यावर घेऊन नमस्कार केला, हळदीकुंकू वाहिले. नंतर काका जवळ येऊन बसली.

"ये बेटा. कशी आहेस?" - अण्णासाहेब.

"मी ठीक आहे काका. तुम्ही कसे आहात?" - चित्रा.

"मी पण चांगला ठणठणीत आहे. पण हल्ली व्याप खूप वाढलेत. एक जाहिरात दिली आणि मी खूप बिझी झालो. बघ ना जवळ जवळ एक आठवडा झाला आपण भेटलो. घरात घट बसवले आहेस?" - अण्णासाहेब.

"हो काका. श्रुतीची इच्छा होती खूप म्हणून. मला तर आठवण नव्हती. पण ती तिच्या आजीसोबत नेहमी सणवार करायची त्यामुळे तिच्या लक्षात होते. मग बसवले आणि घरात एकदम प्रसन्न वाटायला लागले." – चित्रा.

"छान वाटले ऐकून. अगं हे सणवार निमित्त आहेत आपल्या व्यापातून वेळ काढण्यासाठी आणि थोडा काळ मुद्धाम स्वत:ला खूष करण्यासाठी. नाहीतर कुठे आपण घर स्वच्छ करतो. की दररोज गोडधोड करतो. श्रुती खूप चांगली आहे गं. लक्ष देत जा तिच्याकडे." - अण्णासाहेब बोलले.

"हो काका. आम्ही दोघे तिला वेळ द्यायचा प्रयत्न करतो. पण नोकरी आणि घरचे काम. नुसती तारांबळ होते. मात्र तुम्हाला भेटून गेल्यानंतर श्रुतीचे वागणे इतके बदललेले वाटले विचारू नका." - चित्रा.

"अगं फक्त वेळ देऊन होत नाही. आपण तिच्याशी काय बोलतो हे सुद्धा महत्त्वाचे असते." - अण्णासाहेब.

"म्हणजे तुम्हाला काय म्हणायचे आहे, मला समजले नाही..." - चित्रा.

"ठीक आहे सांगतो. आत्ता तू म्हणालीस नोकरी आणि घर दोन्ही सांभाळताना तुझी धांदल होते. मला एक सांग किती वर्षे तू नोकरी करते आहेस?" –अण्णासाहेब

"जवळपास पंधरा वर्षे तरी झालीत." – चित्रा.

"इतक्या वर्षात तू स्वत:ला कर्तबगार आणि कार्यसिद्ध केलेच असशील की बाकी आहे अजून काही सिद्ध करायचे?" - अण्णासाहेबांनी विचारले.

"काका मी एक कर्तबगार स्त्री आहे हे मी स्वत: सिद्ध करून दाखवलेच आहे. अजून काही नवीन सिद्ध करायचे नाही. नोकरी करत राहिले तर नवीन साफल्य दिसून येईल बाकी दुसरे काही नाही." - चित्रा बोलली.

"तुम्हा दोघांकडे पैसा आहे, स्वत:ची गाडी आहे, स्वत:चे घर आहे. बँक-बॅलेन्स वगैरे असणारच नक्की. आकाशची इतकी चांगली नोकरी आहे. मग तू पैशासाठी नोकरी करत आहेस का?" - अण्णासाहेब.

"हम्म नाही. म्हणजे श्रुती आणि स्वत:च्या भवितव्यासाठी. रिटायर होऊन कुणासमोर हात पसरायला नको म्हणून." - चित्रा जरा अवघडून बोलली.

"हो बरोबर आहे. पण एक सांग, भवितव्य घडवताना तुम्ही स्वत:चे वर्तमान खरोखर जगत आहात का? आज इतकी धडपड करशील आणि उद्या एकटी होशील. मग बसशील मागे बघत." - अण्णासाहेब म्हणाले.

"मला अजूनही समजत नाहीये तुम्हाला नेमके काय म्हणायचे आहे ते." – चित्राने परत विचारले.

"तू तुझे लहानपण आठव बरं. तुझी मॉम एक उच्चशिक्षित कर्तबगार महिला होती. तिने प्रेमविवाह केला. पण तिच्या नोकरीमुळे तुझ्या मम्मी पप्पाचे भांडण व्हायचे. शेवटी तुझे वडील व्यसनाधीन झाले आणि कालांतराने त्यांचा घटस्फोट झाला. तू

तुझ्या नैनीकडे वाढलीस, त्यानंतर बोर्डिंग स्कूल अन् त्यानंतर होस्टेल्स. बरोबर?" - अण्णासाहेब.

"हो बरोबर" - चित्राने स्वीकारार्थी मान हलवली.

"तुझी आई कर्तबगार होती, उच्चशिक्षित होती. तुला मोठे करण्यासाठी, तुझे भवितव्य घडवण्यासाठी तिने इतकी धडपड केली की ती स्वत:चे आजारपण सुद्धा विसरून गेली. अन् शेवटी ती तुझे लग्न करून निघून गेली. तू मला एक सांग त्यावेळी तुला तुझी आई हवी होती, की तुझे भविष्य घडवणारी कर्तबगार महिला?" - अण्णासाहेब.

"मला माझी आई हवी होती." – चित्राच्या डोळ्यात पाणी तरळले.

"आजही तुझ्या मनात तिची प्रेमळ आठवण नाहीये. याउलट तक्रार आहे. तिने तिचे सगळे जीवन तुला एक चांगले जीवन मिळावे म्हणून घालवले. तिला तू भेटली नाहीस, तुला ती भेटली नाही, तुला तुझे पप्पा भेटले नाहीत. तिने थोडे कमी कमावले असते, तुझ्यासोबत राहिली असती आणि तुला प्रेम दिले असते तर तुला तिची प्रेमळ आठवण राहिली असती. नाही का?" - अण्णासाहेब.

"हो. बरोबर बोललात तुम्ही. मला फक्त माझी आई हवी होती. कमी फ्रॉक, कमी पैसा, आणि खूपच उच्च दर्जाचे कॉलेज नको होते मला. तिने सोडून गेलेले पैसे, घर वगैरे सगळे माझ्या काही काही कामी पडले नाहीत फारसे. ते आहेत फक्त कागदामधे. आईची वेळ सगळ्यात जास्त महत्त्वाची होती. कॉलेजमधून सुट्टीत आल्यावर फक्त दोनचार दिवस मॉम दिसायची. बाकी ती आणि तिची नोकरी. माझे अचीवमेंट्स, नोकरी, छोट्या छोट्या आनंदाच्या क्षणात ती कुठेच नव्हती. ती असली असती तर कितीतरी चांगल्या आठवणी जोपासल्या असत्या." - चित्रा जरा नर्व्हस झाली.

"आता. तूच उत्तर शोध चित्रा.... जी चूक तुझ्या आईने केली ती तू करत नाहीयेस का?" - अण्णासाहेब.

"अं. काका हे हे तुम्ही... क्काय...." - आता चित्रा चांगलीच गडबडली.

"हे बघ चित्रा. हेच मला नेमके तुला समजवायचे होते. स्वत:ला, कुटुंबाला आणि आपल्या पोरांना काय महत्त्वाचे आहे हे ओळखून मगच आपण काय करायचे ते ठरवायचे असते. आजचे जीवन सुखी करायचे असते. भविष्य कुणी पाहिले नाही. पाहू शकत नाही. प्रत्येकाला त्याच्या कर्म आणि भाग्याप्रमाणे जे मिळायचे तेच मिळते. मग तू आई असो की पत्नी असो. कितीही मेहनत केलीस तरी शेवटी देवाकडून तू श्रुतीचे आणि आकाशचे भाग्य बदलून घेऊ शकणार आहेस का? उद्या काय होणार माहीत नसल्यावर १०-२० वर्षांनी चांगले होण्यासाठी इतकी झटपट कशाला? मी पण ही चूक केली बेटा, म्हणून तर लक्ष्मीची खूप आठवण येत राहते. तिच्यासोबत धड राहिलो नाही

आणि जेव्हा राहायची वेळ आली तेव्हा ती निघून गेली." - अण्णासाहेब.

"बेटा, श्रुतीचे भविष्य तिच्या भाग्याने चांगले घडेल. तू तिला तिचा आज दे. तिच्या मनात आईची आठवण दे, आईची प्रतिमा दे. तू तिच्यासोबत तिला हवी तशी भेटली, तिची मैत्रीण म्हणून तिची सुखदु:खं जोपासली तर ती तिला आजपासून एक चांगली व्यक्ती म्हणून घडवतील. ती मोठी होते आहे आणि मोठी होत असणाऱ्या मुलीसाठी तिची आई कित्ती महत्त्वाची असते हे मी तुला सांगणे न लगे." – अण्णासाहेब बोलले.

शंकरने चहा नाश्ता आणला आणि दोघे मुकाट्याने त्यात रमले. चित्राच्या मनात भावनांचा, विचारांचा झिंगाट चालू होता.

"तू खूप भाग्यवान आहेस चित्रा. तुला आकाश सारखा नवरा आणि त्याची आई असे कुटुंबवत्सल सासर मिळाले. ह्याच कारणाने तुझे आणि आकाशचे मधेमधे थोडेफार बिनसले तरी तुम्हा दोघांचे प्रेम अतूट आहे. तुझी सासू शिक्षिका असूनसुद्धा तिने स्वतःच्या मुलात आणि श्रुतीमधे तेच कुटुंबवत्सल भाव निर्माण केले आहेत म्हणून तुझा संसार टिकून आहे. पुरुषाला आधी त्याची साथीदार, त्याची पत्नी हवी असते. नंतर एक कर्तबगार स्त्री. ह्याला तुम्ही पुरुषप्रधान विचार म्हणून वाळीत टाकता आणि तिथेच चुकता. आकाशला त्याची प्रेमिका आणि श्रुतीला तिची आई, तिची आज्जी हवी आहे हे ओळख आणि पुढचे पाउल उचल." - अण्णा पुढे बोलले.

"आधी बायका घर सांभाळायच्या आणि पुरुष बाहेरची कामे बघायची. काम वाटलेले होते. मी स्त्रीशिक्षणाच्या विरोधात नाही पण एक गोष्ट सांगावीशी वाटते. तुम्ही स्त्रिया शिकल्या, उच्चशिक्षित झाल्या, घराबाहेर पडल्या, पुरुषांची मक्तेदारी असलेली कितीतरी कामे तुम्ही मुलींनी आणि बायकांनी सांभाळलीत. खूप गर्व आहे. उर भरून येतं गं. पण काय झाले. स्त्रीमुक्तीच्या नावाखाली जगासमोर सक्सेसफुल आणि वर्किंग वूमन झाल्या. आर्थिक प्रगती आणि आर्थिकदृष्ट्या सबळ म्हणजेच स्त्री स्वातंत्र्य हे गणित बसवले आणि इथेच तुम्ही चुकलात. स्वत:ला कर्तबगार महिला म्हणून सिद्ध करताना तुम्ही घरची आणि बाहेरची अशी दोन्ही कामं स्वत:वर ओढवून घेतलीत. याचा परिणाम असा झाला की तुम्ही स्वत:चे मुख्य कर्तव्य विसरून गेलात." - अण्णासाहेब बोलतच होते आणि चित्रा अगदी भारावून ऐकत होती.

"देशाची पुढची पिढी घडवणे हे सुद्धा एक खूप महत्त्वाचे काम आहे आणि हे प्रत्येक आईचे सगळ्यात मोठे कर्तव्य आहे. ह्या कामासाठी आपली कर्तबगारी काही वर्षे थोडीशी बाजूला ठेवता येते. मी काका म्हणून तुझ्या घरी आलो तरी तुझा प्रॉब्लेम तितका सुटणार नाही. तुझे सोल्युशन तुझ्याच हातात आहे. बघ विचार कर. तुला काहीही मदत हवी असेल तर ती मी नक्की तुला करीन." -अण्णासाहेब परत पुढे बोलले.

चित्रा एकटक काकांकडे पाहत होती. तिला पटत होते. काकांचा इशारा काय आहे हे ही समजत होते.

"म्हणजे मी नोकरी सोडावी असेच का?" - चित्राने विचारले.

"अं हं. नक्की असे नाही. नोकरी सोडणेच उपाय नाहीये. पण घरासाठी, लेकीसाठी जास्तीत जास्त वेळ काढता यावा हे महत्त्वाचे. आपण पुरुषांची बरोबरी करताना प्रत्येक गोष्टीत स्पर्धा करतो. प्रमोशन मोजतो. हा माझ्या बॅचचा मुलगा माझ्या पुढे कसा गेला ही स्पर्धेची भावना आणि मी स्त्री म्हणून कमी नाहीये म्हणून ओढून आणलेले ताण. मग घर मागे आणि प्रोफेशन पुढे असे होते. नकळत तुम्ही कॉर्पोरेटच्या जाळ्यात सापडता. हे ओळखून आपण आपली प्रायोरिटी बदलायला पाहिजे." – अण्णासाहेब म्हणाले.

"म्हणजे तू स्पर्धेच्या बाहेर निघ. ऑफिसमधे अर्धा वेळ राहून किंवा आपल्या जवळ असलेल्या फावल्या वेळात फक्त फ्रीलान्स पत्रकारिता करता येते का, किंवा अॅनॅलिटिकल कामे घरबसल्या करता येतात का ते बघ. म्हणजे घरची आणि मुलीची सगळी जवाबदारी पूर्ण करून उरलेल्या वेळेत तुला प्रोफेशन सांभाळता येईल. असे केल्याने तुझा प्रोफेशनल टच संपणार नाही आणि पूर्णपणे आर्थिक दृष्ट्या परावलंबी होणार नाहीस. पुढे जास्त वेळ देता आला तर परत फुल टाईम नोकरी करता येईल." काका म्हणाले.

"हं हे पटत आहे काका. इतके वर्ष पूर्णवेळ चांगले काम केले. आता मला काही वर्ष लो प्रोफाईल काम करता येईल." - चित्रा उत्साहाने बोलली.

"एकझॅक्टली!! देयर यू आर!!!" अण्णासाहेब उत्साहाने बोलले. त्यांना हेच सुचवायचे होते.

"पण श्रुतीची आणि आकाशची वागणूक बदलणार तर नाही ना. आत्ता मी ऑफिसला जाते तर ते इतके बेपर्वा असतात, मी घरी असले तर अजून बिघडणार नाही ना?" –चित्रा

"चित्रा. प्रेमाने सगळे जिंकता येईल. आणि इतकी काळजी करू नकोस. हीच भीती तुम्हा बायकांना नोकरी सोडू देत नाही. शेवटी ही आपुलकीची माणसे, यांच्यापासून काय ग स्पर्धा." - अण्णासाहेब

"काका, पण मला हे जमेल? शेवटी माझ्यात आणि मम्मीजी मधे फार फरक आहे. मला फारसे माहीत नाही. नेहमी एकटी राहिलेली मी. प्रत्येक गोष्ट गुगल थोडेच शिकवणार आहे. कसे करणार मी? मम्मीजी होत्या तेव्हा फार वेगळे होते सगळे. मला त्यांची खूप आठवण येत आहे. फक्त मी लो प्रोफाईल घेतल्याने होणार नाही असे मला तरी वाटते." - चित्राने शंका विचारली.

"ठीक आहे तू एक सांग. मी जे म्हटले ते पूर्णपणे पटते आहे का? त्या दिशेने पाऊल टाकणार असशील तर माझ्याकडे एक मस्त उपाय आहे. पण तू आधी मला प्रॉमिस कर." –अण्णासाहेब हसून म्हणाले.

"काका. तुम्ही जे बोललात ते इतके मनाला भिडले आहे की हाच एक उपाय आहे हे वाटत आहे. नवरात्र संपली की मी या दिशेने काम सुरु करते. पण तुम्ही काय सुचवणार आहात?" - तिने विचारले.

"श्रुतीची आजी गेली. श्रुती मुलगी आहे. काही दिवसांनी वयात येईल. कित्तीही भरवसा असला तरी पोरीची गरज एक स्त्रीच पूर्ण करू शकते. अन् त्यापेक्षा जास्त महत्त्वाचे हे की श्रुतीला आजीची ओढ होती. मात्र तुम्हाला आजोबा मिळण्याची सोय आहे म्हणून तुम्ही दोघे आजोबा भाड्याने घ्यायला निघालात. हो की नाही?" - अण्णासाहेब.

"हो. पण..." - चित्रा.

"आता कल्पना कर. जर आजोबा ऐवजी आजी भेटली तर?" अण्णासाहेब मिश्कील बोलले.

"असे कसे? म्हणजे जाहिरात तर आजोबाची होती. मग आजी कुठून आली?" –चित्रा गडबडून बोलली.

"ते मी नंतर कधीतरी सांगेन. तू फक्त सांग." – अण्णासाहेब.

"एकदम छान होईल काका. अक्कीला एकदा विचारून सांगू?" - चित्रा उत्साहात बोलली.

"चालेल. तो नाही म्हणणार नाही याची खात्री आहे मला. तोपर्यंत मीही त्या आज्जींना विचारतो." - अण्णासाहेब बोलले.

"ठीक आहे काका. येते मी. बराच वेळ झाला. श्रुती वाट बघत असेल." - चित्रा म्हणाली आणि चपला घालून निघाली.

अण्णासाहेब सोफ्यावर येऊन बसले. खरेतर चित्रासारख्या आधुनिक वातावरणात वावरलेल्या बाईला इतके समजावून वळवणे शक्य नव्हते पण जमले म्हणून त्यांना खूप छान वाटत होते.

"शंकर. आजचा दिवस चांगला आहे. खरंच चांगला आहे. काहीतरी गोड कर खायला." - अण्णासाहेबा उत्साहात शंकरला आवाज देऊन बोलले.

"काय झाले काका. फार खुश दिसत आहात." शंकर किचनमधून हात पुसतपुसत बाहेर आला.

"हो रे. हळू हळू पाचही कुटुंबे मार्गी लागणार. एक नारायणरावांची केस राहिली

आहे फक्त. बघू." - अण्णासाहेब.

"काका, तुम्ही चांगल्या मनाने इतके काम करत आहात. मग सगळे चांगलेच होईल सगळ्यांचे. बघाच तुम्ही." - शंकर काकांचा तसाही भक्तच होता म्हणा ना.

"तुझ्या तोंडात साखर पडो. शिरा कर आज थोडा." –अण्णासाहेब

जेवण करून अण्णासाहेब झोपले.

गावाच्या त्या रस्त्यावर दोन रिक्षा येऊन थांबल्या. शिंदेवाडीच्या घरासमोर त्यामानाने जरा जास्तच गर्दी झाली होती. त्याला कारणही तसेच होते. शिंदेवाडीच्या मालकाचा पळून गेलेला पुतण्या जवळपास वीस वर्षानंतर त्यांना मुंबईहून घ्यायला आला आहे ही बातमी गावभर पसरली होती.

काल दुपारचे जेवण झाल्याझाल्या सुहासने काकाकाकूंना लगोलग मुंबईला येऊन आपल्यासोबत राहायचा निर्णय सुनावला होता. त्याचे प्रेम बघून काका काकू भारावलेल्या स्थितीत होते. सुहासने त्या दोघांना काहीही बोलू दिले नाही.

"फक्त तयारीला लागा. इथून काहीही घेतले नाही तरी चालेल. मुंबईला सगळे होईल पण तुम्हाला काही हवे असेल तर बॅगेत भरून घ्या. घर आणि या जागेचे काय करायचे ते नंतर ठरवू." - सुहास काकांना म्हणाला.

"ठीक आहे बेटा. घरातले देव आणि काही महत्त्वाच्या वस्तू आहेत ते घेऊ दे फक्त." - काका.

काकांनी होकार दिल्यावर सुहास लगेच बसस्थानकावर गेला. जवळच्या एटीएम मधून पैसे काढले. तिकिट खिडकीवरून मुंबईसाठी रविवार संध्याकाळच्या बसची दोन तिकिटे निश्चित करून घेतली. दुकानात जाऊन सामानासाठी एयरबॅग आणि अजून दुसरे सामान घेतले.

परत येताना एका सुतारासोबत लोखंडी पत्रे, रेडीमेड लाकडी दार, काही खांब आणि भला मोठा निळा प्लास्टिकचा कागद घेऊन आला. सुताराने लगेच कामाला सुरूवात केली. जेणेकरून घराची डागडुजी करून दार लावून जाता यावे. छताला आणि भिंतीला जिथे भेगा पडल्या होत्या तिथे पत्रा लावला, नवीन दार बसवले आणि पूर्ण छतावर निळा प्लास्टिकचा कागद टाकून घेतला. रात्री उशीरापर्यंत सुताराचे हे काम चालले होते.

शिंदे कुटुंबाच्या मागच्या कितीतरी पिढ्या ह्या गावातच राबल्या होत्या. आता हे कुटुंब गाव सोडून जात आहे म्हटल्यावर बरेच लोक कालपासून त्यांना भेटायला आणि निरोप द्यायला आले होते. घरात गरीबी आली म्हणून जी मंडळी शिंदे कुटुंबाला हटकून

दूर गेली होती, ती सुद्धा मुंबईचा पुतण्या आला म्हणून भेटायला आली होती. वेळ कशी बदलते. कालपर्यंत काकाला पोटभर जेवण नव्हते. तेव्हा काहीही मदत न करणारे हेच लोक आज जायच्या आधी आमच्याकडेच जेवणाला या म्हणून आमंत्रण द्यायला पुढे आले होते. त्या सगळ्यांनाच सुहासने एक विनम्र नकार घाई या नावाखाली कळवला होता. मात्र हा नकार काकांचा नवीन मित्र गणपतराव म्हणजेच त्या वेटरला देता आला नव्हता.

शिंदे काका आणि काकूंनी आज नवीन कपडे घातले होते. काकू आणि वैष्णवीने मिळून एका पेटीत घरातले देवघर, पिढीजात महत्त्वाचे सामान आणि गरजेचे कपडे भरले. तयारी झाल्यावर सर्वांनी सकाळचे जेवण गणपतरावांकडे केले. घराला नवीन कुलूप लावून सर्वजण मुंबईला जायला सज्ज झाले.

निघताना काकांनी गणपतरावाला घट्ट मिठी मारली. एकीकडे आनंदाच्या अतिरेकाने तर दुसरीकडे आपले पिढीजात घर सोडून जाण्याच्या दु:खाने मन भरून आलेले. काका काकूंचे अश्रू थांबतच नव्हते.

"लक्ष असू द्या गणपतराव. येतो आम्ही आता." उपरण्याने डोळे पुसत काका म्हणाले.

"माउलीच्या कृपेने तुमचे चांगले दीस आले बाजीराव. मुंबईला जाऊन आम्हाला ईसरू नका. भेटायला येत ऱ्हावा. सरसोती हळदीकुंकू दे गं बायांना" - गणपतराव तिच्या बायकोला म्हणाला.

सरस्वतीने काकू आणि वैष्णवीला हळदीकुंकू लावले आणि सर्वांना खडीसाखर दिली. वैष्णवीने सरस्वतीला वाकून नमस्कार केला. काकू आणि सरस्वतीने एकमेकींना मिठीत घेतले. परत एकदा भावनांचा उद्रेक झाला. या वेळी मात्र सुहासने जरा घाई करत सगळ्यांना कंट्रोल केले. सगळे रिक्षात बसून बस स्थानकावर आले आणि हुबळीला जाणाऱ्या बसमधे बसले. सामान व्यवस्थित लावून सुहास, काका आणि गणपतराव परत खाली उतरले.

"गणपत काका, तुम्ही दु:खाच्या दिवसात काका काकूंची मैत्री निभावली. त्यांना आधार दिलात आणि माझी भेट घडवून आणली. तुम्ही नसतात तर मी काकांना शोधूच शकलो नसतो. मी तुमचे उपकार कधी विसरणार नाही." असे म्हणून सुहास गणपतरावांच्या पाया पडला.

"पाया पडू नकोस रे बाबा. माउली तुला सुखी राखो. चल चढ़ आता बस सुटेल. ड्रायव्हर आलाय." डोळयात परत भरून आलेले अश्रू लपवत गणपतराव म्हणाले.

सुहास बसमधे चढला. बस सुरू झाली आणि बस दिसेनाशी होईपर्यंत गणपतराव

आणि काका एकमेकांना हात दाखवत होते.

दुपारचा एक वाजला आणि वाट बघत असलेल्या निखिलचा फोन वाजला. मोहनआप्पांचा फोन होता. ते अर्ध्या तासात पोहोचतील. घरात लगबग वाढली.

आईचे मामा, म्हणजे आपले कुणीतरी आजोबा येणार आहेत हे कालच मधुर आणि पीहूला कळले होते. रात्रीच मामाच्या खोट्या आठवणी रोहिणीने दोघांना रंगवून रंगवून सांगितल्या होत्या. त्यांच्या जाणीवेत बऱ्याच वर्षांनी कुणीतरी पाहुणा घरी येणार होता. म्हणून दोघेही एकदम उत्साहात होते.

रोहिणीने आज नवीन तोरण लावून दारात रांगोळी काढली होती. तीनचारदा तरी गेस्ट रूममधे जाऊन सगळे व्यवस्थित आहे की नाही ते पाहून आली होती. घरातले पडदे, चादरी वगैरे बदलले होते. मुलांचे रूम छानपैकी नीटनेटके केले होते.

आप्पा येणार आहेत म्हणून तिने जातीने लक्ष देऊन मेड कडून स्वयंपाक करवून घेतला होता. निखिलने खास जाऊन जेवणात गोड म्हणून श्रीखंड आणले होते. घरात एकदम प्रसन्न वातावरण होते. असो.

पस्तीसेक मिनिटांनी सिक्योरिटीचा फोन आला. “डॉक्टरसाहेब, तुमच्याकडे मोहन पगारे म्हणून कुणीतरी पाहुणे आले आहेत.”

“थांब, मी आलोच.” म्हणून निखिलने लगेच लिफ्टकडे धाव घेतली.

आकाशचे नवीन प्रपोजल शनिवारी रात्री उशीरा सबमिट झाले. तो सकाळच्या फ्लाईटने चेन्नई वरून आला आणि खूप थकवा आल्यामुळे लगेच झोपला. इतक्या बिझी शेड्युलमधे त्याला चित्राशी बोलायला वेळ मिळालाच नव्हता. फार तर फार कशी आहेस वगैरे. आज त्याच्याशी बोलू असे चित्राने ठरवले.

चित्रा काकांना भेटून आल्यानंतर सारखी विचारात होती. काका जे म्हणत होते ते अगदी पटत होते. पण मनात शंका कुशंकाचे चक्र चालू होते. काय आणि कसे होईल. पुढचे कसे ठरवायचे हे आज जरा आकाशशी बोलून ठरवता आले तर उद्या ऑफिसमधे बोलता येईल. रोल चेंज मधे थोडा तरी वेळ जाईल. आज्जी म्हणून घरी येणारी व्यक्ती कोण असेल, कशी असेल, तिचे श्रुतीशी पटेल का वगैरे हे सगळे विचार तिला स्वस्थ बसू देत नव्हते.

कंटाळून तिने कॉफी केली आणि हॉलमधे येऊन टीव्ही बघत बसली. थोड्या वेळातच तिला पण जी डुलकी आली ती एकदम आकाशच्या आवाजाने मोडली. ती

सोफ्यावरच झोपली होती मागचे दोन तास. संध्याकाळचे सात वाजले होते. स्वयंपाकाला मेड आली होती. थोड्या वेळात पूजा पण करायची आहे. चित्राने उठून मेडला सूचना केल्या. श्रुती कराटे क्लासला गेली होती ती एखाद्या तासात येईल. तिने मेडला परत दोघांसाठी चहा करायला सांगितला. चहा होईपर्यंत आकाश पण फ्रेश होऊन आला. दोघे चहा पीत पीत बेडरूममधे बोलायला लागले.

"आकाश. मी काल काकांना परत भेटून आले. तू खूप बिझी होतास म्हणून तुला सांगता आले नाही." - चित्रा.

"सॉरी अगं खरंच खूप बिझी होतो आणि खूप थकलो. या गोष्टीकडे लक्षच नव्हते. काय म्हणाले काका?" – आकाशने विचारले.

"फार काही नाही. पण ते म्हणाले सध्या श्रुतीला आपली जास्त गरज आहे. तिला जास्त वेळ द्यायला पाहिजे. मलाही त्यांचे म्हणणे पटले. म्हणून मी ऑफिसमधे लो प्रोफाईल रोल घ्यायचा प्रयत्न करणार आहे. तुझी काही हरकत नाही ना?" - चित्रा.

"पण तुला जमेल का? म्हणजे तू एक अचीव्हर आहेस आणि तुझी त्या मिडिया हाउसमधे एक पोझिशन आहे त्याचे काय?" – आकाशने विचारले.

"ते काही नाही रे. नेहमीच काय पोझिशनच्या रेसमधे लागायचे. खूप झाले आता. घर आणि श्रुती जास्त महत्त्वाची आहेत. मम्मीजी होत्या तेव्हा फारसे टेन्शन नव्हते पण आता मला हे सगळं बघितलच पाहिजे. श्रुती मोठी होते आहे. अभ्यासात सुद्धा मदत लागेल तिला. ऑफिसमधे बोलून बघते. जास्त अडले किंवा गरज पडली तर नोकरी सोडून फ्रीलान्स काम करीन. मी कमी पैसा कमावला तर तुला काही हरकत नाही न एवढे सांग फक्त?" – चित्रा.

"अगं काय बोलतेस हे? हे काय विचारणे झाले बेटा? आपल्या नात्यात पैसा कुठे आला मधे? उलट मला चांगलेच वाटेल की तू माझ्यावर भरवसा ठेवलास. बघ मी तुझा अक्की आहे. तुला जे चांगले वाटते ते कर. मी तुला साथ देईन. ओके डियर?" - आकाश.

"ओह माय अक्की..." - चित्रा त्याच्या जवळ जाऊन बिलगली.

"हम्म पण बाईसाहेब हा इतका बदल कुठून आला? हे काका म्हणजे जादुगर आहेत म्हणतो मी. त्यांच्या पायी लोटांगण घालायला हवे." - आकाश.

"हम्म. काहीतरीच तुझे हं. मलापण काही गोष्टी आपणहून समजतात म्हटलं. तुझ्यावर सोडलं असतं तर प्रकरण पुढे गेलं असतं का?" – चित्रा लाडिक बोलली.

"असू दे. गम्मत केली. पण मला आनंद आहे. अन् सांगितले नाहीस की काका आजोबा म्हणून येतील का आपल्याकडे?" – आकाश.

"नाही. ते येणार नाहीत. पण म्हणाले की, श्रुतीला आजोबापेक्षा आजीची जास्त गरज आहे. आपली तयारी असेल तर ते आपल्याला एक आजी मिळवून देऊ शकतील.

आपला होकार असेल तर ते बाकीचे डीटेल्स सांगतील." - चित्रा.

"अरे. हे काका अगदी मनकवडे आहेत खरे. माझ्याही मनात अगदी असेच काही होते. आजकालची परिस्थिती बघून तसे पाहिले तर कुणावरही भरवसा ठेवणे कठीण आहे. म्हणून एखादी आजीसारखी व्यक्ती श्रुतीसोबत असावी असे मलाही वाटत होते पण चॉइस नव्हती आणि तू खूपच टेन्शनमधे होतीस. त्यात आजोबांना भेटून श्रुतीमधे तात्पुरते का होईना खूप बदल दिसले म्हणून मी उत्साहात हो म्हणालो होतो. आता तर 'अंधा क्या चाहे दो आंखे' सारखी परिस्थिति आहे माझी. मला चालेल एकदम. तू होकार कळव लगेच त्यांना" - आकाश.

"मीच करू का. तू फोन लाव नं." – चित्रा.

"ठीक आहे. मी लावतो." आकाशने अण्णासाहेबांना फोन करून दोघांचे मत काकांना सांगितले. मंगळवार संध्याकाळी परत भेटण्याचे ठरले. श्रुतीला सोबत आणू नका, असे त्यांनी स्पष्ट सांगितले होते.

श्रुती आली आणि चित्रा पूजेच्या तयारीला लागली.

पूजा करून अण्णासाहेब बसलेच होते आणि आकाशचा फोन आला. अपेक्षेप्रमाणे त्याने आज्जीसाठी होकार दिला होता.

ते बैठकीवर बसणार इतक्यात परत फोन वाजला. दुसरीकडून नारायणराव होते.

"अण्णासाहेब उद्याची तारीख आहे कोर्टाची. तुम्ही येणार ना कोर्टात?" - नारायणराव.

"ईश्वर तुमच्या पाठीशी आहे नारायणराव. फिकीर करू नका. निकाल तुमच्या बाजूनेच लागेल. मला येणे जमणार नाही. खूप कामात आहे. रणजीतसिंगला सांगतो. तो बहुतेक येणारच असेल." –अण्णासाहेब.

"हरकत नाही. माझे रणजीतसिंगशी बोलणे झाले. ते येणार आहेत. तुमचा आशीर्वाद असू द्या सोबत. उद्या दुपारच्या सेशनला सुनवाई होणार आहे." - नारायणराव.

"ठीक आहे. बेस्ट ऑफ लक. काय झाले ते सांगा मला तुमची सुनवाई झाल्यावर." - अण्णासाहेबांनी फोन ठेवला.

थोडा विचार करून त्यांनी फोन उचलला आणि यशवंत पंडितला फोन लावला आणि उद्या सकाळी भेटण्याचे ठरले.

काकाकाकू, सुहास, वैष्णवी आणि वरुण संध्याकाळी हुबळीला पोहोचले. मुंबईची

बस रात्री दहा वाजता होती. कधी एके काळी सुहास आणि वैष्णवी इथेच राहत होते म्हणून आठवणींचा एक लोट दोघांच्या मनात आला होता. लग्नानंतर दोघेही हुबळीला आले नव्हते. म्हणून एकदा परत शहर फिरण्याची दोघांना खूप इच्छा होती. मग काय, सामान बस स्थानकावर लॉकरमधे ठेवून त्यांनी तासांच्या हिशोबाने एक टैक्सी केली आणि काकाकाकूंना घेऊन निघाले. वैष्णवीचे विकलेले घर, तिच्या बाबांचे ऑफिस, कॉलेज, सुहासचे कॉलेज, जुने ऑफिस, त्याचे घर असे बाहेरूनच वरुण आणि काकाकाकूंना दाखवले. त्यासोबत त्यांना काही काही आठवणी सांगितल्या. जवळ जवळ दहा वर्षांनी हे सगळे त्यांनी परत पाहिले म्हणून खूप उत्साहात होते. काका काकू आणि वरुण सुद्धा खूप फुशारकीने हे सगळे बघत होते.

साडे आठच्या सुमारास त्यांनी परत बस स्थानकाजवळ टॅक्सी सोडली, जवळच एका ओळखीच्या रेस्टॉरंटमधे जेवण केले आणि परतीच्या प्रवासाला सुरूवात झाली.

मोहनआप्पा घरी आले आणि घरात सर्वांचा उत्साह उतू आला. मोहनला सुद्धा कुणाशी बोलू आणि कुणाशी नको याचा निर्णय करता येत नव्हता.

निखिल आप्पांना घर दाखवत होता. गेस्ट रूम, कुठे काय आहे, बस कुठे येते, किल्ली कुठे असते, कोण केव्हा जातो, येतो, कुठे भेटतो आणि घरी कुणी नसताना त्यांना काही त्रास होऊ नये म्हणून कुणाला संपर्क करायचा वगैरे. रोहिणी जेवणाची तयारी करून सगळे फ्रेश होऊन लवकर जेवण करा म्हणून मागे लागली. तर मधुर पीहूला आजोबांना भेटून आपली रूम दाखवायची होती. आणि बरेच काही.

शेवटी रोहिणी जिंकली. आप्पांनी आधी जेवण उरकून घेण्याचे फर्मान सोडले आणि सगळे हातपाय धुऊन डायनिंग टेबलवर जमले. वरणभात, बटाटा-वांग्याची भाजी, पोळी आणि श्रीखंड असा बेत होता. सगळ्यांनी जेवणावर छानपैकी ताव मारला. गप्पांचा विषय अर्थातच आप्पा आणि आप्पाच होते.

त्यानंतर आप्पांनी आपले सामान उघडले. त्यांनी सगळ्यांसाठी मिठाई आणि फळे आणली होती. घरच्या देव्हाऱ्यासाठी चांदीची पणती, रोहिणीला साडी, निखिलला टीशर्ट आणले होते. नाही म्हटले तरी एखाद्या माहेरच्या माणसांनी आणावी तितक्या आपुलकीने मिळालेली साडी रोहिणीला नक्की भावली होती. देवासाठी आणलेली कुठलीही वस्तू प्रसादच असते.

त्यानंतर त्यांनी मधुरसाठी आणलेले बॅडमिंटनच्या रॅकेटचे सेट आणि शटलकॉक काढले. तिरप्या डोळ्यांनी पीहूकडे पाहिले तर ती जरा रुसलेली दिसली. मग शेवटी

त्यांनी बॅगमधून मोठी बाहुली काढली. बाहुली बघताच पीहू एकदम नाचायला लागली.

"आप्पा, पण मी बॅडमिंटन कुणासोबत खेळू?" मधुरने विचारले.

"अरे मीही छान बॅडमिंटन खेळतो, आपण दोघे खेळू." - मोहनआप्पा.

"चालेल. कधी जायचे खेळायला?" – मधुरने परत लगेच विचारले.

"अरे आप्पांना जरा आराम करू दे, संध्याकाळी जा." - निखिल म्हणाला.

डोअरबेल वाजली. रोहिणीने दार उघडले तसे जोशीकाका आणि काकू आत आले.

"या काका. आप्पा हे जोशी काका आणि काकू. खाली दहाव्या मजल्यावर राहतात. खूप काळजी घेतात आमची. आणि काका हे मोहन पगारे, रोहिणीचे मामा. गावावरून आमच्याकडे राहायला आले आहेत एका महिन्यासाठी." - निखिलने सांगितले.

"नमस्कार मोहनराव. खूप छान केलेत आलात ते. आता आम्हाला पण सोबत झाली म्हणायची." – जोशीकाका.

"बरोबर म्हणालात जोशीसाहेब. तुम्हाला भेटून आनंद झाला. सकाळची वॉक सोबतच करू. या बसा." - मोहन म्हणाला "रोहिणी चहा करतेस का बेटा?"

"हो आप्पा. आणते लगेच करून." रोहिणी आत गेली. जोशीकाकू तिच्या सोबत गेल्या.

"बरं झालं गं, गरज होती तुम्हाला. चांगले दिसताहेत तुझे मामा. आता तू पण काही दिवस निवांत ऑफिसला जाऊ शकशील." – जोशीकाकू.

"हो काकू. खूप चांगले आहेत आप्पा. बघू." - रोहिणी म्हणाली.

सोमवार सकाळ. मोहनआप्पा सकाळी साडे सहा वाजता उठले. फ्रेश होऊन बाहेर आले. रोहिणी किचनमधे होती. आप्पांना बघताच चहा करायला ठेवला. मुलांच्या आणि निखिलच्या डब्याची भाजी पोळी झाली होती. आज तिला दुपारची फ्लाईट होती त्यामुळे ती थोडी निवांत होती. चहा घेऊन हॉलमधे आली तोपर्यंत निखिल पण तयार होऊन आला. आज त्याला साडेसातची ओटी होती. तीन ऑपरेशन्स करायची होती त्यामुळे तो घाईत होता. तिघांनी किरकोळ गप्पा मारत चहा घेतला. चहा संपता संपता खालून ड्रायव्हर पोहोचल्याचा फोन आला. रोहिणीने लगेच निखिलला डबा भरून दिला आणि तो आप्पांना नमस्कार करून हॉस्पिटलला गेला.

रोहिणीने पीहू आणि मधुरला उठवले. मधुरला शाळेची तयारी करायला सांगून ती पीहूला तयार करायला गेली. शाळेच्या बसपर्यन्त मी पण येणार असे आप्पांनी रोहिणीला सांगितले. म्हणजे दररोज मला त्यांना सोडता येईल. त्यांनी इंटरकॉमने जोशीकाकांना

फोन केला आणि मुलांना बसमधे सोडून मग वॉकला जाऊ असे सुचवले. जोशीकाकांनी होकार दिला तसे ते पण आपल्या रूममधे तयार व्हायला गेले.

तयार होऊन आले तसे मधुर आणि पीहू शाळेत जाण्यासाठी तयार होते. रोहिणी, पोरं आणि आप्पा सगळे बिल्डिंगच्या खाली गेले. बस तिथेच येते असे रोहिणीने त्यांना सांगितले. पीहूची दुपारी एक वाजता आणि मधुर दुपारी तीन वाजता शाळेची सुट्टी होते. शाळेतून येताना बस ड्राइव्हर पीहूला पाळणाघरात सोडतात. मधुर घरी येतो अशी सगळी माहिती रोहिणी आप्पांना सांगत होती. आप्पांनी पीहूला सुद्धा घरीच बोलावून घ्यायला सांगितले.

बस आल्यावर रोहिणीने ड्रायव्हर आणि आप्पांची ओळख करून दिली.

"हे बघा, आजपासून आप्पा पोरांना बसमधून घ्यायला येतील. त्यांच्या सोबत पोरांना जाऊ द्या आणि पीहूला पण दुपारी घरीच आणा. मी पाळणाघरात फोन करून सांगते की ती येणार नाही म्हणून." रोहिणीने बस ड्रायव्हरला सांगितले. पोरं बसमधे चढली आणि बस गेली. तोपर्यंत जोशीकाका खाली आले होते.

"रोहिणी, मी जरा जोशीकाकांसोबत फिरून येतो." – मोहन.

"ठीक आहे आप्पा. मी नाश्ता तयार करून ठेवते. सोबतच घेऊ." असे सांगून ती घरी आली. अंघोळ वगैरे आटोपून तयार झाली. नाश्ता तयार केला. इतक्यात आप्पा आले.

तिने नाश्ता लावला आणि दोघे गप्पा मारत नाश्ता करू लागले.

"आप्पा, मी साधारण ११ वाजता निघेन. तुमचे दुपारचे जेवण मी तयार करून किचनमधे ठेवले आहे. दुपारी एक वाजता पीहू घरी आल्यावर तिला सफरचंद किंवा दही-साखर व पोळी द्या. दुपारी दोन वाजता घरकाम करणारी बाई येईल. सगळे काम करून जाईल. स्वयंपाक करणारी मेड संध्याकाळी सहा वाजता येईल. स्वयंपाक काय करायचा याच्या सूचना मी तिला केल्या आहेत. तुम्हाला काही वेगळे लागले तर तिला सांगा. दुपारचा चहा मात्र तुम्हाला स्वत: करावा लागेल." - रोहिणीने सांगितले.

"ठीक आहे. काही हरकत नाही. तू आणि निखिल केव्हा येणार?" – मोहनआप्पाने विचारले.

"निखिल बहुतेक पाच वाजेपर्यंत येईल. आयसीयु मधून पेशंट त्याच्या खोलीत नेल्यानंतर त्याला राउंड घ्यावा लागतो. मला यायला रात्री नऊ तरी वाजतील. उशीर होणार असेल तर तसे मी फोन करून सांगीन. एक वाजेपर्यंत काहीही वाटले तर तुम्ही मला फोन करू शकता. त्यानंतर मला फोन स्वीच ऑफ करावा लागेल." - रोहिणी.

"हं ठीक आहे. चल तू आवर तुझे. मी पूजा वगैरे करून माझे जप करतो. निघताना

सांगून जा बरं." - मोहनआप्पा म्हणाले.

"हो आप्पा." रोहिणी बाकीचे घरचे काम आवरू लागली.

सुहास, वैष्णवी, वरुण आणि काकाकाकू घाटकोपरजवळच्या बस थांब्यावर उतरले. सामान उतरवून दोन रिक्षा केल्या. एका रिक्षात वैष्णवी, वरुण आणि काकू बसल्या आणि दुसऱ्या रिक्षात सुहास आणि काका सामान घेऊन बसले. पंधरा एक मिनिटांनी घर आले. सुहासने सिक्योरिटीला काकाकाकूंची ओळख करून दिली. मग सगळे घरात आले. वैष्णवीने दारात लावलेल्या पिशवीतून दूध आणि वर्तमानपत्र काढले. दोनतीन दिवस घर बंद होते त्यामुळे घरात हलका कुबट वास होता. सुहासने सगळे पडदे आणि खिडक्या उघडल्या. घरात एकदम उजेड आणि हवा आली. सगळ्यांना बरे वाटले.

वैष्णवीने वरुणला शाळेसाठी तयार व्हायला सांगितले. सुहास पण ऑफिससाठी तयार व्हायला गेला. वैष्णवीने सगळ्यांसाठी चहा आणि वरुण साठी दूध बनवले. वरुणला टिफिनमधे ब्रेड-बटर-जैम लावून दिले. चहा दूध वगैरे झाल्यावर सुहास वरुणला शाळेच्या बसवर सोडायला गेला.

वैष्णवीने काकाकाकूंचे सामान वरुणच्या रूममधे ठेवले. त्यांना अंघोळ वगैरे आवरून घ्यायला सांगितले. त्यानंतर तिने पटकन सुहाससाठी पोळी भाजीचा डबा केला आणि त्याला भरून दिला.

सुहासला बँकेत जायचे होते. तो डबा घेऊन लगेच कामाला गेला. वैष्णवीने आज घरून काम करायचे ठरवले. आज काकाकाकूंची थोडी व्यवस्थित घडी बसली की उद्यापासून तीही ऑफिसला जाईल असे ठरले.

सुहास ऑफिसला गेल्यानंतर वैष्णवीने नाश्ता तयार केला तोपर्यंत काकाकाकू अंघोळ करून तयार झाले होते. तिघांनी नाश्ता केला. मग वैष्णवीने त्यांना घर दाखवले आणि मधेमधे कुठे काय आहे याची सूचना करत गेली. घर भाड्याचे आहे. भाड्याचे कंत्राट अजून दीड वर्षे आहे. सध्यातरी काकाकाकूंना वरुणच्या रूममधे एडजस्ट करून घ्यावे लागेल. पुढे घर बदलताना मोठे घर बघता येईल असे तिने सांगितले. तिघांची दिनचर्या सांगितली. घरकामाला बाई आहे. पण स्वयंपाकाला कुणी बाई नाहीये.

"काकू स्वयंपाक मीच करते. कारण आम्ही तिघे सकाळी आठ वाजता शाळा ऑफिसला डबा घेऊन निघतो. संध्याकाळी साधारण सात वाजता घरी आल्यानंतर मी रात्रीचे जेवण बनवते. घरचे बाकीचे काम आवरायला दुपारी एक बाई येते. वरुण शाळेतून पाळणाघरात जातो. त्याला सुहास घरी येताना घेऊन येतो." – वैष्णवीने सांगितले.

"तुम्हाला वाटले तर आपण स्वयंपाकाला बाई ठेऊ आणि तुम्हाला पटत असेल

तर वरुणला पुढच्या महिन्यापासून आपण पाळणाघरापेक्षा घरीच बोलवू. त्याला दररोज नियमाने फिट्सचे औषध द्यावे लागते. बाकी गोष्टी तुम्हाला हळू हळू समजतीलच.'' – वैष्णवी पुढे बोलली.

''अगं सुनबाई तू काही काळजी करू नको. इतके चांगले घर आहे तुमचे. उगाच कशाला मोठे घर घ्यायचे. स्वयंपाकाची चिंता नको. आता मी आहे नं घरी. मला सवय आहे. मी स्वत: स्वयंपाक करीत जाईन. फक्त कुठे काय आहे तेवढे सांग. हा गॅस वगैरे कसा वापरायचा ते मात्र मला समजत नाही. तितके समजले की झाले. आणि हो, आम्ही असताना वरुणला कशाला हवे आहे पाळणाघर? उलट आम्हाला चांगलेच वाटेल नातवाला सांभाळून. तू उद्यापासून निश्चिंत होऊन ऑफिसला जा.'' –काकू म्हणाल्या.

''ठीक आहे काकू. या कपाटात मी जागा केली आहे. इथे तुमचे सामान ठेवा. तिथून आणलेले देव आपण आपल्या देवघरात बसवू, मी स्वयंपाक करते. संध्याकाळी आपण बाजारात जाऊन तुमच्यासाठी अजून कपडे आणू.'' - वैष्णवी.

''अगं मी पण येते स्वयंपाक करायला तुझ्यासोबत. इतके कोणते जास्त सामान आहे? लावून घेईन मी निवांत. देव आपण बुधवारी अष्टमीच्या दिवशी पूजा करून बसवू देवघरात. आणि आजच कशाला बाजाराची दगदग. आणलेत नं थोडे कपडे. पुरतील आम्हाला काही दिवस. आणू की सावकाश.'' - काकू.

''नाही हो काकू, शुक्रवारी दसरा आहे ना. यंदा आपण सगळे नवीन कपडे घालू म्हणते मी. पहिल्यांदाच तुम्हासोबत सण साजरा करणार ना. खूप छान वाटेल.'' - वैष्णवी.

''बरं बाई. ठीक आहे. आत्ता चल मलाही समजू दे तुझे स्वयंपाकघर आणि काय गैस ती. मलातर बाई त्याची फार भीती वाटते. आम्ही गावाला शेगडी आणि चूल वापरत होतो, फार तर फार नंतर स्टोव आला होता घरात.'' - काकू.

वैष्णवी हसली. तिने काकांना टीव्ही लावून दिला आणि म्हणाली ''चला काकू'' आणि दोघी स्वयंपाकघरात गेल्या.

᳕ᦿ ᳕ᦿ ᳕ᦿ ᳕ᦿ

उर्वशीने उन्मेषला कारने शाळेत सोडले आणि तिथून ऑफिसला आली. आज तिला फायनल सेटलमेंट करायचे होते म्हणून एच आर सेक्शनला गेली पण अजून एच आर हेड आला नव्हता. मात्र तिला बघून ऑफिसमधे कुजबुज सुरू झाली. काही लोकांनी येऊन तिची चौकशी केली. ती लगेच मार्केटिंग सेक्शनला आली. तिथे तिच्या हाताखाली काम करणाऱ्या लोकांनी तिच्या आजुबाजू गलका केला.

''मॅडम तुम्ही अचानक असा निर्णय का घेतला? बुधवारी तुम्ही कुणाला काहीही

न बोलता निघून गेलात. आम्हाला काही कल्पना पण दिली नाही. आम्हाला गुरुवारी कळले तुम्ही रिझाइन केल्याचे. दुसरी नोकरी मिळाली का? की साहेबांशी काही बोलणे झाले? बोलला असतात तर आम्ही सांभाळून घेतले असते." सगळयांनी तिच्यावर एकदम प्रश्नांचा भडीमार केला.

उर्वशी गोंधळून गेली. तितक्यात तिचे ऑफिसचे मित्र पंकज आणि अरुणा आले. त्यांनी सगळयांना शांत केले आणि तिला घेऊन मिटिंग रूममधे गेले. त्यांना उर्वशीने आधीच कल्पना दिली होती. पंकज तिचा सक्सेसर होता. त्याने लगेच तिचे काम सांभाळले होते.

"उर्वशी, उमेश खूप टेन्शनमधे आणि रागात आहेत. पण आम्ही सांभाळून घेऊ. तुम्ही काळजी करू नका. तुम्ही आम्हाला जे सांगितले ते तुम्ही सांगितल्याशिवाय आमच्याबाहेर जाणार नाही." – पंकज.

"उर्वशी तू कॉफी वगैरे घे. मी एच आर हेडला इथेच बोलावून घेते फायनल सेटलमेंट साठी." – अरुणा.

"थँक यू पंकज अँड अरुणा. तुम्ही साथ दिलीत म्हणून मी इतकी हिम्मत केली. तुम्ही सांभाळा इकडचे काम. मी काही दिवसांनी स्वतःच एक नवीन कंपनी सुरू करण्याच्या मूड मधे आहे. उमेशने तुम्हाला त्रास दिला तर तुम्हीसुद्धा मला जॉईन करू शकता." - उर्वशी बोलली.

तिचे वाक्य संपता संपता उमेश मिटिंग रूममधे आला. तो भयंकर रागात होता. आल्याआल्या त्याने वर्तमानपत्र उर्वशी समोर फेकले आणि एकदम भडकून बोलला "हे काय आहे? इथपर्यंत मजल गेली तुझी?"

उर्वशीने वर्तमानपत्र उचलले. तिसऱ्या पानाच्या कोपऱ्यात एका छोटीशी बातमी होती "कंपनी सीईओवर घरगुती हिंसेचा आरोप". त्याखाली नावाचा उल्लेख न करता उमेश आणि उर्वशी बाबतीत लिहिलेले होते. मात्र नावाशिवाय सुद्धा जी माहिती दिली होती त्यावरून ती उर्वशी आणि उमेशचीच आहे हे कुणालाही कळले असते. कुठल्यातरी लोकल पत्रकाराला तिने केलेल्या पोलीस कम्प्लेंटची माहिती मिळाली असावी. त्यावरून त्याने ही बातमी छापून आणली असेल. आपली परवानगी घेतल्याशिवाय ही बातमी वर्तमानपत्रात छापली हे पाहून उर्वशीला थोडा राग आला पण त्यात काही चूक नाही. आता हे होणारच. त्याला थांबवता येणार नाही. म्हणून तीही खंबीर झाली.

"हे बघ उमेश, आता ही गर्मी मला दाखवू नकोस. ही बातमी मी दिलेली नाही. पण जसे कर्म केलेस, हे आज ना उद्या होणारच होते. किती दिवस मला डावलून ठेवणार होतास? मीही खूप सहन केले आतापर्यंत. आता करणार नाही. नोकरीतून तू काढायच्या

आधीच मी बाहेर निघाले आहे. आता तुला काय करायचे ते करून घे. अजून अटक झाली नाहीये तुला. जास्त मागेपुढे केलेस तर पोलिसात तशी सूचना देईन. मग बघच." - उर्वशी ठामपणे बोलली.

"असे आहे का? खूप पंख फुटले तुला. मीही बघून घेईन त्या अण्णा आणि रणजीतला. अन् तो कोण? यशवंत पंडित? सगळे मिळून माझ्या बायकोला माझ्याविरुद्ध भडकावतात काय?" – उमेश परत भडकून बोलला.

"उगाच्या धमक्या देऊ नकोस. मी काय लहान आहे? हा निर्णय माझा स्वत:चा आहे. त्यांनी मला फक्त साथ दिली. त्यांना काहीही करायचे नाही, आत्ताच सांगते आहे. नाहीतर कायमचा तुरुंगात जाशील सांगून ठेवते." –उर्वशी.

"अच्छा. आता तू मला धमक्या देशील? बघतोच मी." त्याने हात उगारला. पण पंकज आणि अरुणा पुढे आले.

"सर हे ऑफिस आहे. हा तुम्हा दोघांचा वैयक्तिक मामला आहे. इथे शोभा करू नका प्लीज. उगाच लोकांना वेगळा मेसेज जाईल. ती तुमची बायको असली तरी आपल्या ऑफिसमधे इतके वर्ष मार्केटिंग हेड होती. इथे स्टाफसमोर तरी तुम्ही एक प्रोफेशनल म्हणून उर्वशीला मोठ्या मनाने सेंडऑफ द्या. घरच्या गोष्टी नंतर ऑफिसबाहेर सोडवा." - पंकज म्हणाला तसा उमेश थोडा नरमला.

तितक्यात एच आर हेड आला आणि त्याने उर्वशीची एग्झिट प्रोसेस सुरू केली. उमेशची परवानगी घेऊन पंकज आणि अरुणाने लगेच उर्वशीच्या सेंडऑफ ची तयारी केली आणि मार्केटिंग स्टाफ आणि बाकीच्या हेड्सना दुपारच्या जेवणासाठी आमंत्रण दिले.

सेंडऑफचे जेवण, गिफ्ट्स, शुभेच्छा कार्ड असे सगळे घेऊन उर्वशी घरी परतण्यासाठी निघाली.

अण्णासाहेब वॉक, पूजा आणि नाश्ता आवरून स्टडी रूममधे फेसबुक चाळत बसले होते. आज वॉकसाठी मोहन तर नव्हताच. रणजीतसिंग आणि यशवंत पण आले नव्हते. आज एकटा प्रकाशच आला होता. पाच मित्रांमधे एक प्रकाशचे सगळे व्यवस्थित चालू होते. प्रकाश सडपातळ बांध्याचा, गंभीर दिसणारा पण अतिशय चाणाक्ष माणूस होता. तो आणि त्याची बायको मिळून एक प्रकाशन संस्था चालवत होते. प्रकाशची मुलगी माटुंग्यामधे तिच्या सासूसासऱ्यांसोबत राहत होती. मुलगा सुद्धा प्रकाशनाच्याच कामात होता. सून पत्रकार होती. घरात वैचारिक परिपक्वता सगळ्यांनाच होती. त्यामुळे सोबत राहूनसुद्धा त्यांच्यात कधी वाद नव्हते. सगळी योजना आखल्यानंतर तशी

जाहिरात देण्याची कल्पनाच मुळात प्रकाशची होती. मग काय! आज प्रकाशसोबतच बसून सगळ्या कुटुंबांचा आणि सद्यस्थितीचा आढावा घेतला.

उर्वशी आता रणजीतकडे सेटल झाली होती. उमेशकडून थोडासा प्रॉब्लेम होता पण तो तात्पुरता असेल असे दोघांनी गृहीत धरले. मोहन पगारे निखिल देशमुख कडे राहायला गेला होता. काल रात्री त्याचा फोन आला तेव्हा तो खूप खूष वाटला होता. बहुतेक तो तिथे सेटल होईल. सुहासकडून गुरुवारनंतर काही निरोप आला नव्हता. नारायणरावची आज सुनावणी आहे. रणजीतसिंग आज तिथे जाणार. चित्राकडून आजीसाठी होकार आला आहे. मागच्या पंधरा दिवसात तसे खूप काही घडले होते. पुढच्या आठवड्यात परत हे सगळे रिव्हयू करू. निघता निघता दुपारी यशवंतकडे जानकीला भेटायला जाण्याचे ठरले. प्रकाश पण सोबत येणार म्हणाला.

ते गुंतलेले असताना शंकर आला "काका रणजीत काकांचा फोन आहे." सांगून परत किचनमधे गेला. अण्णासाहेब उठून फोनजवळ आले.

"काय रे रणजीत, सकाळी फिरायला का नाही आलास रे? तुझ्याशी बोलायचे होते यार." –अण्णासाहेब.

"अरे तेच सांगायला फोन केला. गुंतलो होतो जरा नारायणरावांच्या केसमधे. त्या वकिलासोबत थोडे काम करीत होतो आजच्या सुनावणी साठी, अजून काही सूत्रे हाती लागतात का ते बघत होतो." – रणजितसिंगने सांगितले.

"मग काय झाले. काय बातमी आहे?" - अण्णासाहेब.

"चांगली बातमी आहे. एकदोन गोष्टी आता आपल्यासाठी चांगल्या सापडल्या आहेत. हा वकील काही काम करीत नव्हता आणि पोलिसांनी पैशाच्या जोरावर व्यवस्थित तपास केला नव्हता. नाहीतर ही केस खूप लवकर आटोक्यात आली असती." - रणजीतसिंग.

"कोडे टाकू नकोस. काय ते स्पष्ट सांग ना." – अण्णासाहेब.

"अरे सुनिताच्या केसमधे तिच्यावर अतिप्रसंग करण्याच्या प्रयत्नात सुमित, म्हणजे तिच्या काकाच्या मुलासोबत त्याचा एक मित्र होता ना?" – रणजितसिंग.

"हो. पण त्याचा काय संबंध इथे?" - अण्णासाहेब.

"अरे इथेच तर गम्मत आहे. सुनिताला त्यांनी विवस्त्र केले पण तिच्यावर बलात्कार झाला नाही. मात्र रागात येऊन नारायणरावांनी दोघांवर चाकूने वार केले. त्यात सुमित मरण पावला. सुनिता सुटली होती आणि बलात्कारचा प्रयत्न करणारा मरण पावला होता त्यामुळे अतिप्रसंग करण्याचा गुन्हा दाखल झाला नाही. याउलट नारायणरावांवर त्यांच्या भावांनी कट करून हत्या करायचा आरोप लावला आणि नारायणरावाला अटक झाली. बरोबर?" - रणजीतसिंग.

"हो. बरोबर" –अण्णासाहेब उत्सुक होऊन बोलले.

"पण ह्या सगळ्या गोंधळात त्या दुसऱ्या मुलाला नारायणराव आणि बाकी सगळे विसरले. तो दुसरा मुलगा जखमी झाला होता आणि पोलिसांनी त्याला दवाखान्यात दाखल केले होते. पण तो मुलगा जिवंत होता हे सगळे विसरून गेले. उगाच मुलाचे नाव गुन्ह्यात येऊन त्याचे भवितव्य वाया जाऊ नये म्हणून त्याच्या वडिलाने पैशाच्या जोरावर नारायणरावांच्या केसमधून त्याच्या मुलाचे नाव काढून घेतले. या केसमधे नारायणरावांवर फक्त सुमितची हत्या करण्याचा गुन्हा आहे. दुसऱ्या मुलाला जखमी केल्याची नोंद पण नाहीये. हे सोड, केस पेपरमधे मुलांनी केलेल्या अतिप्रसंगाचा प्रयत्न सुद्धा नोंदवलेला नाही. नारायणरावांच्या भावांनी पैशाच्या जोरावर केस अशी कमकुवत केली होती. मी केस वकिलासोबत हातात घेतल्यानंतर त्या दुसऱ्या मुलाला शोधून काढले आहे." - रणजीतसिंग.

"अरे वा. ही तर चांगली बातमी आहे. पुढे काय?" अण्णासाहेब एकदम बोलले.

"मी काल वकिलासोबत त्या मुलाला भेटून आलो. नारायणरावांनी हा गुन्हा आत्मरक्षणासाठी केला आहे हे साबित करण्यात त्याची साक्षही खूप कामी पडेल." - रणजितसिंग.

"पण तो साक्ष देईल? म्हणजे त्याचे नाव आता केसमधे नाही तर कशाला देईल?" –अण्णासाहेब.

"मी त्याला भेटताच तो खूप घाबरला होता. तो मुलगा चांगला आहे अभ्यासात. त्याला सुनिता आवडते पण सुनिता त्याला भाव द्यायची नाही. सुमितने हेच ओळखून त्याला हेरले होते आणि त्याच्या कटात सामील केले होते. त्याच्यासोबत मिळून रस्त्यावर सुनिताची छेड काढत असे. त्या दिवशी आपण सुनिताला तिच्या घरी जाऊन धमकी देऊ वगैरे सांगून सुमित त्याला सुनिताच्या घरी घेऊन गेला होता. स्वत:च्या काकाच्या मुलीवर सुमित अतिप्रसंग करणार याची त्याला कल्पनाही नव्हती. मात्र घरी गेल्यानंतर दोघी एकट्या भेटल्या. सुमित सुनिता आणि तिच्या आईला धमकी देऊ लागला. सुनिताने प्रतिकार केला आणि दोघांचे भांडण वाढत गेले. त्यात सुनिताची आई मधे आली अन् धक्का लागून बेशुद्ध पडली. सुनिता त्याला मारू लागली आणि सुमितचा राग वाढत गेला. रागाच्या भरात तिला धडा शिकवण्यासाठीतो तिचे कपडे ओढायला लागला आणि तिला विवस्त्र केली. ती ओरडली तर प्रॉब्लेम होईल म्हणून या मित्राने तिच्या तोंडात बोळा खुपसला आणि तिचे हात बांधले. पहिल्यांदा एक स्त्रीशरीर उघडे पाहिल्यानंतर यालाही उत्तेजन आले आणि माघार घेणे अशक्य झाले. म्हणून हा पण सुमितला साथ देऊ लागला. सगळ्या गोंधळात मुख्य दाराला फक्त लॅच लावला होता हेही त्यांच्या लक्षात राहिले नाही. त्यानंतर नारायणराव आले. ते

घाईत असतील म्हणून त्यांनी बेल न वाजवता किल्लीने दार उघडले. पुढे काय झाले ते आपल्या सर्वांनाच माहीत आहे." - रणजितसिंग बोलला.

"बापरे..." अण्णासाहेब एकदम अवाक् झाले.

"मी त्याला बलात्काराची केस त्यावर दाखल करण्याची धमकी दिली आणि तो पोपटासारखा बोलू लागला. नारायणरावांच्या बाजूने साक्ष दिली तर अशी केस करणार नाही याची हमी दिली. त्याच्या वडिलांना भेटलो आणि सगळी स्थिती समजावून सांगितली. त्यांना बोलून याला माफीचा साक्षीदार करून घेण्याची कबुली घेतली आहे." – रणजितसिंगने पुढे सांगितले.

"रणजीत अरे ही तर खूपच चांगली बातमी दिलीस. हे सगळे नारायणरावला माहीत आहे का?" - अण्णासाहेबने विचारले.

"नाही. फक्त मला आणि वकिलाला माहीत आहे. वकील कोर्टात गुपित साक्षीदार नोंदवायला गेला आहे. नाव सांगितले तर प्रॉब्लेम होऊ शकतो म्हणून आम्ही त्याला डायरेक्ट कोर्टातच बोलावणार." - रणजीतसिंग.

"बरोबर आहे. आपल्या वकिलाने आता चांगले काम केले. बरे झाले. कोर्टाची सुनावणी संपल्यानंतर सांग मला. खूप उत्सुकता वाढली आहे आता. आणि उर्वशी कशी आहे?" - अण्णासाहेब.

"उर्वशी चांगली आहे. काल ती ऑफिसला गेली होती. तिथे तिची फायनल सेटलमेंट झाला आणि मुख्य म्हणजे उमेशने ऑफिस स्टाफ सोबत तिला सेंडऑफ दिला. खूष होती काल खूप. चल ठेवतो फोन. जेवण करून कोर्टात जायचे आहे." - रणजितसिंगने फोन ठेवला.

अण्णासाहेबांना रणजितसिंग बरोबरच्या मैत्रीचा गर्व वाटला. त्याने स्वत:ला क्राईम ब्रांचचा खरा एसीपी आहे हे रिटायर व्हायच्या पाच वर्षानंतरही प्रूव्ह केले होते. नारायणरावांची केस आता नक्की सत्याच्या बाजूने जाईल ह्याची खात्री पटल्यावर अण्णासाहेबांनी देवीच्या मूर्तीकडे पाहिले आणि मनोमन नमस्कार केला.

৺৺৺৺

मंत्रमुग्ध अवस्थेतच अण्णासाहेबांनी जेवण केले. यशवंतकडे जायचे होते म्हणून ते तयार व्हायला लागले. यशवंत एका केसमधे बिझी होता. त्यामुळे तो आज जेवायला पण घरी येणार नव्हता. म्हणून अण्णासाहेबांनी प्रकाशसोबत जानकीला भेटण्याचे ठरवले.

प्रकाश दोन वाजून दहा मिनिटांनी आला. "सॉरी रे, एक संपादकीय लिहित होतो म्हणून उशीर झाला. चल जाऊ या."

दोघे निघाले. प्रकाशने त्याची कार आणली होती. पाचच मिनिटात ते यशवंतच्या घरी पोहोचले. यशवंतचे घर एका तीनमजली इमारतीत तिसऱ्या मजल्यावर होते. बिल्डींग मधे जुन्या प्रकारची मॅन्युअल लिफ्ट होती. दोघे वर आले. एका मजल्यावर चार घरे होती. चारी घरांचे दार उघडतात ती लॉबी सुद्धा एका हॉल सारखी होती.

यशवंत आणि जानकी मूळचे काश्मिरी पंडित होते. साधारण दहाएक वर्षापूर्वी आई.ए.एस च्या नोकरीतून लवकर रिटायरमेंट घेऊन यशवंत इथे राहायला आला होता. सुरूवातीला त्याची मुलगी पण त्याच्या सोबत होती. मात्र मुलीचे लग्न झाल्यानंतर तो एकटाच राहत होता. असो.

त्यांनी डोअरबेल वाजवली. दार उघडले. जानकीच होती. साधारण साठेक वर्षाची, मध्यम बांध्याची साडे पाच फूट उंचीची. गोरा रंग, छानपैकी कापलेले स्टेपकट केस, चेहऱ्यावर एक समाधानाची चमक आणि त्यावर प्रेमळ भाव अशी ती मूर्ती. पहिल्यांदा पाहिल्यावर कुणावरही तिचा प्रभाव पडावा अशी. जानकी वनस्पतिशास्त्रामधे डॉक्टरेट होती आणि कधी एकेकाळी वनस्पतिशास्त्र या विषयाची प्रोफेसर होती.

जानकीचा नवरा नेव्हीत चांगल्या पोस्टवर होता. पण तो वर्षातून किमान सहा महिने जहाजावर असायचा. त्यामुळे घरची सगळी जबाबदारी जानकीवरच होती. मुलगा दहावीत आल्यावर तिने कॉलेजची नोकरी सोडून घर, मुलगा आणि नवरा यातच आपले विश्व मानले होते. मात्र त्यातूनही वेळ मिळेल तसे ती व्हिजिटिंग लेक्चर घेणे, शिकवण्या घेणे, कविता लिहिणे, स्वत:चे छंद जोपासणे आणि स्वत:ला फिट ठेवणे हे प्रकार नक्की करत होती. त्यामुळे तिच्या ज्ञानाला बुरशी लागली नव्हती.

नेव्हीमधे असताना तिच्या नवऱ्याला सिगरेटची सवय लागली आणि ती सवय नकळत त्याला आतपर्यंत खात गेली. नवरा पन्नाशीत असतानाच वारला. त्यावेळी मुलगा नुकताच नोकरीला लागला होता. काही वर्षे आई-आई केले. पण लग्न झाल्यानंतर त्याचे आणि आईचे खटके उडायला लागले. वडिलांच्या मृत्यूपत्राप्रमाणे वडिलोपार्जित संपत्तीमधून मुलाला आणि जानकीला अर्धा अर्धा वाटा मिळाला होता. यापुढे आई आपल्याला अजून काही देणार नाही हे त्याला कळून चुकले होते. घरात उगाचच दररोज भांडाभांडी नकोत म्हणून जानकीने स्वत: मुलाशी स्पष्ट संभाषण करून वेगळे होण्याचा प्रस्ताव मांडला होता. परिणामत: ती आपल्या भावाकडे म्हणजेच यशवंत पंडितकडे राहायला आली होती. ती राहायला आल्यापासून घरचे काम ती सांभाळून घेत असल्यामुळे यशवंत अजूनच थोडा फ्री झाला होता.

हं.... तर ही मूर्ती आत्तातरी थोडी चिडलेली आणि थोडीशी रागात दिसत होती. दार उघडल्यावर तिला दारात यशवंत नसून अनपेक्षितपणे आलेले अण्णासाहेब आणि

प्रकाश दिसले आणि ती थोडीशी चरकली.

"अरे अण्णा... प्रकाश... असे अचानक? काय झाले? या बसा." ती दारातून मागे सरकली आणि दोघे आत आले. दोन बेडरूमच्या घराला जानकीमुळे एक घरपण आले होते. तिने इथे आल्यानंतर आपल्या कलाकुसरीने घराला एक वेगळीच छटा दिली होती.

"काय ताई. खूप चिडलेली दिसते आहेस. काय झाले?" - अण्णासाहेब.

"अरे काय सांगू अण्णा. हा यशवंत मला घरात बघून फारच उनाडक्या झालाय. केव्हा घरात येतो, केव्हा जातो याला काहीही फिकीर नाही. कधी जेवणार, कधी बाहेरून खाऊन येणार काही सांगता येत नाही. मी नव्हते तेव्हा काय घरची कामे करीत नव्हता का की असेच मवाल्या सारखे राहायचा?" - जानकी.

"अगं तू आहेस ना, म्हणून जरा निश्चिंत झाला असेल. इतके वर्ष त्याने घर सांभाळले. वहिनी नव्हत्या, पण कधी बाई पण ठेवली नाही त्याने. आधी पण घर चांगले स्वच्छ असायचे त्याचे. आणि जेवण तर काय मस्त बनवतो यशवंत. माणूस बोट खाईल इतके चविष्ट. त्याच्या कडून तर शिकलो मी पण कितीतरी गोष्टी. पण बाकी एक म्हणावे लागेल तू आल्यानंतर घराला एकदम ताजेपण दिले आहेस." - अण्णासाहेब.

"हं उगाच मोहरीच्या झाडावर चढवू नकोस. आला मोठा यशवंतची वकिली करणारा. अरे आधी एकटा होता पण आता एक अजून व्यक्ती घरात आहे हे लक्षात राहायला नको? मी काय भिंतीशी बोलू का?" - जानकी ज्या अंदाजात बोलली त्याने प्रकाश आणि अण्णासाहेबांना एकदम हसू आले.

"हसताय काय फिदी फिदी... कशासाठी येणे केले अचानक?" – जानकी जरा रागात बोलली.

"सांगतो. तू जरा शांतपणे बसशील?" - प्रकाश.

"मी पण. थांब बेसन लाडू केलेत सकाळी. आणते जरा. खाऊन सांग कसे झालेत ते." आणि ती लॉबीमधे गेली.

जानकी बाहेर आली. या वेळेला ती अजून फ्रेश दिसत होती आणि चेहऱ्यावरचे रागीट भाव निघून त्या ठिकाणी हसरे भाव आले होते. बहुतेक तिने चेहरा धुऊन केस परत विंचरले होते. तिच्या हातात एक ट्रे होता. त्यात एका प्लेटमधे लाडू, आणि एका प्लेटमधे चिवडा होता. सोबत तीन काचेच्या ग्लासमधे कुठलेतरी गुलाबी शेक होते.

तिघांनी घेतले. छान झाले होते.

"अगं ताई, बघ हसताना कित्ती सुंदर दिसतेस. रागवत जाऊ नको अशी!!" अण्णासाहेब जरा लाडिक स्वरात बोलले.

"हं बटरिंग करू नकोस. सगळे समजते मला. डोक्याला बुरशी लागलेली नाही माझ्या समजलास नं?" – जानकी.

"ताई खरे सांगू? तुला ना एकटी राहायची सवय नव्हती कधी. घर बाहेर सगळे सांभाळलेले तू. तुला घरपण आवडते. यशवंत एवढी वर्षे एकटाच होता त्याला तशी सवय आहे आणि तो गुंतलाय त्याच्या NGO मधे. त्याला तिथे जास्त समाधान मिळते. खूप जबाबदारी आहे त्याच्यावर तिथली. काही ना काही केस रोजच असतात त्याला. समाजकार्य करतोय तो करू दे नं. आणि मला सांग तो घरी थांबून तुझ्यासोबत तरी किती गप्पा मारणार?" – प्रकाश बोलला.

"हो रे, समजते मला सगळे. पण मीही घरात एकटी पडते म्हणून चीडचीड होते जरा. बरं ते जाऊ दे. कसे काय येणे झाले इकडे? आणि तुमचे ते नवीन काम कसे चालू आहे? यशवंत सांगत होता मला. मस्त आयडिया काढली तुम्ही बिझी होण्याची." - जानकी.

"सगळ्या प्रश्नांची एकदम उत्तरं देतो. ताई मला वाटते तू यशवंतजवळ न राहता अशा ठिकाणी राहा जिथे तू व्यग्र होशील आणि तुला घरपण मिळू शकेल. म्हणजे तुझी चीडचीड संपेल आणि यशवंतला अपराधी वाटणार नाही. खरे तर आम्हाला कल्पना होती. म्हणूनच आलो आहोत तुझ्याकडे. आमचे जाहिरातीचे काम छान चालले आहे. आणि या जाहिरातीत आलेल्या एका कुटुंबाचे समाधान तुझ्याकडे आहे." - अण्णासाहेबांनी सांगितले.

"म्हणजे. मला पूर्णपणे समजले नाही. जरा उलगडून सांगतोस का?" जानकी जरा गंभीर झाली.

"ताई, हे बघ, जाहिरातीनिमित्त आमच्याकडे पाच कुटुंबे आली होती. त्यापैकी दोन कुटुंबे आपापल्या मार्गी लागली आहेत. बाकीची तीन सुद्धा मार्गी लागतील १-२ आठवड्यात." - अण्णासाहेब.

"हो. यशवंतने सांगितले मला. मी आजच सकाळी वॉकवरून परत येताना उर्वशीला भेटून आले. चांगली मुलगी आहे. आणि मोहन डॉ. निखिलकडे राहायला गेला हेही समजले. चांगले काम करता आहात तुम्ही. एक प्रकारचे समाजकार्यच ना!" - जानकी.

"हो ताई. अजून एक कुटुंब आहे. तिथे तुझी मदत मिळाली तर खूप चांगले होईल. त्या लोकांना खूप मदत होईल आणि तुझे एकटेपण संपेल. तू रागावू नकोस. पण तुला असे आवडेल अशी कल्पना मला यशवंतने दिली होती. म्हणून." – अण्णासाहेब.

"हं भूमिका सोडून पुढे बोल. कुटुंबाची थोडी कल्पना दे." - जानकी.

"हे कुटुंब आहे चित्रा आणि आकाश भागवत यांचे. यांना एक मुलगी आहे श्रुती. जवळपास १२ वर्षाची. सातवीत आहे आत्ता. चित्रा एक पत्रकार आहे आणि एका मिडिया हाउसमधे नोकरी करते. आकाश आय. टी. इंजिनियर आहे. तो एका मल्टिनॅशनल कंपनीत सेल्समधे आहे. दोघे बिझी असतात. आकाशची आई मागच्या मार्चमधे देवाघरी गेली. ती असताना सगळे सुरळीत चालले होते. श्रुतीची तिच्या

आजीशी छान गट्टी होती. तिची आजी शिक्षिका होती. आजीसोबत राहून श्रुतीला हिंदू चालीरीती आणि घरचे मराठमोळे जेवण करायची सवय होती. आजी तिचा अभ्यास छानपैकी करून घ्यायची. चित्रा मनाने खूप चांगली आहे. पण लहानपणापासून होस्टेलमधे राहून शिकलेली असल्यामुळे तिला थोडे अवघड होत आहे. तू त्यांच्याकडे राहायला गेलीस तर श्रुतीच्या आजीची उणीव भरून निघेल आणि तुझे एकटेपण दूर होईल." - अण्णासाहेब म्हणाले.

"पटतंय. पण चित्रा आणि आकाश दोघेही तशीच नोकरी करत राहिले तर परत तिच्या सासूसारखी गत व्हायची माझी." – जानकी.

"असे नाही होणार. मागचे सहा महिने त्यांच्या घरात जे होतंय त्यावरून चित्राला समजले आहे की घरात वडिलधाऱ्या व्यक्तीची काय भूमिका असते ते. मी व्यवस्थित बोललोय चित्राशी. तिने ऑफिसमधे लो प्रोफाईल घेण्याचे ठरवले आहे आणि आता ती जास्त वेळ घर आणि मुलीला देणार आहे. तू पूर्ण जबाबदारी न घेता चित्राला मार्गदर्शन करायचे." –अण्णासाहेब.

"जमेल मला आणि त्यांना?" – जानकी.

"न जमायला काय झाले? इतके वर्ष तू तुझे घर सांभाळलेस नं? घर बाहेर दोन्ही?" –अण्णासाहेब.

"ते ठीक आहे रे. पण कितीही झाले तरी परकीच नं मी. घरची सर कशी येणार?" - जानकी.

"तुला सांगू? परकी आहेस म्हणून कदर होईल आणि आपलीशी होशील तिथे. आपण जेव्हा रक्ताच्या नात्यात स्वत:ला झोकून मुलांचे चांगले करतो तेव्हा ते आपल्याला गृहीत धरतात. आपण जे आपले कर्तव्य समजतो त्याला ते आपले हक्क समजतात. त्यांना फक्त घेण्याची सवय लागते. आपण त्यांच्या जीवनाला देत असलेले अर्थ त्यांना समजत नाहीत. उलट आपण त्यांना नकोसे होतो. आपण त्यांच्यापासून दूर गेल्यानंतरच त्यांना कळते आणि ते पण कधी कधीच." - प्रकाश गंभीरपणे म्हणाला.

"आपण जेव्हा एखाद्या गरजू कुटुंबाला मदतीचा हात पुढे करतो त्यांना त्याची किंमत असते. ही नाती रक्ताची नसतात. सक्तीची नसतात. मोह लागला तर लागला, नाहीतर आपण इथे नाते मोडायला स्वतंत्र असतो. म्हणून दोन्हीकडून या समजुतीने निर्माण झालेल्या नात्याला एक वेगळे आपलेपण लाभते." - प्रकाश पुढे बोलला.

"पटतंय. अण्णा तुला खात्री आहे?" – जानकीने विचारले.

"शंभर टक्के! म्हणूनच सुचवायला आलो. हे बघ आम्ही सुरूवातीला आजोबा भाड्याने देण्याची जाहिरात दिली होती, त्यावेळेलाच आमचे ठरले होते. कुटुंबाची

पूर्ण माहिती घ्यायची. त्यांची गरज ओळखायची. सगळ्या अटी व्यवस्थित समजावून सांगायच्या. त्यांना कित्तीही गरज असली तरी निर्णय घ्यायला एक आठवड्याची मुदत द्यायची. त्यांची तयारी असली तरी आजोबा डायरेक्ट भाड्याने देण्यापेक्षा आधी दुसरे काहीही उपाय करून कुटुंबाची समस्या सोडवता आली तर ते करायचे. मगच पुढचे पाऊल उचलायचे. म्हणून तर उर्वशीला उमेशच्या बंधनातून सोडवले आणि रणजीत कडे सोपवली." - अण्णासाहेब.

"डॉ. निखिलकडे सुद्धा आधी मी मुलांना सशक्त करण्याचे उपाय सुचवले होते. पण त्या ड्रायव्हरचे प्रॉब्लेम परत सुरु झाले म्हणून मोहनला त्याच्याकडे पाठवले. तू म्हणशील तर चित्रा आणि आकाशलासुद्धा एक महिना ट्रायल पिरीयड देऊ. तू त्यांच्याकडे चित्राची मावशी म्हणून राहायला जा. त्यांच्याकडे आवडले तर आपण व्यवस्थित कॉंट्रॅक्ट करू." –अण्णासाहेब पुढे बोलले.

"ठीक आहे. अटी काय आहेत त्या मला समजाऊन सांगता का?" - जानकी.

अण्णासाहेबांनी सगळ्या अटी जानकीला सांगितल्या. जानकी मधेमधे प्रश्न विचारत होती.

"चित्रा, आकाश आणि माझी भेट करून दे. मी त्यांच्याशी बोलून ठरवेन. संध्याकाळी यशवंत आला की त्याच्याशी बोलून फायनल करते." - जानकी.

"संध्याकाळी कशाला? आत्ताच कर." यशवंतचा आवाज आला.

जानकीने दचकून पाहिले. यशवंत तिच्या मागेच उभा होता.

"तू केव्हा आलास? अन् काय रे तुम्ही दोघांनीही सांगितले नाही मला?" जानकी लटकेच रागावली.

"अगं, अण्णा अटी सांगत होता ना तेव्हाच आला हा. पण आम्हाला त्याने खुणावून गप्प राहायला सांगितले." - प्रकाश.

"अच्छा. म्हणजे ही तुम्हा सगळ्यांची मिलीभगत होती तर. नालायका भारी झाली का रे मी तुला पण?" जानकीने यशवंतला जोरात धपाटा मारला.

"नाही ग ताई. भारी नाही झाली. तू सोबत आहेस तर आईचा हात डोक्यावर आहे असे वाटते. पण मी भटकंतीवर असतो. तुझा एकटेपणा सहन होत नाही. तू छान लिहितेस, तुझे फेसबुकमधे मित्र आहेत. तू जमेल तसे लेक्चर वगैरे घेतेस. पण तरीही तुला माझ्याजवळ घरासारखे वातावरण मिळत नाही ना. म्हणून सुचवले गं मी. आणि आले तसे कुटुंब समोर, जिथे तू वॅल्यू ॲड करू शकशील." – यशवंत म्हणाला.

"चल वेड्या. काहीतरीच बोलतोस. पण तुम्हा सर्वांचे प्रोजेक्ट आहे म्हणून मीही सामील होते आता. एक सुचवते. मी खर्च देईन. पण ठरवून २५ हजार महिन्याला नाही

देणार" – जानकी.

"मग?" - तिघे एकदम बोलले.

"ते मी त्यांनाच सांगीन. केव्हा येताहेत चित्रा आणि आकाश?" - जानकी.

"उद्या संध्याकाळी माझ्या घरी येताहेत." - अण्णासाहेब.

"त्यांना आमच्याकडे घेऊन ये. इथेच बोलू. यशवंत तू उद्या उशीर करू नकोस बरं" - जानकी.

"ठीक आहे ताई. खूप हलके वाटते आहे. निघू आता? खूप उशीर झाला." – अण्णासाहेब

"कहाँ चले अण्णासाहेब. जरा रुको. मिठाई खा कर जाओ. दीदी एक बड़ा डोंगा और कटोरियाँ चम्मच लेकर आओ तो." रणजीतसिंग घरात येत येत म्हणाला. त्याच्या हातात एका प्लास्टिकच्या पिशवीत रसगुल्ले होते.

"अरे काय झाले? आणि तू इथे कसा आलास?" - अण्णासाहेब.

"अरे आनंदाची बातमी आहे. आधी तुझ्या घरीच गेलो होतो हे रसगुल्ले घेऊन. शंकरने सांगितले तू इथे आहेस म्हणून डायरेक्ट इथे आलो. इथे तर तुमची वेगळीच खिचडी बनते आहे." - रणजितसिंग.

"अरे काय झाले सांगशील की तूच खूष होशील?" - यशवंत.

"काम फत्ते! नारायणरावची केस सॉल्व!! बल्ले बल्ले बल्ले!!!" –रणजीतसिंग अगदी भांगडा स्टाईलमधे हात वर करून बोलला.

"व्हॉट??" - यशवंत, प्रकाश आणि अण्णासाहेब एकदम उडाले.

"यस्स माय डियर फ्रेंड्स. एकदम खरीखुरी बातमी. फर्स्ट हँड! आउट ऑफ द ओवन!!" - रणजीतसिंग अजूनही भांगडा मूडमधे होता.

"आधी तो भांगडा थांबवून बस बरं आणि सांग काय झाले ते. इथे हृदयाचे ठोके वाढलेत आणि याला भांगडा सुचतोय." - अण्णासाहेब जरा चिडले आणि रणजीतसिंग जरा गंभीर झाला.

"सांगतो. सुरूवातीला कोर्टरूम मधे सुनिताच्या आईची साक्ष झाली आणि क्रॉसक्वेश्चन झाले. त्यानंतर माझ्या आणि वकिलाच्या प्लानिंग प्रमाणे एका बंद खोलीत सुनिताची साक्ष झाली. तिथे फक्त दोन वकील, महिला जज, सुनिता आणि तिची आई होते. वादीचा वकील यासाठी तयार नव्हता पण आम्ही मुलीच्या इज्जतीचा हवाला देऊन अशी साक्ष करून घेतली." - रणजीतसिंगने सांगितले.

"प्रायव्हेट रूममधून कोर्टरूममधे येताना वादीच्या वकिलाने आपल्या वकिलाला पकडले आणि त्याने अचानक अशी साईड का बदलली ह्याचा जाब विचारू लागला.

तेव्हा आपल्या वकिलाने त्याला भाव दिला नाही. या उलट त्या वादीच्या वकिलाने दिलेले पैसे परत केले आणि न्यायाची बाजू घेण्याची त्याची भूमिका स्पष्ट केली." - तो पुढे बोलला.

"मग काय झाले?" - यशवंत पंडित बोलला.

"कोर्टरूममधे आल्यानंतर आम्ही आमचा हुकूमाचा पत्ता टाकला आणि सुमितच्या मित्राला डायरेक्ट कोर्टात साक्षीला बोलावले. त्याला बघताच नारायणरावांचे दोघे भाऊ घाबरले. सुमितच्या मित्राने सगळे प्रकरण कोर्टाला खरे खरे सांगितले. क्रॉस क्वेश्चनमधे वादीच्या वकिलाने बरेच प्रश्न विचारले. पण तो सगळया प्रश्नांचे खरेखरे उत्तर देत गेला." - रणजीतसिंग.

"जजने त्याला विचारले की तो आत्तापर्यंत कुठे होता आणि ही माहिती कोर्टापासून का लपविली. त्याने सांगितले की त्याच्याविरुद्ध कुठलाही गुन्हा नोंदवला गेला नव्हता. दवाखान्यातून घरी गेल्यानंतर कॉलेजचे नवीन सत्र सुरु झाले तसे तो पुढच्या शिक्षणासाठी पिलानीला गेला होता. त्यामुळे त्याला ह्या केसची माहिती नव्हती. त्याची साक्ष झाल्यानंतर त्याच्या वडिलांची साक्ष झाली आणि त्यांनी सुद्धा इन्स्पेक्टरला भेटून आपल्या मुलाचे नाव केसपेपरमधून काढून घेतल्याचे कबूल केले. या मागचे कारण फक्त मुलाचे भवितव्य आणि पुढचे शिक्षण असे असल्याचे सांगितले. त्यानंतर आपल्या वकिलाने पोलीस इन्स्पेक्टरला क्रॉस क्वेश्चनसाठी बोलावले आणि केस मधली मिसिंग इन्फर्मेशन, चुकीची माहिती आणि क्राईम ब्रांचला केस रेफर करण्याबाबतीत प्रश्न विचारले. तिथे इन्स्पेक्टर अडखळला आणि त्याने त्याची चूक कबूल केली." - रणजीतसिंग पुढे बोलला.

"पुढे काय झाले?" – अण्णासाहेब.

"पुढे काही नाही. सुमितच्या मित्राची आणि इन्स्पेक्टरची कबुली झाल्यानंतर जजने पंधरा मिनिटांचा ब्रेक घेतला. नारायणरावांचे भाऊ आणि त्यांचा वकील घाबरलेच होते. सगळी प्रोसिडिंग त्यांच्या विरुद्ध गेली होती. आता जर केस खऱ्या अर्थाने अपडेट झाला तर त्यांच्यावर खोटा केस केल्याची कारवाई होण्याची शक्यता होती. कोर्ट पुन्हा सुरु झाल्यानंतर त्यांच्या वकिलाने दोन दिवसाचा वेळ मागितला पण जजने ते नाकारले आणि निर्णय सुनावले. कोर्टने नारायणरावला आत्मरक्षणार्थ हल्ला केला म्हणून निर्दोष सोडून दिले. सुमितच्या मित्राला वॉर्निंग देऊन सोडले. सुमितच्या वडिलांना केसमधे कोर्टाची दिशाभूल करण्यासाठी २५ हजार रुपयाचा दंड ठोठावला गेला. तर महत्त्वाची बातमी अशी की नारायणराव खुनाच्या खटल्यात निर्दोष सिद्ध झाले आहेत." रणजितसिंग उत्साहाने सांगत होता.

"आता या पुढे केस क्लोज? की अजून काही आहे?" – प्रकाश.

"कोर्टाने सूचना केली आहे की गरज वाटल्यास नारायणरावांचे भाऊ वरच्या कोर्टात अपील करू शकतील. नारायणराव आणि सुनिता त्यांच्या मर्जीप्रमाणे सुमित आणि त्याच्या मित्रावर बलात्कारचा प्रयत्न आणि धमकी देण्याचा गुन्हा दाखल करू शकतील. याव्यतिरिक्त नारायणराव अब्रुहानीचा केस दोघा भावांवर करू शकतील. पण या कोर्टापुरती ही केस क्लोज झाली आहे." रणजीतसिंगने सगळ्यांना सांगितले.

"नारायणरावने पुढे काही ठरवले आहे का?" –अण्णासाहेब.

"कोर्टाबाहेर आल्यानंतर पाहिले तर सुमितच्या मित्राचे वडील आले होते. त्यांनी नारायणरावांची माफी मागितली आणि सुमितच्या मित्राचे भवितव्य बघता केस पुढे न नेण्याची विनंती केली. नारायणरावांचे भाऊ काही न बोलता निघून गेले. पण ते पुढे काही करतील असे वाटत नाही. ते आता पुढे बघू. ताई रसगुल्ले दे ना." - रणजीतसिंग म्हणाला.

"अरे मला पण ऐकायचे होते ना. थांब आणते." म्हणत जानकी किचनमधे गेली.

सगळ्यांनी गल्ला करत करत रसगुल्ले फस्त केले आणि आपापल्या घरी गेले.

प्रकाशने अण्णासाहेबांना बाहेर सोडले. थोडा उशीरच झाला होता. घरी जाऊन षष्ठीची पूजा करायची होती. लगबगीने घरात आले तर नारायणराव, यशोदा आणि सुनिता बैठकीवर बसून त्यांची वाट बघत होते. ते घरात घुसल्या घुसल्या नारायणराव एकदम अण्णासाहेबांच्या पाया पडले.

"तुम्ही देव माणूस आहात. माझे देवदूत आहात अण्णासाहेब. कोण कुठून तुम्ही जाहिरात काढली आणि माझा तुमच्याशी भेटण्याचा योग आला हे त्या विठ्ठलालाच माहीत. मी ज्या गोष्टीचा विचारच केला नाही तुम्ही ती घडवून आणली. तुमचे उपकार मी माझ्या कातडीचे जोडे करून तुम्हाला घातले तरी फेडले जाणार नाही." - ते म्हणाले.

"अहो. असे पाया पडू नका. उठा. इकडे बसा. अहो मी फक्त निमित्त. तुमची आणि रणजीतसिंगची भेट करून दिली एवढेच. बाकी करणारा तो आहे समोर बसलेला." त्यांनी नारायणरावांना त्यांचे खांदे धरून उठवले आणि आपल्या बाजूला बैठकीवर बसवले. सुनितानेही पुढे येऊन काकांना वाकून नमस्कार केला.

त्यानंतर यशोदाने पिशवीतून पेढ्यांचा डबा काढला आणि अण्णासाहेबांना देऊन त्यांना त्रिवार नमस्कार केला. पाया पडता पडता ती हुंदके देऊन रडायला लागली. अर्थात हे रडणे एका मोठ्या संकटातून सुटका झाल्याचे होते. तिला रडताना बघून नारायणराव सुद्धा अण्णासाहेबांचे हात धरून रडू लागले.

दोन-पाच मिनिटे अण्णासाहेबांनी त्यांना रडू दिले. इतक्या दिवसात त्यांना झालेल्या मानसिक यातना अश्रुरुपाने बाहेर पडत होत्या. सुनिता पुढे आली. तिने दोघांचे सांत्वन

केले. सुनिता खूप शांत होती आणि नेहमीप्रमाणे आजही तिच्या चेहऱ्यावर तेज होते.

"नारायणराव. खरे सांगू ही किमया तुमच्या पोरीच्या भाग्याची. हिच्या रूपात देवीने तुमच्या घरात जन्म घेतला आहे. तुमच्यावर आलेली विपदा फक्त हिच्या नशिबाने परतवून लावली. बाळा खूप शिक, खूप मोठी हो. आणि आपल्या आई वडिलांचे नाव मोठे कर." - अण्णासाहेब म्हणाले.

"आप्पा..." – सुनिता अण्णासाहेबांना बिलगली. कधी नव्हे ते आज ती मुलगी रडू लागली. पुन्हा एकदा भावनांना जोर आला. नारायणराव आणि यशोदा रडू लागले. इतक्यात शंकर रव्याचा शिरा नैवेद्य म्हणून घेऊन आला.

"अहो काकाकाकू. आज आनंदाचा दिवस. असे रडू नका. चला सगळे हातपाय धुऊन या. काका देवीची पूजा करायची आहे नं? उशीर होतोय." शंकर सगळ्यांना गप करीत म्हणाला.

सगळे उठले. पूजा आरती केली आणि शांत होऊन बसले. शंकरने सगळ्यांना प्लेटमधे रव्याचा शिरा आणि कापलेले सफरचंद आणून दिले.

"अजून एक सांगतो. तुम्हाला पटणार नाही बहुतेक. पण आता ते घर सोडून दुसरीकडे राहा आणि पोरीच्या शिक्षणाकडे लक्ष द्या. ते घर विकून टाका. मी एक पाउल पुढे जाऊन सांगतो. तुम्ही तुमच्या भावांकडे जाऊन घर त्यांना विकत देण्याला प्राधान्य द्या. त्यांनी बाजार भावात घेतले तर ठीक नाहीतर दुसऱ्या कुणाला विका, पण आता तिथे राहू नका. तुमचे नशीब बलवत्तर असल्याचे भावांना समजले आहे. आता ते पुढे काही करणार नाहीत हे नक्की. त्यांचाही मुलगा त्यांनी गमावला आहे म्हणून तुम्ही मोठ्या मनाने त्यांना माफ करून टाका. तुम्हालाच चांगले वाटेल. बाकी तुमची मर्जी." - अण्णासाहेब म्हणाले.

"पटतंय अण्णासाहेब. असेच करतो. मलाही आता तिथे राहण्याची इच्छा नाही. तुम्ही मोठ्या भावाप्रमाणे आपले आशीर्वाद आमच्यावर असू द्या. येऊ आम्ही?" – नारायणराव.

"आप्पा, रणजीत काकांचे घर दाखवता का? त्यांनाही पेढे द्यायचे आहेत." - सुनिता.

"हो. शंकर यांना रणजीतचे घर दाखव बरं." - अण्णासाहेब म्हणाले. शंकर त्यांना घेऊन घराबाहेर पडला.

❀ ❀ ❀ ❀

चित्रा, आकाश आणि श्रुतीने देवीची पूजा केली आणि डायनिंग टेबलवर येऊन

बसले. आज श्रुती खूप खूष होती. तिचा प्रोजेक्ट सायन्स डे साठी सिलेक्ट झाला होता. जेवता जेवता ती त्या प्रोजेक्ट बाबतीतच बोलत होती. चित्रा आणि आकाश सुद्धा तिचे बोलणे ऐकण्यात गुंग झाले होते.

जेवण संपत आले तेव्हा आकाशचा फोन वाजला. दुसरीकडून अण्णासाहेब बोलत होते. त्याने चित्राला खुणावले आणि बेडरूममधे गेला. चित्राही त्याच्या मागोमाग गेली.

"अरे आकाश. उद्या तुम्ही येताय नं नक्की?" - तिकडून आवाज आला.

"हो काका. मी आणि चित्रा येतोय. तुमचे बोलणे झाले का?" – आकाश.

"हो, तुमच्यासाठी एक बातमी आहे. माझी एक मैत्रीण आहे जानकी. ती इन प्रिन्सिपल तुमच्याकडे आजी म्हणून राहायला तयार आहे. पण ती तुम्हाला भेटून फायनल करेल. मी ज्या अटी आजोबा साठी सांगितल्या त्या कायम आहेत. थोडेफार जे बदल जानकीला वाटतील त्या जानकी तुम्हाला सांगणार आहे." - अण्णासाहेब.

"खूप चांगली बातमी दिली काका. मी आणि चित्रा नक्की येऊ उद्या. आम्हाला सगळ्या अटी मान्य आहेत हे आम्ही आधीच सांगितले आहे." – आकाश.

"अरे धीर धरा जरा. तिच्याशी बोलून मगच ठरवा. आणि चित्राचे बोलणे झाले का तिच्या ऑफिस मधे? काय ठरवले आहे?" - अण्णासाहेब.

"हो आज ती बोलणार होती ऑफिसमधे. पण काय झाले ते मला माहीत नाही. काका तुम्ही तिच्याशीच बोला" - आकाशने चित्राला फोन दिला.

"नमस्कार काका. कसे आहात तुम्ही?" - चित्रा.

"मी ठणठणीत आहे. तू कशी आहेस? बोलणे झाले का ऑफिसमधे?" अण्णासाहेब.

"मी मजेत आहे. ऑफिसमधे बोलणे झाले माझे. सकारात्मक आहे उत्तर. एकदोन ऑप्शन दिले आहेत मला. मी आकाशशी बोलून ठरवते आणि उद्या नक्की करून तुम्हाला भेटल्यावर सांगते." - चित्रा.

"ठीक आहे. चला भेटू मग उद्या संध्याकाळी. मी तुम्हाला डायरेक्ट जानकीकडे घेऊन जाणार आहे. जेवणाच्या तयारीने या." - अण्णासाहेब.

"काका. मग थोडा उशीर होईल. आम्ही देवीची पूजा आटोपून आठ वाजेपर्यंत पोहोचतो." - चित्रा.

"ठीक आहे. ठेवतो फोन" - अण्णासाहेबांनी फोन बंद केला.

चित्रा आणि आकाशने एकमेकांकडे पहिले. दोघांच्या चेहऱ्यावर समाधानाचे स्मित होते.

"आकाश, तू थोडे थांब. मी किचन आवरून येते. मला तुझ्याशी बोलायचे आहे."

- सांगून चित्रा बेडरूम बाहेर गेली आणि साधारण वीस मिनिटांनी हात पुसत पुसत परत आली आणि त्याच्या जवळ बसली.

"बोला बाईसाहेब काय बोलायचे आहे?" आकाश जरा मस्तीच्या मूडमधे होता.

"मस्ती नको आता. बघ मी ऑफिसमधे बोलले रोल चेंज साठी. त्यांनी मला तीन ऑप्शन दिले आहेत. १. फिल्डवर्क सोडून ऑफिसमधे आर्टिकल सिलेक्शन आणि एडिटिंग सेक्शन लीड करायचे २. सर्व्हे टीम लीड करून डाटा एनालिटिक्सच्या प्रोग्रामची जबाबदारी घ्यायची. ३. स्टिंग ऑपरेशनची टीम लीड करायची आणि वीकली प्रोग्राम डिलीव्हर करायचा. ह्यामधे मला पूर्णवेळ ऑफिसमधे राहणे गरजेचे नाही. स्टिंग ऑपरेशनचे काम मी फ्रीलान्स म्हणून सुद्धा करू शकते." - चित्रा म्हणाली.

"हम्म रोल तिन्ही छान आहेत. तुला काय आवडते आहे?" – आकाशने विचारले.

"मला स्टिंग ओपरेशनची टीम लीड करण्याची ऑफर मस्त वाटली. पण फ्रीलान्स म्हणून नाही. मी दररोज २-३ तास ऑफिसमधे जाऊन टीमला गाइड करायचे आणि मटेरियल रेडी झाले की आठवड्यातून एकदा शूटिंगसाठी जायचे असे सुचवते. हे पटत असेल तर ठीक नाहीतर सर्व्हे टीमचे काम सुद्धा चांगले आहे. पण मला त्याचा फारसा अनुभव नाही." –चित्राने सांगितले.

"हम्म. मला सुद्धा तिसरे ऑप्शन चांगले वाटते आहे. तेच सुचव. आणि जमत असेल तर उद्याच फायनल कर." - आकाश.

"ठीक आहे. असेच करते." सांगून चित्रा वॉशरूममधे जायला निघाली. पण आकाश वेगळ्याच मूडमधे होता. त्याने तिला हात पकडून ओढले आणि करकचून मिठीत घेतले. तिच्या मानेवर पडणारा त्याचा गरम श्वास तिला धुंद करण्यात यशस्वी झाला आणि दोघे आपल्या विश्वात रमले.

नारायणराव, यशोदा आणि सुनिता घराबाहेर पडले तसे रणजीतसिंगने दार आतून बंद केले. किचनमधे उर्वशी आणि जयंती डायनिंग टेबलवर डिनरची तयारी करू लागल्या.

आज रणजीतसिंग पार्टी मूड मधे होता म्हणून उर्वशीने स्पेशल बटरचिकन बनवले होते. सोबतीला जयंतीने बिर्याणी आणि तंदुरी नान केले होते. उन्मेष पण मूडमधे होता. आज त्याची परीक्षा संपली होती आणि उद्या शाळेत पार्टी होऊन परवा पासून सुट्टी लागणार होती.

चौघे जेवायला बसले. जेवण अर्धवट असतानाच डोअरबेल वाजली.

"धत तेरे की. लोग ढंग से खाना भी नहीं खाने देते सच्ची..." - भुणभुण करत

रणजीतसिंग उठला आणि दार उघडले.

दारात उमेश होता. त्याला बघून रणजीतसिंग जरा चिडला.

“तुला सांगितलेले समजत नाही का? इथे येऊ नकोस. उर्वशी तुला भेटणार नाही. बोलणार नाही. तू आत्तापर्यंत तुझी मर्जी केली. डायवोर्सचे पेपर मिळाले ना तुला? तितके साईन कर आणि सोड तिला. आता उर्वशीला तिचे जीवन जगू दे.” – तो भडकून बोलला.

“अंकल मला तिला एकदा भेटू द्या. मी तिची माफी मागतो. मग म्हणाल त्या कागदावर साईन करायला तयार आहे.” - उमेश बोलला.

रणजीतसिंगने चमकून त्याच्याकडे लक्ष देऊन पाहिले. उमेशचा सूट चुरगळलेला होता. केस विस्कटलेले होते. त्याच्या तोंडून दारूचा वास येत होता आणि डोळे एकदम लाल होते. चेहऱ्यावर रागाचे नाही तर दीन भाव होते. हा दारूचा परिणाम की खरे हे त्याला कळत नव्हते.

उर्वशी, जयंती आणि उन्मेष बाहेर आले. उर्वशीने तिरस्कृत दृष्टीने उमेशकडे पाहिले. वडिलाचा असा अवतार बघून उन्मेष उर्वशीमागे लपला.

“उर्वशी. अशी बघू नकोस. तू घर आणि कंपनी सोडून गेली हे सगळ्यांना कळले आहे. क्लबमधे सगळे माझ्याशी अपमानास्पद व्यवहार करत आहेत आणि कुणी माझ्याशी बोलत नाहीये. एक दोन कस्टमरने त्यांची फायनल झालेली डील कॅन्सल केली आहे. ऑफिसमधे सुद्धा अफवांना जोर आलाय. हे असे राहिले तर मी बरबाद होऊन जाईन.” - उमेश बोलला.

“घरात पण मला एकट्याला कसेसेच होत आहे. तू गेली तेव्हापासून रात्रभर काही काही स्वप्न पडतात. घर खायला येतंय. परवा पोलीस आले होते चौकशी करायला. खूप खोदून खोदून प्रश्न विचारत होते. मी हरलो. तू मला माफ कर आणि घरी चल. मी तुला काही करणार नाही.” असे बोलून तो जमिनीवर खाली बसला आणि रडायला लागला.

उर्वशी त्याच्याकडे कोरड्या डोळ्याने बघत होती. तिने आधी जयंतीकडे मग रणजीतसिंगकडे पाहिले. अचानक आलेल्या या प्रसंगाला कसे तोंड द्यावे कुणालाच कळत नव्हते. काहीतरी ठरवून उर्वशी पुढे आली.

ती काही बोलणार इतक्यात उमेश दारूच्या अधिक्याने कोसळला.

उमेशने डोळे उघडले. अंधुकशा प्रकाशात समोरच्या भिंतीवर असलेल्या घड्याळात

पाहिले. बहुतेक पाच वाजले असतील. त्याचे डोके ठणकत होते. त्याने इकडे तिकडे पहिले. तो स्वत:च्याच बेडरूममधे होता. अंगावर रात्रीचाच सूट होता. कोट काढून समोरच्या हॅंगरवर लावलेला होता आणि बूट काढून ठेवलेले होते. आजूबाजूला कुणीही नव्हते. आपण इथे कसे पोहोचलो? त्याने आठवायचा प्रयत्न केला. रात्री क्लबमधे त्या विनयने अपमान केल्यानंतर आपण एकावर एक ड्रिंक्स घेतले होते आणि मग उर्वशीला भेटायला तिच्या नवीन घरी गेलो होतो. त्यानंतर काय झाले त्याच्या काहीही लक्षात येत नव्हते.

त्याने साईड लॅम्प लावला. तिथे त्याचा मोबाईल होता आणि एक ग्लास पाणी झाकून ठेवलेले होते. म्हणजे उर्वशी इथे आली होती तर. त्याने ड्रॉअर उघडून त्यातून पेनकिलर काढून पाण्यासोबत पोटात ढकलले. मोबाईल उचलले तर त्याच्या खाली त्याला एक चिठ्ठी दिसली. त्याने ती चिठ्ठी उचलली आणि उघडून वाचायचा प्रयत्न केला पण डोकेदुखी आणि हॅंगओवर मुळे काहीही लक्षात येत नव्हते. चिठ्ठी तशीच ठेवून तो परत झोपला.

यावेळी त्याची झोपमोड झाली ती सकाळी आठ वाजता. त्याने चिठ्ठी उघडली.

"उमेश या पुढे तू दारू पिऊन आणि चेहऱ्यावर कित्तीही केविलवाणे भाव घेऊन माझ्या समोर आलास तरी तुला माफी मिळणार नाही. तुझे हे नाटक मी पहिल्यांदा पाहत नाहीये. तुझे खूप झाले मला छळून. स्त्री म्हणजे पायातली धूळ वाटली होती तुला."

तुला स्वत:ला स्त्रीमुक्तीचा शिल्पकार म्हणून मिरवायचे होते आणि कंपनीचे पैसे वाचवायचे होते, म्हणून मला मार्केटिंग हेडची पोस्ट दिलीस. पोझिशन, कार आणि पैसे दिलेस माझ्यात असलेल्या टॅलेंटला. एक स्त्री म्हणून मनाचा कुठला कोपरा आणि एक बायको म्हणून कुठले हक्क दिलेस मला तू आजपर्यंत? घरात फर्निचर कसे असावे, माळी, नोकर, ड्रायव्हर आणि कुक कोण असावेत, कुठल्या क्लबमधे मेम्बरशिप घ्यावी, घरात काय शिजवावे याचे निर्णय तूच घेतलेस. मी कसले कपडे घालावे आणि कोणती हेयरस्टाईल करावी हे सुद्धा तूच ठरवत आलास.

मी का म्हणून तुला माफ करू रे? पोटात जीव आला तर भ्रूण परीक्षण करून घेतलेस आणि पोरीला पोटातच मारून टाकलीस ते ही मला न विचारता? मुलगा झाला तरी आई म्हणून जगू दिलेस मला कधी? स्त्री म्हणून मला सखी, प्रेमिका, पत्नी आणि आई यातलं काहीही आजपर्यंत अनुभवू दिलं नाहीस.

आज तुला घर खायला येतंय म्हणालास. कित्ती खोटे बोलशील? मी घरी असताना कधी माणूस म्हणून तरी वागलास का माझ्याशी? माझे हक्काचे माहेर नव्हते रे, म्हणून गुलाम होते मी तुझी. फक्त एक गुलाम. पण आता नाही राहणार. मी माझी स्वत:ची कंपनी सुरू करणार आहे. हो मी स्वत: कमावलेल्या पैशाने सुरू करणार कंपनी. आणि

उन्मेषला स्वत:च्या बळावर स्थापित करून दाखवीन.

यापुढे माझ्या माहेरी येऊन नाटकं केलीस तर मी पोलिसांत तक्रार करून तुला तुरुंगात पाठवायला कमी करणार नाही, हे लक्षात घे. तुला डायव्होर्सचे पेपर्स पाठवले आहेत तेवढे साईन कर आणि माझ्या वकिलाला पाठव. आणि साईन नाही केले तरी डोमेस्टिक व्हायोलेंसच्या आधारावर तुझ्या संमतीविनाही मला डायव्होर्स मिळेल लक्षात ठेव.

माझ्यात माणुसकी शिल्लक आहे म्हणून तुला तुझ्या कारमधे न टाकता घरी तुझ्या बेडरूममधे सोडले आहे. पण हे एकदाच. यापुढे तुला तुझ्या कारसकट पोलीस ठाण्यात नेऊन सोडेन.

तुझी आता कुणीच नाही.

उर्वशी.”

त्याने दोनदा चिट्ठी वाचली. नकळत रागाने दोन्ही मुठी आवळल्या गेल्या आणि डोके परत ठणकू लागले. काहीतरी करावे लागेल हा विचार करीत करीत तो वॉशरूममधे गेला.

रोहिणीला आज सकाळची फ्लाईट होती. पाच वाजताच ड्रायव्हर आला आणि ती गेली. ती गेली तेव्हा मोहनआप्पा उठले होते. नित्यकर्म उरकून त्यांनी योगासने केली तोपर्यंत सहा वाजले होते. ते किचनमधे गेले. तितक्यात निखिल पण किचनमधे आला. रोहिणीने थर्मसमधे चहा करून ठेवला होता. त्या दोघांनी चहा घेतला. किचनच्या ओट्यावर एक चिठ्ठी होती. पीहूला आज कुठला युनिफॉर्म घालायचा आहे. तिला आणि मधुरला डब्यात काय द्यायचे आहे त्याची माहिती होती.

“तू पीहूला उठवून तयार कर. मी मधुरला उठवून डबे भरतो.” - मोहनआप्पा म्हणाले.

“ठीक आहे” - असे म्हणत निखिल पीहूला उठवायला बेडरूममधे गेला. मोहन मधुरच्या रूममधे गेले. मधुरने रात्रीच शाळेची तयारी करून ठेवली होती. स्कूल बॅग भरून आणि युनिफॉर्म काढून ठेवला होता. आजपासून त्याची परीक्षा सुरु होणार होती. अर्धा दिवस परीक्षा आणि लंच ब्रेकपासून रेग्युलर शाळा असे शेड्यूल असणार होते. टेबलवर गणिताचे पुस्तक आणि रफ नोटबुक उघडे होते. रात्री दहा वाजेपर्यंत मोहनआप्पा आणि मधुर गणितं सोडवत बसले होते. त्यानंतर सुद्धा मधुर पुढच्या उजळणीचा सराव करीत होता. केव्हा झोपला माहीत नाही.

मोहनआप्पानी त्याच्याकडे पहिले. झोपेत त्याचा निरागस चेहरा खूप सुंदर दिसत

होता. त्यांनी त्याच्या केसात हात फिरवले आणि कपाळाला चुंबन घेतले. त्यांना एकदम क्षितीजची आठवण आली. कसा असेल तो? वेळेवर शाळेत जात असेल ना? आज फोन करून विचारतो. त्यांच्या डोळ्यात पाणी आले.

"आप्पा काय झाले? तुम्ही रडताय का?" - चुंबनाच्या स्पर्शाने मधुर उठला होता.

"नाही रे बाळा.... चल शाळेत जायचे आहे. ऊठ. आज गणिताचा पेपर ना तुझा?" - मोहनआप्पानी विचारले.

मधुर उठला आणि युनिफॉर्म घेऊन बाथरूममधे गेला. मोहनआप्पांनी त्याची पुस्तके आवरून टेबल व्यवस्थित केले. कपाटातून त्याचे मोजे आणि बेल्ट काढून ठेवले.

दार उघडून दुधाच्या पिशव्या, वर्तमानपत्र आणि फुलांची पुडी काढली, किचनमधे येऊन दूध तापवले. पीहू आणि मधुरसाठी दूध आणि ब्रेडबटर बनवले. निखिल आणि स्वत:साठी कॉफी केली. तितक्यात सगळे तयार होऊन हालमधे आले.

निखिलने रात्री केलेले पराठे गरम करून आणले. सगळ्यांनी दूध, कॉफी आणि नाश्ता केला. निखिलला आज नऊ वाजताची ओटी होती. तो असेच करायचा. रोहिणीचा वीकली प्रोग्राम समजला की तो त्याच्या ओटीचा शेड्युल बनवत असे त्यामुळे घरात गोंधळ व्हायचा नाही. असो.

ड्रायव्हर आलेलाच होता. निखिल हॉस्पिटलला जायला निघाला. त्याने पीहूची एक पापी घेतली, मधुरला परीक्षेसाठी शुभेच्छा दिल्या आणि निघाला.

मोहनआप्पांनी जोशीकाकांना फोन लावला. "मी पोरांना बससाठी सोडायला खाली जातोय. तुम्ही थोड्या वेळाने वॉकसाठी या." तिकडून होकार आल्यावर त्यांनी किल्ली घेतली. घर बंद करून तिघे खाली उतरले.

पीहू आणि मधुरला क्यूमधे उभे करून ते दुसऱ्या पालकांशी बोलू लागले.

"आप्पा उद्या ड्राइंगचा पेपर आहे. संध्याकाळी आपण बॅडमिंटन खेळू या ना." - मधुर म्हणाला

"ठीक आहे बेटा. चल बस आली." - मोहनआप्पा.

सगळी मुले किलबिल करत बसमधे बसली आणि सगळे एकमेकांना टाटा करीत बस निघून गेली.

जोशीकाका आले. मोहनआप्पा आणि जोशीकाका फिरायला निघाले. सोसायटीसमोर क्लब होता आणि तिथेच जॉगिंग ट्रॅक पण होता. दोघे तिथेच फिरायला निघाले. गेटबाहेर पडले. बाजूला एक दुधाची टपरी होती. तिथे दररोज सकाळी लागणाऱ्या वस्तू उदा. ब्रेड, अंडी वगैरे सुद्धा होत्या. एक चहाची टपरी पण होती. दररोज कामाला येणाऱ्या बायका, माणसे तिथे चहा घ्यायचे. हं तर दोघे बाहेर पडले. जोशीकाकांनी फिरती नजर टपरीवर टाकली आणि थोडे चमकले.

"मोहनभाऊ तो ड्रायव्हर चहाच्या टपरीवर उभा आहे." ते म्हणाले.

"कुठला? म्हणजे ज्याने मधुरशी अतिप्रसंग करायचा प्रयत्न केला तो?" मोहनआप्पांनी विचारले.

"हो तोच. मला वाटते तुम्ही निखिलला सांगा म्हणजे तो पोलिसांना कळवेल." - जोशीकाका.

"कळवतो. पण एकदा मला त्याच्याशी बोलू देत." - मोहनआप्पा म्हणाले.

"अरे असे कसे? त्याने तुम्हाला काही केले तर? किंवा तो पळून गेला तर?" - जोशीकाका.

"अरे असे कसे? तो मला ओळखत नाही. आणि तो मला काय करणार? शेवटी या कुटुंबासाठी माझी काही जबाबदारी आहे की नाही?" - मोहनआप्पा.

"बघा हं सांभाळून. मी तुम्हाला अडवत नाही पण तरीही." - जोशीकाका थोडेसे चिंतेत बोलले.

"हो" - मोहनआप्पानी मोबाईल काढला आणि निखिलला फोन लावला. निखिलने फोन उचलला.

"आप्पा. मी आत्ता ओटीमधे जाणारच होतो. काय झाले?" – तिकडून निखिलचा आवाज आला.

"अरे तो तुमचा बदलीचा ड्रायव्हर होता ना. तो इथे सोसायटी बाहेर चहाच्या टपरीवर उभा आहे. म्हणजे मी तुला उगाच त्रास द्यायला फोन केला नाही. पण पोलिसांना कळवायचे असेल तर कळव. मी त्याला इथे गुंतवून ठेवण्याचा प्रयत्न करतो." - मोहनआप्पा.

"आप्पा. मी पोलिसांना फोन करतो. पण मला घरी यायला एक-दीड तास तरी लागेल. एक प्रोसिजर करायची आहे. पेशेंट अगदी तयार आहे. मला पुढे ढकलता येणार नाही." - निखिल म्हणाला.

"अरे तू काळजी करू नकोस. फक्त पोलिसांना कळव. बाकीचे मी बघतो काय करायचे ते." - मोहनआप्पा.

"आप्पा काळजी घ्या हं. उगाच काही गडबड झाली तर मी अण्णासाहेबांना काय तोंड दाखवणार?" - निखिल.

"असे बोलून मला परके करू नकोस बाळा. मी बघतो सगळे बरोबर." - मोहनआप्पानी फोन बंद केला.

मोहनआप्पा आणि जोशीकाका हळूहळू चालत फेरी मारू लागले. त्यांची नजर सतत चहाच्या टपरीवर होती. तो ड्रायव्हर तिथे पेपर वाचत उभा होता. फेरी मारून दोघे चहाच्या टपरीवर गेले तेव्हा तो ड्रायव्हर एका स्टूलवर बसून चहा पीत होता.

"दोन कप बिनसाखरेचा कडक चहा कर रे." – मोहनआप्पांनी चहावाल्याला ऑर्डर दिली आणि दोघे ड्रायव्हर समोरच्या बेंचवर बसले.

"काय रे इथे कुणाकडे काम करतोस?" – मोहनआप्पांनी अचानक त्या ड्रायव्हरला विचारले.

"मला विचारलेत? नाही कुणाकडेच नाही, आधी करत होतो." - तो जरा चमकून म्हणाला.

"अच्छा. मग इथे कशाला आला आहेस? जवळ राहतोस का?" – मोहनआप्पा.

"नाही विक्रोळीला राहतो. इथे काम शोधायला आलो." – त्याने उत्तर दिले.

"काय काम करतोस? नाव काय तुझे?" - मोहनआप्पांनी विचारले.

"माझे नाव विवेक मिश्रा. मी ड्रायव्हर आहे. पण घरात किंवा दुकानात दुसरे काम सुद्धा करायला तयार आहे." - तो म्हणाला.

"अच्छा. मला ड्रायव्हरची गरज आहे. सोसायटीत चल तिथे बसून बोलू." मोहनआप्पा चहा पिऊन उठले. सोबत जोशीकाका उठले आणि त्यांनी चहावाल्याला विवेकचे पैसे सुद्धा दिले.

मोहनआप्पा विवेकला घेऊन सोसायटीत आले आणि घराच्या एक बिल्डिंग दूरवरच एका बेंचजवळ उभे राहिले.

विवेक मोहनआप्पा काहीतरी बोलण्याची वाट बघत होता. अचानक मोहनआप्पानी त्याची कॉलर धरली.

"काय रे नाव विवेक आणि काम अविवेकी? हं?" – मोहनआप्पा एकदम रागात येऊन म्हणाले.

"काका तुम्ही काय बोलताय?" – विवेकने कॉलर सोडवायचा प्रयत्न केला.

"अच्छा!! तू डॉ. निखिलकडे ड्रायव्हर म्हणून होतास ना? मी रोहिणीचा मामा आहे. मधुरसोबत काय केलेस हे तुला परत सांगू? एकतर गुन्हा केलास. पोलिसांसमोर रडारड करून सुटका करून घेतलीस. इथे अकारण वावरतो आहेस अन् वर हे विचारतोस? परत पोलिसांच्या ताब्यात देऊ का तुला? म्हणजे एकदम पोपटासारखा बोलशील. काय रे हां?" - मोहनआप्पा ठामपणे बोलले.

विवेक मोहनाप्पांचा पवित्रा पाहून एकदम दचकला आणि गयावया करू लागला - "साहेब... माफ करा मी तुम्हाला ओळखत नाही म्हणून बोललो. मी सगळे सांगतो पण मला पोलिसांत देऊ नका."

"हं. मग का परत परत आमच्या घरच्या लोकांसमोर येतोयस? काय इरादे काय आहेत तुझे? बदला घ्यायचा आहे? अरे, डॉ. निखिलने तर तुला भरवशावर कामाला ठेवले होते. गुन्हा तू केलास त्या लहान पोरासोबत अन् आम्ही गप्प बसायचे का?" -

मोहनआप्पा एकदम रागात येऊन बोलले.

"काका. बदला नाही घ्यायचा आहे. मी अपराध केला. केला म्हणजे तो चुकून झाला. इतके असूनसुद्धा ह्या लोकांनी माझ्यावर केस केली नाही. पोलीस म्हणाले शहर सोडून जा. मी जाणार होतो. पण मला खूपच अपराधी वाटत होते. जायच्या आधी एकदा सगळ्यांची माफी मागायची होती. म्हणून मी मधुरच्या शाळेजवळ गेलो. एका मित्राला पटवून मॅडमचा टॅक्सी ड्रायव्हर म्हणून आलो. मागच्या आठवड्यात दोनतीनदा घराजवळ आलो. पण खूप शरम वाटत होती. माफी मागायची हिम्मत झाली नाही साहेब. मी कसला बदला घेणार. माझ्या नशिबाने बदला घेतला. इज्जत गेली, दुसरे काय जाणार?" विवेक एकदम रडवेला होऊन बोलला.

"हं आता मी तुझा कसा भरवसा करायचा?" - मोहनआप्पा.

"साहेब तुम्ही जे म्हणाल ते करतो. मी एकदा साहेबांची माफी मागून शहर सोडून निघून जाईन. पण मला तुम्ही पोलिसांकडे देऊ नका. मी तुमच्या पाया पडतो." तो एकदम बेंचवर बसला आणि रडायला लागला.

तितक्यात निखिलची गाडी येताना दिसली.

"चल तिकडे डॉ. निखिल आलेत. आत्ता जी काही माफी मागायची ती माग आणि चालता हो. पुढे दिसलास तर सोडणार नाही." - मोहनआप्पा.

मोहनआप्पा आणि जोशीकाका विवेकला घेऊन निखिलजवळ आले. निखिल कारमधून उतरला. त्याच्यासोबत त्यांचा नेहमीचा ड्रायव्हर आनंद पण उतरला. आनंदने विवेकला पाहिले, एकदम रागात येऊन त्याचे मानगूट धरले आणि त्याच्या डाव्या गालावर एक जोरदार थप्पड मारली.

"साले तेरेपे दया करके मेरे भरोसेपे मेरे मालिक के पास कामपे रखा और तूने ऐसा दगा दिया? अबे कुछ तो ख़याल करना था. शरीर की गर्मी बच्चे पे उतारते शरम नाही आई तेरेको?" - आनंद.

"मुझे माफ़ करो आनंद भाई. मेरा ऐसा कोई इरादा नहीं था. मेरे से गलती हो गयी." –विवेक हात जोडून बोलला.

"डॉक्टर साहब मेरी बहोत बड़ी गलती हो गयी. मैं मुंबई छोड़ के चला जाऊंगा. सिरिफ आप सबसे एक बार छमा माँगना चाहता था पर हिम्मत ही नहीं हो रही थी. आप बहोत दयालु हैं साहब. एक बार माफ कर दो. मैं फिर कभी ऐसा गुनाह नहीं करूँगा." बोलता बोलता विवेक निखिलच्या पाया पडायला खाली वाकला.

"सरळ उभा राहा. पाया वगैरे पडायची गरज नाही. तू नक्की पुढे असे काही न करण्याची हमी देतोस?" – निखिलने त्याच्याकडे निरखून बघत विचारले.

“हो साहेब. माँ कसम फिर ऐसा कोई गुनाह नहीं करूँगा.” - विवेक.

“चल कार में बैठ.” - निखिल.

“साहब. पुलिस में मत दो. वो मेरे को मार डालेंगे.” - विवेक.

“अबे पोलिसात नाही. हॉस्पिटलमधे चल. तिथे अ‍ॅम्ब्युलेन्स ड्रायव्हरची गरज आहे. काम करायची तयारी असेल तर आजपासून आमच्या अ‍ॅम्ब्युलेन्स ड्रायव्हर सोबत ट्रेनिंगची सुरूवात कर. एका महिन्यात मी एक अ‍ॅम्ब्युलेन्स अजुन घेणार आहे. मग दुसऱ्या अ‍ॅम्ब्युलेन्स ड्रायव्हिंगची जबाबदारी तुझी.” - निखिल.

“निखिल काय बोलतो आहेस हे? ह्याने इतका मोठा गुन्हा केला आणि तू ह्याला काम देतो आहेस? रोहिणी काय म्हणेल?” – मोहनआप्पा.

“काका. ह्याला पश्चाताप झालाय नं. आपण सुधारायची संधी दिली तर हा चांगला माणूस होईल नाहीतर गुन्हेगारांची सोबत होईल आणि हा वाईट मार्गाला लागेल. रोहिणीला मी समजाऊन सांगेन.” - निखिल.

“निखिल बाळा. मानले तुला. तुझ्यासारखी लोक आहेत म्हणून जगात माणुसकी टिकून आहे.” - जोशीकाका बोलले.

“साहेब तुम्ही देवमाणूस आहात. तुमचे उपकार मी कसे फेडू?” – विवेक नम्रतेने एकदम ओणवा झाला होता.

“कारमधे बस लवकर उशीर होतोय. तुझ्यामुळे एक ऑपरेशन सोडून आलोय.” - निखिल बोलला.

विवेक आणि आनंद गाडीत बसले.

“काका येतो मी आता. आपण संध्याकाळी बोलू.” - बोलता बोलता निखिल कारमधे बसला आणि कार चालू झाली.

“आप्पा. स्वयंपाक करणारी बाई आलीये” – वॉचमनने येऊन सांगितले.

“हो येतो म्हणावं. चला जोशीसाहेब भेटूया उद्या.” मोहनआप्पा म्हणाले आणि दोघे लिफ्टमधे गेले.

जेवल्यावर अण्णासाहेब बैठकीवर बसले. आज शंकरने मस्त पातवडीची भाजी केली होती जरा जास्तच खाल्ले गेले. थोडे हलके वाटावे म्हणून ते तिथेच वर्तमानपत्र वाचत बसले.

आज चित्रा येणार. जानकी आणि त्यांचे बोलणे जमले की सगळे बरे होईल. सुहासकडून काहीही बातमी आली नाही. काय झाले असेल?

ते विचार करीत होते. नारायणरावची केस सॉल्व्ह झाली हे ही खूप चांगले झाले होते. आता त्यांची कुणाला गरज राहिली नव्हती. ते विचार करीत होते. नारायणरावांना शिक्षा झाली असती तर आपण सुनितासाठी तिच्या घरी गेलो असतो. इतकी सोज्ज्वळ आणि समंजस मुलगी! फक्त वडील तुरुंगात आहेत म्हणून समाजाने तिचा फायदा घ्यायला नको असे आपल्याला मनोमन वाटत होते. म्हणून आपण दुसऱ्या कुणाकडेच गेलो नाही. बाकीच्या घरांची सोय करून आपण नारायणरावांना होकार देऊ असे ठरवले होते. पण देवाला वेगळेच मंजूर होते. चला या खेपेला पाचही कुटुंब मार्गी लागताना दिसत आहेत. पुढच्या वेळेला बघू. अण्णासाहेब असा विचार करत होते.

इतक्यात फोन वाजला. अण्णासाहेब थोडा कंटाळा करीत उठले.

"हॅलो. अण्णासाहेब पटवर्धन बोलतोय." - ते म्हणाले.

"काका, सुहास बोलतोय. कसे आहात तुम्ही?" – तिकडून आवाज आला.

"..............." अण्णासाहेब काही बोलले नाही.

"काका. तुम्ही आहात ना, तुमचा आवाज येत नाहीये" - सुहास.

"नालायका.... त्या दिवशी गेला तेव्हापासून आज फोन करतो आहेस?" अण्णासाहेब जरा भडकले.

"काका मी गुरूवारी तुम्हाला फोन करून सांगितले होते ना की मी गावाला जातोय म्हणून? विसरलात वाटते." - सुहासने सांगितले.

"सांगितले होते का? मला आठवत नाही. काय खबरबात? काय झाले गावाला? काका भेटले का तुला?" - ते नरमले.

"हो काका भेटले. मी तुम्हाला तेच सांगायला फोन केला होता. तुम्ही बोललात म्हणून मी गावाला गेलो आणि एक मोठे संकट दूर झाले. गेलो नसतो तर माझ्या हातून एक मोठा गुन्हा झाला असता." - सुहास.

"असे कोड्यात बोलू नकोस. नक्की काय ते सांग." - अण्णासाहेब.

"काका चांगली बातमी आहे. मी काकाकाकूंना घेऊन आलोय मुंबईला. काल सकाळीच पोहोचलो. त्यांची व्यवस्था, ऑफिसची कामे आणि सगळ्या गोंधळात तुम्हाला सांगायचे राहून गेले." –सुहासने सांगितले.

"सगळे कसे काय झाले?" – अण्णासाहेब.

"काका. मोठ्ठी कथा आहे. मी शुक्रवारी दसऱ्याला काकाकाकूंना भेटायला घेऊन येतो तेव्हा सगळे सांगतो." - सुहास.

"ठीक आहे. चालेल." अण्णासाहेबांनी फोन ठेवला.

"अरे हो. शुक्रवारी दसरा ना. सगळ्यांना गेटटुगेदर साठी बोलवायचे आहे."

अण्णासाहेब मनोमन बोलले.

गेट टुगेदरचा विचार करीत करीत अण्णासाहेब बेडरूममधे आले आणि वामकुक्षीसाठी बेडवर पडल्यापडल्या त्यांना गाढ झोप लागली. त्यांची झोपमोड झाली ती शंकरच्या आवाजाने "काका उठा. जानकी आत्याचा फोन होता. तुम्ही केव्हा येणार आहात विचारत होत्या."

अण्णासाहेब एक जांभई देऊन उठले. "किती वाजले रे?" - त्यांनी विचारले.

"काका साडे सहा वाजलेत. तुम्ही फ्रेश व्हा मी चहा करतो. आत्याने तुम्हाला येताना श्रीखंड आणायला सांगितले आहे." शंकर म्हणाला.

"ठीक आहे. तू चहा करून एक किलो श्रीखंड घेऊन ये. मी तिला फोन करून सांगतो." - अण्णासाहेब बेडवरून उठता उठता म्हणाले.

ते फ्रेश होऊन बैठकीत येईपर्यंत शंकरने चहा केला होता. सोबत न सांगता मसाला टोस्टपण केले होते.

"शंकर, आज रात्रीचे जेवण नकोय. मी यशवंतकडे जेवणार आहे. हे पैसे घे आणि श्रीखंड आणून फ्रीजमधे ठेव. तू आवरून लवकर घरी जाऊ शकतोस. मला काही लागले तर मी घेईन करून." - अण्णासाहेब म्हणाले.

फोन परत वाजला. अण्णासाहेबांनी उचलला "अरे अण्णा किती उशीर, केव्हा येणार आहेस तू. माझी स्वयंपाकाची तयारी झाली आहे. वॉकला जाऊन येऊ का?" - तिकडून आवाज.

"अगं ताई मी सांगितले होते ना तुला. चित्रा देवीची पूजा करून येणार आहे. आम्हाला यायला आठ वाजतील. तुला वॉक करून यायचे असेल तर खुशाल जा." –अण्णासाहेब.

"ठीक आहे. तू श्रीखंड राहू दे. आता वॉकवरून येताना मीच घेऊन येइन." - जानकी.

"अरे मी शंकरला पाठवले आहे श्रीखंड आणायला. तू राहू दे." - अण्णासाहेब.

"बरं. या मग तुम्ही. हा यशवंत कुठे गेलाय हेही कळत नाही. फोन पण उचलत नाही." जानकीने बडबडत फोन ठेवला.

अण्णासाहेब तयार व्हायला गेले. आज त्यांनी धोतर आणि कुर्ता घातला. त्यावर श्रीराम लागू स्टाईलचा कोट आणि काळ्या फ्रेमचा चष्मा. उगाच काहीतरी नवीन सुचले घालायचे. तयार होऊन त्यांनी फुललेन्थ आरशात पहिले. वेगळे पण छान दिसत होते. असो. साडे सात वाजले होते. तितक्यात फोन वाजला.

"काका आम्ही पाच मिनिटात पोहोचत आहोत. तुम्ही खाली या म्हणजे आपण

डायरेक्ट मावशी कडे जाऊ." - चित्रा तिकडून बोलली.

"ठीक आहे. तुम्ही खालीच थांबा. मी येतोय." ते बोलले आणि फोन बंद केला. किचनमधे जाऊन श्रीखंड घेतला. "शंकर मी घरची एक किल्ली घेऊन जातोय. तू जाताना बरोबर कुलूप लावून जा" म्हणत ते खाली उतरले. दोन मिनिटात चित्रा आणि आकाश पोहोचले.

चित्रा उतरून मागच्या सीटवर बसली. अण्णासाहेब समोर आकाशच्या बाजूला बसले आणि त्याला रस्ता दाखवू लागले.

पाच मिनिटात तिघे यशवंतच्या घरी आले. यशवंत सोफ्यावर बसला होता. जानकी बहुतेक वॉकवरून आली नव्हती.

"काय रे यशवंत तू केव्हा आलास? कशाला ताईला त्रास देतोस?" - अण्णासाहेब.

"अरे अडकलो होतो एका केसमधे. आत्ता आलोय ना रागावू नकोस." - असे म्हणत यशवंतने चित्रा आणि आकाशकडे बघितले.

चित्राने आज निळ्या रंगाची साडी नेसली होती. सोबत स्लीवलेस ब्लाउज. मोत्याचा सेट घातला होता. हलक्या मेकअपमधे चित्रा खूप छान दिसत होती. आकाशने झब्बा पायजामा घातला होता. तोही तितकाच स्मार्ट दिसत होता. एकूण दोघांचे जोडी म्हणून पहिले इम्प्रेशन छानच होते.

"तू चित्रा आणि तू आकाश. बरोबर ना? या बसा. ताई वॉकला गेली आहे. येतच असेल इतक्यात." त्याने दोघांना सोफ्यावर बसण्याचा इशारा केला.

चित्रा आणि आकाशने यशवंतला वाकून नमस्कार केला.

"अरे... याची गरज नाही रे. सुखी राहा." - यशवंत "अरे बस ना अण्णा. तुला काय स्पेशल निमंत्रण लागेल? आज तर तू एकदम पिंजरा मधला श्रीराम लागू दिसतो आहेस."

"कोण श्रीराम लागू दिसतोय?" जानकी घरात येता येता बोलली "अरे वा अण्णा फारच छान दिसतोयस!"

जानकीने चिकनची सलवार कुर्ती घातली होती. बहुतेक दुपारी ब्युटी पार्लरला जाऊन आली असावी. कारण तिच्या भुवया एकदम शेपमधे कोरलेल्या होत्या आणि केस कलर करून व्यवस्थित सेट केलेले होते.

"अगं ताई. तू पण ना काहीतरीच. पण तू मात्र एकदम मस्त दिसते आहेस. चित्रा,आकाश! हीच आपली जानकी ताई." - अण्णासाहेब बोलले.

आकाश आणि चित्रा उठले. त्यांनी जानकीला चरणस्पर्श केले.

"सदा सुखी राहा रे पोरांनो." तिने आशीर्वाद दिला "सॉरी हं मला जरा उशीर झाला.

गार्डनजवळ उर्वशी भेटली होती. तिच्याशी थोडा गप्पा मारण्यात वेळ गेला."

"यशवंत जरा आतमधे ये रे." - ती बोलता बोलता किचनमधे गेली.

"आलो." तो ही तिच्यामागे आत गेला. चित्रा आणि आकाश घर बघू लागले.

दोघे परत आले तेव्हा त्यांच्या हातात ट्रे होते. दोघांनी ते टीपॉयवर ठेवले. त्यात एका प्लेटमधे अळूच्या पानाच्या वड्या आणि एका प्लेटमधे कोथिंबीर वडी होती. दुसऱ्या ट्रे मधे पाच ग्लास गुलाब सरबत होते.

"रणजीत आणि प्रकाश येणार नाहीत आज. दोघे बिझी आहेत म्हणाले." - तिने सांगितले

सगळे खाऊ लागले. खाता खाता सगळे साधारण गप्पा करीत होते.

"अण्णा, मला चित्रा आणि आकाशशी थोडे खाजगी बोलायचे आहे. आम्हाला एक तास तरी लागेल. जेवण थोडे उशीरा करू. चालेल ना?" – जानकी म्हणाली.

"हो मला चालेल. यशवंत??" – अण्णासाहेब.

"तो घरचाच. त्याला काय विचारतोस? चला रे." - ती दोघांना घेऊन आतमधे गेली.

अण्णासाहेब आणि यशवंत टीव्ही बघू लागले. कुठलातरी राजनैतिक चर्चासत्र चालू होता. दोघे बघता बघता आपलेही कॉमेंट्स देऊ लागले आणि दोघांमधे वाद सुरु झाला. तो हळू हळू वाढायला लागला आणि वादासोबत त्यांचा आवाजही. अचानक जानकी बाहेर आली आणि तिने टिव्ही बंद केला तेव्हा दोघे जमिनीवर आले.

"काय चालले आहे तुमचे? कित्ती वाद फालतू गोष्टींचे? तुमचा आवाज किती चढलाय लक्षात येत आहे का तुमच्या?" - जानकी चिडून बोलली.

"सॉरी ताई. आता तू दोघांना घेऊन गेलीस मग आम्ही कसा वेळ काढायचा म्हणून टाइमपास करत होतो वादविवाद करण्यात." - अण्णासाहेब.

"आता पुरे. काहीतरी मिनिंगफुल काम करा." – जानकी.

"म्हणजे काय. सांगशील?" - यशवंत.

"आम्हाला पंधराएक मिनिटे लागतील अजून. तोपर्यंत तुम्ही दोघे डायनिंग टेबलवर जेवणाची तयारी करा. आम्ही आलोच." - जानकी म्हणाली.

"ठीक आहे ताई. चल रे." –यशवंत.

दोघे किचनमधे गेली. ताईने जेवणात कोफ्ता करी, भरली भेंडी, पुलाव, कढी आणि पराठे केले होते. सोबत चटणी आणि कोशिंबीर. बापरे इतका मेनू. असो. अण्णासाहेब कढी आणि भाज्या गरम करू लागले. पुलाव मायक्रोवेव्हमधे ठेवला. यशवंतने ग्लास, ताटे, चमचे, वाट्या डायनिंग टेबलवर लावल्या.

जेवण डायनिंग टेबलवर आणेपर्यंत जानकी, चित्रा आणि आकाश तिथे आले. तिघांच्या चेहऱ्यावर समाधान दिसत होते. म्हणजे काम झाले... अण्णासाहेबांच्या मनात आले.

"काय ताई. मग काय म्हणतेस?" – यशवंत.

"ए भूक लागलीये. आधी जेवण करू दे. नंतर सांगतो काय ते." जानकी थोडे मिश्कील बोलली.

"बरं" यशवंत जरा नाराजीने बोलला आणि जानकी हसली.

"अरे जेवण होऊ दे. नंतर सावकाश सांगते ना. चित्रा चालेल नं तुम्हाला?" – जानकी.

"हो. काही हरकत नाही. तसे आम्ही श्रुतीला सांगून आलो आहोत." –चित्रा.

सगळे जेवायला बसले. जेवण एकदम चविष्ट होते. जानकी सुगरण होतीच म्हणा. पण आज तिने जाणीवपूर्वक स्पेशल जेवण बनवले होते. असो.

जेवण करून सगळे बैठकीत आले.

"ताई आता तरी सांगशील काय ठरले ते?" - यशवंत.

"हं. आमचे बोलणे झाले. मला हे दोघे आवडले आणि हे जे सांगताहेत त्यावरून श्रुती देखील आवडली. मी तिचा फोटो पाहिला. मी यांच्यासोबत तुमच्या अटींची परत एकदा उजळणी केली त्यासोबत माझ्या अटी सांगितल्या. तर बातमी अशी की, मी उद्या संध्याकाळीच आकाशकडे राहायला जाते आहे." – जानकीने स्फोट केला.

"इतक्या लवकर? अन् तुझी तयारी वगैरे?" - यशवंत.

"आता जायचे ठरवले म्हटल्यावर आज काय आणि उद्या काय. उशीर कशाला करायचा? आणि तयारीचे काय आहे? माझ्या एकटीचे सामान तरी किती? सकाळी आवरून होईल. काही काळजी नको. अन् काही राहिले तरी तू कुठे पळून जातोयेस. येऊन घेऊन जाईन हळू हळू." –जानकी.

"पण बाकी काय ठरले आणि तुझ्या अटी काय?" - अण्णासाहेब.

"दोन तीन गोष्टी जरा वेगळ्या आहेत. एक म्हणजे मी चित्राची नाही तर आकाशची मावशी म्हणून यांच्याकडे जाणार आहे. याचे कारण असे की आकाशकडे चित्राची मावशी खूप दिवस राहिलेली चांगली दिसणार नाही. आणि मला सासू म्हणून मिरवायला जास्त चांगले वाटेल. दुसरे, मी यांना महिन्याला २५ हजार देण्यापेक्षा महिन्याला जितका खर्च झाला असेल त्याचे चार भाग करायचे. एक भागाएवढी रक्कम मी आणि एका भागाएवढी रक्कम या दोघांनी मिळून द्यायची. ती रक्कम दर महिन्याला श्रुतीच्या नावाने एक चाईल्ड प्लानमधे इन्वेस्ट होईल. तिसरी गोष्ट म्हणजे श्रुतीशी माझी वागणूक कशी असावी ते मी ठरवीन. माझ्या आणि श्रुतीच्या नात्यात हे दोघे काही बोलणार नाहीत.

श्रुतीच्या अभ्यासाची जवाबदारी मी घेणार आणि तिला मी सांगेपर्यंत कुठलीही ट्यूशन लावायची नाही. चौथी गोष्ट म्हणजे श्रुतीला किंवा यांच्या घरच्या कुठल्याही व्यक्तीला मी भाड्याने आलेली मावशी आहे हे माहीत नसणार. पाचवी गोष्ट – आकाश किंवा चित्राला मद्यपान करायचे असल्यास माझी हरकत नाही पण ते घराबाहेरच. घरात मद्यपान किंवा मद्य आणण्यावर माझी हरकत आहे. सहावी गोष्ट – चित्राने पूर्णवेळ नोकरी करू नये आणि तिला जितका वेळ शक्य असेल तितका तिने श्रुतीसोबत आणि माझ्यासोबत घालवावा अशी माझी अट नाही पण इच्छा आहे. हे सगळे यांनी मंजूर केले आहे. चित्रा आणि श्रुतीला माझ्याकडून जे जे शिकायचे असेल ते ते मी त्यांना शिकवायचे ही एक अट चित्राची आहे ती मला मंजूर. चित्राचा फॅशन सेन्स मला आवडला नाही तर मी तिला त्याबाबतीत सल्ले देऊ शकण्याची सुद्धा मी अट टाकलेली आहे. बाकी सगळे तुम्ही ठरवलेले आहे तसेच." –जानकीने उलगडा केला.

"ग्रेट एकदम मस्त. मला आवडले." - अण्णासाहेब.

"मी उद्याच यांचेकडे जाते. मला लेखी करार करायची गरज वाटत नाही. पण तुम्हा लोकांना किंवा या दोघांना वाटत असेल तर मी केंव्हाही करार करायला तयार आहे. पटले नाही तर मी एका महिन्याच्या नोटीसवर करार रद्द करण्याची तरतूद असावी." - जानकी.

"ठीक आहे. काय म्हणतोस यशवंत?" – अण्णासाहेब.

"अण्णा. मला वाटते एखाद्या महिन्याने लेखी करार करून दोघांकडे एक एक आणि माझ्याकडे एक कॉपी असू द्यावी. मी आहेच पण तरीही हिची काळजी मला आहेच ना." यशवंत चा आवाज बोलताना घोगरा झाला होता.

"अरे काय हे यशवंत? मी कुठे पळून जाते आहे का आवाज घोगरा करायला? याच शहरात आहे म्हटले मी." – जानकी.

"हो आहेस. पण या घरात नसणार ना. दोन वर्ष माझे डोके खाल्लेस. आता कोण खाणार?" – यशवंत चिडवत म्हणाला.

"अच्छा....हो का" - जानकीने त्याच्या मागे जाऊन पाठीवर धपाटा मारला.

"ताई. काहीही हं, आजूबाजूला कोण ते बघून मारत जा ना." –यशवंत भुणभुणला.

"काय मामा. आम्ही परके आहोत का आता? तेही तुमचेच घर. कधीही या नं डोके खाऊन घ्यायला." – आकाशने फिरकी घेतली.

"अच्छा. तूही यांच्यात सामील झालास तर. ठीक आहे असेच राहा सगळे आपलेपणाने." - यशवंत पाणावलेल्या डोळ्याने म्हणाला.

"मावशी. आता येतो आम्ही. खूप उशीर होईल नाहीतर." - चित्रा म्हणाली.

"काका. आईसारखी मावशी आणि श्रुतीला आजी मिळवून दिली त्याबद्दल तुमचे खूप खूप आभार." - चित्राने वाकून त्यांना त्रिवार नमस्कार केला.

"ठीक आहे. बरं शुक्रवारी म्हणजे दसऱ्याच्या दिवशी सगळ्यांनी माझ्याकडे गेट टुगेदरला यायचे आहे. आपण सगळे सोबतच हा सण साजरा करू." – अण्णासाहेब बोलले.

"ठीक आहे. येऊ आम्ही सगळे. मावशी मी संध्याकाळी साडेसहाला तुम्हाला घ्यायला येतो. तयार राहा." - आकाश म्हणाला.

"चल ताई. मीही निघतो आता. चला रे." - अण्णासाहेब म्हणाले तसे चित्रा आकाश त्यांच्यासोबत घराबाहेर पडले. त्यांना निरोप देऊन यशवंत आणि जानकी घरात आले.

"ताई तू खरंच जाणार?" - यशवंत.

"अरे असेच ठरले होते ना आपले? चांगली पोरं आहेत रे. तू काळजी करू नकोस. मी राहीन त्यांच्या बरोबर व्यवस्थित." - जानकी.

"हो. ते आहे पण तरीही काही दिवस खूप एकेकटे वाटेल मला." – यशवंत.

"होईल रे सवय. आणि मी गेल्यावर काळजी घे स्वतः ची. नाहीतर अजून उनाडक्या होशील." - जानकीने त्याचे कान पिळले आणि तो हसायला लागला.

❦ ❦ ❦ ❦

अण्णासाहेबांना त्यांच्या घरी सोडून आकाश आणि चित्रा घरी निघाले. जानकीच्या व्यक्तिमत्त्वाचा प्रभाव दोघांना जाणवत होता. एक अनुभवी, सुसंस्कृत, शिक्षित आणि स्मार्ट आजी श्रुतीला मिळणार आणि त्यातून जास्त घरात अशी स्त्री आईसारखी वागणार म्हणून दोघे उत्साहित होते. आपण श्रुतीला काहीही सांगायचे नाही असे त्या दोघांनी ठरवले होते. दोघे घरी येताना सुद्धा जानकी बद्दल बोलत होते.

उद्या अष्टमीची पूजा आहे. सकाळी लवकर उठून पूजा करायची आहे म्हणून दोघे घरी आल्यावर लवकर झोपले. श्रुती आधीच झोपली होती.

❦ ❦ ❦ ❦

बुधवार सकाळ. अण्णासाहेबांनी लवकर उठून अंघोळ वगैरे आवरली आणि वॉक करून आले. रणजीत, प्रकाश आणि यशवंतला सांगून उद्या सकाळी वॉकनंतर तिथे येणाऱ्या सिनियर सिटीझनची मीटिंग बोलवायला सांगितले. त्यांना सुद्धा चालताना जितके लोक भेटले त्यांना त्यांनी आवर्जून मीटिंगला येण्याचा आग्रह केला. यशवंतने एका कागदावर मोठ्या अक्षरात लिहून गार्डनच्या दारावर तशी सूचना लावली,

अण्णासाहेब घरी आले. शंकर आला होता. लवकर चहा आटपून त्यांनी पूजेची तयारी सुरू केली. आज नवरात्रातली शेवटची पूजा. तयारी करता करता त्यांना लक्ष्मीची खूप आठवण येत होती. आजच्या दिवशी लक्ष्मी नेहमी नऊवार नेसायची आणि पूर्ण शृंगार करायची. सप्तमीपासून तिची लगबग सुरू व्हायची. गजरा, नवीन बांगड्या आणि अजून बरेच काही. आजच्या दिवशी ती लवकर उठून पूर्ण स्वयंपाक करून ताटभर नैवेद्य करायची. आठ कन्या जेवल्याशिवाय तिच्या पोटात पाणी सुद्धा घ्यायची नाही.

शंकर आणि अण्णासाहेबांनी मिळून नैवेद्य तयार केला. बटाट्याची भाजी, फ्लॉवरची भाजी, आमटी, वरणभात, कोशिंबीर, शिरा आणि पुरी. शंकरने बिल्डिंगच्या सगळ्या लहान मुलामुलींना जेवणाचे निमंत्रण कालच दिले होते. नैवेद्य तयार करून अण्णासाहेबांनी पूजा मांडली. तो पर्यंत साडेदहा वाजले होते. पंचामृत, केळीचे काप आणि साखरखोबऱ्याचा प्रसाद करून एका ताटात ठेवला. इतक्यात रणजीत, जयंती, उर्वशी, उन्मेष, प्रकाश, यशवंत आणि जानकी आले.

शंकरने बाहेर जाऊन आवाज दिला. थोड्याच वेळात बिल्डिंगमधली लहान मुलेमुली नवीन कपडे घालून पूजेला आले. शेजारच्या घरची मंडळी आणि वरच्या मजल्यावरून अण्णासाहेबांचा चुलत भाचा आणि त्याची बायकोसुद्धा पूजेला आली.

सगळ्यांनी मिळून पूजा आरती केली. सगळ्यांसोबत गणपती, देवीची, नवरात्र आवाहन, साईबाबा आणि दत्तगुरूंची आरती करताना अण्णासाहेबांना एकदम भरून आले. कर्पूर गौरमची वेळ येईपर्यंत त्यांच्या डोळ्यातून पाणी वाहू लागले. आरती संपवून भाच्याच्या बायकोला त्यांनी आरतीचे ताट दिले आणि खुर्चीवर बसले. भाचा, सून, शेजारी आणि बाकीच्या लोकांनी पूजा केली. जयंतीने सगळ्यांना प्रसाद वाटला. शंकरने डायनिंग टेबल आणि सोफा एका कोपऱ्यात सरकवला. शंकर आणि बायकांनी मिळून पंगतीची तयारी केली आणि लहान मुलांना जेवायला बसवले. त्यावेळी अण्णासाहेब पण वाढायला पुढे आले. त्यांना खूप चांगले वाटायचे लहान मुलांना वाढायला. सगळे हसत खेळत जेवले. मुलांचे जेवण पूर्ण झाले तेव्हा अण्णांनी त्यांना गिफ्ट्स दिले. सगळी मुलं गलका करीत आपापल्या घरी गेली.

त्यानंतर जानकीने डायनिंग टेबलवर मोठ्या लोकांसाठी जेवणाची तयारी केली. हसत खेळत जेवणे उरकली. जेवण करताना सगळे लक्ष्मीची आठवण करीत होते. अष्टमीच्या दिवशी सगळ्यांसोबत पूजा करण्याची प्रथा घरात तिनेच सुरू केली होती.

जेवण करून सगळे आपापल्या घरी गेले. अण्णासाहेब बैठकीवर बसून देव्हाऱ्याकडे बघू लागले. मांडलेली पूजा, कलश, अखंड दिवा, उदबत्तीचा दरवळलेला वास, गोवरीवर घेतलेली तुपाची ज्योत आणि त्यात पडलेल्या हवनसामग्रीने एकदम

घराला प्रसन्न असे वातावरण दिले होते. का कोण जाणे त्या देवीच्या तसबिरीमधे आज लक्ष्मी दिसत होती, प्रसन्न अशी! आठ दिवस अंबाबाईचा घरात वास होता. यावेळी या अंबाबाईने कितीतरी कामे साध्य केली होती. आता संध्याकाळी हे सगळे उचलले जाणार. त्यांना थोडे गलबलून आले. “आई तुझा वास इथे असाच राहू दे. हा सुगंध, हे प्रसन्न वातावरण नेहमी घरात राहो.” अशी त्यांनी मनोमन प्रार्थना केली.

जानकी घरी आली. तिने कपाटावरून एक मोठी सुटकेस काढली. सुटकेसमधे एक मोठीशी एयरबॅग होती. आकाशकडे नेण्यासाठी तिने तिच्या साड्या आणि कपडे आधीच वेगळे करून ठेवले होते. एकेक करून तिने कपडे भरायला सुरूवात केली. कपडे, मेकअपचे सामान, पर्स, औषध, चपला, स्लीपर्स, स्पोर्ट शूज, क्लिप्स, थोडीशी ज्वेलरी आणि बरेच काही. काहीतरी आठवले आणि ती किचनमधे गेली. डबे बरण्या काढून त्यात लोणचे, चटणी, मेतकूट, कुरड्या, साबुदाण्याचे पापड वगैरे भरले. परवाच करून ठेवलेला चिवडा आणि लाडूचे दोन भाग करून वेगवेगळया डब्यात भरले. एकेक भाग किचनमधे ठेवून बाकीचे सामान एयर बॅगमधे भरले. मनासारखी पॅकिंग होईपर्यंत तीन वाजले होते. तिला थोडा थकवा आला म्हणून ती बेडरूममधे जाऊन पडली.

“अगं ताई ऊठ साडे पाच वाजले. अन् दार उघडेच ठेवून झोपलीस. कुणी आले असते तर?” यशवंतच्या आवाजाने जानकीचे डोळे उघडले. खूप गाढ झोप लागली होती.

“अरे... मला कशी गाढ झोप लागली कळलेच नाही. अण्णाकडे मस्तच झाले होते जेवण. त्यात घरी येऊन जायची तयारी केली. थकवा आला म्हणून येऊन जरा पडले. तू केव्हा आलास?” जानकी उठता उठता बोलली.

“अगं पंधरा मिनिटापूर्वी आलो. म्हटले तुला जायचे आहे आज. चल मी चहा ठेवलाय. फ्रेश होऊन ये पटकन.” - यशवंत.

“हो आलेच. चहा पिऊन जायची तयारी करते.” - ती बोलता बोलता वॉशरूममधे गेली.

जानकी येईपर्यंत यशवंतने चहा आणि टोस्ट हॉलमधे आणले होते. ती आली आणि दोघे चहा पिऊ लागले.

“अरे तुझ्यासाठी चिवडा लाडू करून ठेवले आहे. लोणचे, शेंगांची चटणी वगैरे वर काढून ठेवली आहेत छोट्या बरणीमधे. मीही घेऊन जाते आहे सोबत. बाकीचे लोणचे खालच्या कप्प्यात मोठ्या बरणीत आहे. खरकटे चमचे घालू नकोस त्यात नाहीतर खराब होईल.” –जानकी म्हणाली.

“अगं ताई. कित्ती काळजी करतेस. मी काय लहान आहे? सगळे सांभाळीन मी. तू

इथे यायच्या आधी एकटाच होतो ना. राहीन मी बरोबर. टेन्शन घेऊ नकोस. अन् आहेत की प्रकाश, अण्णा अन् रणजीत जवळच. तूही इथेच आहेस दहा किलोमीटरच्या आत. लागले तर बोलावीन तुला काही दिवस. माहेरी तर येशील ना कधी कधी?" यशवंत डोळे चुकवत म्हणाला.

"हं दिसतंय मला कसा राहशील ते. माझ्यापासून डोळे लपवू नकोस. सवय झाली तुला माझी आता. पण हा निर्णय आपल्या दोघांसाठी चांगला आहे म्हणून घेतला. तुला तुझ्या कामात अपराधी वाटायला नको आणि मला एकटेपण नको म्हणून आपण दोघांनी मिळून घेतला हा निर्णय. मी दूर जात नाहीये तुझ्यापासून. कधीही ये भेटायला आणि कधीही बोलाव मला गरज वाटली तर. पुढच्या आठवड्यात कधीतरी येऊन माझी स्कूटर घेऊन जाणार. म्हणजे मला तिथे वावरायला सोपे होईल." - जानकी.

"तू कार घेऊन गेलीस तरी चालेल. मला एकट्याला स्कूटर पुरे झाली." - यशवंत.

"कार नको. तिथे चित्रा आणि आकाश दोघांकडे कार आहे. पार्किंगचा प्रॉब्लेम होईल. श्रुती आणि मला बाहेर जावे लागले तर स्कूटर पुरेल आम्हां दोघींना." - जानकी.

"ठीक आहे. चल मी तयार होते. आकाश येईलच इतक्यात." म्हणून ती बेडरूममधे गेली.

अर्ध्या तासात जानकी तयार होऊन बाहेर आली. येता येता तिने सुटकेस आणि पर्स पण हॉलमधे आणली. जानकीने आसमानी रंगाची क्रशसिल्कची साडी नेसली होती. मोत्यांचा हार, बांगड्या आणि हलका मेकअप. त्यासोबत घालायला सॅंडल बाहेर आणून ठेवली. तिच्या उंच बांध्याला साडी नेहमीच खुलून दिसायची. काश्मिरी गोऱ्या रंगावर आसमानी रंग एकदमच मस्त दिसत होता.

"जानकी, हे आकाश, चित्रा आणि श्रुतीसाठी गिफ्ट्स." यशवंतने तिला एक प्लास्टिकची पिशवी दिली. तिने उघडून पाहिले. आकाशसाठी टीशर्ट-जीन्स, चित्रासाठी ड्रेसचा कपडा आणि श्रुतीसाठी ग्लोबल बिझनेस गेम होता.

"बरे केले आणलेस ते. माझ्या लक्षात होते पण तितकासा वेळ मिळाला नाही." - जानकी म्हणाली.

"भाऊ बहिणीचे बोलणे झाले असेल तर मी येऊ का आत?" दारावर टकटक झाली तसे दोघांनी चमकून पाहिले. आकाश आला होता. साडेसहा कधी झाले ते दोघांना कळलेच नाही.

"अरे ये आकाश. त्यात काय विचारायचे. मी तयारच आहे." – जानकी म्हणाली.

"थांब. चहा कॉफी काय घेतोस आधी सांग. की काश्मिरी काहवा करू?" - यशवंत म्हणाला.

"मामा तुमच्याकडे काहवा आहे? करा ना. मला खूप आवडतो." आकाश उत्साहाने म्हणाला.

"हो का. आणतोच बघ. जानकी थोडी काहवा पावडर तूही घेतलीस की नाही?" यशवंतने विचारले.

"घेतली आहे. बाकी आणीन मी लागली तर." - जानकी.

"काय म्हणते श्रुती?" तिने आकाशला विचारले.

"तिला आम्ही सांगितले नाही. सरप्राईज देणार तिला." - आकाश.

त्यानंतर जानकी आणि आकाश किरकोळ गप्पा मारू लागले. यशवंत तीन काचेच्या ग्लासमधे काहवा घेऊन आला. केसरचे धागे, बदामाचे काप, साखरे ऐवजी मध घातलेला काहवा पिऊन तिघांना खूप फ्रेश वाटले.

"चला निघू या आता. येते हं यशवंत. काळजी घे स्वत:ची. औषधे वेळेवर घेत जा." - जानकी.

यशवंतने जानकीला चरणस्पर्श केले. जानकीने त्याच्या डोक्यावर हात ठेवला आणि खांदा धरून त्याला उचलले आणि त्याच्या मिठीत गेली. नाही म्हणता तिच्या डोळ्यातून काही अश्रू बाहेर पडलेच. दोघा भावंडांचे निखळ प्रेम बघून आकाशचे डोळे पाणावले.

॰॰॰ ॰॰॰ ॰॰॰ ॰॰॰

बुधवार संध्याकाळ. रोहिणी घरात आली. थोडीशी नाराज दिसत होती. चपला बाजूला काढून ठेवून तिने पर्स जोरात डायनिंग टेबलवर ठेवली. आप्पा आणि निखिल सोफ्यावर बसले होते.

"काय झाले रोहिणी. नाराज दिसतेस. तब्येत बरी आहे ना?" - मोहनआप्पा.

"मी बरी आहे आप्पा. मला काय होणार? पण निखिलची तब्येत बरी आहे ना ते विचारा?" - ती भुणभुणली.

"अच्छा. समजले. म्हणजे तुला समजले तर. हे तुला नक्की जोशीबुवानी सांगितले असणार. कारण त्यांच्या व्यतिरिक्त दुसऱ्या कुणालाही पूर्ण प्रसंगाची माहिती नाही. अगं आम्हीच तुला सांगणार होतो. पण काल तुला यायला उशीर झाला ना म्हणून सांगता आले नव्हते. आत्ता आम्ही त्याबाबतीतच बोलत होतो. तू शांतपणे येऊन बस बरं. तुला सांगतो सगळे." - मोहनआप्पा म्हणाले.

रोहिणी येऊन समोर सोफ्यावर बसली. मोहनआप्पाने तिला पूर्ण प्रसंग सविस्तर समजाऊन सांगितला.

"बाळा... त्याला पश्चाताप आहे. आपण त्याला शिक्षा केली तर त्याच्या मनात सूडाची भावना निर्माण होईल. आणि त्याच्या मनात ही भावना फक्त आपल्यासाठी

नाहीतर पूर्ण समाजासाठी असणार. आणि तो आत्ता नाही तर नंतर वेळ आल्यावर अपराधिक वृत्तीने आपले काहीही बरेवाईट करू शकतो. आपले करता आले नाही तर आपल्या कृतीचा बदला समाजाशी घेईल. पश्चात्तापाला खूप काळजीने हाताळणे महत्त्वाचे असते. निखिलने त्यावेळी जो निर्णय घेतला तो वेगळा असला तरी एकदम बरोबर होता. मलाही सुरुवातीला पटले नव्हते पण नंतर विचार केल्यावर निखिलच बरोबर वाटला. ज्यावेळी त्याला अपराधी मानून त्याचे मित्र आणि त्याच्या समाजातली लोक त्याला हुसकावून लावत होती, त्यावेळी निखिलने त्याची परिस्थिती समजून त्याला माफ केले आणि त्याच्या दवाखान्यात काम दिले. निखिलचे हे उपकार तो अखेरपर्यंत विसरणार नाही आणि वेळ आल्यावर तोच आपल्या खूप कामी येईल." - मोहनआप्पानी सांगितले.

"कॉफी घे." - निखिलने तिच्या हातात कप दिला "आणि तुला सांगू. विवेकला माझ्या हॉस्पिटलमधे कामावर ठेवल्याचे मी मधुरलासुद्धा सांगितले आहे. आपण मधुरला आता सगळे सांगू. या वयात त्याला सगळ्या गोष्टींची माहिती आपणच द्यायला हवी. उगाच मित्रांचे ऐकून वेगळ्या भ्रांती मुलांच्या कोवळ्या मनावर व्हायला नको." निखिल म्हणाला.

"अच्छा. तुम्हाला पटत असेल तर ठीक आहे. पण मला सगळ्यात उशीरा सांगितले म्हणून मी निखिलवर नाराज आहे. आज याला स्पेशल चॉकलेट देणार नाही." - ती जरा फुगून म्हणाली.

"हो ग बाई... चालेल आपण निखिलचे घर उन्हात बांधू" - मोहनआप्पा गमतीत म्हणाले.

"काका..." निखिलने लहान मुलासारखा आवाज काढून रडकुंडीला आल्यासारखे दाखवले.

"बाळा. नाराज नको होऊ." - मोहन आप्पानी गम्मत गम्मत म्हणून डोळे मिचकावले. "तुला मी चांगले चॉकलेट आणून देईन." आणि सगळे हसायला लागले.

"आप्पा, अण्णा काकांचा फोन आला होता आज. त्यांनी परवा आपण सगळ्यांना संध्याकाळी दसऱ्यानिमित्त गेट टुगेदरला बोलावले आहे.

"हो. त्याच्याकडे दरवर्षी हा प्रोग्राम असतो. लक्ष्मी वहिनी नेहमी आम्हाला बोलवायची. जाऊ आपण सगळे." - मोहनआप्पा उत्साहाने म्हणाले.

आकाश जानकीला घेऊन घरी आला. चित्रा वाटच बघत होती. डोअरबेल

वाजताच तिने दार उघडले. चित्राने पठाणी सलवार आणि कुर्ता घातला होता. वर केस मोकळे सोडले होते. चेहऱ्यावर स्मित हास्याशिवाय कुठलेही मेकअप नव्हते. साधी सरळ चित्रा आपुलकीने भरलेली दिसत होती.

जानकीला बघून तिला खूप आनंद झाला. दोघे आत आले. चित्राने जानकीला वाकून त्रिवार नमस्कार केला. "आनंदी राहा... स्वस्थ राहा..." जानकी पुटपुटली.

"या मावशी सासूबाई... बसा." - चित्रा म्हणाली.

"आल्या आल्या मारलास टोमणा हं. लबाड सुनबाई..." – जानकी हसून म्हणाली.

"तुम्हालाच सून हवी होती ना. आता घ्या..." - आकाश म्हणाला.

"अरे तुम्ही इतक्या जोरजोरात बोलताय. श्रुती ऐकेल नं. तिला समजले तर?" - जानकी साशंक होऊन म्हणाली.

"अहो मावशी ती कराटेच्या क्लासला गेली आहे. येईल इतक्यात." - चित्रा.

तितक्यात डोअरबेल वाजली. चित्राने जाऊन हळूच दार उघडले. "मम्मी, दारावर इतक्या सुंदर सँडल्स कुणाच्या आहेत? कुणी आले आहे का?" श्रुतीने घरात येता येता विचारले आणि समोरच जानकीला बघून दचकली.

"श्रुती इकडे ये. ओळख करून देतो. ही माझी जानकी मावशी. आजच दिल्लीहून आली आहे. यानंतर आपल्याकडे राहणार आहे." - आकाशने उत्साहात ओळख करून दिली.

श्रुतीने जानकीकडे पाहिले. तिच्या कपाळावर थोड्या आठ्या आल्या. पण लगेच हलकेसे स्माइल करून "हॅलो" म्हणाली आणि रूममधे जायला लागली. बहुतेक मावशी नावाची व्यक्ती आल्याचा तिला फारसा आनंद झाला नव्हता.

"अगं ये तरी इकडे. बस जरा." - चित्रा म्हणाली.

"मम्मी मी थकली आहे खूप. तुम्ही बोला. मी फ्रेश होऊन रिलॅक्स होणार आहे. प्लीज डिस्टर्ब करू नको. भूक लागली की जेवून घेईन मी." - श्रुती.

"अशी काय करते आहेस श्रुती? आपल्याकडे कुणी आलंय याचे तरी भान ठेव." –आकाश.

"पापा प्लीज." - श्रुती.

"असू दे आकाश. आराम करू दे तिला. थोडी फ्रेश झाली की बोलेल ती माझ्याशी. बोलशील ना?" - जानकी आकाशला खुणावत म्हणाली.

"हो. बोलेन." - श्रुती सुटका झाल्यासारखी रूममधे निघून गेली.

"आकाश, काहीही बोलू नकोस. श्रुतीला मी सांभाळून घेईन. माझे सामान कुठे ठेवायचे आहे ते सांग. आणि चित्रा जेवणाची तयारी करणार आहेस का की मी माझे

रांधू?" - जानकी.

"काय मावशी. या इकडे गेस्ट रूम आहे. तुमच्यासाठी तयार करून ठेवली आहे. काहीही लागले तर सांगा. आणि हो वाढते जेवायला. तुम्ही फ्रेश होऊन या." - चित्रा.

"ओके" जानकी उठली. आकाशने उठून जानकीची सुटकेस गेस्टरूम मधे नेली. गेस्टरूम त्यामानाने छोटी होती. चार बाय सहा फुटाचा बेड, एक मोठे कपाट, एक छोटे ड्रेसिंग टेबल, एक स्टडी टेबल आणि खुर्ची इतके सामान तिथे होते. रूमला लागूनच वॉशरूम होते. एरव्ही बहुतेक नसणार पण ड्रेसिंग टेबलवर कोल्डक्रीम, ब्रांडेड हेयरऑईल, कंगवा वगैरे सामान होते. बाथरूममधे टॉवेल आणि साबण, शॅम्पू, कंडीशनर इत्यादी ठेवले होते. छोटी असली तरी रूम सुटसुटीत वाटत होती. जानकीने सामान काढले आणि फ्रेश होऊन ती परत हॉलमधे आली. तिने कॉटनचा डिझायनर नाईटगाऊन घातला होता.

एव्हाना चित्राने डायनिंग टेबलवर जेवणाची तयारी केली होतीच. अपेक्षा नव्हती पण श्रुतीही जेवायला आलेली होती हे बघून जानकीला बरे वाटले. श्रुतीपण जरा फ्रेश वाटत होती. तिने कपडे बदलले होते आणि तिच्या चेहऱ्यावर चिडलेले भाव आत्तातरी नव्हते.

सगळे जेवायला बसले. जेवण साधे पण छान झाले होते. आज चित्राने मेडच्या मदतीने उत्तरभारतीय पद्धतीचे जेवण बनवले होते. छोले, पराठे, तडकादाल, भात, आणि सॅलेड केले होते. श्रुती त्यामानाने शांत होती. किरकोळ गप्पा करत जेवण संपले. श्रुती आणि चित्राने टेबल आणि किचन आवरले. जानकी त्यांच्यासोबत किचनमधे येऊन उभी राहिली. किचनमधे कुठे काय आहे वगैरे बघत होती. काम संपल्यावर तिघी बाहेर आल्या.

"आकाश, चित्रा, श्रुती तिघे दहा मिनिटे इकडे या बरं." - जानकीने प्रेमळ हक्काचे फर्मान सोडले. तिच्या आवाजात जी धमक होती, कुणालाही नकार देण्याचा प्रश्न नव्हता.

तिने रूममधे जाऊन शॉपिंग बॅग आणली. त्यांतून तिने तिघांना त्यांचे गिफ्ट दिले.

"श्रुती, हे तुला इलेक्ट्रॉनिक ग्लोबल बिझनेस. आवडते नं खेळायला?" - तिने विचारले

इलेक्ट्रॉनिक म्हटल्यावर श्रुतीच्या चेहऱ्यावर कुतूहल आले.

"हो आवडते. पण खेळणार कुणाबरोबर?" ती पुटपुटली. तिने बॉक्स हातात घेऊन त्यावर लिहिलेले वाचायला सुरूवात केली.

"मम्मी याच्यात नोटा नाहीत! फक्त क्रेडीटकार्ड आहे. वाव!" - आणि उत्साहाने तिने ते बॉक्स उघडायला सुरूवात केली.

"एक गड जिंकला" या अविर्भावात जानकीने चित्राकडे पाहिले.

उर्वशी घरी पोहोचली. तिच्या चेहऱ्यावर आनंद, एका हातात फाईल आणि दुसऱ्या हातात मिठाईचा डबा होता. घरी उन्मेष आणि रणजीतसिंग लुडो खेळत बसले होते आणि जयंती टीव्हीवर कुठलातरी फॅमिली शो बघत होती.

"उर्वशी कित्ती वेळ? इतका उशीर झाला? फोन तरी करायचास." - जयंती.

"मम्मी खूप बिझी होते. उन्मेष, पापा मिठाई खाओ. आज मैं बहुत खुश हूँ." - उर्वशी.

"अरे पर हुआ क्या? इतनी खुशी किस बात की है?" – जयंती.

"मम्मी मेरी नयी कम्पनी का रजिस्ट्रेशन अप्लाय हो गया." – उर्वशी.

"अरे वा!! ही तर खूप चांगली बातमी आहे. पुढे काय?" – रणजीतसिंग.

"पापा. एका आठवड्यात रजिस्ट्रेशनचे काम पूर्ण होईल. त्यानंतर कंपनीच्या नावाने बँक अकाऊन्ट वगैरे बनवावे लागेल. मी ऑफिससाठी दोनतीन जागा पाहिल्या आहेत. उद्या आपण सगळे सोबत जाऊन त्यातली एक फायनल करू. सर्कलमधे काही लोकांशी बोलणे झाले आहे. दोघेजण मला जॉईन व्हायला तयार आहेत. बाकीचा स्टाफ रिक्रूटमेंट एजन्सीकडून मागवू. अजून बऱ्याच गोष्टी ठरवायच्या आहेत. एक दोन बँकेतसुद्धा बोलले आहे. सगळे ठरले की प्रोजेक्ट रिपोर्ट तयार करून लोनसाठी अप्लाय करावे लागेल." उर्वशी उत्साहाने बोलली.

"खूप चांगली बातमी दिलीस बेटा. चल बाकीचे नंतर बोलू. जरा हातपाय धुऊन घे. मी जेवण गरम करते. आम्हा सगळयांचे जेवण झाले आहे."

"कॉन्ग्रॅचुलेशन्स मॉम." - उन्मेष तिला येऊन बिलगला. तिने उन्मेषला प्रेमाने जवळ घेतले.

सुहास, वैष्णवी, काका, काकू आणि वरुण घरी पोहोचले. सगळयांच्या हातात बाजारातून आणलेले सामान होते. संध्याकाळी सुहास घरी आल्या आल्या सगळे बाजारात गेले होते. परवा दसरा आहे या निमित्ताने सुहासने सगळयांना नवीन कपडे आणले होते. तोरण, फुलं, सजावटीचे सामान, रांगोळी, मिठाई आणि बरेच काही आज बाजारातून आणले होते.

गावाहून आलेले काका काकू मुंबईचा बाजार एकदम नवलाईने पाहत होते. प्रत्येक गोष्ट नवीन वाटत होती. उशीर झाला म्हणून जेवण सुद्धा बाहेरच केले होते. इथले हॉटेल त्यांना एकदम प्रशस्त वाटले. कितीतरी पदार्थ त्यांना नविन होते. मात्र सुहासने जे

मागवले ते त्यांनी खूप आवडीने खाल्ले होते.

घरी पोहोचेपर्यंत सगळे खूप थकले असले तरी सगळ्यांच्या चेहऱ्यावर सुखाचे समाधानाचे भाव होते. दसऱ्याला काय काय पदार्थ करावे आणि सण कसा साजरा करावा. आपल्या घरच्या काय पद्धती आहेत त्या काकूने वैष्णवीला सांगितल्या होत्या. त्याप्रमाणे त्या दोघींची उद्याची प्लानिंग चालली होती.

सुहासचा फोन वाजला. अण्णासाहेबांचा फोन होता. त्यांनी दसरा निमित्त त्याला कुटुंबासकट गेट टुगेदरला आमंत्रण दिले. सुहासने त्यांना होकार कळवून फोन ठेवला आणि सगळ्यांना परवा अण्णासाहेबांकडे जायच्या कार्यक्रमाची माहिती दिली.

काका वरुणला घेऊन त्याच्या खोलीत गेले. वरुण झोपेला आला होता. त्यांनी कपाटातून त्याला रात्रीचे कपडे काढून दिले आणि त्याला कपडे बदलायला मदत केली. रात्रीचे औषध देऊन त्याला झोपवले. त्याला दुलई पांघरून त्यांनी कपडे बदलले आणि तेही त्याच्या बाजूला झोपले. तितक्यात काकू खोलीत आल्या. त्यांनी जमिनीवर गादी अंथरली. नऊवारीची गाठ जरा सैल केली आणि अंग टाकले.

“अवो... झोपलात का?” - काकू.

“नाही बोल...” - बाजीराव.

“सुहास आणि सुनबाई खूप चांगले हायेत. कित्ती सुंदर नऊवार आणि कपडे घेतले. आपण यांच्याकडे आलो हे खूप बरे झाले.” - काकू.

“हो खरं बोललीस तू. खूप चांगले झाले. धनंजयने तर कधीच आपल्याकडे येऊन सणवार साजरे केले नाहीत.” – बाजीराव.

“मी काय म्हणत होते. एकदा बालीला फोन करून सांगा तरी की आपण इथे आलो आहोत. नाहीतर तिला खूप वाईट वाटेल. अन् एकदा धनंजयलासुद्धा सांगून टाका म्हणते मी. उगा नाहीतर कटकट” - काकू. शेवटी ती आई. पोरानी कित्तीही वाईट केले तरी माया काही स्वत:चे सूर बदलत नाही.

“हे बघ. उगी काही बोलू नको. त्यानी कधी ढुंकून बघितले का आपल्याकडे? बालीचे ठीक आहे. उद्या सुहासला सांगतो फोन करायला. आता झोप.” - काकाने पांघरूण घेतले आणि झोपले.

गुरूवार सकाळ. अण्णासाहेब लवकर तयार होऊन बागेत आले. आज त्यांनी पांढराशुभ्र पायजामा कुर्ता आणि त्यावर निळया रंगाची शाल घातली होती. बागेत आल्या आल्या रणजीतसिंग आणि प्रकाश दिसले. भेटल्यावर यशवंत पाच मिनिटात पोहोचतोय असे त्या दोघांनी सांगितले. आज सगळ्यांनी सिनियर सिटीझनची मिटिंग

साडेसात वाजता बोलावली होती. पावणेसात झाले होते. तिघांनी वॉक घ्यायला सुरूवात केली. एक राउंड संपेपर्यंत यशवंत पण आला. चौघे बोलता बोलता वॉक करू लागले. या वयातही यांना झपाझप चालायची सवय होती. अर्ध्या तासात पाच राउंड संपवले आणि बेंचवर जाऊन बाकी लोक गोळा होण्याची ते वाट बघू लागले.

"अरे जानकी कशी आहे रे. फोन आला का तिचा?" - प्रकाशने विचारले.

"हो आला. चांगली आहे. घर आवडले तिला. आत्तातरी श्रुतीने बहुतेक तिला स्वीकारलेले नाही. नाते जुळायला थोडा वेळ जाईल असे म्हणत होती. बाकी छानच आहे सगळे. उद्या येणारच आहे ना गेट टुगेदरला. कळेल सगळे." - यशवंत म्हणाला.

"ठीक आहे." - अण्णासाहेब.

"अरे ते सोडा. मीटिंगमध्ये काय बोलायचे आहे अण्णा. काही ठरवले आहेस का?" - रणजीतसिंग जरा चिंतेत बोलला.

"हो. विचार केलाय. मी सुरूवात करतो. मी बोलताना काही सुटले तर तुम्ही सांगा." - अण्णासाहेब बोलले

चौघांना बघून हळू हळू लोक जमा व्हायला लागले. वीसेक लोक जमा झाल्यानंतर अण्णासाहेब बोलले.

"मित्रांनो. माझ्या फक्त एका बोलवण्यावर तुम्ही सगळे जमा झालात याबद्दल तुम्हा सगळ्यांचे खूप आभार. हळू हळू अजून मंडळी येतीलच. पण साडे सात वाजून पाच मिनिटे जास्त झालीत म्हणून आपण मीटिंगची सुरूवात करू या. चालेल की पाच मिनिटे अजून थांबू?" - अण्णासाहेब.

"नको अण्णा. सुरूवात कर दोनचार लोक म्हणालेत. येतील इतक्यात." - एकजण म्हणाला.

"ठीक आहे. चालेल." - अण्णासाहेब उठून उभे राहिले.

"मित्रांनो... आपण सर्वांनी आपल्या जीवनाशी निगडीत जबाबदारी चोखपणे बजावली. नोकरी, घर, कुटुंब, मुले, त्यांचे शिक्षण, मुंजी, लग्न आणि नातवंड सगळं काही. आपल्या पैकी कितीतरी मित्र त्यामानाने फार सुखी समाधानी आहेत. पैशांची अडचण नाहीये. आपल्यापैकी बरेच मित्र मैत्रिणी आता एकएकटे राहिले आहेत. मात्र अजूनही कितीतरी ज्येष्ठ नागरिक आपल्यासारखे नाहीत. काहींची मुले दुसऱ्या शहरात किंवा परदेशी स्थायिक झालीत. काही लोकांची गरज संपली म्हणून मुलांनी त्यांच्याकडे लक्ष देणे बंद केले. तर काही लोकांना वेळ घालवायला काहीतरी असावे असे वाटते. म्हणून आम्ही पाच मित्रांनी मिळून प्रयोग म्हणून एक उपक्रम केला होता. आपल्याला वेळ आहे आणि आपण समाजाचे काही देणे लागतो म्हणून लक्ष्मीने पहिल्यांदा ही कल्पना सुचवली होती. त्यानंतर प्रकाशने या कल्पनेला मूर्त रूप

दिले." - अण्णासाहेब थोडे थांबले. कुजबुज सुरु झाली.

"सांगतो... सांगतो... घाई करू नका. आम्हाला कल्पना आवडली. म्हणून आम्ही थोडसे सर्वे केले आणि दोन गोष्टी लक्षात आल्या. या शहरात कितीतरी एकल कुटुंब आहेत जिथे नवराबायको दोघे नोकरी करतात आणि घरी लहान मुले आहेत. त्यांना घरात कुणीतरी आपलं असावं असं वाटतं. त्यांना पाळणाघरात किंवा मेडकडे मुलं सोडायला आवडत नाही. मुलांवर चांगले संस्कार व्हावेत असे वाटते पण घरची ज्येष्ठ मंडळी काही कारणाने जवळ नसतात. आणि कितीतरी ज्येष्ठ नागरिक शारीरिक उर्जा आणि पैसा असून सुद्धा एकटेपणाचे जीवन जगतात. याची सांगड घालावी म्हणून आम्ही "आजोबा भाड्याने देणे आहे" हा उपक्रम केला. त्यानुसार आम्ही वर्तमानपत्रात तशी जाहिरात दिली आणि गरजू कुटुंबे समोर आल्यानंतर त्यांची पूर्ण चौकशी करून त्यांना घरी आजी, आजोबा मिळवून दिले." – अण्णासाहेबांनी सांगितले.

"पण ते कुटुंब चांगले वागवतील हे कशावरून?" - काही आवाज आले.

"आम्ही काही तत्त्वं पाळली. त्या कुटुंबाची गरज, प्रामाणिकपणा आणि ज्येष्ठ नागरिकांकरता त्यांच्या मनात असलेली भावना ओळखून मगच निर्णय घेतले. आपण त्यांच्यावर अवलंबून आहोत ही भावना मनात न ठेवता आपण त्यांना मदत करतोय ही भावना त्यांच्या मनात कोरली. स्वत:च्या अटी ठरवल्या. त्यांच्या घरातच त्यांचे प्रश्नं सुटत असतील तर ते सोडवण्यात मदत केली. रणजीत आणि यशवंत तुम्हाला त्यांना आलेले अनुभव सांगतील."

यशवंत आणि रणजीतने नारायणराव, उर्वशी आणि आकाशचे अनुभव थोडक्यात सांगितले. त्यानंतर अण्णासाहेबांनी सुहास, निखिल आणि मोहनचा अनुभव सांगितला. लोकांनी अजून काही प्रश्न विचारली त्यांची उत्तरे चौघांनी मिळून दिली.

"या सर्व गोष्टीवरून हा प्रयोग यशस्वी झाला असे आम्हा सगळ्यांना वाटते. आणि असे प्रयोग पुढे चालू ठेवावे अशी आमची इच्छा आहे. या उपक्रमात तुम्ही सर्वांनी आपापल्या परीने पुढे येऊन हातभार लावावा असे आम्हाला वाटले म्हणूनच ही मीटिंग बोलावली होती. तुम्हाला स्वत:ला जरी आजोबा किंवा आजी म्हणून कुठे जायचे नसेल तरी या प्रोजेक्टमध्ये तुमच्या अनुभवाने मदत करू शकता." - अण्णासाहेब.

"हा प्रयोग खूप चांगला आहे असे मला वाटते. मी या उपक्रमात सामील होऊन माझ्या वकिली ज्ञानाचा फायदा करून देऊ शकेन असे वाटते." - एकजण बोलला.

"मी पण सामील व्हायला तयार आहे. मी कौन्सिलर आहे आणि सायकॉलॉजी मधे खूप काम केले आहे. माझा अनुभव नक्की कामी येईल." -एक वयस्कर स्त्री उभी राहून बोलली.

“मी आजोबा म्हणून जायला तयार आहे. घरी कटकट नुसती.” - एकजण उठून बोलला.

“खूप छान. ज्याला कुणाला या उपक्रमात सामील व्हायची इच्छा आहे त्यांनी आपापली नावे आणि मदतीचा प्रकार प्रकाश किंवा अण्णाकडे नोंदवा. पुढच्या प्रयोगासाठी आपण लवकरच मीटिंग घेऊ” - रणजीतसिंग बोलला आणि मीटिंगची सांगता झाली. सगळे आपापल्या घरी गेले.

उमेशने ब्रेकफास्ट उरकला आणि ऑफिसमधे आला. गेटपासून केबिनमधे येईपर्यंत लोकांची नजर आणि कुजबुज त्याच्या नजरेतून आणि कानातून सुटली नाही. तो कुणाकडे न बघता केबिनमधे येऊन बसला. ड्रायव्हर लॅपटॉप घेऊन आला. सेक्रेटरी आत आली. तिने बॅगमधून लॅपटॉप काढून सुरू केले.

“सर हे आजचे शेड्यूल आहे.” तिने प्रिंट केलेले नोट त्याच्या पुढे ठेवले. त्याने तिरकी नजर करून पाहिले. एक कस्टमरची मीटिंग होती. एका कस्टमर सोबत विडिओ कॉन्फरन्स होती. एक सीनियर ऑफिसरने रिझाइन केले होते त्याच्यासोबत एग्झिट इंटरव्ह्यू होता. एका सप्लायरने मीटिंग मागितली होती पण ती सेक्रेटरीने कन्फर्म केली नव्हती. आणि अशाच एकदोन छोट्या छोट्या गोष्टी.

उमेशचे मन नव्हते. कंटाळा आला होता त्याला. उर्वशीकडून मिळालेली वागणूक त्याचे मन खात होती. सगळीकडे बेरक्या नजरा त्याला विचलित करत होत्या. कस्टमर प्रश्न विचारत होते. उर्वशी सोडून गेल्याने कंपनीची मार्केटिंग गडबडली होती. त्यातून उर्वशीने केलेला डोमेस्टिक व्हायोलेंसची केस हळूहळू लोकांपर्यंत पोहोचत होती. त्यामुळे कंपनीच्या क्रेडीबिलीटीचा प्रश्न सगळीकडेच त्याचा पिच्छा करत होता. सप्लायर पेमेंटचा तगादा करीत होते. क्लबमधे त्याच्या आजूबाजूला असणारी गर्दी कमी झाली होती. ज्या बायका मुली त्याच्याजवळ घोळका करून त्याच्याशी गप्पा मारायला उत्सुक असायच्या त्या आता दुरून हायबाय करून निघून जात होत्या.

त्याने इमेल्स पाहिले. फार काही नव्हतेच. तेच ते मेसेज. कंपनीच्या चेयरमनने पुढच्या आठवड्यात बोर्ड ऑफ डायरेक्टर्सची मीटिंग बोलावली होती. कंपनीचे रेव्हेन्यू आणि कस्टमर लॉस ह्यावर चर्चा होऊन पुढचा मार्ग ठरवण्यासाठी ही मीटिंग होती. देवा. आता हे ही आलेच समोर. त्याला काही सुचत नव्हते.

“या उर्वशीने सगळी गडबड केली. गरीब घरातली हुशार मुलगी होती. तिचे कौशल्य ओळखून तिला प्रोत्साहन दिले. प्रमोट केले. नंतर आवडली म्हणून लग्न केले. सगळ्या सुखसुविधा दिल्या. नाहीतर काय होती ती? पण किंमत नसते छोट्या लोकांना

उपकाराची." तो विचार करीत होता.

काही विचार करून त्याने पंकजला बोलावले आणि आजच्या मीटिंगची तयारी करायला सांगितले. पंकज गेला. उमेश परत विचारात पडला आणि डोळे मिटले. थोड्या वेळाने फोनची रिंग वाजली. उमेशने फोन उचलला.

"सर तुमच्यासाठी फोन आहे." - सेक्रेटरी.

"हेलो. मी उमेश." - तो बोलला.

"सर मी आर.ओ.सी. मुंबईहून बोलतोय" - तिकडून आवाज आला.

"कोण म्हणालात?" - उमेशने सरळ होत विचारले

"मी रजिस्ट्रार ऑफ कंपनी, एस. पी. कुमारच्या ऑफिसमधून गडकर बोलतो आहे. मिसेस उर्वशी तुमच्या कंपनीत कामाला होत्या का?" - परत तिकडून आवाज.

"हो. काय काम आहे मिस्टर गडकर?" - उमेशने विचारले.

"मिसेस उर्वशीने नवीन कंपनीच्या रजिस्ट्रेशनसाठी अर्ज केला आहे. त्यात त्यांनी अनुभव म्हणून तुमच्या कंपनीत काम केल्याचा उल्लेख केला आहे. मी व्हेरीफिकेशनसाठी तुम्हाला फोन केला. मिसेस उर्वशी तुमच्याकडे मार्केटिंग ऑफिसर होत्या हे खरे आहे का?" - गडकर.

"हो मिसेस उर्वशी माझ्या कंपनीत मार्केटिंग हेड होत्या. अजून काही?" - उमेश थोड्या चिडलेल्या आवाजात बोलला.

"अजून काही नाही. धन्यवाद सर." - गडकरने फोन ठेवला.

"नवीन कंपनी?? इथपर्यंत मजल गेली हिची? ही माझ्यासमोर आता नवीन कंपनी उभी करणार. आता बघावेच लागणार हिला. त्याच्या मुठी आपोआप वळल्या.

अण्णासाहेब, यशवंत, रणजीतसिंग आणि प्रकाश घरी आले. उद्या दसऱ्यानिमित्त गेट टुगेदर होते. ह्यावेळी येणारी मंडळी जास्तच होती. पाचही कुटुंबाना निमंत्रण गेले होते. त्यात बिल्डींगमधली सहा बिऱ्हाडे होती. जवळपास पन्नासेक लोक होतील. अण्णासाहेबांनी नेहमीच्या आचाऱ्याला सांगितले होते. शंकर, पार्वती आणि त्यांची मुलगी मदतीला होतीच. मेन्यु ठरला. लहान मुलांना चॉकलेट आणि छोटे गिफ्ट्स आणायचे ठरले. खुर्च्या, सतरंजी, टेबल, भांडी वगैरेच्या तयारी बाबतीत बोलणे झाले आणि मंडळी आपापल्या घरी गेली.

जानकीला जाग आली. मोबाइल उचलून पाहिले. चार वाजले होते. आकाश आणि

चित्रा ऑफिसला गेले होते. श्रुती शाळेत गेली होती. दुपारी जेवण करून आणि किचन आवरून ती सोफ्यावर टीव्ही बघत बसली होती. डुलकी येऊन कधी झोप लागली ते कळलेच नाही. श्रुती येतच असेल इतक्यात.

जानकी किचनमधे गेली. स्वत:साठी काहवा करायला ठेवला. फ्रीजमधून सकाळचा भात, दही, कोथिंबीर आणि सिझवान चटणी काढली. भातात दही मीठ आणि चवीला साखर घालून कालवले. कढईत थोडेसे तेल कढवून त्यात मोहरीची फोडणी दिली. त्यात सिझवान चटणी घालून परतले आणि फोडणीची चटणी भातात टाकून परत चमच्याने कालवले. कोथिंबीर पेरली. काहवा पण तयार झाला. काहवा गाळला तितक्यात डोअरबेल वाजली. तिने दार उघडले. श्रुती आली होती. थकलेली दिसत होती. तिने शाळेची बॅग टीपॉयवर ठेवली आणि लगेच सोफ्यावर धाडकन बसली.

जानकीने पाणी आणले. “काय झाले ग श्रुती? खूप थकलीस वाटतं.”

“हम्म.” ती बोलली “फार काही नाही. आज शेवटचा पिरीयड पी.ई. चा होता. सरांनी खूप पळवले म्हणून.”

“भूक लागली असेल. चल हातपाय धू. मी तुझ्यासाठी सिझवान कर्ड राईस केला आहे. खाऊन सांग कसा आहे. अन् मग थोडावेळ आराम कर.” - जानकी.

श्रुतीचे डोळे चमकले. पण तिने फारसा उत्साह दाखवला नाही. मात्र पाच मिनिटात ती उठली आणि बॅग घेऊन आत गेली. जानकी सोफ्यावर बसून काहवा पीत बसली. थोड्या वेळात श्रुती बाहेर आली. तिने कपडे बदलले होते आणि वेण्या सोडून केसांचा मागे बो बांधला होता. ती किचनमधे गेली आणि एका प्लेटमधे कर्डराईस घेऊन आली आणि डायनिंग टेबलवर खायला बसली. तिला कर्ड राईस आवडले आहे हे तिच्या हावभावावरून समजत होते.

“छान झाले आहे.” – श्रुती किचनमधे जाताजाता बोलली आणि जानकीच्या हातून काहवाचा कप घेतला.

“आवडले ना. बरं झालं. मी सहजच केले. उद्यापासून तुला काय आवडते ते सांग म्हणजे मला करून ठेवता येईल.” - जानकी.

“नको. उगाच तुम्हाला त्रास होइल. मी नेहमीसारखे खाईन काहीतरी.” - श्रुती.

“अगं त्रास कसला? आजी ना मी तुझी?” - जानकी.

“हम्म. मला माहीत आहे की तुम्ही माझ्या आजी नाहीत. आजी तिच्या कुटुंबात एकुलती मुलगी होती. आजीला बहीण नव्हती त्यामुळे तुम्ही पप्पांच्या मावशी नाहीत हे मला नक्की माहीत आहे. मम्मी पप्पाने आप्पांशी बोलून तुम्हाला इथे राहायला आणले आहे हेही मला माहीत आहे.” - श्रुती बोलली.

“ते कसे?” – जानकी.

"आम्ही आप्पांकडे गेलो होतो तेव्हा मला थोडा अंदाज आला होताच. नंतर घरी आल्यावर मम्मी पप्पा चे बोलणे मला ऐकू आले होते. पेपरमधे आलेली जाहिरात मीही पाहिली होती. मला घरीच ठेवून मम्मी दोन-तीन वेळा आप्पांकडे गेली होती. तेव्हा मला ते काय करताहेत हे नक्की कळले होते. आप्पा खूप चांगले आहेत. त्यांनी तुम्हाला आमच्याकडे पाठवले आहे म्हणजे त्यांचा तुमच्यावर पूर्ण विश्वास असणार. मला तुमच्याबद्दल राग नाही. आदर आहे. त्यांनी तुम्हाला मावशी म्हणून स्वीकारले आहे तर मी तुम्हाला आजी म्हणून स्वीकार करायला हवा. पण त्यांनी मला हे सगळे खरे सांगितले असते तर मला खूप चांगले वाटले असते. मी तुमचा आजी म्हणून स्वीकार करू शकते पण ते नाते माझ्याकडून डेव्हलप व्हायला वेळ लागेल. तुम्ही तो वेळ मला द्या." - श्रुती म्हणाली.

"फँटास्टिक. श्रुती तू मोठी झालीस आणि तुझ्यात खूप मॅच्युरिटी आहे हे तू इतक्या कमी वेळात माझ्याजवळ सिद्ध केलेस. बेटा तुला ही गोष्ट माहीत आहे हे एक गुपित म्हणून राहू दे. तुला जे माहीत आहे ते त्यांना कळू देऊ नकोस. नाहीतर त्यांना खूप वाईट वाटेल. दोघांचे तुझ्यावर खूप प्रेम आहे. तू तुझ्या आजीला मिस करतेस हे त्यांना समजले. तुला घरी कुणीतरी सोबत असावे हे त्यांना मनापासून वाटत होते. त्यांची ही भावना समजून तुझ्या सोबतीला मी आकाशची मावशी म्हणून इथे आले. मी तुझी आजी नाही पण आजीसारखी नक्की आहे. मी मनापासून आपली नात म्हणून तुझा स्वीकार केला आहे. तुला वेळ द्यायला माझी काहीही हरकत नाही. आणि हो आपल्या घराबाहेर मी आकाशची मावशी आहे हेच खरे. तो पर्यंत... फ्रेंड्स??" – म्हणत जानकीने शेकहँड साठी हात पुढे केला.

"येस फॉर शुअर." श्रुती ने जानकीचा हात हातात घेतला.

"कम माय डियर!" म्हणत जानकीने श्रुतीचा हात धरून ओढला आणि तिला कुशीत घेतले.

꙰꙰ ꙰꙰ ꙰꙰ ꙰꙰

आज शुक्रवार. अण्णासाहेब लवकरच वॉक घेऊन घरी आले. शंकर सुद्धा पार्वती आणि गौरी सोबत लवकरच आला होता. घरात आल्या आल्या पार्वती आणि गौरीने त्यांना नमस्कार केला. पार्वतीची राहणी एकदम साधी. आज मात्र तिने हिरवी काठपदरची साडी नेसली होती. कपाळाला कुंकुवाचा टिळा आणि हातभर हिरव्या बांगड्या. नवीनच भरल्या असतील. गौरीने काल अण्णासाहेबांनी आणलेला नवीन पंजाबी ड्रेस घातला होता. उठून दिसत होता तिला.

"काय गं पार्वती कशी आहेस? येत जा भेटायला कधीतरी. की आमंत्रण लागतं?"

- अण्णासाहेब.

"आमंत्रण कशापायी काका. आपलेच घर. पण कामाला जावं लागतं म्हणून इकडे यायला होत नाही, पुढे येत जाईन." - पार्वती.

"अन् गौरी, काय चालले आहे तुझे. अभ्यास वगैरे बरोबर करते आहेस ना? पुढच्या वर्षी दहावी आहे. खूप अभ्यास करायला हवा." – अण्णासाहेब.

"हो आप्पा. क्लास लावलाय बाबांनी. फर्स्ट टर्मला ८५ टक्के मार्क पडले." – गौरी.

"छान छान... खूप मोठी हो." – अण्णासाहेब बैठकीवर बसले.

"काका चहा घ्या. न्याहरीला थालीपीठ केलंय. आणते करून लगेच. गरम गरम खा." पार्वती म्हणाली "चल ग गौरी."

दोघी गेल्या. दहा मिनिटांनी गौरीने थालीपीठ अन् लसणाची चटणी आणली. अण्णासाहेब खाऊ लागले. इतक्यात यशवंत आला.

"अरे अण्णा, चल भाज्या आणायच्या आहेत ना. आचारी बारा वाजता येणार म्हणाला आहे. बाकीचे सामान तो आणणार आहे." - यशवंत.

"हो ये बस निघू पाच मिनिटांनी. थालीपीठ खाशील?" - अण्णासाहेब.

"नेकी और पूछ पूछ... दौडेगा... पार्वती... मलाही आण बरं. अन् तू पटकन तयार हो. खाऊन निघूया." - यशवंत.

दोघे थालीपीठ खाऊन भाजी घ्यायला निघाले. इतक्यात रणजीत, जयंती आणि उर्वशी आले. सोबत उन्मेष होता.

"रणजीत, तू ही चल भाजी आणायला. उन्मेष येतोस आमच्या सोबत?" - अण्णासाहेब.

"हो नानाजी. मम्मी जाऊ ना?" – उन्मेष.

"जा. पण नानाजीला त्रास देऊ नकोस." - उर्वशी.

तिघे भाजी घ्यायला निघाले. जयंती, उर्वशी, पार्वती आणि शंकर किचनमधे जाऊन व्यवस्था बघू लागले. पार्वतीने दोघींना थालीपीठ करून दिले आणि थोड्या आग्रहानेच त्यांना खाऊ घातले.

तिघींनी मिळून ताटे, वाट्या, ग्लास, चमचे वगैरे निवडून, मोजून, पुसून व्यवस्थित लावली आणि बाकीच्या कामांना लागल्या. आचारी आले. काका आणि रणजीतसिंग फळे-भाजी घेऊन आले. वेळ जात होती तशी लगबग आणि येणारांची संख्या वाढत होती.

संध्याकाळचे साडे सहा वाजले. पाहुण्यांच्या आगमनाला घर सज्ज झाले.

बायांनी खाली अंगणात फुलांची रांगोळी काढली. घराच्या दाराबाहेरसुद्धा सुंदर रंगांनी सजवलेली १५ ते १ अशी टिंबाची चांदण्याची रांगोळी काढली होती. दाराला तोरण आणि फुलांची सजावट केली होती.

घरातल्या सगळया बायका सुंदर सुंदर साडी, गजरे, बांगड्या आणि दागिने घालून मिरवत होत्या. अण्णासाहेबांनी नवीन धोतर नेसले होते. त्यावर पांढराशुभ्र कुर्ता आणि केशरी फेटा. आज त्यांचा रुबाब बघण्यासारखा होता. रणजीतसिंग आज पूर्णपणे शीख रुबाबात होता. पांढऱ्या पठाणी ड्रेसवर कडक निळी पगडी उठून दिसत होती. यशवंतने कुर्ता पायजामा घातला होता, त्यावर काश्मिरी टोपी. प्रकाशने सफारी घातली होती. शंकर पण आज पांढरेशुभ्र धोतर, सदरा टोपी घालून लगबगीने कामाची तयारी बघत होता.

पार्वती ट्रे मधे स्टील ग्लासमधून सगळयांना थंडाई देत होती. बिल्डिंगमधली मुलं नवनवीन कपडे घालून गलका करीत होती.

"ए थांबा रे. कित्ती आवाज. चला खाली जाऊन खेळा बघू." - अण्णासाहेब. काकांचा आवाज ऐकून मुलं हळू हळू जिना उतरू लागली.

तितक्यात आकाश, चित्रा, जानकी आणि श्रुती जिन्यातून वर येताना दिसले. आकाश, चित्रा आणि श्रुतीने सगळयांना नमस्कार केला. अण्णासाहेब, प्रकाश, रणजीतसिंग आणि यशवंत चौघांनी जानकीला वाकून नमस्कार केला. सगळे घरात गेले. जानकी आणि जयंतीने एकमेकींना मिठी मारली. जानकीने उर्वशी आणि चित्राची ओळख करून दिली. अण्णासाहेबांच्या भाच्याची बायको म्हणजे सीमा किचनमधे होती. समवयीन उर्वशी आणि सीमाला भेटून चित्राला खूप छान वाटले. तीही किचनमधे आली.

थोड्या वेळात निखिल, रोहिणी, मोहन, मधुर आणि पीहू आले. पुन्हा चरण स्पर्श, गळाभेट आणि परिचय करून देणे झाले. मोहन, प्रकाश, अण्णासाहेब, रणजीतसिंग आणि यशवंत पाचही मित्रांनी एकमेकांच्या गळयात हात घालून घट्ट मिठी दिली. खरेतर १-२ आठवडेच झाले असतील पण सगळयांना कितीतरी दिवसांनी भेटल्यासारखे वाटत होते. मोहनला कित्ती बोलू अन् काय सांगू झाले होते.

इतक्यात नारायणराव लक्ष्मी आणि सुनिता सोबत आले. त्यांच्या सोबत एक अपरिचित माणूस होता. नारायणरावांनी ओळख करून दिली "अण्णासाहेब. हा माझा भाऊ केशव. केस संपल्यानंतर मी याची माफी मागितली आणि माझे घर याला विकण्याची हमी दिली. दिवाळीनंतर आम्ही दुसरीकडे राहायला जाऊ. सगळे प्रकरण समजल्यावर याला तुम्हाला भेटायची इच्छा होती. तुमच्या परवानगी शिवाय याला

घेऊन आलो. तुमची हरकत नाही ना?"

"अहो काय बोलताय नारायणराव? बरे झाले केशव तू आलास. तुझा मुलगा गेल्याचे आम्हाला खूप दु:ख आहे. पण जे झाले ते विसरून तुम्ही सगळे मिळून मिसळून राहा, हीच मनस्वी इच्छा." - अण्णासाहेब म्हणाले.

केशवने अण्णासाहेबांना वाकून नमस्कार केला. "सुखी रहा..." अण्णासाहेबांनी बोलता बोलता त्याच्या डोक्यावर हात ठेवले आणि नंतर खांदा पकडून उचलले आणि मिठी मारली.

"अरे अण्णा... गप्पा नंतर. आधी बघ तरी आले का सगळे? कुणी राहिले असेल तर फोन करून विचार ना. आणि काही खायचे पाठवू का बाहेर?" जानकीचा हक्काचा आवाज आला.

"हो ताई. बघतो." म्हणत अण्णासाहेबांनी सगळीकडे नजर फिरवली. फोन जवळ जातात इतक्यात सुहास, वैष्णवी, आणि वरुण घरात शिरले. त्यांच्यासोबत एक पांढरे शुभ्र धोतरसदरा आणि बिन बाह्याचे कोट घातलेले पासष्टीच्या जवळपास असलेले पुरुष आणि काठपदराची नऊवारी नेसलेली समवयीन बाई होती. दोघे सुहासचे काका काकू असतील हे अण्णांनी त्यांच्या अनुभवावरून ओळखले. पुढे येऊन सुहास आणि वैष्णवीने अण्णासाहेबांना नमस्कार केला.

"काका. हे माझे काका बाजीराव आणि काकू. तुम्ही मला गावाला पाठवले नसते तर मी यांच्या प्रेमाला आणि माझ्या कर्तव्याला मुकलो असतो. आता आम्ही यांच्याच सोबत राहतो." - सुहास लगबगीने म्हणाला.

"छान केलेस बेटा. तू काकांचा मान राखलास. कधीही मोठी व्यक्ती आपल्या सोबत राहत नाही. ते आपल्या घरात राहिले तरी आपणच त्यांच्या सोबत राहतो ही भावना खूप चांगली आहे." अण्णासाहेबांनी काकांकडे पाहिले.

"या बाजीराव. पोरासोबत मुंबईला आलात बरे केले. गावाकडे सगळे व्यवस्थित आहे ना?" - अण्णासाहेबांनी विचारले.

"अण्णासाहेब तुमचे आभार कुठल्या शब्दात मानू? देवमाणूस आहात तुम्ही. तुमच्यामुळे आम्हाला चांगले दिवस आले." बाजीराव हात जोडून अण्णासाहेबांना म्हणाले. त्यांच्या डोळ्यात अश्रू होते. काकूंनीही पदराच्या टोकाने डोळे पुसले.

"अहो बाजीराव. असे हात जोडू नका. तुम्ही मित्र आमचे." म्हणून अण्णासाहेबांनी त्यांना मिठीत घेतले. जानकीने पुढे येऊन काकूंच्या खांद्यावर हात ठेवले आणि मायेने त्यांना जवळ घेतले.

पुन्हा एकदा सगळयांच्या ओळखी. नमस्कार वगैरे. जानकी, जयंती, प्रकाशची

पत्नी सुलोचना, वैष्णवी, उर्वशी, रोहिणी, चित्रा, सीमा आणि पार्वतीने किचनचा ताबा घेतला. गरम गरम कांदाभजी, आणि मक्याचे पकोडे हॉलमधे आले आणि सगळयांनी गप्पा मारत मारत खायला सुरूवात केली. तितक्यात अजून एका गृहस्थाने त्याच्या बायको बरोबर घरात प्रवेश केला. सगळ्यांना अनोळखी असा माणूस आत आल्या आल्या अण्णासाहेबांनी ओळख करून दिली. "मित्रांनो हे माझे वकील गुप्ताजी. परवाच मी माझे मृत्युपत्र बनवायला यांच्याकडे दिले आहे. आइये गुप्ताजी. गर्म गर्म भजिये खाइए" - अण्णासाहेब.

रणजितसिंग जिन्यात गेला. "ए पोरांनो वर या रे गरमगरम भजी आहेत खाऊन जा. जेवणाला उशीर आहे अजून." त्याने आवाज दिला.

एकदा परत पोरांचा घोळका वर आला. गलका करीत सगळ्यांनी भजी खाल्ली.

"नानाजी हमारे साथ खेलने चलो ना" - उन्मेष रणजीतला बोलला.

"रुको बेटा. हमारे भी तो दोस्त आये हैं ना." तो उन्मेषला समजवायला बोलला.

"अरे जा रे खेळ त्यांच्या बरोबर थोडा वेळ. खूप वेळ आहे बोलायला." अण्णा म्हणाले आणि रणजीतसिंग फुटबॉल घेऊन खाली गेला.

उर्वशी आणि पार्वती भज्यांच्या प्लेट आवरत असतानाच खालून मोठ्याने एक गाडी थांबल्याचा आवाज आला. बहुतेक कुणीतरी खूप करकचून ब्रेक लावला होते. काय झाले बघायला उर्वशी लगबगीने जिन्यात गेली.

कारमधून घाई घाईत उमेश खाली उतरत होता. तो खूप रागात आहे हे उर्वशीने ओळखले. ती घाबरून लगेच घरात आली आणि अण्णासाहेबांना बोटांनी बाहेर कुणीतरी आल्याचा इशारा केला. अण्णासाहेब उठून बघणार इतक्यात उमेश एका टप्प्यात दोन दोन पायऱ्या चढत जिन्यात आला. दारूची नशा आणि रागाने त्याचा चेहरा लालबुंद झाला होता. डोळ्यातून ज्वाला बाहेर निघायच्या बाकी होत्या.

"साली... हरामखोर... माझे आयुष्य वाया घालवून पार्ट्या करते आहेस?" असे म्हणून त्याने पँटच्या खिशातून हात काढले. त्याच्या हातात पिस्तूल होते. अण्णासाहेबांनी बाहेर येऊन उर्वशीला मागे ओढले आणि उमेशशी बोलायला पुढे आले. उमेशने पिस्तूलचा निशाणा उर्वशीकडे केला. उमेशच्या मागोमाग लगेच रणजीतसिंग जिन्यात पोहोचला. त्याने मागून उमेशला पकडले. पण त्याच्या आधी पिस्तुलचे ट्रिगर दाबले गेले होते आणि उर्वशीला मागे ढकलून पुढे आलेल्या अण्णासाहेबांना छातीजवळ गोळी लागली. ते किंचाळून तडफडत खाली पडले.

रणजीतसिंगने उमेशला ताब्यात घेऊन त्याचा हात मुरगळला आणि उमेशच्या हातून पिस्तूल तिथेच खाली पडली. त्यानंतर रणजीतसिंगने त्याला मुस्काटीत बुक्का

मारला. तो मटकन खाली बसला आणि नशाच्या झोकात तिथेच पसरला.

हे सगळे इतके क्षणार्धात झाले की, कुणाला काही कळेनासे झाले. उर्वशी धक्क्यातच होती. तिला काय प्रतिक्रिया द्यावी तेच कळत नव्हते. ती चक्कर येऊन पडणार इतक्यात जयंती आणि जानकीने तिला सांभाळले आणि बेडरूममधे घेऊन गेल्या.

रणजीतसिंग पळतच अण्णाजवळ आला. निखिलने अण्णासाहेबांना तपासले. ते शुद्धीवर होते पण त्यांचा श्वास मंदावत होता. निखिलने लगेच हॉस्पिटलला फोन लावून ॲम्ब्युलन्स मागवली. अण्णासाहेबांना सुहास आणि रणजीतसिंगच्या मदतीने बैठकीवर झोपवले आणि त्यांना प्रथमोपचार द्यायला सुरूवात केली.

थोड्या वेळात ॲम्ब्युलन्स आली. अण्णासाहेब शुद्धीवर होते. ते काहीतरी बोलायचा प्रयत्न करीत होते पण त्यांची ऊर्जा दवाखान्यात जाईपर्यंत टिकावी म्हणून निखिल त्यांना शांत राहण्याचा सल्ला देत होता. पण ते शांत बसत नव्हते. शेवटी निखिलने रणजीतसिंगला त्याच्या कानाजवळ जाऊन ऐकायला सांगितले. अण्णासाहेब रणजीतच्या कानात दोन तीन मिनिटे काहीतरी पुटपुटले आणि बेशुद्ध झाले.

सगळ्यांनी मिळून अण्णासाहेबांना गाडीत नेले. निखिलने लगेच त्यांना ऑक्सिजन मास्क लावले आणि गाडी गेली. बाकीची मंडळी आपापल्या वाहनाने लगबगीने हॉस्पिटलला गेली. रणजीत, यशवंत, सुहास आणि आकाश घरी थांबले. त्यांनी सगळ्या बायकांनाही घरीच थांबून मुलांची आणि स्वत:ची काळजी घ्यायला सांगितले. गोळीचा आवाज ऐकून मुलं हादरली होती. बायकांनी सगळ्या मुलांना घरात घेतले आणि त्यांची समजूत घालून शांत बसायला सांगितले. पार्वतीनी लगेच देव्हाऱ्यात दिवा लावला. बाजीराव, नारायणराव, केशव, जयंती, जानकी, यशोदा आणि काकू देवासमोर बसून महामृत्युंजयचा जप करायला लागले.

रणजीतसिंगने क्राईम ब्रांचला फोन केले आणि घटनेची माहिती दिली. त्यांनी दिलेल्या सूचनेनुसार रणजीतसिंगने अण्णासाहेब जिथे पडले होते त्या जागेवर खूण करून ठेवली. पिस्तूल आणि उमेशला तसेच राहू दिले.

पोलीस आले आणि त्यांनी उमेशला त्याच्या पिस्तुलासकट त्यांच्या ताब्यात घेतले. क्राईम सीन चे फोटो आणि फिंगरप्रिंट्स घेले. पोलिसांनी सगळयांकडून घटनेची विस्तृत माहिती घेतली. पोलीस गेल्यानंतर रणजीतसिंग आणि यशवंत हॉस्पिटलला गेले. रणजीतसिंगने जाताना शंकरलाही सोबत घेतले. आकाश आणि सुहास बायकांसोबत घरी थांबले.

ॲम्ब्युलेन्स रस्त्यात असतानाच निखिलने हॉस्पिटलमधे फोन करून ऑपरेशन

थियेटर आणि महत्त्वाचे औषध तयार ठेवायला सांगितले. एक दोन डॉक्टरला फोन लावून लगेच त्यांना टीम तयार ठेवायला सांगितली. नशीब त्यादिवशी रविवार नव्हता. नाहीतर डॉक्टरची टीम जमा करायला वेळ गेला असता. दवाखान्यात आल्या आल्या निखिलने अण्णासाहेबांना ऑपरेशन थियेटरमधे नेले. डॉक्टरांची टीम तयार होतीच. उपचार सुरू झाले.

अण्णासाहेबांना आत नेले आणि ओटीचा लाल दिवा लागला. बाकीची मंडळी हॉलमधल्या खुर्च्यांवर बसली. उमेश कोण आहे. त्याने असे का केले असावे हे प्रकाश आणि मोहन या व्यतिरिक्त कुणालाच माहीत नव्हते.

एक-दीड तासात रणजीतसिंग आणि यशवंत हॉस्पिटलला आले. अजून ऑपरेशन पूर्ण झाले नव्हते. सगळी मंडळी तो लाल दिवा हिरवा व्हायची वाट बघत होती. सगळयांच्या नजरा रणजीतसिंगकडे वळल्या. त्याने डोळ्यानेच त्यांना शांत राहायला सांगितले.

थोड्या वेळाने ऑपरेशन थियेटरचा दिवा हिरवा झाला आणि दार उघडले गेले, नर्स बाहेर आली. सगळयांच्या नजरा तिकडे गेल्या. रणजीतसिंग आणि प्रकाश पळतच तिच्याजवळ गेले. पण ती घाईत होती. "डॉक्टर सांगतील." असे म्हणून ती लगबगीने आयसीयूकडे निघून गेली. पाच मिनिटांनी निखिल आणि दुसरे डॉक्टर बाहेर आले.

तो लगेच बसलेल्या मंडळींजवळ आला. सगळे उत्सुकतेने त्याच्याकडे बघू लागले.

"गोळी हृदयाजवळून गेली होती. आम्ही ती हृदयाला धक्का न लावता काढण्यात यशस्वी झालो आहोत. पण धोका अजून टळलेला नाहीये. त्यांचा श्वास आणि पल्स हळू चालताहेत. सध्या ते बेशुद्ध आहेत. आम्ही त्यांना अती दक्षता कक्षात ठेवत आहोत. ते शुद्धीवर आले तरी पुढचे २४ तास धोक्याचे आहेत. आमचे पूर्ण लक्ष आहे. काका आम्ही आमच्याकडून काहीही कमी होऊ देणार नाही" - निखिल म्हणाला.

समाधान आणि काळजीचे मिश्रित भाव घेऊन सगळे परत आपल्या जागेवर आले. रणजीतसिंग, प्रकाश आणि यशवंतने सगळयांना घरी जायला सांगितले. इथे गर्दी करून उपयोग नाही. आळीपाळीने सर्व इथे येऊ असे सांगितले. तितक्यात निखिल तिथे आला.

"मी आणि माझी टीम इकडे आहोत. इथे कुणीही थांबायची गरज नाहीये. फार तर फार एकजण थांबला तरी चालेल. बाकीच्यांनी घरी जाऊन जेवण वगैरे आवरून आपापल्या घरी जावे असे सुचवतो. मी वेळोवेळी काय बदल घडताहेत ते सांगत राहीन." - निखिल म्हणाला.

शेवटी रणजीतसिंग हॉस्पिटलला थांबेल असे ठरले. शंकर घरी जायला तयार

होईना झाला, म्हणून तो ही थांबला.

घरी सगळ्या बायका टेन्शनमधे होत्या. त्यांनी मुलांना जेवण देऊन त्यांना झोपायची व्यवस्था केली. उर्वशी शांत झाली असली तरी खूप हादरलेली वाटत होती. सगळ्याजणी हॉस्पिटलमधून काहीतरी माहिती येण्याची वाट बघत होत्या. फोन करून झाले होते.

शेवटी ऑपरेशन पूर्ण झाल्याचे कळले आणि सगळ्यांना थोडेसे हायसे वाटले. काकू आणि यशोदा ताईने सगळ्या बायकांना जेऊन घ्यायला सांगितले. नाईलाजाने त्या जेवल्या. तोपर्यंत हॉस्पिटलवरून पुरुष घरी आले. बायकांनी थोडा आग्रह केल्यावर पुरुष जेवले. किचन वगैरे आवरे पर्यंत रात्रीचे साडेबारा वाजले होते.

प्रकाश आणि मोहनने सगळ्यांना आपापल्या घरी जायला सांगितले. उर्वशी, जयंती, जानकी आणि यशवंत अण्णासाहेबांच्या घरी थांबले. बाकीचे सगळे आपापल्या घरी गेले.

सकाळचे सहा वाजले. रणजीतसिंग आणि शंकर आयसीयूच्या बाहेर खुर्चीवर बसले होते. वेळोवेळी डॉक्टर सांगतील ते औषध आणि कागदी कारवाई ते दोघे करीत होते. पण शेवटी मानव शरीर ते. कित्तीही काळजी असली तरी झोप ती लागतेच. दोघांचे डोके झोपेच्या झोकाने झुकले होते.

अचानक वाचमनने येऊन हाक मारली, “अण्णासाहेब पटवर्धन यांचे कोण आहे? डॉक्टर बोलवत आहेत.” रणजीतसिंग खडबडून जागा झाला. शंकरला सांगून तो डॉक्टरला भेटायला गेला. रूममधे निखिलसोबत दुसरे डॉक्टर होते.

“हे बघा मी सांगतोय ते शांतपणे ऐका. अण्णासाहेबांना थोड्या वेळापूर्वी शुद्ध आली. त्यांची परिस्थिती अत्यंत नाजूक आहे. जीवाचा धोका टळलेला नाही. त्यांना शंकर आणि तुमच्याशी बोलायचे आहे अशी त्यांची जिद्द आहे. या व्यतिरिक्त त्यांनी त्यांच्या वकिलाला त्वरित यायला सांगितले आहे. आम्हाला समजत नाहीये. पण त्यांची इच्छा आणि निखिलचे श्रद्धास्थान म्हणून आम्ही हे सगळे नियमाबाहेर जाऊन करतोय. आम्ही तुम्हाला त्यांच्याजवळ फक्त पाच मिनिटे भेटायला पाठवतो आहोत. पण खूप काळजी घ्यायला हवी. डॉ. निखिल तुमच्या सोबत राहतील. पण त्यांना कुठलाही धक्का बसू नये.” - डॉक्टर म्हणाले.

रणजीतसिंग बाहेर आला आणि शंकरला घेऊन आयसीयुमधे जायला वॉर्डच्या

आतमधे गेला. वॉर्डबॉयने त्यांना हिरवे गाऊन आणि हाताचे रबरी मोजे घालायला दिले. दोघे आत गेले. ही एक प्रायवेट आयसीयू रूम होती. इथे फक्त एकच बेड होते. अण्णासाहेब बेडवर अर्धवट झोपले होते. वेगवेगळया तारांनी मशीन जोडलेल्या होत्या आणि वेगवेगळया स्क्रीनवर काही अंक आणि काही काही आकृत्या येत होत्या. अण्णासाहेबांजवळ एक नर्स पुढच्या इंजेक्शनची तयारी करत होती. रणजीतसिंगला येताना पाहून डॉक्टरने नर्सला इशारा केला. नर्सने त्यांना इंजेक्शन दिला आणि बेडच्या बाजूला असलेल्या लिवरला फिरवून अण्णासाहेबांचा कंबरेवरचा भाग अर्धवट बसता केला आणि तिथून निघून गेली.

रणजीतसिंग, शंकर आणि निखिल त्यांच्या जवळ गेले. त्यांनी या लोकांना बघून स्मित केले तरीही जखमांची वेदना त्यांच्या चेहऱ्यावर दिसत होती.

"रणजीत आणि शंकर....." अण्णासाहेब हलक्या पण रुबाबदार आवाजात स्पष्ट बोलले.

"मला तुम्हा दोघांना फार महत्त्वाचे काही सांगायचे आहे आणि मी जे सांगतोय त्याला निखिल साक्षीदार आहे. माझ्याकडे जास्त वेळ नाहीये म्हणून मला मधे अडवू नका. निखिल, वकीलसाहेब आले की त्यांना लगेच माझ्याकडे घेऊन या." - ते म्हणाले.

"हो बोल रे. मी तुझ्या शब्दाच्या बाहेर नाही." - रणजीतसिंग पुढे बोलणार इतक्यात अण्णासाहेबांनी त्याला अडवले.

"रणजीत, जतीन आणि जयश्री माझी मुले नाहीत. ती दोघे खूप लहान असताना लक्ष्मीला एका बांधकामाच्या साईटवर सापडली होती. त्यांचे या जगात कुणी नाही असे बघून तिने दोघांना कायदेशीर दत्तक घेतले होते." – अण्णासाहेब म्हणाले.

"शंकर माझ्या जवळ ये..." त्यांनी शंकरला बोलावून त्याला जवळ घेतले आणि त्याच्या कपाळावर चुंबन दिले.

"शंकर आज मी माझ्या जीवनातले सगळयात मोठे गुपित तुला सांगतोय. तू आणि फक्त तूच माझा खरा मुलगा आहेस. माझ्या रक्ताची संतान आहेस. का आणि कसे हे मी माझ्या मृत्यूपत्रासोबत असलेल्या पत्रात लिहिले आहे. माझ्या सगळया अंतिम विधी तूच करायच्या आहेस. ही माझी अंतिम इच्छा." शंकर काही बोलणार इतक्यात अण्णासाहेबांनी त्याला थांबवले.

"रणजीत, माझ्या संपत्तीचे चार भाग करून एक भाग तुम्ही चार मित्रांसाठी, एक भाग आपल्या नवीन प्रोजेक्टसाठी, एक भाग जतीन-जयश्री आणि एक भाग शंकरला देण्यात यावा असे मी माझ्या मृत्यूपत्रात नमूद केले आहे. माझे मृत्यूपत्र तू आणि यशवंत मिळून अंमलात आणायचे आहे असे हक्क सुद्धा मी माझ्या मृत्यूपत्रात लिहिले आहे."

इतक्यात नर्स वकील गुप्ताजी आणि एक अजून इसमासोबत आत आली. ते बहुतेक रजिस्ट्रार असावेत. शंकर आणि रणजीतसिंग बाजूला झाले.

"आईये गुप्ताजी. कहां साइन करना है?" गुप्ताजी अण्णासाहेबां जवळ गेले. दोन फाईल त्यांच्या समोर नेल्या आणि वेगवेगळया ठिकाणी त्यांचे हस्ताक्षर घेतले. गुप्ताजीने साक्ष म्हणून रणजीतसिंग आणि निखिलचे हस्ताक्षर घेतले आणि रजिस्ट्रार सोबत बाहेर गेले.

"शंकर...." अण्णासाहेबांनी हळूच हाक दिली.

"काका...." कापऱ्या आवाजात बोलत शंकरने त्यांचे दोन्ही हात आपल्या हातात घेतले.

"काका नाही रे. आता तरी बाबा बोल ना...." –अण्णासाहेबांचा स्वर ओला झाला होता.

"बाबा........." शंकरने अण्णासाहेबांच्या छातीवर आपले डोके ठेवले. बापाच्या प्रेमाच्या भुकेल्या शंकरची आणि अण्णासाहेबांची ही भेट बघून रणजीतसिंग आणि निखिलला भावना दाबून ठेवणे अशक्य झाले.

"बाळा... कुटुंबाला सांभाळ आणि आपल्या दोन्ही आईंचे नाव मोठे कर." त्यांनी शंकरच्या डोक्यावरून हात फिरवला. त्यांचा श्वास अनियमित होत आहे हे बघून निखिलने शंकरला वेगळे केले आणि दोघांना बाहेर जायला सांगितले.

शनिवार सकाळ ११ वाजता. अण्णासाहेबांचे घर लोकांनी गजबजलेले. सुहास, वैष्णवी, त्यांचे काका काकू, रोहिणी, आकाश, चित्रा, नारायणराव, यशोदा, सुनिता सगळे हळूहळू अण्णासाहेबांच्या घरी पोहोचले होते. जयश्री रवीसोबत आज सकाळीच दिल्लीवरून आली होती. ती डायरेक्ट दवाखान्यात जाऊन तिच्या पप्पांना भेटायला गेली होती. त्यावेळी ते शुद्धीवर होते. उर्वशी, पार्वती, जयंती, जानकी, प्रकाश, यशवंत आणि मोहन सकाळी न राहवून भेटीच्या वेळात हॉस्पिटलला गेले होते. अण्णासाहेबांनी सगळ्यांना ओळखले आणि मान हलवून आनंद झाल्याचे दर्शविले. त्यांच्या चेहऱ्यावर वेदनायुक्त स्मित होते. त्यांना शुद्धीवर पाहून सगळ्यांना हायसे वाटले. इतके लोक हॉस्पिटलला नकोत म्हणून प्रकाश आणि मोहन हॉस्पिटलमधे थांबले आणि बाकीचे सगळे घरी आले. मात्र रणजीतसिंग आणि शंकर चे मन मानेना म्हणून ते अंघोळ नाश्ता करून परत हॉस्पिटलला गेले.

शुक्रवारी संध्याकाळी जतीनला कळल्याकळल्या तोही एयर इंडियाच्या विमानाने

न्यूयॉर्क वरून अडीच वाजताच्या फ्लाईटने डोरोथी सोबत निघाला होता. शनिवारी दुपारी तीन वाजता मुंबई एयरपोर्टवरून ते दोघे हॉस्पिटलला गेले होते. चार वाजता व्हिजिटिंग अवर सुरु झाल्यावर दोघे पप्पांना बघायला आत गेले. निखिलसुद्धा जतीनसोबत आतमधे आला होता. त्यावेळी डोरोथी आणि जतीनला ओळखून त्यांनी काहीतरी बोलायचा प्रयत्न केला आणि त्यांचा श्वास वाढला. धोका ओळखून निखिलने दोघांना बाहेर जायला सांगितले आणि लगेच अण्णासाहेबांवर पुढचे उपचार करायला सुरूवात केली.

जतीन आणि डोरोथी बाहेर आले. शंकर, प्रकाश, मोहन आणि रणजितसिंग बसले होते. दोघे त्यांच्याजवळ आले. जतीन आणि डोरोथीच्या चेहऱ्यावर काळजीचे भाव बघून रणजीतसिंग त्यांच्याजवळ गेला आणि त्याने जतीनच्या खांद्यावर हात ठेवले.

"सगळे बरे होईल बेटा." - रणजीतसिंग म्हणाला.

"काका काय झाले अचानक. पापांचा कोण दुश्मन असणार. कुणी त्यांच्यावर हल्ला केला?" - त्याने विचारले.

"अंकल वी हॅव नो क्लू हू कॅन हर्ट डॅड लाइक दिस. ही इज सच ए ग्रेट मॅन" - डोरोथी.

रणजीतसिंग आणि प्रकाशने त्यांना थोडक्यात प्रसंगाची माहिती दिली. तितक्यात निखिल बाहेर आला. त्याच्या चेहेऱ्यावर दुःख मिश्रित गांभीर्य होतं. सगळ्यांनी उत्सुकतेने त्याच्याकडे पाहिले.

"काका, जतीन. काकांची तब्येत बिघडली आहे. त्यांचा श्वास, नाडी आणि बीपी आता संथ होताहेत. आम्ही पूर्ण प्रयत्न करीत आहोत. पण आम्ही सध्या काहीही सांगण्याच्या परिस्थितीमधे नाही." असे म्हणून निखिलने वर पाहिले. जणू काही तो देवाला प्रार्थना करतोय.

"डॉक्टर निखिल..." - नर्सचा जोरात आवाज आला आणि तो आतमधे पळाला. अण्णासाहेबांना श्वास येत नव्हता. वरचा बीपी ५०वर आलेला आणि नाडी अगदी १०-१२ वर. त्याने अण्णासाहेबांना चेस्ट मसाज द्यायला सुरूवात केली आणि शेवटचे प्रयत्न म्हणून करंट दिले. पण शरीराने रिस्पॉन्स देणे बंद केले आणि हळू हळू डिस्प्लेवरचे सगळे पॅरामीटर शून्य होत गेले. निराशेने मान हलवून त्याने अण्णासाहेबांना कपाळावर चुंबन घेतले आणि हळूच त्यांचे डोके तक्क्यावर ठेवले. नर्सला महत्त्वाच्या सूचना देऊन तो बाहेर पडला.

संध्याकाळचे पाच वाजले. हॉस्पिटलमधून फोन आला.

"अण्णासाहेबांचे शरीर शांत झाले......" - तिकडून रणजीतसिंग बोलत होता. पुढचे शब्द ऐकायची कुणाची हिम्मत नव्हती. रडारड सुरु झाली. यशवंत जिन्यात गेला. रणजीतने सांगितलेल्या सूचना ऐकल्या. घरात येऊन त्यांनी सगळयांना शांत केले आणि पुढच्या सूचना दिल्या.

लवकरच हॉल रिकामा केला गेला. सोफे जिन्यात आले आणि देव्हाऱ्या जवळची जागा रिकामी करून त्याठिकाणी गालिचा अंथरला गेला. यशवंत, आकाश, सुहास, नारायणराव पुढच्या कामाच्या तयारीला लागले. आता इतका वेळ नाहीये. सकाळी साडेनऊ वाजता अण्णासाहेबांना पुढच्या प्रवासाला न्यायचे ठरले. सगळेजण हॉस्पिटलमधून ॲम्ब्युलन्स घरी येण्याची वाट बघू लागले.

रात्रीचे आठ वाजले. देव्हाऱ्या जवळच्या गालिच्यावर अण्णासाहेबांचे पार्थिव ठेवले होते. प्रकाश आणि मोहनने अण्णासाहेबांच्या पूर्ण शरीराला तूप लावले. दोन्ही पाय एकमेकांजवळ घेऊन त्यांचे अंगठे दोरीने सोबत बांधले. दोन्ही हात पोटावर नेऊन एकमेकांवर ठेवले. डोक्याखाली एक तक्क्या ठेवला, आणि एक पांढरी चादर त्यांच्या अंगावर पांघरली. अण्णासाहेबांच्या चेहऱ्यावर समाधानाचे भाव आणि वेगळे तेज होते.

पुरुष मंडळी बैठकीवर आणि बायका देव्हाऱ्यासमोर सतरंजी टाकून बसल्या होत्या. रडारड करून एकदाचे सगळे शांत झाले होते. पण सगळयांच्या चेहऱ्यावर दुःख आणि सुकलेले अश्रू दिसत होते. समोर खुर्चीवर गुप्ताजी बसले आणि सगळयांच्या नजरा त्यांच्यावर खिळल्या. ते काय बोलतील हे ऐकायला सगळयांचे कान आसुसले होते.

गुप्ताजींनी बोलायला सुरूवात केली.

"अण्णासाहेबांचे नातलग आणि मित्रमंडळी, ही वेळ या वक्तव्याची नाही. पण तरीही मी ही मीटिंग बोलावली कारण अण्णासाहेबांची अशी इच्छा होती. त्यांना तुम्हा सगळयांना बरेच काही सांगायचे होते. पण जिवंतपणी ते त्यांना सांगणे शक्य नव्हते म्हणून त्यांनी माझ्याकडे सीलबंद पाकिटात हे पत्र लिहून ठेवले होते. या पत्रात काय लिहिलेले आहे हे मला माहीत नाही. मी फक्त त्यांचे मृत्युपत्र त्यांनी सांगितल्याप्रमाणे बनवले आहे. त्यात त्यांनी या पत्राचा उल्लेख केला आहे. हे पत्र वाचून झाल्यावर मृत्युपत्र मी वाचून दाखवेन. कुणाला काही शंका किंवा हरकत आहे का?" - गुप्ताजींनी विचारले.

सगळयांनी नकारार्थी मान हलवली.

"ठीक आहे मग. मी हे पत्र उघडतो. हे सीलबंद पत्र आहे आणि यावर अण्णासाहेबांचे

हस्ताक्षर आहेत. तुमच्यापैकी दोघांनी हे बघून निश्चित करा.” जतीन आणि प्रकाशने पाकीट बघून हो अशी मान डोलवली. गुप्ताजींनी पत्र उघडले आणि वाचायला सुरूवात केली.

“मी अण्णासाहेब पटवर्धन. पूर्ण मानसिक आणि शारीरिकरित्या स्वस्थ असताना आपल्या मर्जीने हे पत्र लिहितो आहे. माझ्या बाबतीत बऱ्याच गोष्टी तुम्हा सगळयांना माहीत नाहीत. कारण त्या मी कधीही कुणाला सांगितल्या नाहीत. मी जिवंत असताना हे सत्य कुणालाही सांगण्याची माझी हिम्मत नव्हती. पण मी हयात नसताना सगळयांना सत्य माहीत व्हावे म्हणून मी माझ्या मृत्यूपत्रात अशी अट टाकली आहे की हे पत्र सगळयांसमोर माझे अंतिम संस्कार होण्यापूर्वी वाचले जावे. मी गुप्ताजींना तशा सूचना केल्या होत्या म्हणून या सभेचा प्रपंच.

पहिली गोष्ट – जतीन आणि जयश्री तुम्ही दोघे सख्खे भावंड आहात. पण तुम्हा दोघांना मी किंवा लक्ष्मीने जन्म दिलेला नाही. आम्ही चंद्रपूरला असताना लक्ष्मीला तुम्ही दोघे एका बिल्डिंगचे बांधकाम होत असताना सापडला होतात. तुमच्या आईला तुमच्या वडिलाने दारू पिऊन खूप मारले आणि ती दगडावर आपटून मेली. तुमच्या वडिलांना पोलीस घेऊन गेली. तुमचे कुणी नव्हते म्हणून लक्ष्मी तुम्हा दोघांना घरी घेऊन आली.

तुमच्या वडिलांना जन्मठेप झाली म्हणून आम्ही तुमच्या वडिलांकडून तुम्हा दोघांना कायदेशीर दत्तक घेतले. नंतर तुरुंगातच तुमच्या वडिलांचा मृत्यू झाला. त्यावेळी जतीन सात वर्षाचा होता. आम्ही तुम्हा दोघांना हे कधीच सांगितले नव्हते. पण तीन वर्षापूर्वी मी आणि लक्ष्मी रात्री अमेरिकेत जतीनच्या घरी बोलत असताना अचानक हा विषय निघाला. त्यावेळी जतीनने आमचे बोलणे चुकून ऐकले आणि तो सकाळी काहीही न बोलता ऑफिसला निघून गेला. दुसऱ्या दिवशी ठरलेले नसताना काहीतरी कारण सांगून आमची एका आठवड्याने मुंबईला जाण्याची तिकिटे घेऊन आला. आम्ही काही बोललो नाही आणि जणू काही झाले नाही अशा अविर्भावात निघून आलो. त्यानंतर तो विषयही कधीच निघाला नाही. जतीन पूर्वीसारखाच वागत राहिला पण त्याच्या वागणुकीतला परकेपणा लक्ष्मीला समजला. एका यशोदेला आणि तिच्या प्रेमाला हा मूक विरोध खूप लागून गेला. ती त्या दु:खात झिरपून एका वर्षातच देवाघरी गेली. जयश्री आणि डोरोथीला ही गोष्ट माहीत आहे की नाही हे मला माहीत नाही. म्हणून हे सत्य मी सांगतो आहे. आम्ही जे केले त्यात आम्हाला कुठलेही अपराधबोध नाही. मात्र तुम्हाला सांगितले तर तुम्ही आमचा त्याग करणार ह्या भीतीने आम्ही ही गोष्ट तुमच्यापासून लपविली त्याबद्दल मी तुम्हा दोघांची माफी मागतो.

दुसरी गोष्ट – मी चंद्रपूर एमआयडीसीमधे डेप्युटी इंजिनियर असताना घुग्गुसमधे औद्योगिक वसाहतीची निर्मिती करीत होतो. त्यासाठी आम्ही तिथल्या गावाच्या लोकांकडून खूप जमीन खरेदी केली. मोबदलाही चांगला दिला. मात्र हे त्या गावात राहत असलेल्या नक्षलवाद्यांना आवडले नाही. म्हणून मला ते लोक धमक्या देऊ लागले आणि आमचे प्रोजेक्ट तेथून हलवावे यासाठी वेगवेगळया प्रकाराने आम्हाला त्रास द्यायला लागले. मी मात्र माझे काम चालू ठेवले. एके रात्री घुग्गुसवरून चंद्रपूरला येताना नक्षलवाद्यांनी मला उचलून त्यांच्या अड्ड्यावर नेले. तिथे मला त्यांनी खूप मारहाण केली. मागून त्यांनी महाराष्ट्र सरकारवर दबाव आणायचा प्रयत्न केला. चार दिवसांनी मला संधी मिळाली आणि मी तिथून पळ काढला. जंगलात पळत पळत मी कुठेतरी ठेच लागून पडलो आणि बेशुद्ध झालो.

माझे डोळे उघडले तेव्हा मी एका अनोळखी घरात होतो. मला देशी औषधे आणि हाता पायाला पाला-पाचोळा कुटून कपड्याने बांधले होते. खूप दुखत होते. त्या घरात लक्ष्मी आणि तिचे आईवडील होते. लक्ष्मीने त्यावेळी एक महिना माझी खूप सेवा केली. वेळोवेळी दूध, जेवण आणि औषधपाणी देऊन तिने मला उभे केले.

सुंदर आणि सोज्ज्वळ लक्ष्मीच्या मी प्रेमात पडलो आणि निघताना तिच्या वडिलांकडे मी लग्नाची मागणी घातली. मागणी ऐकून तिचे आईवडील खूप खूष झाले पण एक मोठा धक्का तिथे माझ्यासाठी वाट बघत होता. मनाने पूर्णपणे स्त्री असलेली लक्ष्मी एक तृतीयपंथी होती. तिचे जननेन्द्रिय आणि गर्भाशय विकसितच झाले नव्हते. ती कधीही शरीरसंबंध करू शकणार नव्हती. कधीही आई होऊ शकणार नव्हती. मी हेलावलो. काय करावे समजत नव्हते. शेवटी मी लक्ष्मीशी बोललो. ती ऐकायलाच तयार नव्हती. तिने केलेले उपकार फेडायला मी इतका मोठा निर्णय घ्यायची गरज नाही असे सांगितले. जसजशी ती बोलत होती तसतशी तिच्याशी लग्न करण्याचा माझा निर्धार पक्का होत होता. शेवटी तिच्याशी लग्न करायचा माझा निर्णय पक्का असल्याचे मी तिला सांगितले. तिने नकार दिला तर मी दुसऱ्या कुणाशीही लग्न करणार नाही असे सांगितले. तेव्हा तिनेही स्वत:च्या प्रेमाची कबुली दिली आणि लग्नाला तयार झाली. मात्र हे गुपित कधीही कुणाला न सांगण्याचे तिने माझ्याकडून वचन घेतले."

गुप्ताजी एका मिनिटासाठी थांबले. सगळे हा उलगडा ऐकून थक्क झाले होते. गुप्ताजींनी सगळ्यांकडे पाहून पाण्याचे दोन घोट घेतले आणि परत वाचायला सुरूवात केली.

"मी घरी येऊन माझा निर्णय सगळ्यांना सांगितला. आई वडिलांची मर्जी नसताना मी लक्ष्मीशी मंदिरात लग्न केले. हळूहळू आई आणि बाबांची नाराजी संपली आणि

आम्ही चंद्रपूरवरून मुंबईत इथे दादरच्या घरात सगळ्यांसोबत राहायला आलो. लक्ष्मीने तिच्या प्रेमळ व्यवहाराने सगळयांचे मन जिंकले. मात्र तीन चार वर्ष होऊनही आम्हाला मूल होत नाहीये म्हणून घरात परत तिच्यावर वांझोटी असल्याचे आरोप व्हायला लागले. मी तिच्या पाठीशी होतोच. जास्त झाले म्हणून मी परत बदली करून अमरावतीला गेलो. तिथे आम्ही एमआयडीसीच्या क्वार्टरमधे राहत होतो. आमच्या घरी दिवसभर काम करायला सावित्री होती. तिचा नवरा आमच्याच ऑफिसमधे ड्रायव्हर होता. त्यांचीही परिस्थिती आमच्या सारखीच होती. म्हणजे त्यांचे लग्न होऊन सात वर्ष झाले तरी त्यांना अपत्य झाले नव्हते.''

सावित्री दिसायला सुंदर होती. कामात खूप हुशार होती. मानव शरीर माझे ते. शेवटी शारीरिक गरजेपुढे झुकले आणि माझे सावित्रीशी शरीरसंबंध झाले. त्यातून सावित्री गरोदर झाली. लग्नानंतर इतक्या वर्षांनी आपण बाप होणार हे ऐकून सावित्रीचा नवरा खूप खूष होता. पण हे माझे बीज आहे, हे फक्त मला आणि सावित्रीला माहीत होते. जे झाले पाप असूनसुद्धा मातृत्वाचे सुख सावित्रीला गमवायचे नव्हते आणि माझ्या रक्ताची संतान या जगात येणार हे ऐकून मीही हरखून गेलो होतो. मी लपून सावित्रीची काळजी घ्यायला लागलो. अधूनमधून तिला तिच्या आवडीच्या वस्तू आणून द्यायला लागलो. चाणाक्ष लक्ष्मीला सगळे समजले होते पण मला तिने या गोष्टीचा उलगडा होऊ दिला नाही.

वेळ आल्यावर सावित्रीने शंकरला जन्म दिला आणि घरात आनंदीआनंद झाला. ती सकाळी शंकरला सोबत आणायची आणि त्याला झोक्यात ठेवून दिवसभर काम करायची. शंकरमुळे घरात खूप खेळकर वातावरण असायचे. हे आनंद जास्त दिवस टिकले नाही. शंकर तीन वर्षाचा असताना सावित्रीचा नवरा एका अपघातात वारला. सावित्री एकटी राहिलीये म्हणून त्यानंतर तिने आमच्या घरीच येऊन राहावे असे लक्ष्मीने सुचवले. सावित्री नको म्हणाली तरीही लक्ष्मीने जिद्द करून सावित्रीचे सामान आपल्या घरी आणले आणि घरातल्या एका रूममधे तिच्या राहण्याची सोय केली. आता सावित्रीने माझ्याशी शरीरसंबंध पूर्णपणे संपवावे हे वचन माझ्या नकळत लक्ष्मीने सावित्रीकडून घेतले आणि सावित्रीने माझ्याकडून. समाजाला कुणाचेच सुख सहन होत नाही. सावित्री आमच्या घरात एकजीव होऊन राहत होती म्हणून इकडून तिकडून लोक बोलायला लागले.

शंकर सहा वर्षाचा असताना माझी परत चंद्रपूरला बदली झाली. मी आणि लक्ष्मी चंद्रपूरला राहायला आलो. लोक काय म्हणतील या भीतीने सावित्री आमच्या सोबत यायला तयार झाली नाही. लक्ष्मी दर महिन्याला सावित्रीला खर्चाचे पैसे पाठवत होती

हे मला खूप नंतर कळले.

चंद्रपूरला असताना जतीन आणि जयश्री कसे भेटले हे मी आधीच सांगितले आहे. जतीन दहा वर्षांचा असताना माझी बदली परत मुंबईला झाली आणि आम्ही सगळे या घरात राहायला आलो. एखादे वर्ष असेच गेले. इथे नेहमीच कामवाल्या बाईचा त्रास होतोय असे सांगून लक्ष्मीने सावित्रीला मुंबईला बोलावण्याचे सुचवले. खरेतर शंकर माझ्या डोळ्यासमोर राहावा हा तिचा हेतू. पण तिने मला असे काहीही समजू दिले नाही. त्यावेळी शंकर पंधरा वर्षांचा होता. सावित्री वेगळ्या घरात राहण्याच्या अटीवर मुंबईला आली आणि आमच्याकडे पूर्वीसारखे दिवसभर काम करू लागली.

असेच दिवस जात गेले. काही वर्षांनी माझे आईवडील देवाघरी गेले. मुंबईला आल्यावर शंकरसुद्धा शाळेनंतर आईसोबत आमच्या घरी काम करू लागला. काही वर्षांनी सावित्रीही एका आजारात गेली. जाताना तिने शंकरकडून आयुष्यभर आमच्या कुटुंबात काम करीत राहण्याचे वचन घेतले. शंकर आमच्या घरी काम करू लागला. शंकर माझा मुलगा असून आमच्याकडे नोकरासारखे काम करीत होता आणि परकी मुले मालक म्हणून राहत होती. हे बघून मला खूप वाईट वाटायचे पण लक्ष्मीसमोर आपला गुन्हा स्वीकारायची हिम्मत नव्हती.

“शंकर, जतीन आणि जयश्री मोठे झाले. वेळ आल्यावर लक्ष्मीने शंकरचे लग्न लावून दिले. जतीन शिकायला अमेरिकेला गेला आणि इंजिनियर होऊन तिथेच डोरोथीशी त्याचे लग्न झाले. मी आणि लक्ष्मी यांच्या लग्नसमारंभाला अमेरिकेत गेलो होतो. नंतर जयश्रीचे रवीशी लग्न झाले. पुढे घरात मी, लक्ष्मी आणि शंकर राहिलो.”

वकील साहेब परत थांबले आणि एका मिनिटातच परत वाचायला सुरूवात केली.

“पाच वर्षांपूर्वी मी एमआयडीसी मधून रिटायर झालो तेव्हा लक्ष्मी खूप खूष झाली. आपण आता निवांत विश्वदर्शन करू म्हणाली. दोन वर्ष तिच्यासोबत खूप फिरलो. जतीनकडे राहिलो. जयश्रीकडे राहिलो. प्रेम मिळाले, मान मिळाले. कुठलीही तक्रार नव्हती. मात्र तीन वर्षांपूर्वी जतीनच्या वागणुकीमुळे तिला खूप वाईट वाटले आणि ती अस्वस्थ राहू लागली. तिला तिचा अंत बहुतेक दिसत होता म्हणून तिने शंकरला घरची सगळी कामे शिकवली. माझ्या आवडीचा स्वयंपाक करायला शिकवला.”

एके दिवशी संध्याकाळी तिने शंकरला लवकर घरी पाठवले आणि मला घेऊन गच्चीवर असलेल्या बंगईवर घेऊन गेली. बोलता बोलता तिने मला शंकर माझी संतान आहे हे गुपित माहीत असल्याचे सांगितले. पण जतीन जयश्रीला सांगितले तर त्यांना हे सहन होणार नाही म्हणून हे गुपित आपल्या हयातीत मी कुणाला सांगू नये याचे वचन घेतले. मी माझ्या जीवनात ही गोष्ट कुणाला सांगू शकणार नाही म्हणून तिच्या मृत्यूनंतर

हे पत्र मी लिहून ठेवले आणि माझे मृत्यूपत्र लिहिताना ह्या पत्राची नोंद करण्याचा निर्णय घेतला.

शंकर माझ्या बाळा. मला माफ कर. तू माझ्यासमोर असताना माझ्या जीवनात तुला बापाचे प्रेम देऊ शकलो नाही. पण मी मेल्यावर माझे अंतिम संस्कार तूच करावे ही माझी अंतिम इच्छा. तू, पार्वती आणि गौरी सुखी राहा.

जतीन आणि जयश्री, जे झाले त्यात शंकरची काहीही चूक नाही. तुम्ही त्याला या पुढे भाऊ मानले नाही तरी माझा मुलगा म्हणून वागवावे आणि माझा अंतिमसंस्कार करण्याचा मान शंकरला द्यावा ही विनंती.

-अण्णासाहेब पटवर्धन

हे ऐकून शंकर आणि पार्वती अण्णासाहेबांच्या पार्थिवाजवळ गेले आणि त्यांच्या छातीवर डोके ठेवून हमसून हमसून रडू लागले. जतीन, डोरोथी, जयश्री आणि उपस्थित सर्व मंडळी हे सगळे ऐकून थक्क झाली होती. जतीन शंकरजवळ गेला. त्याला खांदे धरून उठवले आणि त्याला आलिंगन देऊन रडू लागला. आपल्या एका वागण्याने आईला किती दु:ख झाले याची प्रचीती त्याला आली. जयश्री दोघांजवळ आली आणि "दादा..." म्हणून शंकर आणि जतीनला बिलगली. पुन्हा एकदा भावनांचा उद्रेक आला आणि रडारड सुरु झाली.

हे सगळे ऐकण्यात रात्रीचे दहा वाजले होते पण कुणालाही आपल्या शरीराची सुध नव्हती. भूक झोप अशा काही शारीरिक गरजा ह्याचा सगळ्यांनाच विसर पडला होता. तितक्यात प्रकाशचा मुलगा आणि सून आले. त्यांनी बाहेरूनच सगळ्यांसाठी पोळी भाजीचे जेवण आणि चहा आणला होता. सोबत पत्रावळीची ताटे आणि कागदाचे ग्लास आणले होते. कुणाचे मन नसताना त्यांनी सगळ्यांना आग्रह करून जेवायला लावले.

परत एकदा शांतता झाली. वकीलसाहेब म्हणाले "अण्णासाहेबांचे मृत्यूपत्र अजून वाचायचे आहे."

सगळे परत बसले.

गुप्ताजीने परत जतीन आणि शंकरला बोलावून मृत्यूपत्र सीलबंद असल्याची खात्री केली. आणि दोघांच्या सह्या घेऊन मृत्युपत्र उघडले. सुरूवातीचे काही भाग कार्यालयीन महत्वाचे होते ते त्यांनी वाचले. पुढे वाचायला सुरूवात केली.

"मी ऑक्टोबर २०१७ मधे परत एकदा माझे मृत्युपत्र माझ्या पूर्ण शुद्धीवर असताना लिहितो आहे, यावर कुणाचाही कसलाही दबाव नाही. माझ्याजवळ असलेली चल संपत्ती मी स्वत: कमावलेली आहे आणि म्हणून याचा वाटा मी माझ्या इच्छेप्रमाणे

कायदेशीररित्या करू शकतो आणि ते सगळ्यांवर बंधनकारक आहे.

माझ्या चल आणि अचल संपत्तीचे विवरण मी खाली दिले आहे. चल संपत्तीचे चार भाग करावेत. माझा "आजोबा भाड्याने देणे आहे" हा प्रयोग यशस्वी झाला याचे मला खूप समाधान आहे. माझ्या संपत्तीचा चारपैकी एक भाग या प्रकल्पाला द्यावा. या प्रकल्पाची जबाबदारी माझ्या चार मित्रांवर आहे. त्यांनी प्रकल्पाच्या नावाने एक ट्रस्ट बनवावा आणि हा प्रयोग पुढेही असाच चालवावा म्हणून ही तरतूद.

संपत्तीचा दुसरा भाग माझे चार जिवलग मित्र प्रकाश, यशवंत, मोहन आणि रणजीतसिंग यांना बरोबरीने दिला जावा. हा पैसा ही मंडळी आपापल्या मर्जीने खर्च करू शकतील.

संपत्तीचा तिसरा भाग जतीन आणि जयश्रीला बरोबरीने देण्यात यावा. दोघं माझी संतान नव्हती पण त्यांनी आजीवन आम्हाला मातृत्व आणि पितृत्वाचे अनुभव दिले. दोघांनी हे प्रेमाचे नाते त्यांच्या मनात असेच राहू द्यावे अशी इच्छा.

संपत्तीचा चौथा भाग शंकरला देण्यात यावा. माझे पत्र वाचल्यानंतर शंकरला हा हिस्सा का दिला जावा ही शंका कुणालाही असू नये.

लक्ष्मीचे स्त्रीधन पार्वती आणि शंकरच्या मुलीला अर्थात गौरीला मिळेल असे लक्ष्मीने लिहून ठेवले होते. त्याप्रमाणे तिचे सगळे दागिने पार्वती आणि गौरीला देण्यात यावेत. पार्वती स्वखुशीने त्यातला काही भाग जयश्री आणि डोरोथीला देऊ शकते. पण जयश्री आणि डोरोथीने पार्वतीवर कुठलीही सक्ती करू नये.

माझा लोणावळ्यामधला बंगला जतीनला आणि पनवेलचा बंगला जयश्रीला देण्यात यावा. माझे राहते घर वडिलोपार्जित आहे. जयश्री आणि जतीन दत्तक घेतलेले अपत्य असल्याने वारसाहक्क त्यांना लागू पडत नाही. म्हणून मी माझ्या इच्छेने हे घर कुणालाही द्यायला स्वतंत्र आहे. शंकरला जे हक्क मी माझ्या जीवनात दिले नाही ते मी आता त्याला देऊ इच्छितो. माझ्या राहत्या घरात शंकरने राहावे अशी माझी इच्छा आहे. यासाठी जतीन आणि जयश्रीचा वाटा म्हणून शंकरने त्याच्या वाटणीतून दोघांना पंचवीस पंचवीस लाख रुपये द्यावे. हा वाटा घेणे न घेणे मी जतीन आणि जयश्रीवर सोडतो.

यानंतर अण्णासाहेबांच्या चल आणि अचल संपत्तीचे पूर्ण विवरण आणि कायद्याप्रमाणे कार्यालयीन महत्त्वाचा मजकूर असून त्यानंतर अण्णासाहेब, रणजीतसिंग आणि निखिल यांच्या सह्या होत्या.

मृत्युपत्र वाचून झाल्यावर गुप्ताजींनी सगळ्यांकडे पहिले आणि कागदपत्र गोळा करायला सुरूवात केली.

रात्रीचे साडे अकरा वाजले होते. अण्णासाहेबांचे पत्र आणि मृत्युपत्र ऐकून सगळेच एकदम धक्का लागल्या सारखे होऊन नि:शब्द झाले होते. कुणालाही काही कळत नव्हते. यंत्रवत रणजीतसिंग गुप्ताजींना खाली जाऊन गाडीपर्यंत सोडून आला. घरात येऊन सगळ्यांना आता काहीही चर्चा न करता थोडावेळ झोपून घेण्याची सूचना केली. बायकांना सक्तीने जाऊन झोपायला सांगितले. त्यानुसार बायका सीमासोबत तिच्याघरी झोपायला गेल्या. पुरुषांपैकी दोघा-दोघा जणांनी जागे राहून अण्णासाहेबांजवळ राहावे असे सुचवले. यानंतर मोहन आणि नारायणरावांनी रणजीत, निखिल आणि शंकरला जबरदस्तीने झोपायला बेडरूम मध्ये पाठवले. प्रकाश आणि नारायणराव खुर्चीवर बसले. बाकीच्या मंडळीने इकडे तिकडे अंग टाकायची व्यवस्था केली.

रविवार सकाळी नऊ वाजले. घरात येणाऱ्यांची वर्दळ वाढली. शेजारपाजार, मॉर्निंगवॉकचे साथीदार, ओळखीपाळखीची लोक ज्यांना ज्यांना जसे समजले तसे लोक येऊ लागले. जोशीकाकाकाकू निखिलच्या गाडीतून विवेकसोबत मधुर आणि पीहूला घेऊन आले. त्यांचा पूर्वीचा ड्रायव्हर आनंद पण होता. सुहास घरून काकाकाकूंना आणि वरुणला घेऊन आला. आकाश पण घरी जाऊन श्रुतीला घेऊन आला.

न्हावी आला. शंकर आणि जतीनने केशाहुती दिली. पुरुषांनी अण्णासाहेबांना अंघोळ घालून नवीन कपडे घातले आणि स्ट्रेचरवर ठेवून त्यांना खाली नेले. अंतिम संस्काराची पूर्ण तयारी झाली होती. सगळया बायका खाली आल्या. अण्णासाहेबांना तिरडीवर हलकेच ठेवून त्यांची तिरडी फुलांनी सजवली गेली. निखिल, सुहास, आकाश आणि सगळ्या पुरुषांनी मिळून लाल दोरीने तिरडी बांधली. शंकर आणि जतीनने भटजी सांगतील त्याप्रमाणे विधी केले. सगळया पुरुषांनी अण्णासाहेबांना फेरी देऊन फुले वाहिली आणि नमस्कार केला. त्यानंतर बायकांनीही अण्णासाहेबांच्या पायावर फुले वाहून नमस्कार केला.

"श्रीराम जयराम जय जय राम" म्हणत पुरुषांनी अण्णासाहेबांना शेवटच्या प्रवासासाठी न्यायला उचलले आणि लोकांना रडू आवरणे कठीण झाले. मात्र हे रडणे आणि हे अश्रू देखाव्याचे नक्की नव्हते. अश्रुपूर्ण नेत्रांनी पुरुष अण्णासाहेबांना घेऊन जाऊ लागले. बायका एकमेकांच्या गळयात पडून रडत होत्या. कुणी कुणाची समजूत घालावी?

रस्त्याच्या कोपऱ्यावर स्वर्गरथ नावाची उघडी गाडी होती. त्यात मधोमध एक तिरडी बसेल इतके मोठे चांदीच्या पत्र्याने मढवलेले प्लॅटफॉर्म होते. आजू बाजूला लोकांना बसण्याची व्यवस्था होती. स्वर्गरथ मधे अण्णासाहेबांना ठेवून जितके लोक समावतील

तितके स्वर्गरथात बसले. बाकीचे लोक आपापल्या कारमधे बसून स्मशानभूमीला गेले.

अण्णासाहेब नावाच्या एका अध्यायाचा आज अंत झाला होता.

अण्णासाहेबांवर जीवघेणा हल्ला केल्याच्या गुन्ह्याखाली उमेशला जन्मठेप झाली. पति गुन्हेगार आहे म्हणून उर्वशीला उमेशपासून कायदेशीर डायव्होर्स मिळाला. उमेशची पत्नी आणि ४० टक्क्याची भागीदार म्हणून कंपनी परत उर्वशीला मिळाली. उर्वशी त्या कंपनीची बोर्ड ऑफ डायरेक्टर झाली. रणजितसिंग आणि जयंतीकडून मिळालेल्या प्रेमापायी उर्वशीने पुढेही त्यांच्या सोबतच राहण्याचा निर्णय घेतला. उर्वशीने रणजितसिंगच्या सहाय्याने "स्त्रीशक्ती" नावाची एक संस्था उभी केली. ही संस्था पुरुषांच्या त्रासातून बायकांना न्याय मिळवून देण्याचे काम करीत होती. रणजीतसिंगने नारायणरावांच्या वकिलाला या संस्थेत पूर्णवेळ वकील म्हणून नोकरीवर ठेवले.

मोहन पगारे मुंबईलाच होते हे त्यांच्या मुलासुनेला अण्णासाहेबांच्या घरी आल्यावर कळले. त्यातून त्यांना आपले वडील घर सोडून निघून गेल्याचे समजले. मुलांनी मोहनची खूप माफी मागितली पण शिक्षा म्हणून मोहनने त्यांच्या घरी परत येण्याची विनवणी फेटाळून लावली. आपण गावाची बागाईत जमीन काही केल्या विकणार नाही. त्या जमिनीवर किंवा त्या जमिनीच्या मिळकतीवर मुलाचे काहीही हक्क राहणार नाहीत असे ठामपणे सांगितले. आपण पुढे डॉ. निखिल सोबतच राहणार असा निर्णयही मोहनने आपल्या मुलाला सुनवला आणि अखेरपर्यंत निखिलसोबत राहण्याचा लेखी करार करून मुलाकडे पाठवला. यासोबतच गावाकडची जमीन त्यांच्यानंतर निखिलला मिळेल असा मृत्यूपत्र देखील तयार करून घेतला. मधुरने आपल्या नानाजींचे किस्से ऐकून पुढे सैन्यात दाखल होण्याचा निर्णय घेतला. आता तो पुणे येथे सैन्य शिक्षण घेत आहे.

अण्णासाहेबांची कहाणी ऐकून केशवने नारायणरावांचे घर विकत घेण्याला नकार दिला आणि नारायणरावांनी त्याच घरात राहावे अशी विनंती केली. यापुढे आपण भावंडामधे कधीही दुरावा होणार नाही याची हमी दिली. सुनिताने अभ्यासात खूप मेहनत केली आणि पुढे आय.आय.एम. मधून एम.बी.ए. केले. सुमितचा मित्र मुकेश याने पिलानी मधून एम. टेक. केले आणि त्याला एका मल्टिनॅशनल कंपनीत नोकरी मिळाली. कंपनीत एका वर्षाची ट्रेनिंग संपल्यावर मुकेश मुंबईला आला. परत आल्यानंतर मुकेशने सुनिताला भेटून तिची माफी मागितली आणि तिच्यासमोर प्रेम प्रस्ताव मांडला. सुनिताने नारायणराव आणि केशवला सांगितले. नारायणराव आणि

केशव मुकेशच्या वडिलांना भेटले. त्यांच्याकडून होकार मिळाल्यानंतर सुनिताचे लग्न मुकेशशी झाले.

वैष्णवी आणि सुहास काकाकाकूंना जबरदस्तीने त्यांच्या मुलाकडे घेऊन गेले. सुहासला भेटून धनंजयला आपण केलेल्या गुन्ह्याची जाणीव झाली. त्याने काकाकाकूंची पाया पडून माफी मागितली आणि पुढे असे न वागण्याचे वचन दिले. सुहासने काकांना धनंजयला माफ करायची विनंती केली. मन भरून येऊन दोघांनी धनंजयला माफ केले. धनंजयने सुहासला आणि वैष्णवीने धनंजयच्या बायकोला कडकडून मिठी मारली. आपल्याला एक काका आणि एक चुलत भाऊ आहे हे ऐकून वरुणला खूप आनंद झाला. बाजीरावने गावाचे घर विकले. ते पैसे आणि स्वत: जवळचे पैसे मिळून सुहासने मोठे घर घेतले. धनंजय, बाली आणि गणपतराव कुटुंबासकट गृहप्रवेश पूजेसाठी मुंबईला आले होते. पूर्ण कुटुंबाला सुखी पाहून गणपतरावांना खूप आनंद झाला.

जानकी, चित्रा आणि आकाशच्या घरात रमली. हळू हळू श्रुतीने मावसआज्जी म्हणून तिचा स्वीकार केला आणि जानकीच्या मदतीने पुढे मेडिकलमधे दाखला मिळवला. श्रुती आता फोरेन्सिक मेडिसिनमधे पोस्ट ग्रॅजुएशन करते आहे. चित्राने नोकरी सोडली. पुढे चित्रा आणि जानकीने आदर्श सासूसून या स्पर्धेत भाग घेऊन पहिले पारितोषिक पटकावले.

शंकर, रणजीतसिंग, मोहन, प्रकाश, यशवंत, जानकी आणि उर्वशीने त्यांच्या बागेतील मित्रांच्या मदतीने "अण्णाआजोबा" नावाची संस्था स्थापन केली. अण्णासाहेबांच्या मृत्युपत्रात सांगितल्याप्रमाणे या संस्थेला मिळालेल्या वाट्यामधून संस्थेचे मोठे ऑफिस उभारले गेले. या संस्थेने पुढे कितीतरी आजोबा आजींना सन्मानाचे घर आणि कितीतरी घरांना आपुलकीचे आजीआजोबा मिळवून दिले. आजोबांनी रोवलेले रोपटे आज एक वटवृक्ष झाले होते.

शंकर, पार्वती आणि गौरीसोबत अण्णासाहेबांच्या घरात राहायला आला. जतीन आणि जयश्रीने शंकरला मोठ्या भावाचा मान दिला. अण्णासाहेबांनी सुचवल्याप्रमाणे दोघांनी पंचवीस लाखावर आपला हक्क सोडला. गौरीने आपले शिक्षण पूर्ण झाल्यावर आपले आयुष्य "अण्णाआजोबा" संस्थेसाठी समर्पित करण्याचे जाहीर केले.

"अण्णा आजोबा" संस्थेच्या दहाव्या वार्षिक महोत्सवानिमित्त अण्णासाहेब आणि लक्ष्मीची पांढरी संगमरवरी मूर्ती संस्थेच्या आवारात लावण्यात आली होती. अण्णासाहेबांच्या जीवनात आलेली प्रत्येक व्यक्ती तिथे त्यांच्या मूर्तीवर फुलांचा वर्षाव

करताना आपापल्या परीने अण्णासाहेबांना आठवत होती.

आज अण्णासाहेब लक्ष्मीसोबत मूर्तीरुपाने आपले स्वप्न पूर्ण होताना बघत होते.